மூடுபனி

ஜேக்கப் மேஷாக்

aelay
publish

aelay
publish

மூடுபனி
கதை
16 வயதிற்கு மேற்பட்டவர்கள் மட்டும்
ஆசிரியர் : ஜேக்கப் மேஷாக் ©
முதல் பதிப்பு : ஆகஸ்ட் 2022
வெளியீடு : ஏலே பதிப்பகம்
5/175, பாத்திமா நகர், கூத்தென்குழி,
திருநெல்வேலி - 627104
தொடர்புக்கு : +91 9944992571

MOODUPANI
Story
Above 16+
by Jacob Meshak ©
First Edition : August 2022

ISBN : 978-93-5533-473-2
Aelay Publish
Contact : +91 9944992571
Designed by : BookShow.in
Drawing : Gowtham Chimah

தேவனுக்கே மகிமை..!

கதையை பற்றி,

சமூகத்தில் ஆணவக்கொலைகள் எத்தனையோ நடந்துவிட்டன.. இன்னும் நடந்துகொண்டுதான் இருக்கின்றன. அப்படி தன்னுடைய மரணத்திற்கு கதையிலாவது பழிவாங்க துடிக்கும் ஒரு ஆன்மாவை பற்றிய ஒரு கற்பனை இந்த மூடுபனி!

திகில், மர்மம், துப்பறிவு என்று இளம் எழுத்தாளனாக எனது முதல் படைப்பை நாவலாக சமர்பிக்கிறேன். தொடர்பியல், கனவியல், முக்கோணவியல் என்று பல திருப்பங்களையும், நான் படித்த தீர்க்கதரிசனங்களை பற்றிய சிறிய புனைவு. சாதி வெறி, ஆணவக்கொலை இவை தவிர்த்து இந்த கதையில் வரும் அனைத்தும் கற்பனையே.

பிழைகள், குழப்பங்கள், முரண்கள் இருந்தாலும் அதை பெரிதாக பொருட்படுத்தாமல், மெய்சிலிர்க்கும் குளிர்ச்சியான புதிய உலகிற்கு உங்களை அழைக்கிறேன். உலகின் அலாதி கற்பனை மழையின் ஒரு துளியில் உங்களை நனைக்க அழைக்கின்றது எனது மூடுபனி!

ஜேக்கப் மேஷாக் ச

ஒரு முன்னோட்டம்

எங்கும் கருமை படலம்.. காற்றின் ஓசை அந்த இருண்ட வெருமையை கிழித்துக்கொண்டு ஆழியென ஓசைகள் இட்டுக்கொண்டிருக்க, சில்லென்ற வந்த காற்று படுத்திருந்த சுபாஷை நிலைகுலைய வைத்தது.. தூக்கத்திலிருந்து மெதுவாக கண்களை திறந்தான். வானத்தின் அடர்ந்த பனி மேலும் அவனை குளிர்ச்சியில் உறையவைக்க.. காரிருளில் கண்கள் மிசுமிசுத்தன. சுற்றுமுற்றிலும் பார்க்க அவன் ஒரு மொட்டை மாடியில் நின்றுகொண்டிருந்தான்.

எந்த மரங்களும் அந்த மாடிக்கு ஈடுகொடுக்கவில்லை. அப்படியென்றால் நிச்சயமாக இது குறைந்தது மூன்று அடுக்கு மாடிதான். தெருவிளக்குகளின் வெளிச்சம் எதுவும் இல்லை, என்ன நடக்கிறது என்று புரியாமல் இருக்க திடுக்கென்று யாரோ யாரோ ஒரு பெண் அழுவும் சத்தம் சன்னமாக கேட்க திரும்பினான்.. வெறுமை. திரும்பி முன்னோக்கி பார்க்க மாடியின் விளிம்பில் ஒரு உருவம்! அடர்ந்த அந்த மூடும் பனிக்கு நடுவே நகராமல் நின்றுகொண்டிருந்தது. அது ஒரு கருப்பு உருவம்.. ஆனால் கண்டிப்பாக மனிதன்தான்.

"யார் நீ...?"

"என்ன வேணும் உனக்கு"

"சரி நான் ஏன் இங்க இருக்கேன்" என்று கேள்விகளை அடுக்க எந்த பதிலும் அதனிடம் இருந்து வரவில்லை.

'டிக்.. டிக்.. டிக்..' கடிகார முள் சத்தம் சட்டென்று கேட்க தனது கையை பார்த்தான்.. உடைந்த கை கடிகாரம் அவன் கைகளை ஆட்கொண்டிருந்தது. நேரத்தை பார்க்க அது தலைகீழாக சுற்றிக்கொண்டிருந்தது..

சரியாக 3:31.. அங்கிருந்து ஒரு சில வினாடிகள் பின்னோக்கி சுழலும்போதே முன்னாலிருந்த உருவம் கட்டிடத்தின் மேலிருந்து கீழே விழ சுபாஷ் அதிர்ந்துபோய் கத்திக்கொண்டே மாடியின் விளிம்பில் நின்றான். உடல் சிதறி கோரமாக இறந்துகிடந்தது அந்த உருவம். விழுந்த இடத்தை சுற்றிலும் அந்த உருவத்தின் தலை சிதறி ரத்தம் சூழ்ந்திருக்க அதன் கைகளில் ஒரு கை கடிகாரமும் இருந்தது. விருட்டென்று அவன் கைகளை

பார்க்க அவனது கையில் சற்று நேரத்திற்கு முன்பு இருந்த அந்த வாட்ச் காணமல்போயிருந்தது.
என்னதான் நடக்கிறது என்று ஒன்றும் புரியாமல் பயத்தில் அந்த உருவத்தையே சிறிதுநேரம் பார்த்துக்கொண்டிருக்க.. அதன் கருப்பு துணி விலகி அவனை அதிர்ச்சியுற செய்தது..

"டேய் ராஜேஷ் ஏன்டா இப்படி பண்ண? " என்று கத்த அது காற்றாகவே ஒலித்தது.
இறந்தவன் சுபாஷின் நெருங்கிய நண்பர்களில் ஒருவன். ஆயிரம் கேள்விகள் உருவெடுக்க அதற்கு ஒன்றுக்கு கூட சரியான பதில் கிடைக்காமல் புலம்பிக்கொண்டிருக்கையில் உயிரிழந்த அந்த உடலின் உடைந்த கை ஒன்று மெதுவாக உயர்ந்து அவனை நோக்கி நீட்டியது. வைத்த கண் வாங்காமல் அவனும் பார்க்க அவனை பார்த்தபடியே அந்த கையும் காண்பிக்க பிளந்த வாயுடனும் அழுகும் கண்களுடனும் மெதுவாக அவனுக்கு பின் திரும்பி பார்த்தான்... அந்த பனியில் ஒன்றுமே இல்லை... கீழே போகும் முகப்பை தவிர!

ஏமாற்றமாய் மீண்டும் அந்த உடலை பார்க்க அது நீட்டிய கை நீட்டியபடி... ஒன்றும் புரியாமல் நின்றிருந்தவனுக்கு சில வினாடிகளில் அவனுக்கு பின்னால் மீண்டும் யாரோ அவனை நெருங்கும் சத்தம் கேட்க மீண்டும் திரும்பினான்.
எரியாத முகப்பு விளக்கு மங்கும் பனிமூட்டத்திற்கு நடுவே விட்டுவிட்டு எரிய சில கணங்களில் வெடித்து சிதறியது அது. அதிர்ச்சியில் பின்னோக்கியவன் மாடியின் விளிம்பினில் நின்றபடி கீழே பார்க்க அங்கு கிடந்த உடல் காணாமல் போயிருப்பதை கண்டு மீண்டும் அதிர்ந்தான்.

"ஐயோ பைத்தியம் புடிக்க வைக்குதே" என்று தலையில் கை வைத்துக்கொண்டு ஒடுங்கி உக்கார்ந்தவனை பின்னாலிருந்து வந்த சத்தம் மீண்டும் கோவமுற செய்தது.இதற்கு மேல் என்ன அதிர்ச்சி இருக்கிறது என்று நினைத்துக்கொண்டவன் சற்று தைரியத்துடன் எழுந்து சத்தம் வந்த திசைக்கு சட்டென்று திரும்ப அந்த பனியில் வெண்மை போர்த்திய அழுகிய கோரமான உருவம் ஒன்று அவனை கணநேரத்தில் தொட்டு கீழே தள்ளியது.

"...அம்மா" என்று அலறியபடி மேலே இருந்து வேகமாக தரையில் பொத்தென்று விழுந்து சிதறியவனின் கைகளில் மீண்டும் அந்த வாட்ச் அதே நொருங்கிய நிலையில் ஆட்கொள்ள.. தன்னை தள்ளிவிட்ட அந்த உருவத்தை பார்க்கும் முன்னே அவன் கண்கள் மூடிக்கொண்டது.

" சுபாஷ்.. டேய் சுபாஷே!" என்று யாரோ கூப்பிடும் சத்தம் கேட்க... மெதுவாக கண்களை திறந்தான்.

"உயிரோடதான் இருக்கேனா... எந்த ஹாஸ்பிட்டல் இது " என்று கேட்க..

"என்ன ஹாஸ்பிட்டலா.. காலங்காத்தால பேசுர பேச்சாட இது? எந்திரிச்சி மூஞ்சிய கழுவு போ.. " என்று சுபாஷின் அம்மா ராதா கோவமாக பேசிவிட்டு அடுப்படிக்கு சென்றார். நிகழ்ந்தது கனவு என்று தெரிந்தும் அதிலிருந்து மீண்ட மகிழ்ச்சி இல்லை. எழுந்து ஜன்னலை திறக்க சூரியனின் கதிரொளி அவன் முகத்தில் அறைந்தது.

"என்னடா... மறுபடியும் எதாச்சோம் மோசமான கனவு கண்டியா?" என்று ஒரு குரல் கேட்க திரும்பிய எதிர்புறத்தில் அவன் அப்பா ராமச்சந்திரன் பேப்பர் படித்துக்கொண்டு..

சிறிய புன்னகையோடு எழுந்தவன்,
சனி என்று இருந்த காலண்டரின் தேதியை கிழித்துவிட்டு, வீட்டை விட்டு வெளியே வந்தான். எதிரே உயரமான ஆண்கள் விடுதி அவனின் பழைய நினைவலைகளில் இருந்த பயத்தையும், நடுக்கத்தையும் கிளறியது.

முந்தைய நாள் வந்த கனவுகளை போன்றே அது சம்மந்தமான பல கனவுகள் சுபாஷிற்கு ஒருசில நாட்களாக வந்துகொண்டிருந்தன.
அதற்கெல்லாம் ஒரே காரணம் அந்த விடுதி. பக்கத்து பொறியியல் கல்லூரி மாணவர்களுக்காக அரசு கட்டித்தந்த விடுதி அது. எப்போதுமே கலகலப்பாக இருக்கும் அந்த விடுதி ஒருசில மாதங்களாக கலையிழந்து காணப்பட சுபாஷின் நண்பன் ராஜேஷின் தற்கொலையும் ஒரு காரணம்.

நேரம் கடந்திருந்த நிலையில் குளித்து முடித்து வந்தவனிடம்..

"டேய் தம்பி.. வேலைக்கு எதும் ட்ரை பண்றியா இல்லயா.. இன்ஜினியரிங் முடிச்சி இதோ கிட்டதட்ட ஒரு வருஷம் முடியப்போது " என்று அவனின் அப்பா கடுகடுக்க.. விரைவில் வேலைக்கு போவதாய் சமாலித்துவிட்டு உள்ளே நுழைந்தான்.

சாப்பிட்டு முடித்த சுபாஷ் தன்னுடைய செல்போனை தேட..
"ஏன் தேட்ர அது ஜார்ஜ் இல்லன்னு ஜார்ஜ் போட்ருக்கேன்.. அப்றோம் நேத்து ராஜேஷோட அம்மா போன் பண்ணிருந்தாங்கடா எனக்கு.... நா சொல்ல மறந்துட்டேன் " என்று அம்மா ராதா சொல்ல திடுக்கிட்டவன்..

"என்ன சொன்னாங்க " என்று கேட்டான்.

"நீ என்ன பண்றன்னுதான் கேட்டுட்டு இருந்தாங்க.. ப்ச் பாவம் ஒரே புள்ளய பறிகொடுத்துட்டு நிக்குறாங்க என்ன பண்றது. எல்லாம் நேரம்.. இந்த எழவெடுத்த லவ்வு பண்ற வேல.." என்றார்.

"ஒருநாளைக்கு அவங்க வீட்டுக்கு போலாம் எல்லாரும் " என்றவன் நேராக போனை எடுத்துக்கொண்டு மாடியிலிருந்த தனது சிறிய அறைக்குள் நுழைந்தான். ஸ்விச் ஆஃப் இல் இருந்த போனை ஆன் செய்ய... பத்திற்கும் மேற்பட்ட மிஸ்ட் கால்ஸ் மதுமிதாவிடமிருந்து,

சுபாஷ் காலேஜ் சேர்ந்த இரண்டாம் வருடத்திலேயே இருவருக்கும் ராகிங் மூலம் நட்பு ஏற்பட்டுவிட்டது, மதுமிதா அப்போது முதலாம் ஆண்டு.. அந்த நட்பு சுபாஷிற்கு மூன்றாம் வருடத்தில் காதலாக மாற இருவரின் காதல் சுமூகமாக போய் கொண்டிருந்தது... மதுவின் ஊர்காரனும் ஸ்கூல் நண்பனுமாக இருந்தவன்தான் ராஜேஷ்...
காலேஜிலிருந்தே மூவரும் ஒன்றாகத்தான் படித்தனர். ஆனால் ராஜேஷின் வாழ்க்கை இப்படி ஆகுமென்று யாரும் எதிர்பார்க்கவில்லை. எது எப்படியோ ஒரு வருடம் ஓடிவிட்டது அதற்குள். தன்னுள் இருந்த அந்த கசப்பான பக்கங்களை புரட்டிக்கொண்டிருக்க அவன் ஃபோன் அவனை சுயநினைவிற்கு கொண்டுவர ஒரு அழைப்பு....

தன் ஆதங்கங்களையும் ஆத்திரங்களையும் கொட்டி தீர்த்துவிட்டு மது விட்ட பெருமூச்சி
அவன் காதுகளில் கேட்க..

"ஹூம் முடிச்சிட்டியா... இப்போ ஹாப்பிதான.. மொபைல் சார்ஜ் இல்லாம ஆஃப் ஆய்டுச்சி.. அதனால சுவிச் ஆஃப்னு வந்திருக்கும் அத சொல்றதுக்குல்ல பிசாசு மாதிரி கத்துற" என்றான்.

" நடிக்காத.. நான் போன் பண்ணும்போதுதான் உனக்கு போன் ஹாங்க் ஆகும், சுவிட்ச் ஆஃப் ஆகும்.... இப்போ எங்க இருக்க.. உன்ன பாக்கனும்?" என்றாள்.

"இப்போ முடியாது.. அம்மா வீட்ல தனியா இருக்காங்க.. எப்பயும்போல ஈவ்னிங் சர்ச் கிட்ட வந்துடு " என்று சொல்ல இணைப்பு துண்டானது. அவளோடு சேர்ந்த கல்லூரி நினைவுகளை அசைபோட்டபடி கண்களை மூட முற்படும்போது மீண்டும் ஒரு மிஸ்டு கால்....

"ப்ச் யார்ரா அவன்..! " என்று உச்சிக்கொட்டிக்கொண்டு பார்க்க அது கல்லூரி நண்பன் அருணிடமிருந்து.

மீண்டும் அழைத்தவன்
"சொல்றா அருண், என்ன விஷயம்? "

"ஒரு வாரமா சொல்லிட்டு இருக்கேன் அடுத்த வாரத்துல ஒருஇன்டர்வியூ இருக்குன்னு.. மறந்திட்டியா. உன்னோட ரெஸ்யூம்லாம் ரெடியா வச்சிக்கோ.. அத்தோட சர்டிபிகேட், போட்டோஸும் கூட. நாளைக்கு கௌம்பனும்..." என்றான் அருண்.

"அய்யோ போட்டோ எதுவுமே புதுசா இல்லயே " என்ற பரிதவிப்போடு வீட்டை விட்டு வெளியேறி எதேர்ச்சையாக விடுதி முகப்பை பார்க்க வயதான அம்மா ஒருவர் விடுதியின் இரும்பு கதவுகள் வழியாக எதையோ பார்த்துக்கொண்டிருந்தார்.. கடைக்கு போகும் அவசரத்தில் அதை சரியாக கவனிக்காமல் ஸ்டுடியோவை நோக்கி விரைந்தவன் வேலையை முடித்துக்கொண்டு வீடு திரும்ப விடுதியின் வெளியில் அந்த வயதான அம்மா நின்றது நின்றபடியே இருந்தார். கண்கள் விடுதியின் யாரோ ஒருவரையே பார்பதுபோல இருந்தது.

"சுபாஷ்.. நா கோயிலுக்கு போய்டு வந்துடுறேன் " என்று ராதா சொல்லிவிட்டு வெளியேற.. தனது வேலையில் மும்முரமாக செயல்பட்டான்.. பிறகு ஜன்னல் வழியாக விடுதியின் முகப்பை பார்க்க வயதான பெண்மணி தன் கூர்மையான பார்வையை சுபாஷை நோக்கி வீசிக்கொண்டிருந்தார்.

மாலை வேளை..

"கோயிலுக்கு போயிட்டு வரும்போது உன்னோட ஃப்ரெண்டு ஜோசப் என்ன பாத்துட்டு பேசுனாண்டா.. நேரம் கெடைக்கும்போது அவனுக்கு போன் பண்ணுவியாம் " என்றார் ராதா.
அதற்கு தலையசைத்தவன் மதுமிதா அழைப்பு வர அம்மாவிடம் இருந்து விடைபெற்றுக்கொண்டு தேவாலயத்தை நோக்கி நடக்க ஆரம்பித்தான்.

அவன் கொடுத்த சாக்லேட்டை தின்றுகொண்டே,
"சுபாஷ்... இன்னமும் அந்த கனவு வருதா" என்றவளுக்கு.. அவன் கண்கள் காட்டிய மிரட்டலும் அவன் வாயின் உலரலும் இன்னமும் அத்தகைய கனவுகள் அவனுக்கு வருவது மதுமிதாவிற்கு உறுதியானது.

"சுபாஷ்... இன்னைக்கு நவம்பர் மூனு... இன்னும் ஒரு வாரத்துல ராஜேஷோட நினைவுநாள் வருது.. கண்டிப்பா அவன் வீட்டுக்கு போய்

பாத்துட்டு வரனும்டா செரியா.. அதுக்காகத்தான் முக்கியமா இன்னைக்கு வந்தேன்... "

"ஹ்ம்... போலாம் அவ என்னதான் ஆனானு கடைசிவரைக்கும் தெரியாமயே போச்சில்ல.. அவளுக்காக அவனோட உயிரயே விட்டுட்டான்"

"யார சொல்லுற.. பிரியாவயா? ஆமா ராஜேஷ் எறந்த ரெண்டு மூனு மாசத்துலயே அவ காணாமபோய்டா.." என்று மதுமிதா இராஜேஷின் காதலியை பற்றி சொல்லிக்கொண்டிருந்தாள்.

" செரி மது... நாளைக்கு ஒரு இன்டர்வியூ இருக்கு.. நான் கெளம்பட்டா... " என்றவனின் கையை பிடித்த மது,

"எதுக்கும் பயப்படாத... கண்டிப்பா வேல கெடச்சிரும் சரியா" என்றாள்.

"ம்.. தேங்க்ஸ்"

"அண்ட் அந்த கனவுந்தான்... அத பத்தி கவலபடாத... " என்று சொல்லி முடிக்கவும் ஆறு மணி ஆலய மணி பலமாக அடித்தது...

"ரொம்ப தேங்க்ஸ்... நீ நேரமா கெளம்பு இருட்டிடப்போகுது... " என்றவனை பிரியாமல் பிரிந்தாள் மது. சுபாஷும் வீட்டை நோக்கி கிளம்ப... சர்ச் காம்பவுண்ட் சுவரில் பொரிக்கப்பட்டிருந்த வரிகளை கவனித்தான்..,

"சடுதியான திகிலும் துஷ்டர்களின் பாழ்கடிப்பும் வரும்போது நீ அஞ்சவேண்டாம் (நீதி-3.25)"

"மச்சி.. நாளைக்கு எத்தன மணிக்குடா நாம கெளம்பனும்..? " என்று அருணிடம் கேட்க,

"சரியா விடிகாலைல அஞ்சி மணிக்கு கெளம்பனும்" என்றான் அருண்.

சாப்பிட்டுவிட்டு மொபைலில் நான்கு மணிக்கு அலாரம் செட் செய்தவன் சீக்கிரமாகவே தூங்கச்சென்றான்,
சற்றுநேரம் தூங்கியவன் மீண்டும் தூக்கம் வராமல் முழித்துக்கொள்ள, விடுதியின் முகப்பு மின்விளக்கு அவன் முகத்திற்கு நேராக அடித்துக்கொண்டிருந்தது. சட்டென்று ராஜேஷ் மற்றும் பிரியாவின் மர்ம பக்கங்கள் நினைவிற்கு வரத்தொடங்கியிருந்தது.

சுபாஷ் இறுதி ஆண்டு படித்துக்கொண்டிருந்த சமயம் ராஜேஷ் ஒரு பெண்ணை யாருக்கும் தெரியாமல் காதலித்துக்கொண்டிருப்பதாக மதுமிதா மூலம் தகவல் பரவியிருந்தது. பிறகு அந்த பெண் ஊர் தலைவர் ஒருவரின் மகள் என்ற செய்தியும் கிடைத்திருந்தது.
மேலும் தனது காதலுக்கு உள்ளூரில் ஒருவன் தொல்லை கொடுப்பதாகவும் சில நாட்கள் சொல்லியிருந்தவன்.. அதன்பிறகு எந்த ப்ரச்சினையும் இல்லை என்று சமாலித்திருந்தான்.

அது நடந்து நான்கு மாதங்களே ஆன நிலையில் சுபாஷ் தனது செமஸ்டர் தேர்வுகளுக்கு தாயாராகிக்கொண்டிருக்க
அப்போதுதான் அந்த கோரம் நிகழ்ந்தது.

நவம்பர் பத்து.. காலை நேரம்,
எழுந்திருந்து வெளியே வர விடுதியின் முன்பு ஒரு ஆம்புலன்ஸில் ஏராளமான கூட்டத்திற்கு நடுவே இரத்தமயமான அந்த இடத்திலிருந்து ஒரு உருக்குலைந்த உருவத்தை தூக்கி ஸ்டெக்சரில் வைத்து ஏற்றினர்.

விடுதியிலிருந்து ஓடிவந்த ஒருவன் "ண்ணா... நம்ம ராஜேஷ்தான்ணா.... மாடில இருந்து கீழ விழுந்து தற்கொல பண்ணிக்கிட்டான் "என்று அழுதுகொண்டே சொன்னவன்,

"அவன் லவ் விஷயம் அந்த பொண்ணு வீட்டுக்கு தெரிஞ்சிருச்சி.. அதனால அவ இவன ப்ரேக் அப் பண்ணிட்டாப்போல. நேத்து நைட்டு அழுதிட்டே இருந்தான். ஆனா இப்புடி பண்ணிக்குவான்னு யாருமே நெனைக்கல... " என்றிருந்தான் அவன் அழுதபடி. விடுதி வார்டனிடமும் ப்யூனிடமும் வாக்குமூலங்களையும், ஒருசில கேள்விகளையும் கேட்டுவிட்டு போலீஸார் அவன் உடலை உடற்கூறு ஆய்விற்கு மருத்துவமனை எடுத்து சென்றிருக்க.. ராஜேஷின் இறுதி சடங்குகள் வரை பல மாணவர்களுடன் ஒருவனாக அவனும் உடனிருந்து மீளாத துயரத்துடன் வீடு வந்து சேர்ந்தான்.
அந்த சம்பவம் நடந்ததில் இருந்து ராஜேஷ் காதலித்த அந்த பிரியாவையும் காணவில்லை.. அதன் தாக்கம் மட்டும் சுபாஷை விடாமல் துரத்திக்கொண்டு இருந்தது... 'என்னதான் அவன் எனக்கு சொல்ல நினைக்கிறான்' என்று யோசித்துக்கொண்டு உறங்க ஆரம்பித்தான்..

வழக்கத்திற்கு மாறான குளிர்காலம் என்பதால் அதனை சமாலிக்க பெட்ஷீட்டை இழுத்து போர்த்திக்கொண்டு தூங்கினலும் தொல்லை செய்யும் மூடுபனி அவனை படுக்கையிலிருந்து எழுச்செய்தது.. சற்றுநேரம் அமைதியாக இருந்தவனை தன் பக்கம் அவனின் கவனத்தை

திரும்பச்செய்தது விடுதி முகப்பு விளக்கு! மெதுவாக திரும்பி விடுதியை பார்க்க.. மங்கும் பனிமூட்டத்திற்கு நடுவே அந்த முகப்பு விளக்கு சற்று விட்டு விட்டு எரிந்து கொண்டிருந்தது. லேசாக மழையும் தூவ சுபாஷ் மெதுவாக வீட்டை விட்டு வெளியே வந்தான். வெளியே வர முற்பட்டவனை மழை குறுக்கிட்டு மீண்டும் உள்ளே தள்ள... விடுதியின் ஒரு அரை ஜன்னல்கள் அவனை ரிங்காரமிட்டு கூப்பிட்டது. காற்றில் அங்கும் இங்கும் ஆடிய அவை தன்னை அழைப்பது போன்று ஒரு மாயை... பயந்துபோனவன் வேகமாக வீட்டிற்கு உள்ளே நுழைந்து கதவை மூடும் முன்னரே.. உருகுலைந்து அழுகிய நிலையில் ஒரு கை ஜன்னலுக்கு வெளியே நீட்டியது. அதிலிருந்து புறப்பட்ட ரத்தம் ஜன்னலின் பக்கவாட்டு சுவர்களை நனைக்க அதனோடு சேர்ந்து மழைத்துளிகள் சுவரோடு வடிந்துகொண்டிருந்தன..

பெருமூச்சுவாங்க நின்ற அவன் இதயத்துடிப்பு தாறுமாறாக துடிக்க.. சில நொடிகளில் அந்த கை அவனை நோக்கி நீட்டிக்கொண்டிருக்க சுபாஷின் பின்னால் யாரோ நெருங்குவது போன்ற ஒரு உணர்ச்சி. திடுக்கிட்டு பின்திரும்ப,
அவனை நோக்கி ஒரு கெட்ட வாடை வந்துகொண்டிருந்தது. ஒரு வெள்ளை உருவம் அவன் தோள்களை தொட்டு, அவனுள் இறங்கி வெளியேறி எதிர்புற விடுதியை அடைந்தது. சுபாஷின் தொண்டை துடங்கி கால் வரைக்கும் குளிர்ச்சி மூழ்கடிக்க, அவன் செல்போன் அலாரம் சரியாக நான்கு மணிக்கு அடித்தது.

தொண்டையை பிடித்துக்கொண்டு எழுந்தவன் யாரும் எழுந்திருக்கும் முன்பு அலாரத்தை அனைத்தான்... அந்த மர்மமான கனவில் அவன் பட்ட மூச்சுத்திணரல் இன்னமும் இருந்து கொண்டிருக்க, பெருமூச்சுகளுக்கு நடுவே ஜன்னலை திறந்து விடுதியையே வெறித்து பார்த்துக்கொண்டிருந்தான்.
இன்டர்வியூக்கு ஆயத்தமானவன் உறங்கும் அறைக்கு சென்று மெதுவாக அம்மாவை எழுப்பினான்..

"ஒரு அஞ்சி நிமிஷம் இரு.. தேயில தண்ணி போட்டு தர்றேன் குடிச்சிட்டு போவ... " என்று சமயலறைக்கு கிளம்பியவர் தேநீர் போட்டுக்கொண்டு வர அதை குடித்து முடித்து வெளியேறினான். வெளியே மழை நின்று, ஈரம் படர்ந்த குளிர்ச்சியில் இடமே இன்பமாய் இருந்தது. புத்துணர்ச்சியுடன் அந்த விடுதியை பார்க்க அதிர்ச்சி..
அவன் கனவில் கண்ட அந்த அறையின் ஜன்னல்களில் இரத்தக்கரையின் தடம்

மழைநீரில் சேர்ந்து கறைந்து வடிந்துகொண்டிருக்க.. தான் கண்டது கனவா.. இல்லை நனவா என்று புரியாமல் யோசித்துக்கொண்டே பேருந்து நிலையம் வந்தடைந்தான்.

நகரத்தை நோக்கிய அவர்களின் பயணம் தொடங்கிருக்க.. நடந்த நிகழ்வுகளை பயத்தோடு நினைத்துக்கொண்டிருந்தான்.

"என்னடா இன்டர்வியூக்கு எதாச்சோம் பிரப்பேர் பண்ணியா இல்லயா... ?" என்று அருண் கேட்க.. அதற்கு எந்த பதிலும் சுபாஷிடம் இருந்து வரவில்லை.

"டேய்... உன்னதான்டா. என்ன செரியா தூங்கலயா நீ" என்று அவனை அதட்ட..
அந்த இரவு கனவின் யோசனையிலிருந்து மீண்டவன் "

"ஹான்... எதோ பண்ணிருக்கேன்.. பாத்துக்கலாம் வா. " என்று கவலையாக சொன்னாலும் அந்த விடிகாலை கனவு அவனை பயணம் முழுவதும் வதைத்துக்கொண்டிருந்தது. அது கனவா இல்லை உண்மையிலேயே நடந்த சம்பவமா என்று யோசித்துக்கொண்டே பயணம் முடிய காலை எட்டு மணிக்கு டவுனை அடைந்த இருவரும் இன்டர்வியூ நடக்கும் கம்பெனியை நோக்கி ஷேர் ஆட்டோவில் பயணப்பட்டனர்.

வேலை தேடி வந்திருந்த கூட்டம் அதிகமாக இருந்தாலும் சுபாஷிற்கு அதைபற்றிய கவலைகள் துளியும் இல்லை. அவனின் கவலைகள் தலைக்கு மேல் எழும்பிய வெள்ளம் போல் இருந்தது. இன்டர்வியூ முடிந்து வெளியே வந்தவன் முகத்தில் பெரும் மகிழ்ச்சி..
அந்த மகிழ்ச்சியோடு நேராக அப்பாவிற்கு போன் செய்தவன் நடந்தவற்றை சந்தோஷமாக சொன்னவன் தனது காதலி மதுவிற்கும் அதை அறிவித்தான். அருணும் வெற்றிகரமாக வேலைக்கு தேர்ச்சியாகவே,

"சரி எப்போ ஜாய்ன்ட் பண்ண சொல்லிருக்காங்க...!? " என்று கேட்க..

"இன்னைக்கு செலெக்ட் ஆன எல்லாருமே வர நவம்பர் பதினஞ்சாந்தேதி தான்" என்றான் அருண். நேரம் கடந்த நிலையில் இருவரும் மதிய உணவை அங்கிருந்த ஒரு ஓட்டலில் முடித்துவிட்டு நிம்மதியாக தங்களின் வீட்டினை அடைந்தனர். வீட்டிற்கு வந்துசேர இரவானது, வந்தவன் தனது பையிலிருந்து ஸ்வீட் பாக்ஸினை திறந்து அவன் அப்பாவிற்கும் அம்மாவிற்கும் ஊட்டிவிட்டான்...

"நீ இந்த இன்டர்வியூல செலக்ட் ஆய்டுவேன்னு தெரியுன்டா.. அதனாலதான் உனக்கு ஒரு கிப்ட் வாங்கி வச்சிருந்தேன்.. இந்தா " என்று ஒரு பாக்ஸை அவன் அப்பா நீட்ட ஒரு இன்ப அதிர்ச்சியாய் அதை பார்த்தான்.

"ஃபார் யூ " என்று எழுதியிருந்த அந்த கிப்ட் பாக்ஸை திறக்க பிரபலமான வாட்ச் மாடலின் முகப்பு படம். ஒருநிமிடம் உறைந்துபோனவனுக்கு சந்தோஷம் கொள்வதா பயம் கொள்வதா என்று தெரியாமல் அந்த வாட்ச்சை வெளியே எடுக்க அது அவன் கனவில் கண்ட அதே உடைந்த வாட்ச் மாடல்! இறந்த கருப்பு உருவத்தின் கைகளில் இருந்த அதே வாட்ச். மெதுவாக அவன் தலை தன்னை அறியாமல் அந்த விடுதியை நோக்கி திரும்பியது.

சாப்பிட்டுவிட்டு வாட்ச் பாக்ஸையே பார்த்துக்கொண்டிருந்தவனுக்கு மது தனது செல்போனிலிருந்து மெஸேஜ் அனுப்பியிருந்தாள். சற்று பயத்தை விட்டுவிட்டு கொஞ்சம் நேரத்திற்கு அவளுடன் போனில் கொஞ்சலானான்..
அப்படியே தூக்கம் கண்களை தழுவ அயர்ந்து தூங்கினான். திடீரென ஃபோன் அலாரம் அடிக்க.. திடுக்கிட்டு எழுந்து அதனை அனைத்துவிட்டு நேரத்தை பார்க்க சரியாக 12மணி...

"பன்னெண்டு மணிக்கு நாம அலாரமே வைக்கலயே.." என்று தலையை சொறிந்தவன் அப்போதுதான் ஒரு மர்மத்தை உணர்ந்தான்.. நேற்று அவன் தூக்கத்திலிருந்து வந்த கனவிலிருந்து எழுந்திருக்க விடிகாலை நான்கு மணி.. சமீபகால கனவுகளில் வரும் நேரமும் மூன்றிலிருந்து நான்கு... இரண்டிற்கும் எதுவும் சமமந்தம் இருக்கிறதா என்று அந்த இரவில் யோசித்துக்கொண்டிருந்தான்.

விடிந்தது..
இரவில் சரியான தூக்கம் இல்லாமல் அதிகாலையிலேயே எழுந்தவன் கடைக்கு போய் வந்துகொண்டிருந்த அவன் அப்பாவை நோக்கி,

"ப்பா.. இது வாடக வீடுதான.. வேற வீடு பாருங்களேன்..." என்று எதிர்புற விடுதியை பார்த்தவாரே கேட்டான்.

"ஏன்டா... உனக்கு புடிக்கலயா?"

"அப்பிடி இல்ல, எனக்கென்னவோ இந்த ஹாஸ்டல் பக்கத்துல இருக்குறதாலதான் சில கெட்ட கனவுலாம் வருதோனு தோணுது.. அதான்! "என்று இழுக்க,

"செரி புடிக்கலனா மாத்திடலாம் ஒன்னு கவலபடாத செரியா.. " என்று சொல்லிவிட்டு உள்ளே நுழைந்தார் ராமச்சந்திரன்.

அம்மா சுடசுட கொடுத்த தேநீரை எடுத்துக்கொண்டு வெளியே வந்தவனுக்கு எதிரே விடுதியின் முகப்பில் வார்டன் கிருபாகரனும் தேநீர் குடித்துக்கொண்டிருப்பதை பார்த்தான். அவரும் எதேர்ச்சையாக சுபாஷை பார்த்து கையை அசைக்க அவருக்கு வணக்கம் வைத்தான் சுபாஷ். வார்டன் கிருபாவை பார்த்தவுடன் அவனும் ராஜேஷும் விடுதியில் இருந்த நினைவுகள் அவனை சூழ்ந்தன.. வார்டனுடன் கலகலப்பாக கல்லூரி நாட்களில் இருந்த நேரங்கள்.. இரவுநேர லூட்டிகள் அவன் கண்முன் வந்து சென்றது. ராஜேஷ் இறந்ததை முதலில் பார்த்து போலீசுக்கு தகவல் கொடுத்தது வார்டன் கிருபாதான் என்று விடுதியிலிருந்த ஒருசில மாணவர்கள் பேசிக்கொண்டனர். அவன் இறந்த இரண்டு நாட்கள் கழித்து வார்டனை பார்க்க சுபாஷ் சென்றிருக்க..

"அவரு ஹாஸ்டல் பின்னாடி புதுசா நட்டுவச்ச தென்னம்பிள்ளைக்கு தண்ணி ஊத்திட்டு இருப்பாரு போய் பாருங்க." என்று பியூன் ஆறுமுகம் சொன்னதுபோன்ற ஞாபகம்.

"என்ன வார்டன்.. புதுவரவா?" என்ற சுபாஷின் சத்தத்தில் திடுக்கிட்டவர்..

"வாப்ப சுபாஷ்.. என்னப்பா இப்புடி பயங்காட்டிட்டியே... இது ஹைப்ரேட் வகை.. சீக்கிரத்துல வளர்ந்துடும்.. அதான், செரி வா ஆப்பீஸ்ல உக்காந்து பேசலாம்" என்று அவனை அந்த இடத்தை விட்டு கூட்டிக்கொண்டு தனது அலுவலகத்திற்கு சென்றார்.

இருவரும் அமர...
"அப்போறோம் வீட்டுல எல்லாரும் எப்புடி இருக்காங்க?" என்று நலம் விசாரிக்க தொடங்கியவர்.. "என்னதான் அவனுக்கு பிரச்சின... அட என்ன பிரச்சின இருந்தாலும் பேசி தீத்திருக்கலாமே." என்று கண்களில் நீர் வர கேட்டார்.

"என்ன செய்யுறது ண்ணா.. அவன் எங்ககிட்டயே எதுவும் சொல்லாம இப்புடி பண்ணிக்கிட்டான். இப்போ என்ன பேசி என்ன ஆகப்போது... " என்று சுபாஷ் அவரை சாந்தப்படுத்த..

"சரிப்பா நான் ஒரு பத்துநாள் லீவ் எடுத்துட்டு சொந்த ஊருக்கு போயிட்டு வரப்போறேன் அப்போதான் எனக்கு கொஞ்சம் நிம்மதியா இருக்கும். " என்று கண்களின் ஓரம் துளிர்விட்ட நீரை துடைத்தபடி சொல்லியிருந்தார். "

இது நடந்து ஒருவருடம் கடந்திருக்கும்...
அந்த மரம் ஒருவருடத்திலேயே பெரிதாக வளர்ந்திருந்தது. சிலமணி நேரத்தில் நண்பன் அருணிடமிருந்து அழைப்பு வர.. விளையாடச்செல்ல தயாரானான்.

நேரம் மூன்று மணியை கடந்திருக்க.. இருவரும் விளையாட்டு வளாகத்தை நோக்கி பைக்கில் கிளம்பினர்.. விடுதியை கடந்த சில நொடிகளில் "டேய் டேய் வண்டிய நிறுத்து.. "என்று சொல்ல அருணும் வேகமாக ப்ரேக்கை அழுத்தினான்..
சுபாஷ் விடுதியின் முகப்பில் இரண்டு நாட்களுக்கு முன் பார்த்த அதே வயதான அம்மாவ தென்பட,

"டேய் அவுங்கள இங்க அடிக்கடி பாக்குறேன்டா.. அவங்க யாருன்னு உனக்கு தெரியுமா?" என்று கேட்டான்.

"அவுங்கள தெரியாதா? அவுங்கதான அந்த பாண்டியனோட பாட்டி.. " என்று புதிதாக ஒன்றை ஆரம்பித்தான் அருண்.

"பாண்டியனா.. அது யாரு கேள்விப்பட்டதே இல்லயே.. "

" நீ அவ்வளவா பாத்திருக்க வாய்ப்பில்ல.. அவன் ஆர்ட்ஸ் காலேஜ் படிச்சான் வெளியூர்ல.. ரொம்ப திமிரு புடிச்சவன்.. எல்லார்கிட்டயும் சண்ட போடுவான். அதனாலயே அவன அவன் காலேஜ்ல கூட டிஸ்மிஸ் பண்ணிட்டாங்கன்னு [illegible]டியோட [illegible]ரண்ட்ஸ் சொல்லுவாங்க... இதெல்லாம் நடந்து ஒரு வருஷத்துக்கு மேல இருக்கும்" என்று பாண்டியனின் அரசல் புரசலான கதையை முடித்தான் அருண்.

"இப்போ எங்க இருக்கான் அவன்...? "

"தெரியலடா அவன் காணாம போய்டதா சொல்றாங்க.. அவனுக்கு அப்பா அம்மான்னு யாரும் இல்ல.... ஒரேயொரு பாட்டி மட்டுந்தான்.. போலீஸ் கம்ப்லைண்டு குடுக்க கூட ஆள் இல்ல. என்ன பண்றது அவன் செஞ்சிட்டுபோன பாவமோ என்னமோ.." என்று சொல்லிக்கொண்டு தனது பைக்கை ஸ்டார்ட் செய்தான். விளையாட்டு மைதானம் வந்தடைந்த சுபாஷிற்கு
அப்போதைய நினைவில் ஓடிக்கொண்டிருந்த விவரங்கள் நான்கு..
ராஜேஷ் மரணம், பிரியாவின் மர்மம்,
மூன்றரை மணி கனவு, கடைசியாக பாண்டியனும் அவனது பாட்டியும்.

இரவானது..,

தூங்குவதற்கு முன் கனவு வராமல் இருக்க சரியாக மூன்று மணிக்கு அலாரம் செட் செய்துவிட்டு தூங்க சென்றான். நன்றாக தூங்கியவனை அவன் செட் செய்த அலாரம் எழுப்ப, வேகமாக எழுந்தவன் அலாரமை ஆஃப் செய்தான். சரியாக நள்ளிரவு.... கனவிலிருந்து தப்பித்தோம் என்று விடுதியை நோக்க கனவிலிருந்தது போலவே அதன் முகப்பு விளக்கு விட்டு விட்டு எரிந்துகொண்டிருக்க..
ஜன்னல்களை மூடிவிட்டு தூக்கத்தை தொடர்ந்தான்.

விடிந்தது...
காலை பணிகளை செய்தவன் மாலை வேளைக்கு காத்துக்கொண்டிருந்தான், வெளியே யாரோ சத்தம் போடுவதுபோல தெரிய வெளியே நோட்டமிட்டான்.. விடுதியின் நுழைவாயிலில் பாண்டியனின் பாட்டி நின்றிருக்க வார்டன் கிருபா அந்த பாட்டியை சத்தமாக பேசிக்கொண்டிருந்தார்...
என்னவென்று கேட்க வெளியேற அந்த பாட்டி அவனுக்கு முன் திடிரென எதிர்பட்டு அவனை அதிர்ச்சிக்குட்படுத்தினாள்.

ஒருகணம் பயந்தவன்,
"என்னாச்சி பாட்டி... என்ன வேணும்? " என்றான். ஒருசில வினாடிகள் அவனின் கண்களையே பார்த்துக்கொண்டிருந்த அந்த கண்கள் நேராக விடுதியை நோக்கி திரும்பியது.. எதுவும் பேசாமலேயே அந்த பாட்டி அந்த விடுதியை பார்த்துக்கொண்டே சுபாஷை கடந்தார்..

"என்னாச்சி வார்டன்... யாரு அவுங்க... என்ன வேணுமாம் ? " என்று கேட்க...

"அடிக்கடி வருது... உள்ளயே பேய் மாதிரி பாத்துட்டே இருக்கு காசு குடுத்தாலும் போறதில்ல.... சாப்பாடு குடுத்தாலும் போறதில்ல.. சனியன்" என்று திட்டினார் கிருபா.

மாலை வேளை. மதுவை பார்க்க ஆயத்தமாகிக்கொண்டிருந்த சுபாஷை ஒளிந்துகொண்டு பார்த்தார் அவன் அம்மா...

"யார்றா அந்த பொண்ணு...? " என்று கேட்க சமாலிப்பதில் தோற்றுப்போய் மதுவை பற்றி சொல்லி முடித்தான்.

"செரி நா வர்றேன்... அப்பா வந்து கேட்டா நான் அருண் வீட்டுக்கு போயிருக்கேன்னு சொல்லிடுங்க.." என்று சொல்லிவிட்டு மதுவை பார்க்க தேவாலயத்திற்கு விரைந்தவன்.. அவள் வராததால் ஆலயத்திற்குள் கொஞ்ச நேரம் உக்காரச்சென்றான். எங்கும் அமைதியும் ஒருவகை வாசனையும்

அந்த ஆலையம் முழுக்க பரவியிருக்க மெதுவாக கண்களை மூடியிருந்தவனை ஒரு கரம் எழுப்பியது.. கண்களை திறந்துபார்க்க ஜோசப்.

"டேய் ஜோசப்பே... நல்லா இருக்கியாடா" என்று கொஞ்சம் உணர்ச்சிவசப்பட்டு வேகமாக கத்தியவனை வாயை பொத்தியபடி வெளியே கூட்டிவந்த ஜோசப்..

"எனக்கென்ன மச்சி நல்லாதான் இருக்கேன்... அதுக்காக சர்சுக்குள்ள இப்புடியா கத்துவ? ஆளயே பாக்கமுடியலயே எங்கதான் இருக்க?" என்று கேட்டான் ஜோசப்.

"ஆமா.. நீ ஸ்கூலோட நிறுத்திட்டு ஜாலியா மீன்புடிக்கிற தொழில்ல எறங்கிட்ட. நீயே வாரத்துக்கு ஒருமுறதான் வீட்டுக்கு வர்ற.. இதுல நான் எங்க உன்ன பாக்குறது... "

ஜோசப் சிரித்துக்கொண்டே "அப்றோம் உன் ஃபிரண்ட் யாருக்காச்சோம் வெயிட் பண்றியா நீ..? "

"ஆமான்டா... " என்று சொன்ன சுபாஷை பார்த்தபடி கடந்து சென்றது ஒரு உருவம். வேரு யாருமில்லை... பாண்டியனின் பாட்டிதான்!

"டேய் ஜோசப்.. இந்த பாண்டியன் பாண்டியன்னு யாரயோ சொல்றாங்களே... அது யாரு? அவனபத்தி உனக்கு தெரியுமா...? " என்று அவனும் எதேர்ச்சையாக கேட்க..

"தோ போறாங்கபாரு... அதுதான் அவனோட பாட்டி... " என்று கை காட்டியவன்,
"உனக்கு தெரிஞ்சிருக்க அதிக வாய்ப்பிருக்கேடா சுபாஷூ...?! " என்று ஆச்சரியத்துடன் கேட்டவன்..

"ஒருவருஷத்துக்கு முன்னாடி தற்கொலை பண்ணிக்கிட்டானே உன்னோட ஃபிரண்ட் ராஜேஷ்.. அவன் ஒரு பொண்ண லவ் பண்ணானா.. அவள ஒன்சைடா லவ் பண்ணிட்டு இருந்தது பாண்டியாதான்... பயங்கரமா லவ் டார்சர் குடுத்தான் அதுக்கப்புறம் என்னாச்சின்னு தெரில அவன் உள்ளூரு அப்டின்றதால உங்க வீட்டுக்கு பக்கத்துல இருக்கே ஹாஸ்டல்.. அந்த ஹாஸ்டல் வார்டன கூட அவனுக்கு நல்லா தெரியும். இதுக்குமேல அவனபத்தி தெரியனும்னா வார்டன்கிட்ட கேட்டாத்தான் உண்டு " என்று முடித்தான் ஜோசப். சுபாஷிற்கு அப்போதுதான் ஒருசில நிகழ்வுகளுக்கு விடை தெரிந்தது.

ராஜேஷ் இறந்ததிலிருந்தே பாண்டியன் காணாமல் போயிருக்கிறான். மதுவை பார்த்துவிட்டு வீடுவந்து சேர இரவானது.

சாப்பிட்டு படுத்தவன் கனவுகளின் நோக்கங்களை நினைத்துக்கொண்டிருந்தான். இறந்துபோன தன் நண்பன் ராஜேஷிற்கும் காணமல்போன பிரியா மற்றும் பாண்டியன் ஆகிய மூவருக்கும் தொடர்பு உள்ளது... இந்த மூன்றிற்கும் பொதுவான தொடர்பு என்ன என்று படுக்கையில் புரண்டபடி யோசித்துக்கொண்டிருந்தவன் அயர்ந்து தூங்கினான். மணி சரியாக மூன்று.. காற்று பலமாக அடிக்க அறை ஜன்னல்கள் திறந்தே கிடந்தன. உச்சிக்கொட்டிக்கொண்டு எழுந்தவன் ஜன்னல்களுக்கு வெளியே பார்க்க விடுதியின் முகப்பு விளக்குகள் அந்த மங்கும் பனிமூட்டத்திற்கு நடுவே விட்டுவிட்டு எரிந்துகொண்டிருந்தன.. விடுதிக்கு பின்னால் இருந்த தென்னை மரமும் இன்னும் பலமாக சாய்ந்து சாய்ந்து ஆடிக்கொண்டிருக்க சற்று நேரத்தில் வானத்தின் லேசாக தூரல்,
வேகமாக ஜன்னல்களை அடைத்தவன் மீண்டும் படுக்க முற்பட யாரோ பக்கத்தில் படுத்திருப்பதுபோன்ற உணர்வு..
இது கனவா இல்லை நனவா என்று உறுதிபடுத்திக்கொள்ள தன் கையை கிள்ளிப்பார்த்தான்.

" ஆ... அப்போ நெஜந்தானா இது...! " என்று அதிர்ச்சியுடன் திரும்ப அந்த பெரிய உருவம் தன் படுக்கையில் படுத்திருப்பதை பார்த்து "ஆ...." என்று கத்தினான்.. தலைவழியாக போர்த்திக்கொண்டிருந்த அந்த உருவம் அலறியபடி எழுந்திருக்க அது அவன் அப்பா ராமச்சந்திரன்.

"டேய் டேய்... நாந்தான்டா. ஏன் பேய பாத்தாமாதிரி கத்துற? "

"நீ ஏன்பா இங்க வந்து படுத்த சொல்லாம கொள்ளாம... ஹான்"

"அது... உனக்கு ஒரு தொணயா இருக்கட்டும்னுதான் வந்து படுத்தேன். செரி செரி படுத்துக்கோ.....!" என்று மீண்டும் படுத்துக்கொண்டார். பெருமூச்சு விட்டபடி அவனும் படுத்து தூங்க.. தூங்கிய சிறிதுநேரத்தில்
விடுதி முகப்பையே பார்த்துக்கொண்டிருந்த பாண்டியனின் பாட்டி.. பார்வையை அவன் பக்கம் மெதுவாக திருப்பி சுபாஷையே பார்ப்பது போன்ற ஒரு கனவு. கண்விழிக்க ஜன்னல்கள் திறந்திருந்தது. சூரிய ஒளி காற்றை கிழித்துக்கொண்டு எதிர்புற சுவரில் பிரதிபலித்துக்கொண்டிருந்தது...
மெதுவாக எழுந்தவன் நேரத்தை பார்க்க ஒன்பது மணி. முதல் வேலையாக வார்டனை பார்க்க கிளம்பினான். வார்டன் விடுதியின் மேல்மாடியில் நின்றுகொண்டிருக்கிறார் என்று ஒரு ஜூனியர் சொல்ல மாடிக்கு விரைந்தான்...

"இங்க என்ன பண்றிங்க வார்டன்.... காத்து நல்லா வருதுன்னு இங்க நிக்குறிங்களா.. வாங்க கீழ போகலாம்" என்று அந்த மேல்மாடியை கண்டு பயந்தான் சுபாஷ்,

"ஏம்பா... மொட்டமாடின்னா உனக்கு பயமா? நம்மலுக்கு பாத்தாவே இவ்லோ பயமா இருக்கே இந்த தற்கொலை பண்ணிகிறாங்களே அவங்களுக்கு எங்கிருந்து தைரியம் வருதோ? " என்று சொன்னபடி கீழே விரைய அவனும் அவரோடு கீழே சென்றான்.
இரண்டாம் அடுக்கை தாண்டும்போது அந்த வரிசையில் ஒரு அறைக்கு மட்டும் பூட்டுபோட்டிருந்தனர். அது அவனின் கனவில் ஜன்னல்களை திறந்து கைகளை நீட்டி அச்சுறுத்திய அதே அறை.

"வார்டன்.. அந்த ரூம் எதுக்கு பூட்டியே இருக்கு? " என்று எதேர்ச்சையாக கேட்க,

"அதுல பழைய பொருள்லாம் இருக்கும் சுபாஷ்.. வேஸ்ட் ரூம் " என்று சொல்லிக்கொண்டு கீழே சென்றார் கிருபா. சத்தமாய் அவரை கூப்பிட்டவன்,

"அந்த ரூம நான் கொஞ்சம் பாக்கனும்..! " என்று சொல்ல,

"அதுக்கென்ன.. இந்தா சாவி. பாத்துட்டு வா " என்று பாக்கெட்டிலிருந்து அந்த அறைக்கான சாவியை பொருக்கி கொடுத்தார். முப்பத்தி மூன்று என்றிருந்த அந்த அறையை நெருங்கியவன் கதவை திறந்து உள்ளே சென்று நோட்டமிட்டான். வார்டன் சொன்னதுபோல அந்த அறை முழுக்க தூசியாய் நிறைந்திருக்க.. மூடிய ஜன்னல்களை திறக்க அங்கிருந்து அவனது வீடு தெளிவாக தெரிந்தது. கதவை பூட்டிவிட்டு வார்டனிடம் சாவியை ஒப்படைத்துவிட்டு தனது வீட்டை அடைந்தான்.

நள்ளிரவு.. நன்றாக தூங்கிக் கொண்டிருந்தவனை வழக்கம்போல குளிர் சினுங்கவைக்க பெட்ஷீட்டை இழுத்து போர்த்திக்கொண்டு தூங்கினான். சிறிதுநேரத்தில் ஏதோ சத்தம் கேட்க மெதுவாக கண்களை திறந்தவன் எழுந்து சுற்றுமுற்றிலும் பார்த்துவிட்டு மீண்டும் தூங்கிய கொஞ்சநேரத்தில் யாரோ அழுவது போன்று சத்தம் கேட்டது. மெல்ல எழுந்து அறையை மீண்டும் சுற்றுமுற்றும் நோட்டமிட்டான். ஆனால் அதற்குள் அந்த சத்தம் நின்றுவிட பயந்தவன் அப்படியே எட்டி பூஜை அறையை பார்த்தான். ஏற்றிவைத்திருந்த தீபங்கள் அனைத்தும் காற்றில் அணைந்துபோய் கிடந்தன. வெண்ணிற காற்றில் நிலவின் ஒளி மங்கும் பனிமூட்டத்திற்கு நடுவே பிரகாசித்துக்கொண்டிருந்தது.

மெதுவாக தொண்டையிலிருந்த எச்சிலை சிரமப்பட்டு முழுங்கியவன் கடவுளை ஒருகணம் வேண்டிக்கொண்டு படுத்தான்.. படுத்த சில நிமிடங்களிலேயே அந்த அழுகுரல் மீண்டும் அவன் செவிகளை துளைத்தது..

காதுகளை மூடியிருந்தவன்..
வேறுவழியில்லாமல் போர்த்திய போர்வையை வேகமாக தூக்கி எறிந்து சுற்றுமுற்றிலும் பார்த்தான்... மேஜையின் மீது இருந்த வாட்ச் கீழே விழுந்து உடைந்துகிடந்தது.. அதற்கு நேராக இருந்த சுவற்று மூலையில் கருப்பாக ஒரு உருவம். தலையை கீழே சாய்த்துக்கொண்டு அந்த மூலையில் ஒடுங்கி தனது கைகளால் முக்காடுபோட்டபடி அழுதுகொண்டிருந்தது.. அந்த உருவத்தை பார்த்தவன் கால்கள் வெடவெடக்க பின்னோக்கி நகர்ந்து அப்படியே தரையில் அமர்ந்தான்..

அழுதுகொண்டிருந்த அந்த உருவம் அழுகையை நிறுத்திவிட்டு மெதுவாக எழுந்து சுபாஷின் கிட்டே வர அறை ஜன்னல்கள் திடீரென்று திறந்தன.. வானத்தின் நிலவொளியுடன் வெண்பனி அந்த அறையை நிரப்பியது.... இருட்டிலிருந்து வெளியே வெளிச்சத்திற்கு வந்த அந்த உருவம் அந்த நிலவொளி பட்டு காற்றோடு காற்றாக கறைந்தது ஆவியாக.. அதன் முகத்தை மட்டும் உற்றுப்பார்த்தான்.. அதிர்ச்சி. அது பாண்டியனின் பாட்டி போன்றும் வேறு ஒரு உருவம் கலந்தும் காட்சிப்பட்டு கறைந்தது. அதை பார்த்த அதிர்ச்சியில் அப்படியே சுயநினைவை இழந்து விழுந்தான்.

விடிந்தது..
அறைக்குள் வேகமாக அவன் அப்பாவும் அம்மாவும் நுழைந்து அதிர்ச்சியான விஷயத்தை சொல்ல விருட்டென்று எழுந்தவன் வீட்டை விட்டு வெளியேறினான். விடுதியின் முன்பு ஒரு வருடத்திற்கு முன் பார்த்தது போல அதே ஆம்புலன்ஸ். இரவு நடந்த விஷயங்கள் கனவா நனவா என்று குழம்பிக்கொண்டிருந்தவனுக்கு
இடி போன்று இருந்தது அந்த காட்சி. ஒரு நிமிடம் கடந்த காலங்களை நினைவுபடுத்திய அவனை...
"சுபாஷ்.... " என்று ஒரு குரல் சுயநினைவிற்கு அழைத்தது. திரும்பிப்பார்க்க பள்ளி நண்பன் ஜோசப்.

"என்னாச்சிடா ஜோசப்... என்ன பிரச்சனையாம்... ஏன் மறுபடியும் எதாச்சோம் தற்கொலையா? " என்று கேட்க...

"கொலையெல்லாம் இல்லடா.... டெத்! " என்று முற்றுப்புள்ளி வைத்தவன் உயிரிழந்துகிடந்த பாண்டியன் பாட்டியை பற்றி சொல்லி முடித்தான்.

"காலைல பாத்தா ஹாஸ்டல் முன்னாடியே சுருண்டு விழுந்து செத்துகெடந்ததுன்னு யாரோ பாத்து போலீஸ்கிட்ட சொல்லிருக்காங்க.. அப்புறம் போலீஸ் வந்தாங்க.. வார்டன்கிட்ட ஏதோ பேசிட்டு இருக்காங்க... டெட்பாடிய ஆம்புலன்ஸ் வந்த ஒடனே ஏத்திட்டாங்க " என்றான் ஜோசப். இதைக்கேட்டு ஆடிப்போனவன்
இரவு நடந்த அத்தனையும் கனவாக இருக்க வாய்ப்பில்லை என்று நினைத்துக்கொண்டு மெதுவாக விடுதி முகப்பிற்கு சென்று இறந்த பாண்டியனின் பாட்டியை போல பார்த்துக்கொண்டிருந்தான்.. விடுதியின் உயரத்தை தாண்டி வளர்ந்த ஒரு தென்னைமரம் காலை காற்றிற்கு அங்கும் இங்கும் அசைந்துகொண்டிருந்தது.

இரவு நடந்ததை நின்னைத்துக்கொண்டிருந்தவனுக்கு பயம் அதிகரித்து, குளிர் காய்ச்சல் தொற்றிக்கொண்டது. முகம் வீங்க.. வாய்கள் நடுங்க இருந்தவனை பதறிப்போய் தனியார் மருத்துவமனையில் அனுமதித்தனர்.
பகல் முழுவதும் மருத்துவமனையில் இருந்துவிட்டு மாலையில் வீடுவந்து சேர்ந்தான். டேபிலில் இருந்த செல்போனை எடுத்துப்பார்க்க மதுவிடமிருந்து இரண்டு மிஸ்டுகால்கள் அருணிடமிருந்து இரண்டு இரண்டு மிஸ்டுகால்கள் ஜோசப்பிடமிருந்து மட்டும் நான்கு மிஸ்டுகால்கள்..
சற்று யோசித்தவன் ஜோசப்பை தொடர்பு கொண்டான்..

"செத்துப்போன அந்த பாட்டிய அடக்கம் பண்ணாங்க. வெளியூர்ல இருந்து பாண்டியனோட க்லோஸ் ஃபிரண்ட் ஒருத்தன் வந்திருந்தான்... அவன நெறயதடவ பாண்டியனோட சேத்து பாத்திருக்கேன்... அவன்தான் அந்த பாட்டிக்கு ஈம சடங்குலாம் பண்ணான்.. சாயந்தரத்துக்கு மேல டவுனுக்கு பஸ் இல்லல்ல, அதான் இங்கயே இருந்துட்டு காலைல போகசொல்லிருக்கேன்... நீயும் வரியா அறிமுகம் செஞ்சிவைக்குறேன்..." என்று கேட்க..

"நாளைக்கு காலைல வர்றேன்" என்று பதிலலித்தான்.

படுக்கை அறையிலிருந்து எழுந்து
டேபிலுக்கு கீழே பார்க்க... இரவில் உடைந்த வாட்ச் உடைந்தபடி அப்படியே இருந்தது. பெருமூச்சி விட்டவன் அலாரமை ஆறுமணிக்கு வைத்துவிட்டு தூங்கினான்.. காய்ச்சல் மாத்திரைகள் போட்டதால் சட்டென்று தூங்கியவன் திடீரென்று முழித்துப்பார்க்க மீண்டும் ஹாஸ்டலின் மொட்டைமாடியில் படுத்திருந்தான்.

எழுந்து சுற்றுமுற்றிலும் பார்த்தவனுக்கு எங்கும் வெறுமை.. திரும்பி ஹாஸ்டலுக்கு பின்னால் இருந்த அந்த உயரமான தென்னை மரத்தை தேடியவனுக்கு அதிலும் ஏமாற்றம்..
அமைதியாக இருந்தவன் கையில் மீண்டும் அந்த உடைந்த வாட்ச் வந்துசேர்ந்தது.. நேரத்தை பார்க்க அதே மூன்று முப்பது. ஆனால் வித்தியாசமாக தலைகீழாக ஓடாமல் சரியான திசையில் ஓடிக்கொண்டிருந்தது... எந்தவித அமானுஷ்ய உணர்வும் அவனுக்கு தெண்படவில்லை. ஒரு விஷயத்தை தவிர.. அந்த கருப்பு உருவம் இருந்த இடத்தில் யாரும் இல்லை ஆனால் அதன் அருகில் யாரோ அழுவும் சத்தம் மட்டும் கேட்டுக்கொண்டிருந்தது....
மேல்மாடியின் முகப்பு விளக்கை பார்த்தவன் அது எரியவில்லை என்பதை உறுதிசெய்துகொண்டான். மெதுவாக மாடியின் பக்கவாட்டு சுவரை நெருங்கி எட்டிப்பார்த்தவனுக்கு பேரதிர்ச்சி.. மாடியின் பக்கவாட்டில் நீண்டிருந்த ஒரு கம்பியை கெட்டியாக தொற்றியவாரு ஒரு கருப்பு உருவம் அழுதுகொண்டிருந்தது..
எந்த கேள்விக்கும் அதனிடமிருந்து பதில் வராததால்.. பொருமை இழந்த சுபாஷ் தைரியத்தை வரவழைத்துக்கொண்டு மாடியிலிருந்து அவனால் முடிந்தவரை கையை நீட்டி அவனை பிடிக்க முயன்றான்.. முடியவில்லை. திடீரென்று பின்னால் யாரோ முதுகில் கை வைப்பதுபோல ஒரு உணர்ச்சி.. அவன் சுதாரிப்பதற்குள் பின்னால் இருந்த அந்த உருவம் அவனையும் சேர்த்து கீழே தள்ள.. இருவரும் கீழே விழுந்துகொண்டிருந்தனர்.

ராஜேஷ் அப்படியே வெண்பனியாய் கறைந்து மேலே எழும்ப.. சுபாஷ் மட்டும் ஏமாற்றமாய் தரையில் விழவும்.. கனவிலிருந்து தரையில் விழவும் சரியாக இருந்தது. திடுக்கிட்டு எழுந்து படுக்கையில் உக்கார்ந்து நேரம் பார்க்க சரியாக நான்கு. பெருமூச்சு விட்டவன் அடைத்துவைத்திருந்த ஜன்னல்களை திறக்க குளிர்காற்று வேகமாக அறையை நிரப்பியது. விடுதியின் வராண்டாவை வெரித்து பார்த்துக்கொண்டிருக்க சிறிதுநேரத்தில் யாரோ ஒருவரின் நடமாட்டம். உற்றுப்பார்த்தான்.. வார்டன் கிருபா.

விடிந்த கையோடு ஜோசப் வீட்டிற்கு சென்றவன் அங்கிருந்து கிளம்பிக்கொண்டிருந்த பாண்டியனின் நண்பனை பார்த்து அவனுக்கும் பாண்டியனுக்கும் என்ன தொடர்பு என்றும்.. பாண்டியன் என்ன ஆனான் என்றும் கேட்டான்.

"என்னோட பேரு சரவணன்... நானும் பாண்டியன் கூடத்தான் படிச்சேன்.. எனக்கும் அவனமாதிரி அப்பா அம்மா இல்ல, ஒருவகைல அவன் எனக்கு தூரத்து சொந்தம். பாட்டி இறந்துபோன செய்தி தெரிஞ்சி

வந்தேன்.. அவ்வளோதான். பாண்டியன் எங்கபோனான்.. என்ன ஆனான்னு எனக்குமே தெரியாது " என்று முடித்தான்.

"ரொம்ப நன்றி நண்பா.... நீங்க பாத்து போய்ட்டுவாங்க" என்று அவனை வழியனுப்ப யாரென்று தெரியாத ஒருவன் சுபாஷை தள்ளிவிட்டு பஸ்ஸில் ஏறினான்.

"ஹலோ.. பாத்து ஏறமாட்டிங்களா.? " என்று சரவணன் கேட்டான்...

"அட விடுங்க ப்ரோ.. அதெல்லாம் ஒன்னும் பிரச்சினை இல்ல. நீங்க பாத்து போங்க.." என்றபடி தன்னை தள்ளிவிட்டு ஏறியவனை முறைத்துக்கொண்டே நகர்ந்தான். பஸ்ஸில் கொஞ்சதூரம் சென்ற சரவணன் யாருக்கோ போன் செய்து..

" அவனுக்கு டவுட் வந்துடிச்சினு நெனைக்குறேன்.. கொஞ்சம் கேர்ஃபுல்லா இரு.." என்றபடி சிரித்துக்கொண்டான்.

பக்கத்து கடையகலிருந்து வந்த ஜோசப் தேநீரை சுபாஷிடம் குடுத்துவிட்டு...

"சுபாஷ்.. எனக்கு ஒன்னு தோணுது ஒருவேள இப்புடி நடந்திருக்கலாம்ல... " என்றபடி,

"அதாவது ராஜேஷ் இறந்ததுல இருந்துதான் பிரியாவும், பாண்டியனும் காணாம போயிருக்காங்க... ஒருவேள அவங்க ரெண்டுபேரும் சேந்து ஊரவிட்டு ஓடிபோயிருக்கலாம்ல?" என்று ஒரு அதிர்ச்சியை தூக்கிபோட்டான்.

சற்று கோபம் கொண்டவன்
பின்பு "அப்புடிதான் எனக்கும் தோணுதுடா.. சரி நான் வர்றேன் " என்றவன் அங்கிருந்து நகர புதிய எண்ணிலிருந்து ஒரு அழைப்பு வந்துகொண்டிருந்தது.. அதை ஆன் செய்து சிறிதுநேரம் பேசிவிட்டு அணைத்தவன் விடுதிக்குள் நுழைந்தபடி

"என்ன தேவா பாக்கவே முடியல?"என்று ஒருவனை பார்த்து கேட்டான்.

"ஆமா சீனியர்.. ஊருக்கு போயிருந்தேன்" என்று சொன்னவனிடம் விடைபெற்றுக்கொண்டு " வெளியே அமர்ந்திருந்த வார்டனிடம்,

"மார்னிங் வார்டன்.. நேத்து நைட்டு தூக்கம் வர்லயா என்ன வராண்டால நடந்துட்டு இருந்திங்க? " என்றான்.

"ஆமாப்பா.. தூக்கம் வரலன்னு இல்ல... ரொம்ப அர்ஜெண்ட்டா வந்திச்சி அதான் வெளிய காத்தோட்டமா போய்ட்டு வரலாம்னு வந்தேன்.. உனக்கெப்புடி தெரியும் அது...? " என்று திடுக்கிட்டு கேட்டார்.

"நானும் ரெஸ்ட் ரூம் போறதுக்குதான் எழுந்தேன் வார்டன்" என்று சொல்லிவிட்டு நகர..

"சுபாஷ்... நாளைக்கு உங்கிட்ட கொஞ்சம் பேசனும் " என்றார். வீட்டை அடைந்தவன் மொட்டைமாடிக்கு சென்று நின்றுகொண்டு வார்டன் நட்டு வளர்ந்திருந்த தென்னை மரத்தை பார்த்தான் பிறகு எதைப்பற்றியோ யோசித்துவிட்டு அருணிற்கு தொடர்புகொண்டான்.

"மச்சி உன்னோட பைக்க கொஞ்சநேரம் தர்றியாடா? " என்று கேட்க அவனும் தருவதாய் ஒப்புக்கொண்டான். அவனிடம் பைக்கை வாங்கியவன் நேராக பிரியாவின் பக்கத்து ஊருக்கு சென்று மாலை வீடு திரும்பியவன் அசதியில் அப்படியே படுத்து தூங்கிவிட.. அதே நள்ளிரவு முழித்துக்கொண்டது.

கண்களை திறந்து பார்க்க.. அது அவன் வீட்டின் மொட்டைமாடி. பனிப்பொழிவு அதிகமாக இருந்தது, ஆனால் அவனுக்கு அதைபற்றி கவலையில்லாமல் மெதுவாக விடுதியின் பின்னால் இருந்த தென்னை மரத்தை பார்க்க அது காற்றோட்டமில்லாமல் அமைதியாக இருந்தது. அந்த மரத்திற்கு அடியில் மெதுவாக குணிந்து பார்த்தான். ஒரு பெண் அந்த மரத்தை கட்டிப்பிடித்தவாரு அவனை நோக்கி திருப்பினாள். முகம் முழுவதும் தலைமுடி சூழ்ந்திருந்ததால் அந்த முகத்தை சரியாக அவனால் பார்க்க முடியவில்லை. ஆனால் நெற்றியில் இருந்த அந்த பெரிய குங்குமப்பொட்டு மட்டும் பிராகாசமாக ஒளிர கனவிலிருந்து எழுந்து உக்கார்ந்தான். அறை ஜன்னல்களை திறந்து விடுதியை நோட்டமிட்டான்... எந்த அறிகுறியும் இல்லை. முப்பத்தி மூன்றாம் அறை ஜன்னல்களை பார்க்க அது காற்றில் ரிங்காரமிட்டுக்கொண்டிருந்தது...
சட்டென்று எழுந்தவன் வீட்டின் மாடிக்கு சென்றான். மாடியின் முகப்பு விளக்குகளை போட்டுவிட்டு வர அது சிலநொடிகளில் தானாக அணைந்தது.. பக்கவாட்டில் இருந்த அந்த தென்னை மரத்தை பார்க்க அது காற்றோட்டமில்லாமல் அமைதியாக இருந்தது. மனதில் பயத்தினை அடக்கிக்கொண்டு கீழே பார்க்க மரத்தின் கீழே ஒரு ஒளி.. அதுவும் பிரகாசமாக.

அது மெழுகுவர்த்தி போன்று தெரிந்தது. அதற்கு பக்கத்தில் நின்றுகொண்டிருந்த ஒரு உருவம் மெதுவாக எழுந்து விடுதிக்கு பின்னால் இருந்த கதவுகள் வழியாக வெளியே சென்று மறைந்தது. ஒன்றும் புரியாமல் கீழே போகலாம் என்று திரும்ப மாடியின் முகப்பு விளக்குகள் இப்போது தானாக எரிந்தது.. அதை அணைத்துவிட்டு படுக்கைக்கு வந்து படுத்துக்கொண்டான்.

விடிந்தது...
வேகமாக வார்டனை பார்க்க செல்ல விடுதியிலிருந்து வார்டனுடன் பேசிக்கொண்டே வெளியே வந்த ஒருவரை பார்த்தவன் அவரையே பார்த்துக்கொண்டிருந்தான்.. வார்டனிடம் விடைபெற்ற அந்த பெரியவரும் சுபாஷையே பார்த்துக்கொண்டு நடந்துசென்றார்...

"வார்டன் அது யாரு.. எங்கயோ பாத்தமாதிரி இருக்கே...? " என்றவனிடம்,

"அவருதான் பக்கத்து ஊரு தலைவர் சக்கரவர்த்தி. அவன் பையன் இந்த வருஷம் பன்னெண்டாவது படிக்கிறான்... அடுத்தவருஷம் உங்க காலேஜ்ல சேக்கலாமா, இந்த ஹாஸ்டல் எப்புடிபட்டதுன்னு கேட்டு விசாரிச்சிட்டு போராரு..." என்றார்.

"செரி நேத்து எதுக்கு என்ன வரசொன்னிங்க நீங்க.. ஏதோ முக்கியமான விஷயம்னு வேற சொன்னிங்க...?"

"அது வேற ஒன்னும் இல்லப்பா.. நீ வேற அடிக்கடி அந்த பாண்டியனப்பத்தி கேக்குறியா.. அதனால இத சொல்லித்தாம்பா ஆகனும். பாண்டியன் பிரியாவ லவ் பண்ணான்.. ஆனா பிரியா ராஜேஷ லவ் பண்ணா.. திடீர்னு ராஜேஷ் தற்கொலை பண்ணிக்கிட்டான்... அப்போ பிரியா அவன சரியா லவ் பண்ணல இல்லனா ஏமாத்திட்டானுதான அர்த்தம்... ராஜேஷ் செத்துபோன கொஞ்ச நாள்லயே அந்த ரெண்டுபேரும் காணமபோய்டாங்க... ஏன் ஒருவேள பிரியாவும் பாண்டியனும் ஓடிபோயிருக்க கூடாது...? " என்ற ஜோசப்பின் சந்தேகத்தையே வார்டன் கிருபாவும் எதிரொலித்தார்.

"சுபாஷ்... ஒன்னு தெரியுமா. இப்ப நீ வரும்போது போனாரே ஒருத்தர். அவருதான் பிரியாவோட அப்பா! " என்று சொல்ல அதற்கு எந்த வித எதிர்வினையும் கொடுக்காமல்
"அது எனக்கு எப்பவோ தெரியும் வார்டன்" என்று சொல்லிவிட்டு நகர்ந்தான்.

இரவு மூன்று மணிக்கு அலாரம் வைத்துவிட்டு தூங்கியவனை அலாரம் எழுப்பியது. எழுந்தவன் ரெயின்கோட் ஒன்றை மாட்டிக்கொண்டு வீட்டிற்கு எதிரிலிருந்த விடுதியின் மதில்சுவறை தாண்டினான்.. மழை நன்றாக பெய்ந்து ஓய்ந்திருந்ததால் குளிர் அவ்வளவாக தெரியவில்லை. மெதுவாக பதுங்கி விடுதியின் பின்புறத்தில் நன்கு அடர்த்தியான புதருக்குள் ஒளிந்துகொண்டான். அந்த அடையாளம் தெரியாத உருவமும் கையில் டார்சுடன் உடம்பு முழுவதும் ஒரு கம்பளியை சுற்றிக்கொண்டு வந்தது. சுற்றுமுற்றிலும் பார்த்துவிட்டு தான் பையில் மறைத்து வைத்திருந்த அகல் விளக்கு ஒன்றை எடுத்து எண்ணெய் ஊற்றி எரியவைத்தது. பின்பு பையிலிருந்து ஒரு தேங்காயை எடுத்து உடைத்து கீழே வைத்து கைகுப்பி வணங்கியது... பிறகு எதையோ தேடியபடி திரும்பிய அந்த உருவம் சுபாஷ் இருந்த புதரை நோக்கி வேகமாக வந்தது. அவன் செய்வதறியாது நிற்க.. கிட்டே வந்த உருவம் பக்கத்திலிருந்த வேப்ப மரத்தில் இருந்து இரண்டு மூன்று இலைகொத்துகளை பறித்துக்கொண்டுபோய் குப்பியிலிருந்த ஒரு தீர்த்தத்தை ஊற்றி வேப்பிலையால் மரத்தை அடித்துவிட்டு அத்தனை பொருட்களையும் ஒன்றுவிடாமல் மீண்டும் பைக்குள் போட்டுக்கொண்டு, தனது கையிலிருந்த டார்ச்சை ஆன் செய்து சுபாஷின் மொட்டைமாடிக்கு அடித்தது. அங்கு யாரும் இல்லை என்பதை உறுதிசெய்துகொண்டு பின்னிட்டது.

அந்த உருவம் சென்றபின்பு மரத்திற்கு பக்கத்தில் சென்றவன் மரத்தினை மெதுவாக தொட்டுபார்த்தான்... கீழே தரையை பார்க்க வந்து சென்றவனின் செருப்புத்தடம்! மீண்டும் வீட்டிற்கு வந்து தூங்கினான். ஆனால் இப்போது எந்தவித குழப்பமும் இல்லாமல் அவன் மனம் எதையோ கண்டுபிடித்த மகிழ்ச்சியில் தூங்கினான்.

விடிந்தது..
மதுமிதாவிடமிருந்து அழைப்பு.

"சுபாஷ் நாளைக்குதான் நவம்பர் பத்து... மறந்திட்டியா..? " என்று அவள் கேட்க...

"இல்ல மறக்கல... அத எப்புடி நான் மறப்பேன்...." என்று மௌனமாக வானத்தை பார்த்துக்கொண்டே சொன்னான் சுபாஷ். ஜோசப்பிற்கு ஃபோன் செய்து கொஞ்சநேரம் பேசியவன் விடுதியில் படிக்கும் வேரு ஒரு நண்பனான தேவாவிற்கு ஃபோன் செய்து எதைபற்றியோ பேசினான். சிறிதுநேரத்தில் விடுதிக்கு வெளியே பல் விளக்க வந்த வார்டனை பார்த்தவன்... நன்கு சத்தமாக...

"வார்டன் சார்.... குட் மார்னிங்... " என்று பயங்கற சிரிப்புடன் சொல்ல.. அவரும் ஒன்றும் புரியாமல் தன் கைகளை உயர்த்தி அசைத்தார்.
இரவானது.. சரியாக பன்னிரண்டு மணி. விடுதி சுவர் ஏறி குதித்தவன் தென்னை மரத்தை நோக்கி முன்னேறினான். விடுதி முழுதும் மயான அமைதி... அன்று இரவு மழையில்லை வழக்கமாக காணப்படும் மூடுபனி.. மம்பட்டியையும் கடபாரை ஒன்றையும் ஏற்கனவே புதர் ஒன்றிற்குள் முன்னேற்பாடாக வைத்திருந்தவனாய் இரண்டையும் எடுத்துக்கொண்டு பதுங்கி பதுங்கி சென்றவன் ஒருவழியாக அந்த நீண்ட தென்னைமரத்தை அடைந்தான்.
மணி மூன்றானது... விடுதிக்குள் இருந்து அந்த உருவம் மீண்டும் அதே கருப்பு கம்பளியை தலைவழியாக போர்த்திக்கொண்டு வந்துகொண்டிருந்தது. ஆனால் தென்னை மரத்தை நெருங்கிய அந்த உருவத்திற்கு பேரதிர்ச்சி காத்துக்கொண்டிருந்தது... தென்னை மரத்திற்கு கீழே பார்த்த அந்த உருவம் நேராக திரும்பி சுபாஷின் மொட்டைமாடியையும் பார்த்தது. தென்னைமரம் இருந்த இடத்தில் யாரோ தோண்ட முயற்சி செய்திருந்தனர்.. மரத்திற்கு பின்னால் இருந்த சுபாஷ் மெதுவாக வெளியே வந்து அந்த உருவத்தின் முன் நிற்க அவனைக்கண்டு அதிச்சியடைந்த அந்த உருவம் தான் வைத்திருந்த பையை கீழே போட்டது.. பிறகு தன் போர்வையை விலக்கி கீழே எறிந்தது. இதனை முன்னமே யூகித்திருந்தவன்,

"வார்டன் நீங்களா... இங்க என்ன பண்றிங்க " என்று கேட்டான்.

"இல்ல சுபாஷ்... பின்னாடி யாரோ இருக்குறமாதிரி சத்தம்... அதான் வந்தேன் "என்று சமாலிக்க கீழே விழுந்துகிடந்த தேங்காய்.. விளக்கு இதை பார்த்துவிட்டு வார்டனை பார்த்தான்.

"சொல்றேன் சுபாஷ்.. வா உள்ளபோய் பேசலாம்" என்று இருவரும் ஒரு அறைக்குள் சென்று அமர்ந்தனர்.

"நான் சொன்னா நம்பமாட்ட சுபாஷ்... போனவாரத்துல இருந்து பயங்கரமான கனவுங்க வருது... செத்துபோன பாண்டியன் போனவாரத்துல இருந்து கனவுல வந்துட்டு பயங்காட்டிட்டு இருக்கான்... " என்று கிருபா அதிர்ச்சியாய் பேச,

"அப்பிடியா.. அது இருக்கட்டும் பாண்டியன ஏன் கொண்ணிங்க...? " என்று நேரடியாகவே கேட்டுவிட்டான்.

"பாண்டியனா... அவன நான் ஏன் சாகடிக்கபோறேன்...? "
என்று தடுமாற,

"அவன கொல்லலனா அவன் ஏன் வார்டன் உங்க கனவுல வந்தான்.. இப்போ நீங்கதான சொன்னிங்க அதுக்குள்ள மறந்துட்டிங்களா... ?" என்று மடக்க.. பதிலேதும் சொல்லாமல் சிக்கினார் கிருபா.

"வார்டன்.. ரெண்டு நாளைக்கு முன்னாடி பாண்டியனோட பாட்டி இந்த ஹாஸ்டல் முன்னாடி செத்துபோய்டாங்க.. அவங்க அடிக்கடி வாசல்ல வந்து நின்னுகிட்டு இந்த ஹாஸ்டலயே பாப்பாங்க... ஆனா இன்னைக்குதான் தெரிஞ்சது... அவங்க பாத்தது இந்த ஹாஸ்டல இல்ல அதுக்கு பின்னாடி இருந்த அந்த தென்னமரத்த... எப்போ பாக்கும்போதும் அவங்க கழுத்துல ஒரு டாலர் இருக்கும். அந்த டாலர நான் எங்கயோ பாத்தமாதிரி இருந்திச்சி... அப்பறோந்தான் தெரிஞ்சிது ஒருநாள் உங்ககிட்ட பேசுறதுக்கு ஹாஸ்டல் வந்திருந்தப்போ பூட்டியிருந்த ஒரு ரூம பாக்க முடிஞ்சது. அதுக்குள்ள போய் பாக்க எல்லாமே பழசா இருந்தது. இந்த டாலர தவிர. அது அந்த பாட்டி போட்டுட்டு இருந்த டாலர்தான்... " என்று பாக்கெட்டிலிருந்த டாலரை எடுத்து மேசையின்மீது வைத்தபடி சொல்லி முடித்தான்.

"ஏம்பா சம்மந்தமில்லாம ஏதேதோ பேசுர நீ...? " என்று தடுமாறியவரை குறுக்கிட்ட சுபாஷ், மெதுவாக அவனை நெருங்கி...

"வார்டன்... நீங்க மூன்றரை மணிக்குத்தான் வந்திங்க... ஆனா நான் பன்னெண்டு மணிக்கே அங்க வந்துட்டேன்.. அந்த எடத்த தோண்டிப்பாக்கும்போது அதுல இருந்து ஒரு கையோட எலும்புகூடு கெடச்சது. அதுல ஒரு கயிரும் இருந்திச்சி.. அந்த கயித்துல நான் ரூம்ல பாத்த அதே டாலரும் இருந்தது. அதவச்சிதான் அது பாண்டியன்னு உறுதிபடுத்திக்கிட்டேன். இப்போ சொல்லுங்க.. ஏன் பாண்டியன கொண்ணிங்க...? " என்று சுபாஷ் அவன் கண்டுபிடித்த மர்மத்தை போட்டு உடைத்தபடி கேட்டான்.

பதட்டமாக இருந்த வார்டன் சுபாஷை பார்த்து சிரித்தவர் பின்பு கொஞ்சம் சத்தமாக சிரித்தார்... "பரவால்ல கண்டுபுடிச்சிட்டியே.. நீ ரெண்டு நாளைக்கு முன்னாடி ராத்திரி மொட்டமாடிக்கு வந்து லைட்ட போட்ட... அத நான் பாத்துட்டேன். ஆனா கொஞ்சநேரத்துலயே அது அணஞ்சிருச்சி. என்ன நீ கண்டுபுடிக்க கூடாதுன்னுதான் நான் பின்பக்க கேட் வழியா போய்டேன்.. ஆனாலும் நீ என்ன கண்டுபுடிச்சிட்ட.. ஆமா நாந்தான் கொண்ணேன். ஆனா எதுக்குன்னு மொதல்ல பொருமையா கேளு.. அதுக்கப்புறம் பேசு. ராஜேஷ் எறந்ததுக்கு அப்புறம் பாண்டியன் ஹாஸ்டலுக்கு வந்தான். ரெண்டுபேரும் சேந்து குடிச்சிட்டு இருந்தோம்.. குடிச்சி முடிச்சவன் என்னசொன்னான் தெரியுமா...? ரொம்ப சந்தோஷமா

இருக்கேன்... இனிமே என்னோட வழியில எந்த தடையும் இல்ல... அந்த முட்டாப்பய ராஜேஷ் செத்துட்டான்னு சிரிச்சிக்கிட்டே சொன்னவன் இனிமே பிரியா எனக்குத்தான்னும் சொன்னான்..
கோபத்துல இருந்த நான் பக்கத்துல இருந்த பாட்டில வச்சி ஒரே அடி.. அந்த எடத்துலயே சுருண்டு விழுந்து செத்துட்டான்.. ஆனா அவன் சாவான்னு எதிர்பாக்கல. அப்புடியே அவன கொண்டுபோய் ஹாஸ்டலுக்கு பின்னாடி இருக்க எடத்துல குழிதோண்டி பொதச்சிட்டேன். அடுத்தநாள் தென்னங்கண்ணு ஒன்ன அங்க நடும்போதுதான் நீ வந்து பின்னாடி பயங்காட்டுன ஞாபகம் இருக்கா" என்றவர் மேலும் தொடர்ந்தார்..

"இதுக்கு முன்னாடி நான் சொன்னது பொய்தான் ஆனா நான் சொன்னது எல்லாமே பொய்யில்ல.. அவனோட ஞாபகமும் கெட்ட கனவும் கொஞ்சநாளா வந்துட்டு இருக்கு. அதனால செரியா தூங்கமுடியாம அவஸ்தபட்டேன்...
அப்றோம் தெரிஞ்சவங்ககிட்ட கேக்கும்போதுதான் இந்தமாதிரி செத்துபோனவங்க எறந்துபோன இடத்துல சடங்கு ஒன்னு பண்ணுனா கெட்டகனவு வராதுன்னு சொன்னாங்க..."என்று சொல்லிமுடிக்க..

"அது இருக்கட்டும்... அந்த பாட்டியோட டாலர் உங்க ஹாஸ்டலுக்கு எப்புடி வந்திச்சி.. அவங்கள என்ன பண்ணிங்க... ஒருவேள பாண்டியன கொண்ணமாதிரி அவுங்களயும் கொண்ணுட்டிங்களா....? " என்று கேள்வி எழுப்ப,

"ஐய்யோ... அவங்கள ஏன்டா நான் கொல்லபோறேன். போன வாரத்துல ஒருநாள் இந்தமாதிரி பாண்டியனுக்கு சடங்கு பண்ணலாம்னு மரத்துகிட்ட போனேன்... அங்க பாத்தா அந்த கெழவி
மரத்த கெட்டியா புடிச்சிட்டு அழுதுட்டு இருந்திச்சி.. எனக்கோ பயமா போச்சி.
மெதுவா திரும்புன கெழவி அழுதுகிட்டே என்னவந்து அடிக்க எனக்கு கோவம் வந்து ஹாஸ்டலுக்கு வெளிய கூட்டிட்டு போய் தள்ளிவிட்டுட்டேன்... அப்போ அதுகிட்ட இருந்து விழுந்த டாலர் னதான் நீ ரூம்ல பாத்த டாலர். அது நடந்து நாலு நாளைக்கு அப்புறோம்தான் அந்த கெழவி செத்துபோச்சி... "

" டேய் டேய்.. சுபாஷ், ஒரு வகைல ராஜேஷோட தற்கொலைக்கு அவனும் ஒரு காரணமா இருந்திருப்பான்டா..
அதுமட்டும் இல்ல.. இத நான் வேணும்னு பண்ணல.." என்று கெஞ்சினார் கிருபா.

சுபாஷ் பெருமூச்சி விட்டுக்கொண்டு வெளியே பார்க்க எங்கும் வெண்மை படலம், மங்கும் நிலவொலி என புதிய விடியலுக்கு அந்த நாள் ஆரம்பமாகிக்கொண்டிருந்தது..

"வார்டன் காபி இருக்கா... ரொம்ப குளுருது "என்று அவன் கேட்க..
பிளாஸ்கில் இருந்து காபியை டம்லரில் ஊத்தி சுபாஷிடம் நீட்டினார்..

குடித்து முடித்தவன்..
"பாண்டியன கொண்ணிங்க ஓகே, ராஜேஷ எதுக்கு கொண்ணிங்க.... " என்று கேட்க.. அதிர்ந்த வார்டன் ஒன்றும் அறியாதவராய்..
"ஏய்.... என்னடா இப்போ புதுசா ஏதோ சொல்ற நீ.. ராஜேஷ் என்னோட தம்பி மாதிரிடா.." என்று மேலும் கீழும் பெருமூச்சி விட பேச.. பொருமையாக பார்த்துக்கெண்டிருந்த சுபாஷ் கண்களில் தேங்கி நின்ற கண்ணீரை ஒரு கையால் துடைத்துவிட்டுக்கொண்டு மீண்டும் வார்டனை பார்த்தபடி,

"அப்போ சொல்லுங்க கிருபாகரன்.. உங்க தம்பிய எதுக்கு கொண்ணிங்க..? " என்று மீண்டும் அந்த கேள்வியை கேட்டான்...

தகாத வார்த்தைகளால் திட்டியவர், "அவன நான் ஏன்டா சாகடிக்கபோறேன்.. போலீஸே இது தற்கொலைன்னு கேச முடிச்சிட்டாங்க... உனக்கென்ன பைத்தியம் புடிச்சிருச்சா.." என்று சொல்லி முடிப்பதற்குள் டேபில் மேலிருந்த பேப்பர் வெயிட்டை எடுத்து ஓங்கி வார்டனின் மண்டையை உடைத்தான்..

"அன்னைக்கு பாண்டியனோட ஃபிரண்ட் சரவணன பாத்து பேசிட்டு வரும்போது நீங்க என்ன கூப்டிங்க.. அதுக்கு அடுத்தநாள் என்ன இந்த விஷயத்துல இருந்து கொழப்படிக்கலாம்னு பாண்டியனும் பிரியாவும் ஓடிப்போயிருக்கலாம்னு சொன்னிங்க... அப்போவே பஸ்ஸுல போன சரவணன் உங்களுக்குத்தான் கால் பண்ணிருப்பான்னு தோணுச்சி..."

ரத்தம் பலமாக அவர் தலையிலிருந்து வந்துகொண்டிருக்க.. அவரை தூக்கி மீண்டும் இருக்கையில் உக்காரவைக்க விடுதிக்கு வெளியே மோட்டார் பைக் சத்தம் கேட்டுக்கொண்டிருந்தது.. அது ஹாஸ்டலை நெருங்குவதை உணர்ந்த வார்டன் மெதுவாக சிரித்தார்.

அவரை சிறிதுநேரம் பார்த்தவன்... "எதுக்கு தனியா பாண்டியனோட ஒடம்ப பொதைக்க கஷ்டப்பட்டிங்க.. வேனும்னா சரவணன உதவிக்கு கூப்டிருக்கலாமே? " என்று பாண்டியனின் நண்பன் சரவணனை பற்றி சொல்ல.. வெளியிலிருந்து சரவணனோடு உள்ளே நுழைந்தான் ஜோசப்.

புரியாமல் பயத்தில் பார்த்துக்கொண்டிருந்த வார்டனிடம் நெருங்கிய சுபாஷ்... " என்ன கிருபா... கொழப்பமா இருக்கா... அன்னைக்கு இவன விசாரிச்சோம்.. ஆனா அதுல எனக்கு உடன்பாடு இல்ல, அதுனாலதான் அவங்கூட என்னோட ஃப்ரண்ட அனுப்புனேன்... " என்று சொல்லிக்கொண்டு சரவணனிடம் திரும்பியவன்,

"ஞாபகம் இருக்கா சரவணா... அன்னைக்கு என்ன இடிச்சிட்டு பஸ்ல ஏறுனானே... அது அவந்தான். நீ பஸ்ஸூல போகும்போது யாருகிட்டயோ பேசுன... அந்த விஷயத்த அப்போவே என்னோட ஃப்ரண்ட் போன் பண்ணி சொல்லிட்டான். அதுக்கப்புறம் நீ எங்க எறங்குற.. எங்க தங்கியிருக்கன்னு மொத்த விவரத்தையும் சொன்னான்... சரியான நேரத்துக்கு வெயிட் பண்ணி உண்ண தூக்கிட்டோம்.... " என்று முடித்தான்.

"சரவணன் கிட்ட இருந்து நீங்க பண்ண கொலைய நாங்க தூக்கிட்டோம்.... " என்று ஜோசப்பும் கூற சிலந்திவலையில் சிக்கிய பூச்சிகள் போல இருவரும் மாட்டிக்கொண்டனர். பயத்தில் உக்கார்ந்திருந்த வார்டனிடம் சுபாஷ் மேலும் தொடர்ந்தான்...

"சரியா ரெண்டு நாளைக்கு முன்னாடி பிரியாவோட ஊருக்கு போயிருந்தேன்.... ஆனா அவங்க வீட்டுக்குள்ள போகாம ஊர்ல இருந்த ஒருசில பேர்கிட்ட விசாரிச்சேன்.. பிரியாவ பத்தி இல்ல.. உன்ன பத்தி. நீ யாருன்னு கேட்டதுக்கு எல்லார்கிட்டயும் இருந்து வந்த பதில்...
அவரு பஞ்சாயத்து தலைவரோட மச்சான்னும் நீ தலைவருக்கு தூரத்து சொந்தம்னும். நேத்து காலைல அவர் இந்த ஹாஸ்டல் வந்துபோகும்போதுதான் நானும் அவர நேருக்கு நேரா பாத்தேன்... இப்போ சொல்லு ராஜேஷ எதுக்கு கொண்ணிங்க.." என்று மூச்சிறைக்க கேட்டான் சுபாஷ்.

சற்றுநேரம் அமைதியாக இருந்த வார்டன்...
"ஆமா நான்தான் கொண்ணேன்... ஒரே காரணம்.." என்று புருவம் உயர்த்தி சுபாஷை பார்த்தவர்..

"ஜாதி" என்றார்.

"ராஜேஷ் அடிக்கடி அவனோட லவ்வ பத்தி சொல்லுவான். ஆனா எந்த பொண்ணு எந்த ஊரு இதலாம் சொல்லாம இருந்தான்.. ஆனா கடைசியா ஒருநாள் சொல்லும்போதுதான் தெரிஞ்சது அது எங்க சொந்தகார பொண்ணு.. பொண்ணோட அப்பாக்கிட்ட விவரத்த சொல்ல அவரும் சந்தேகம் வராதமாதிரி பேசி முடிச்சிட சொன்னாரு.... அதுக்கேத்தமாதிரி

பிரியாவையும் வேற ஊருக்கு அனுப்பி அவள தலைமறைவாக்கிட்டாங்க. சரியா நவம்பர் ஒம்பதாந்தேதி அவன்கிட்ட இதுவிஷயமா பேச அதுக்கு அவன் உடன்படல.. ராத்திரி பன்னெண்டு மணிக்கு திரும்பவும் அதப்பத்தி பேச முப்பத்தி மூனாம் நம்பர் ரூமுக்கு கூட்டிட்டுபோய் பேசுனேன்.. ஆனா அதுக்கு அவன் உடன்படல.. பாண்டியனும் அங்க வர நாங்க ரெண்டுபேரும் சேந்து அவன அடிச்சி குத்துயிராக்கிட்டோம்.."

சுபாஷ் சற்றுநேரம் தன் காதுகளை பொத்திக்கொண்டு அப்படியே அமர்ந்தான்.. பின்பு ஆசுவாசம் கொண்டவன் வார்டனை பார்த்து,

"அப்றோம் என்னாச்சி..? " என்று கேட்க

"அவன் செத்துட்டான்னு நானும் பாண்டியனும் அவன மொட்டமாடிக்கு தூக்கிட்டு போய் மாடியில இருந்து தள்ளிவிட்டோம்.. அதுக்கப்புறம் நடக்கவேண்டியது நடந்திச்சி " என்று அத்தனை மர்மங்களையும் பொருமையாக சொல்லிமுடித்த அந்த சைக்கோ வார்டன் மீது பக்கத்திலிருந்த இரும்பு இருக்கையை முதுகிலேயே தூக்கி வீசினான் ஜோசப்..

அவனை அடக்கிய சுபாஷ்..
"எல்லாமே கரெக்டா செஞ்சிருக்க... இந்த அரவேக்காட்டுக்கு எப்புடி தெரியவிட்ட...?" என்று பக்கத்திலிருந்த சரவணனை பார்த்து கேட்க...

"அதான் நான் பண்ண ஒரே தப்பு... கொலைய தற்கொலையா மாத்திட்டு ரூமுக்கு வந்த பாண்டியன் அவன் வாங்கிட்டு வந்த சரக்க ஊத்தி குடிச்சான்... கொலைக்கு பேரம் பேசுனான். அதக்கூட மன்னிச்சிருப்பேன், மறுபடியும் ப்ரியாவ பத்தி பேச ஆரம்பிச்சான்.... அதுக்கப்புறம் அவன்கிட்டயே கேளு.. " என்று சரவணனை கை காட்ட... சரவணன் தொடர்ந்தான்.

"பாண்டியன் சரக்க வாங்கிட்டு பன்னெண்டு மணிக்கு ஹாஸ்டல்ல விட்டேன்... அஞ்சி மணிக்கு என்ன பிக்கப் பண்ண வந்துடுன்னு சொல்லிட்டு போனான்... நானும் போக வராண்டா ஃபுல்லா ரத்தம்.. யாரோ கீழவிழுந்து கெடக்க, மேல இருந்து வார்டன் என்ன கூப்பிட்டாரு. அங்க பாண்டியன் செத்து கெடந்தான்..நடக்கிறது ஒன்னுமே எனக்கு புரியல..ஒரு கட்டு பணத்த நீட்டிட்டு, இந்த விஷயத்த வெளிய சொன்னா உன்னோட உயிருக்குதான் ஆபத்துனு சொல்லி.. அவன பொதைக்கிறதுக்கு உதவி பண்ணச்சொன்னாரு. பஞ்சாயத்து தலைவர் குறுக்கீடுபோலீஸ் கிட்ட இருந்ததால வார்டனயும் அவ்ளோவா கேள்விகேட்டு துருவல " என்று மீதமிருந்த உண்மையை கக்கினான்.

அனைத்தையும் மவுனமாக கேட்டுக்கொண்டிருந்த சுபாஷ் மெதுவாக தன் தலையை உயர்த்தி..
" ஏன்.. ஏன் இந்த வெறி? " என்று கேட்க..

"காலம் கடந்துபோச்சி.. மரத்துக்கிட்ட பேசும்போதே தலைவரோட ஆளுங்களுக்கு நான் ஃபோன் பண்ணிட்டேன்... இன்னைக்கு காலைலகூட இதபத்தி பேசதான் அவரு இங்க வந்தாரு... அதனால அவுங்க வர்றதுக்குள்ள இங்கிருந்து போய்டுங்க..."என்று வார்டன் சிரிக்க..

அவனைப்பார்த்து பதில் சிரிப்பு சிரித்துக்கொண்டு உடைந்துபோன தன் புது வாட்சில் நேரத்தை பார்த்தான்.. நேரம் சரியாக ஐந்து, விடுதியின் எச்சரிக்கை மணியை சுபாஷின் ஜுனியர் தேவா அடிக்க மொத்த ஹாஸ்டல் மாணவர்களும் கீழே வந்து குமிந்தனர். சற்றுநேரத்தில் அங்கு வந்த பஞ்சாயத்து தலைவரின் அடியாட்கள் அங்கிருந்த பட்டாளத்தை பார்த்து பயந்து பின்வாங்க.. சுபாஷின் தகவல்களுக்கு இணங்க போலிஸ் மற்றும் ஆம்புலன்ஸ் வரவழைக்கப்பட்டு அனைவரின் முன்னிலையிலும் பாண்டியனின் உடல் உடற்கூறு ஆய்விற்கு அனுப்பப்பட்டது.

வார்டன் கிருபாகரனையும் சரவணனையும் கைதுசெய்த போலீஸ் அவர்களை கூட்டிச்செல்ல ஒருவித ஊமைச்சிரிப்புடன் சுபாஷை பார்த்துக்கொண்டே சென்றான் அந்த சைக்கோ வார்டன் கிருபா. விடுதி மாணவர்கள் அனைவரும் சேர்ந்து சுபாஷை தூக்கி ஆர்பறிக்க ராஜேஷ் இறந்த தினத்திலேயே மர்மத்தை கண்டறிந்த மகிழ்ச்சியில் சத்தம்போட்டு அழுதான். ஆனால் அவன் அழும் சத்தம் இப்போது காற்றோடு காற்றாக போகாமல் காற்றை கிழித்துக்கொண்டு வானம் வரை எட்டியது.

முன்னோட்டம் 2

நவம்பர் பத்து..

சூரியன் லேசாக மேல் எழும்ப துவங்கியிருக்க மங்கும் பனிமூட்டங்கள் காற்றிலும் வெப்பத்திலும் கறைந்து கலைந்துகொண்டிருந்தது! வார்டன் கிருபாவையும் கொலைகளுக்கு உடந்தையாய் இருந்த சரவணனையும் போலீஷ் ஷ்டேஷனுக்கு அழைத்துச்செல்ல..ஒருவழியாக கொலையை கண்டுபிடித்த மகிழ்ச்சியில் அழுது புலம்பி நிம்மதி பெருமூச்சிவிட்ட சுபாஷிற்கு போலீஸ் ஸ்டேஷனில் இருந்து அழைப்பு..

"ஃபார்மாலிடிஸ் இருக்கு. அத முடிக்கனும்பா. வந்து ஒரு லெட்டர் எழுதி குடுத்துடுங்க" என்று காவல் ஆய்வாளரிடமிருந்து கோரிக்கை. அதை தொடர்ந்து ராஜேஷின் நினைவுநாளுக்கு அவரது ஊருக்கு செல்ல திட்டமிட்டான்.

அவனை கட்டி அனைத்து... "இவ்ளோ பெரிய விஷயத்த எப்புடிடா கண்டுபிடிச்ச.. உனக்கும் எதாச்சோம் ஆகிருந்தா நான் என்ன பண்ணிருப்பேன்?" என்று அழ ஆரம்பித்த அம்மாவை சமாதானம் செய்ய சுபாஷ் முற்பட,

"ப்ச் சும்மா இரு, சுபாஷ் நீ போய் குளிச்சிட்டு சாப்புடு... " என்று சுபாஷின் அப்பா ராமச்சந்திரன் எளிமையாக சொன்னாலும் அவர் பேச்சில் 'தன் மகனுக்கு இனிவரும் பிரச்சினைகள் என்னவாக இருக்கும்' என்ற ஒரு தடுமாற்றம் இருந்தது. அது சுபாஷிற்கும் தெரிந்திருந்ததால் அதை உணர்ந்தவன் 'எனக்கு ஒன்னுமே ஆகாது பா.. கவலபடாதீங்க' என்று நினைத்து மூச்சை உள்வாங்கிங்கிக்கொண்டு அடுத்த வேலைக்கு நகர்ந்தான்.

அவனும், அவனுடைய நண்பர்களும் என அனைவரும் ராஜேஷின் நினைவு நாளை துக்கத்துடனும் ஒருவித மன ஆறுதலுடனும் அஞ்சலி செலுத்தி முடித்திருக்க ராஜேஷின் தற்கொலை இயற்கையானது அல்ல, திட்டமிட்ட கொலை என்று விவரித்தவன் வழக்கு பதிய ராஜேஷின் அம்மா வளர்மதியையும் தூண்டினான். துக்கம் தாங்காது அவனது அம்மா தன் பிள்ளையை நினைத்து குமுற.. இராஜேஷின் மரணம் எப்படி நடந்தது, அதற்கு யார் காரணம் போன்றவைகளை கேட்டுக்கொண்டிருந்த மதுமிதாவும் அருணும் அதிர்ச்சியில் உறைய இராஜேஷின் அம்மா இன்னும் சத்தம் போட்டு அழ ஆரம்பித்துவிட்டார்.

"இராஜேஷுக்கு நீதி கிடைக்கனும்.. இன்னைக்கு சாயங்காலம் எங்கள போலீஸ் ஸ்டேஷன் வரசொல்லிருக்காங்க.. அங்க வந்து உங்களோட கம்ப்லைன சொல்லுங்கம்மா! " என்றவன் மாலை நேரத்திற்காக காத்திருந்தான்.
மாலைநேரம்.. நால்வரும் போலீஸ் ஸ்டேஷன் விரைந்தனர்.

அவர்களை கண்டு உள்ளே அழைத்த கான்ஸ்டபிள் ஒருவர் "நீங்கதான் சுபாஷா... இன்ஸ்பெக்டர் கொஞ்சம் வெளிய போயிருக்காரு.. இப்போ வந்திடுவாரு இந்த லெட்டர்ல உங்க கையெழுத்து போட்டுட்டு போங்கன்னு சொல்லிருந்தாரு ...! " என்று லெட்டரை நீட்டினார்.

"சார் இன்னோரு கம்ப்லைன்ட் குடுக்கனும்... அந்த வார்டன் மேல? " என்று சொல்வதற்குள் இன்ஸ்பெக்டர் தர்மன் காவல் நிலையத்திற்குள் நுழைந்தார். அவருடன் வார்டன் கிருபாவும் சரவணனும் கூட வர இருவரையும் லாக்கப்பிற்குள் தள்ளி அடைத்தவர் சுபாஷை பார்த்தபடி,

"வாப்பா சுபாஷ் என்ன எல்லாத்தயும் எழுதிட்டியா...? கையெழுத்து போட்டுட்டு போறதுதான..? " என்று புருவம் தூக்க,

"இல்லசார் வார்டன் மேல இன்னோரு கம்ப்லைன் குடுக்கனும்.. தற்கொலை பண்ணிக்கிட்டதா சொல்ற ராஜேஷ்ன்ற பையன கொலைபண்ணி அத தற்கொலையா மாத்திருக்காங்க. அவுங்கமேல இது சம்மந்தமான கேஸ நீங்க விசாரிக்கனும். அதுக்குத்தான் கம்ப்லைன்ட் குடுக்க வந்தோம்....? " என்றான்.

"பாண்டியனோட கொலைக்குத்தான் ஆதாரம் இருக்கு.. அது சம்மந்தமான கேஸ்தான் போய்ட்டு இருக்கு.. ஒரு வருஷத்துக்கு முன்னாடி நடந்து முடிஞ்ச விஷயத்தலாம் கௌராத புரியுதா..? அது உனக்குத்தான் ஆபத்து.. ஒழுங்கா கௌம்பு" என்று கர்வம் கலந்த தொணியில் அதட்டினார் தர்மன். சற்று பயந்த சுபாஷ் வேறு வழியின்றி தான் கண்டறிந்த பாண்டியனின் கொலை சம்மந்தமாக படிவத்தில் கையெழுத்து இட்டுவிட்டு சிறைக்குள் இருந்த வார்டன் கிருபாவை பார்க்க, அதே ஊமை சிரிப்புடன் பார்த்துக்கொண்டிருந்தான் கிருபா. கடுகடுத்த சுபாஷ் கோபத்துடன் ஸ்டேஷனை விட்டு வெளியேற.. இராஜேஷின் அம்மா சற்றுநேரம் அவனையே பார்த்துவிட்டு
"அவனோட அப்பாவும் மாமாவும் செத்து பல வருஷம் ஆச்சிப்பா.. பல வருஷம் ஆகுது, இருந்தும் கஷ்டப்பட்டு அவன படிக்கவச்சி இந்த ஜாதி பேய்ங்ககிட்ட பலியா குடுத்துட்டு நிக்குறேன்" என்று அழுதவர்..

"எனக்கு ஒரு புள்ளனுதான் நெனச்சேன்.. ஆனா நீ உட்பட இன்னைக்கு என்னோட பையனுக்காக கண்ணீர் சிந்துன எல்லாரும் என்னோட புள்ளைங்கதான்.. என்னோட ஆசி எப்போமே உனக்கு இருக்கும்" என்று கூறிவிட்டு அவ்விடம் விட்டு நகர்ந்தார்.

"மது... நா உங்கிட்ட அப்றோம் பேசுரேன். அவங்கள பத்திரமா கூட்டிட்டு போ...? " என்று அவளையும் ராஜேஷின் அம்மாவுடன் அனுப்பிவைத்துவிட்டு வீட்டை அடைந்தவன் சாப்பிட மனதில்லாமல் நேராக படுக்கையை அடைந்தான். இராமச்சந்திரனும் இராதாவும் ஒருவர் முகத்தை ஒருவர் பார்க்க பின்பு இருவரும் தூங்கச்சென்றனர்.

கொஞ்சம் நேரம் படுத்தவனுக்கு அருணிடமிருந்து ஃபோன்,
"இன்னும் ரெண்டு நாள்ல வேலைல போய் ஜாய்ன்ட் பண்ணணும் ஞாபகம் இருக்குல்ல.. அங்க நாம தங்குறதுக்கு ரூம் பாக்கசொல்லி அங்க இருக்க என்னோட ஃபிரண்ட்கிட்ட கேட்டிருந்தேன்.. போட்டோ அனுப்பிருந்தான் நல்லாதான் இருந்தது... அதான் உங்கிட்ட சொல்லலாம்னு கால் பண்ணேன்.... " என்று முடித்தான் அருண்.

"ஹிம்.. சரி. கொஞ்சம் தல வலிக்குற மாதிரி இருக்கு... நான் உனக்கு காலைல ஃபோன் பண்ணி பேசுறேன் சரியா. அப்புறோம் நாளைக்கு முக்கியமான வேல ஒன்னு இருக்கு.. நான் ஃபோன் பண்றேன் நீ வண்டிய எடுத்துட்டு வா?" என்றவனுக்கு அந்த பக்கத்திலிருந்து சரி என்று பதில் வரவே இணைப்பை துண்டித்துவிட்டு படுத்தான். கண்களை கூசும்படி எதிர்புற விடுதியின் முகப்பு விளக்குகள் மீண்டும் விட்டு விட்டு எரிய சிறிதுநேரம் பார்த்துவிட்டு பொருமை இழந்தவன் வேகமாக விடுதியை நோக்கி நடக்க ஆரம்பித்தான்..

வெளியே ப்யூன் ஆறுமுகம் உட்கார்ந்திருக்க..
"ஏங்க இந்த லைட்ட நீங்க மாத்தவே மாட்டிங்களா..?" என்றான் சற்று சத்தமாக.

"அட இல்ல தம்பி.. இது புது பல்புதான், ரெண்டு நாளைக்கு முன்னாடி நாந்தான் மாத்துனேன் லூஸ் கனெக்ஷன் போல.." என்றவர்,

"நடந்ததலாம் கேள்விப்பட்டேன்.. நீதான் கிருபாகரன போலீஸ்ல புடிச்சி குடுத்தியாமே.. நான் ஒரு ரெண்டுநாள் லீவுல இருந்து வந்து விஷயத்த கேள்விபட்டேன்.. படுபாவி இந்தமாதிரிலாம் பண்ணிருக்கானே.....? " என்று வார்டனை பற்றி வசைபாட தொடங்கினார்..

"இவ்வளோநாளா அவங்கூடதான இருக்கிங்க.. ஏன் உங்களுக்கே அவம்மேல சந்தேகம் வர்லயா பியூன்...? " என்று சுபாஷும் புருவம் உயர்த்த,

சற்று தடுமாறியவர்.. "சத்தியமா எனக்கு ஒன்னும் தெரியாது சுபாஷூ.. என்னோட மூஞ்சிய பாத்தா கொலபண்றவன் மாதிரியா இருக்கு?" என்று பதிலுக்கு பேசினார்.

சற்று சிரித்தவன்..
"சரி விடுங்க ஆறுமுகம், அப்றோம் புது வார்டன் எப்போ வராறாம்.. எதாச்சோம் தெரியுமா"

"அட நீ வேறப்பா... இருக்குற நெலயப்பாத்தா மொத்த ஹாஸ்டலுக்கும் சீல் வச்சிடுவாங்கபோல" என்று சற்று சிரித்தவாரே சொல்ல,

"ஹாஹா.. அதுவும் சரிதான்ணா. அப்போறோம் தப்பு செய்றதுக்கு மூஞ்சிலாம் தேவயில்லணா.. சந்தர்ப்பமும் சூழ்நிலையுமே போதும்" என்று சொல்லிவிட்டு அங்கிருந்து விடைபெற பியூன் ஆறுமுகத்தின் முகத்தில் இருந்த சிரிப்பு கனநேரத்தில் காணாமல் போனது. வந்து மீண்டும் படுக்கையில் சரிந்தவனை ஒரு கடிகார முள்ளின் சத்தம் அவன் காதுகளை சீண்டிப்பார்த்தது.. எதிர்திசை திரும்பி டேபிலை பார்த்தான், யாரோ அவனது உடைந்த வாட்சை சரிசெய்து வைத்திருந்தனர். அதை எடுத்து நேரம் பார்த்தான்.. முதல்நாள் கனவில் வந்தது போல அந்த வாட்ச் சரியாக மூன்று முப்பதிலிருந்து மீண்டும் தலைகீழாக சுற்றித்தொடங்க.. பயமும் கோவமும் அடைந்தவன், மேல்மூச்சி கீழ்மூச்சி வாங்க அந்த விடுதியையும் தென்னை மரத்தையும் மாறிமாறி பார்த்துக்கொண்டே வீட்டின் ஒருபுற சுவற்றில் அதை வீசி எறிந்தான்.

அது சுக்குநூறாக உடையும் சத்தம் பக்கத்து அறையில் படுத்திருந்த இராமச்சந்திரனுக்கு நன்றாக கேட்க சிறிதுநேரம் கழித்து மெதுவாக சுபாஷின் அறையை அடைந்தார்.. சுபாஷ் நன்றாக தூங்கிக்கொண்டிருக்க தரையில் அந்த வாட்சின் கண்ணாடி துகள்கள் சிதறிக்கிடந்தன. சற்றுநேரம் அதையே பார்த்தவர் பின் சுபாஷை நெருங்கினார்.. கைகளால் அவனது தலைமுடியை கோதிவிட ஆசைப்பட்டு கிட்டே வந்தவர், பின்பு வேண்டாம் என்று நினைத்துக்கொண்டு மீண்டும் படுக்கச்சென்றார். தூங்காமல் நோட்டம் விட்டுக்கொண்டிருந்தவனின் கண்களில் கண்ணீர் முட்டிக்கொண்டு நிற்க, தன்னை ஏதோ ஒரு கொடிய உணர்வோ தீய சக்தியோ பின்தொடர்வதாகவே நினைத்தான்... அவனின் நினைப்பும் அந்த பயமும் இரவு முழுவதும் நடுக்கமாக மாறி குளிர் காய்ச்சலானது.

விடிந்தது...

மருத்துவமனையில் சிலமணிநேர சிகிச்சைக்குபின் நலமான சுபாஷை இராமச்சந்திரனின் நண்பரும் சைக்கோலாஜிக்கல் டாக்டருமான புருஷோத்தமனிடம் அழைத்துச்சென்றார் அவனது அப்பா. சூழ்நிலைக்கு தள்ளப்பட்டவனாக சுபாஷும் சென்று தன் கனவுகளையும் அதின் மர்மங்களையும் ஒன்றுவிடாமல் சொல்லி தீர்த்தான். சற்று ஆறுதலாக இருந்தது போல ஒரு உணர்வு.. முகத்தில் லேசான சிரிப்புடன் வெளியேறினான். இராமச்சந்திரனிடம் பேச்சுகொடுத்த டாக்டர்..

"பையனுக்கு சின்ன வயசுல எதாவது அடிபட்டிச்சா தலையில...? " என கேட்டார்,

"ஆமா.. அவன் அஞ்சாவது படிக்கும்போது தலையில ஒரு மேஜர் ஆக்சிடன்ட் ஆச்சி.. அதுக்கென்ன இப்போ.? என்று சொல்ல டாக்டரும் தொடர்ந்தார், சிறிதுநேரம் அவரிடம் பேசிவிட்டு சுபாஷை அழைத்துக்கொண்டு வீட்டை அடைந்தார்.

"தம்பி உன்னோட ஸ்கூல் தெருவுல ஒரு வீடு இருக்காம் நாம வேணுனா அங்க மாறிடலாமா? "என்று கேட்க..

விடுதியை நோக்கியவன்..
"சரி பா... உங்க இஷ்டந்தான். இந்த ஹாஸ்டல பாத்தாவே என்னன்னு தெரில கோவமாவே வருது. " என்று அவனும் சம்மதித்தான்.

"டாக்டர் குடுத்த மாத்திரய மறக்காம போடு.. புரியுதா" என்று சொல்லிவிட்டு நகர்ந்தார் அவன் அப்பா.

இரவானது..
சாப்பிட்டுவிட்டு, வேண்டிய மாத்திரைகளை போட்டுக்கொண்டு படுத்தவன் உடம்பு அசதியின் காரணமாக கணநேரத்தில் தூங்கினான்.
சட்டென்று ஏதோ சத்தம் கேட்க சற்று கஷ்டப்பட்டு எழுந்தவன் சத்தம் வந்த திசை நோக்கி வெளியேறினான். வெறுமை தான் மிஞ்சியிருந்தது.

வானத்தை அன்னாந்து பார்த்தான், ஒளி மழுங்கிய தேய்பிறை நிலவு. சற்றுநேரம் அங்கேயே இருந்து நோட்டமிட்டுவிட்டு உள்ளே செல்ல முற்பட்டவனை மீண்டும் அந்த சத்தம் அழைத்தது. இராஜேஷை அடித்து துன்புறுத்திய அந்த அறையை பார்க்க அது வழக்கம்போல ஜன்னல் கதவுகளை திறந்து காற்றில் ஆடிக்கொண்டிருந்தது. சற்றுநேரம் அந்த ஜன்னல்களையே பார்த்துக் கொண்டிருந்தவனுக்கு வலதுபுறத்திலிருந்து வந்தது அந்த சத்தம். விருட்டென்று திரும்ப அங்கிருந்த புதர் ஒன்றில் பலமான சலசலப்பும் கீச்சலும் வந்துகொண்டிருந்தது.

மிரண்டுபோனவன் மெதுவாக தன் கால்களை வீட்டிற்குள் திருப்ப அந்த பெரிய புதரிலிருந்து ஒளிவிடும் இரண்டு கண்கள்!

மிகவும் கூர்மையான அந்த கண்கள் இப்போது சுபாஷை நோக்கி திரும்பியிருந்தது, குறுகுறுவென்று அவனையே அது பார்க்க பயத்தின் உச்சியில் இருந்தவனுக்கு கால்கள் வெடவெடக்க ஆரம்பித்தன..
நீண்டு வளர்ந்த ஒரு முருங்கை மரத்தின் முற்றிய முருங்கை ஒன்று பொத்தென்று புதரின்மேல் விழ.. ஒளிவிடும் கண்களை கொண்ட அந்த உருவம் வெளியே வெளிச்சத்திற்கு பாய்ந்தது. சற்று அலறிய சுபாஷ் பின்பு அதை உற்றுநோக்க.. ஒரு பெரிய வெள்ளை பூனை தன் வாயில் பெருச்சாளியை கவ்விக்கொண்டு வெளியே பாய்ந்து கணநேரத்தில் மறைந்தது.
தன்னைத்தானே திட்டிக்கொண்டவன் ஒரு மௌன சிரிப்போடு படுக்கச்சென்றான். படுத்தவனுக்கு ஒரு பலத்த சிரிப்பு சத்தம் கணநேரத்தில் மனதில் கேட்டு மறைய, அதிர்ந்தவன் அது அந்த வார்டனின் சிரிப்பு என்பது மூளைக்கு எட்டியது. கைதுசெய்து கூட்டிக்கொண்டு போகும்போது அவன் முகத்தில் இருந்த சிரிப்பிற்கும், போலீஸ் ஸ்டேஷனில் அவன் சிரித்த சிரிப்பிற்கும் என்ன காரணமாக இருக்குமென்று யோசித்துக்கொண்டே தூங்கினான்.

விடிந்தது.. நேராக போலீஸ் ஸ்டேஷன் சென்றவன் அங்கிருந்தவர்களிடம் கிருபாவிடம் பேசவேண்டும் என்று கெஞ்சினான். அவர்களும் சம்மதிக்கவே நன்றி சொல்லிவிட்டு வார்டன் இருந்த செல்லிற்குள் பார்க்க கிருபாவும் சரவணனும் ஒய்யாரமாக தூங்கிக்கொண்டிருந்தனர். கிருபாகரனை சத்தமாக சுபாஷ் கூப்பிட... மெதுவாக எழுந்த கிருபா சற்று தலையை தூக்கி சுபாஷை பார்த்துவிட்டு மீண்டும் படுத்துக்கொண்டார்...

"கிருபா... உங்ககிட்ட ஒரு விஷயம் கேக்கனும் வந்து பதில் சொல்லுங்க....? " என்று சொல்ல.. மெதுவாக எழுந்து அவன் அருகில் வந்த கிருபா "அதான் எல்லாத்தையும் கண்டுபுடிச்சிட்டு என்ன ஜெயில்ல தள்ளபோறியே.... இதுக்கப்புறோம் என்ன உண்ம தெரியனும் உனக்கு.. கௌம்பு இங்க இருந்து...! " என்று அதிகார பதிலலித்தான்.

"நீ ஏன் அன்னைக்கு என்னப்பாத்து சிரிச்ச...பாண்டியன கொண்ண நீ ராஜேஷயும் நாந்தான் கொண்ணண்ணு ஏன் ஒத்துக்கல.. அப்போ நீ கொல்லலனா வேர யாரு கொலபண்ணிருப்பா... ஊர் தலைவரபத்தி ஏன் போலீஸ்கிட்ட சொல்லல....? " என்று சுபாஷ் கேள்வி மேல் கேள்வி எழுப்ப அமைதியாக கேட்டுக்கொண்டிருந்த கிருபா திடீரென்று எச்சிலை சுபாஷின் முகத்தில் துப்பினான். பொருமை இழந்தவன் தன் கையை சிறை கம்பிகளுக்கு இடையே விட்டு கிருபாவின் சட்டையை பிடித்து இழுக்க..

அங்கிருந்த காவலர்கள் சுபாஷையும் கிருபாவையும் விலக்க போராடுகையில்..

மெதுவாக சிரித்த வார்டன் கிருபா
"அவனோட கொலைக்கு முழுக்க முழுக்க ஊர் தலைவர் காரணமில்ல... அதே சமயம் ராஜேஷ் கொலையில அவனோட நெருக்கமானவங்களுக்கும் சம்மந்தம் இருக்கு.. முடிஞ்சா அத கண்டுபுடி அத நீ கண்டுபிடிக்கும்போது நீ கண்டிப்பா உயிரோட இருக்கமாட்ட " என்று வெறியுடன் சொல்லிவிட்டு மீண்டும் சிரிக்க தொடங்கினான்.

ஒருவித குழப்பத்துடனும் கடுமையான கோபத்துடனும் முகத்தை கழுவிக்கொண்டு ஜோசப் வீட்டிற்குச்சென்றான். பொறித்த மீன் துண்டுகளோடும் கூழுடனும் வெளியே வந்தவனை ஆச்சரியமாக பார்த்த சுபாஷ் பேச்சிக்கொடுத்தான்.

"மச்சி... சரவணன அடிச்சி அவங்கிட்ட உண்மையெல்லாம் வாங்குனோமே... வீடியோ ப்ரூஃப் எதாச்சோம் எடுத்தோமாடா..? "

"அதுதான்டா நாம பண்ண தப்பு... அந்த வார்டன் பேசுனதையும் வீடியோ எடுத்திருந்தா இன்னேரத்துக்கு ராஜேஷ் கொலைக்கும் சேத்து அவனுங்களுக்கு தண்டன கெடச்சிருக்கும்"

"மச்சி நீ ஒன்னு பண்ணு, அந்த சரவணன் தங்கிருந்த வீட்டுக்கு போய் எதாச்சோம் இது விஷயமா தடயம் இருக்கானு பாரு, நாவேற இன்னும் ரெண்டு நாள்ல வேலைல ஜாய்ன்ட் பண்ணணும்.. அதுக்குள்ள அவங்கள எதாச்சோம் பண்ணணும்" என்று சொல்ல.. ஜோசப்பும் அதற்கு சம்மதித்தான். அருணிற்கு ஃபோன் செய்ய.. இருவரும் பிரியாவின் வீட்டிற்கு மோட்டார் பைக்கில் சென்றடைந்தனர். ஊரிலேயே அதான் பெரிய வீடு. பழம்பெரும் வீடும் கூட.. விசாலமான வரவேற்பறை. மூன்று அடுக்குகள் கொண்ட அந்த வீடு அவர்களை மிரளவைக்க முகப்பில் நின்றுகொண்டிருந்த ஒருவன்
" யார் நீங்க... என்ன வேணும் உங்களுக்கு...? " என்றான்.

"நாங்க பிரியாவோட காலேஜ் மேட்.. அவங்க இல்லையா... "என்று கேட்டான் அருண்.

"பிரியாவா அப்படின்னு எவளுமே இங்க இல்ல " என்று கோவமாக பேசியவன்..

"அப்பா உள்ளதான் இருக்காரு நீ அவர போய் பாத்து பேசு...! " என்று காட்டலாக சொல்லிவிட்டு அவர்களை முறைத்தபடியே நகர்ந்தான். சத்தியமூர்த்தி என்று எழுதியிருந்த முகப்பை இருவரும் கடக்க சோபாவில் பிரியாவின் அப்பா அமர்ந்திருந்தார். இருவரையும் கண்டதும் சைகையால் உள்ளே வரச்சொல்ல அவர்களும் உள்ளே சென்று அமர்ந்தனர்.

"சார் உங்க பேருதான் சத்தியமூர்த்தியா..."என்று அருண் கேட்க.

"இல்ல அது எங்க அப்பா பேரு... என் பேரு சக்கரவர்த்தி... வந்த விஷயத்த சொல்லுங்க. எதாவது உதவி வேணுமா...? "

"உங்க பொண்ணு எங்க... ராஜேஷ் செத்துபோனதுல இருந்து அவள காணோம் அவள என்ன பண்ணிங்க... எங்க அனுப்புனிங்க....? " என்று நேரடியாகவும் பயமில்லாமல் கேட்டான் சுபாஷ். அமைதியாக கேட்டுக்கொண்டிருந்த தலைவர் சக்கரவர்த்தி மெதுவாக அவர்களை பார்த்து சிரித்தபடி "என்ன தம்பி பேசுறிங்க... அவன் தற்கொலை பண்ணிக்கிட்டதுக்கு நான் என்ன பண்ணமுடியும்.. எம்பொண்ணு பக்கத்து ஊருலதான் படிக்கிறா படிப்பு முடிஞ்சதும் அடுத்த வருஷம் கல்யாணத்த பண்ணி வச்சிடலாம்னு இருக்கோம் அடுத்தவாரம் வருவா.. அப்போ வந்து பாருங்க" என்று மிகவும் சாதாரணமாக சொல்லி முடித்தார்.

"உங்களோட மச்சான கொலைவழக்குல அரஸ்ட் பண்ணிருக்காங்களே... அதபத்தி என்ன சொல்றிங்க? " என்று மீண்டும் கேள்வி எழுப்ப..

"யாரு அந்த வார்டன கேக்குறியா... அவன் எனக்கு தூரத்து சொந்தம் தான்... படுபாவி ஜாதி மானத்தயும், பேரயும் கெடுக்கவே இந்தமாதிரி ஊருக்கு நாலஞ்சு பேரு இருக்காங்க என்ன செய்யுறது... ஒரு ரெண்டு நாளைக்கு முன்னாடிதான் ஹாஸ்டல் போய் என் பையன சேக்குற விஷயமா பேசிட்டு இருந்தேன். அதுக்குள்ள இந்தமாதிரி ஒரு சம்பவம் " என்றார்.

"யாரு உங்க பையன்....? "

"அதான் நீங்க வரும்போது வெளிய ஒருத்தன் நின்னுட்டு இருந்திருப்பானே அவந்தான்... பேரு வடிவேல், இந்த வருஷம் பன்னென்டாவது.. அவனுக்கு அவங்க அக்கா மேல கொஞ்சம் கோபம் அதனால எதாச்சோம் அவள தப்பா பேசிட்டே இருப்பான், அவன் அம்மா வேற ஒரு ஆறு மாசத்துக்கு முன்னாடி தவறிட்டா.. அதனால இவன சரியா கவணிச்சிக்க முடியல."என்று சுவற்றில் மாட்டியிருந்த ஒரு ஃபோட்டோவை பார்த்துக்கொண்டு உச்சி கொட்டினார்.

"சரிப்பா... வந்தது வந்துடிங்க கொஞ்சம் மோர் குடிச்சிட்டு போங்க... டேய் ரெண்டு கிளாஸ் மோர் எடுத்துட்டு வாடா... " என்று வேலையாளை கட்டளையிட..

"இல்ல சார் பெரவால்ல... இப்போதான் சாப்பிட்டு வர்றோம்.... நாங்க கௌம்புறோம்" என்று கிளம்பினர் இருவரும். சுபாஷ் மேலும் பிரியாவின் அப்பாவை பார்த்து
"அப்றோம் சார்.. அடுத்த வாரத்துல பிரியா இருப்பாங்கள்ல.. அவங்ககிட்ட கொஞ்சம் பேசனும்...? " என்றவனை நோக்கி.. நிச்சயம் இருப்பா என்பது போல தலையை மட்டும் ஆட்டி அவர்களை வழியனுப்பினார் ஊர்த்தலைவர்.

அவர்கள் சென்றபின்னர் மறைந்திருந்த அவரது மகன் வடிவேல் மெதுவாக வந்துநின்று
"என்ன பண்றது பா இப்போ.. அவங்க கண்டுபுச்சிடுவாங்களா?
என்று கேட்க...

"போய் ஆகவேண்டியத பாருடா... நடக்குறத யாரால தடுக்க முடியும்... " என்று வாசலை பார்த்தவாரு நின்றுகொண்டிருந்தார்.

சாயங்கல வேளை...
முதன்மை கல்லூரியில் இருந்து வந்த சில அதிகாரிகள் விடுதியை சோதனை செய்துகொண்டிருந்தனர். அதனை பார்த்துக்கொண்டு பியூன் ஆறுமுகத்திடம் சென்றவன்.. "என்னாச்சிண்ணா.. என்ன பண்ணுறாங்க?" என்று கேட்க,

"இன்னும் ஒரு மாசத்துக்கு ஹாஸ்டல் க்லோஸ்லதான் இருக்கும்... ஹாஸ்டல் பசங்கல இந்த செமஸ்டர வீட்டுல இருந்தோ இல்லாட்டி அவங்க ஃப்ரெண்ட் வீடுகள்ள இருந்தோ வந்து எழுத சொல்லிட்டாங்க.. எல்லா பசங்களும் அவங்கவங்க வீட்டுக்கு கௌம்பிட்டாங்க" என்று அவர் சொல்லிமுடிக்க அந்த விடுதியை பார்த்துக்கொண்டே வீட்டை அடைந்தான். மதுவிற்கு போன் செய்து ராஜேஷ் அம்மாவின் உடல்நலம் குறித்து விசாரித்தவன் இரவு உணவை முடித்துக்கொண்டு வேகமாகவே தூங்கச்சென்றான்.. கனவுகளை பற்றிய பயம் சற்று மறந்திருந்ததால் நிம்மதியாக தூங்கிக்கொண்டிருந்தான்...

நடுநிசி!!!
வழக்கமான மூடுபனி காற்றின் வெற்றிடத்தை கிழித்து மெல்லிய ரிங்காரத்துடன் அலைபாய்ந்துகொண்டிருக்க.. மெதுவாக கண்களை திறந்தான், முழுவதுமாக மீண்டும் அந்த கொலைகார மூடுபனி!

விடுதியின் முகப்புப்புற கேட்டில் வாட்ச்மேன் போல ஒரு கட்டிலில் படுத்திருந்தான்.. போர்வையை விலக்கிவிட்டு உற்று நோக்கியவன் எதிரிலிருந்த விடுதியின் நுழைவாயிலின் இரும்பு கேட் தெரிந்தது.. அதிர்ந்தான். பின்பு மெதுவாக தன்னுடைய வீட்டை திரும்பி பார்க்க... இப்போது சுபாஷ் வீட்டின் முகப்பு மின்விளக்கு விட்டு விட்டு எரிந்துகொண்டிருந்து. தொண்டைக்குழியில் சிக்கியிருந்த எச்சிலை கடினப்பட்டு உள்ளே அனுப்பியவன் மெதுவாக எழுந்திருக்க பக்கத்தில் இருந்த டார்ச்சை கவணித்தான். அதை எடுத்து அடித்துக்கொண்டு மெதுவாக முகப்பை நோக்கி முன்னேறியவன் சுற்றுமுற்றிலும் பார்க்க கண்களுக்கு தெரியும் குளிரை தவிர வேறு ஒன்றும் இல்லை.

நிசப்தத்தை குளைக்கும் வண்ணம் விட்டில் பூச்சிகளின் கீச்சல் மட்டும் விட்டு விட்டு வந்துகொண்டிருந்தது. முகப்பு பகுதிக்கு டார்ச்சை அடித்தான்.. ஒருகணம் பாண்டியனின் பாட்டி வந்து மறைந்தார்..

"ஆ.. " என்று சொல்லிக்கொண்டு பின்னே நகர்ந்து மீண்டும் முகப்பிற்கு டார்ச் அடித்தான்.. இப்போது யாரும் இல்லை. திடீரென்று விடுதியின் மாடியிலிருந்து ஒரு உருவம் பொத்தென்று பயங்கர சத்தத்துடன் கீழே விழ அவனும் அதிர்ச்சியில் நிலை தடுமாறி கீழே விழுந்தான்.. டார்ச் ஒருபுறம் உருண்டு கீழே விழுந்த அந்த உருவத்தின் அருகில் செல்ல.. கனவில் ராஜேஷ் உருவம் பொறித்த அதே தோரணையும் அதே கருப்பு நிற துணியையும் உடுத்தியிருந்தது அந்த உடல். முதல்நாள் கனவுபோன்றே அதன் துணி காற்றில் லேசாக விலக அந்த முகத்தை பார்த்தவன் வேகமாக எழுந்து மொட்டை மாடியை பார்த்தான்.. அதே வெள்ளை உருவம்! அழுகளும் கோரமும் நிறைந்த அதே உருவம் அமைதியாய் நின்றுகொண்டிருந்தது. அந்த அசைவிற்கு என்ன காரணம் என்று புரியாமல் தவித்தவன் வேகமாக கீழே கிடந்த டார்ச்சை எடுத்து மேலே அடிக்க... அந்த அருவம் காணாமல்போயிருந்தது.

பனி படர்ந்த வானில் ஒன்றிரண்டு நட்சத்திரங்கள் மட்டும் அவனை பார்த்து இளிக்க சிறிதுநேரத்தில் அவன் கால்களில் ஈரம் நனைப்பதை உணர்ந்து கீழே குனிந்தான்.. விழுந்த இராஜேஷின் உடலிலிருந்து பெருக்கெடுத்த இரத்தம் அவன் கால்களை நனைத்துக்கொண்டிருந்தது. சற்றுநேரத்தில் சுபாஷின் வீட்டு கதவுகள் திறப்பதுபோன்று தெரிய, வேகமாக விடுதியின் பக்கவாட்டு சுவர்களுக்கு நடுவே ஒளிந்துகொண்டு யார் வருகிறார் என்று நோட்டமிட்டான்...
"கண்டிப்பாக அப்பா இல்லனா அம்மாவாதான் இருக்கும்....! " என்று மனதிற்குள் சொல்லிக்கொண்டவனுக்கு

பேரதிர்ச்சி ஒன்று அவனை தூக்கிவாரி போட்டது. தன் கண்களை துவட்டிவிட்டு நன்றாக பார்க்க அது அவனது சாயலிலேயே இருந்தது. அந்த உருவம் வீட்டிற்கு வெளியே வந்து ஹாஸ்டல் முகப்பை நோட்டமிட்டபடி இருந்துவிட்டு பின்பு மீண்டும் வீட்டிற்குள் நுழைந்துகொள்ள வீட்டின் முகப்பு விளக்கும் அணைந்தது. அதிர்ச்சியில் அப்படியே உறைந்துபோய் உட்கார்ந்தவன் கீழே கிடந்த உருவத்தை பார்க்க, இறந்த அந்த உடலின் இடதுகை மெதுவாக ஒளிந்துகொண்டிருந்த சுபாஷை நோக்கி நீட்டியது.

சுபாஷிற்கு வியர்வை துளி நெற்றி முதல் நெஞ்சு வரை வடிந்தோட தனது சட்டையால் அதனை துடைத்துக்கொண்டு தன்னை நோக்கி நீட்டிய அந்த இறந்துபோன ராஜேஷின் கையை பார்த்துக்கொண்டிருந்தான்.. எங்கும் இருள். எச்சிலை சிரமப்பட்டு முழுங்கியவன் தன் பார்வையை விடுதியின் முகப்பிற்கு திருப்ப தன்னை நோக்கி நீட்டிய கைகளை அந்த உருவம் தளர்த்தியிருந்தது. குப்பையிலிருந்த ஒரு கண்ணாடி துண்டு அவன் கண்களை கூச
அதை எடுத்து நன்றாக துடைத்தவன் லேசாக தன்னுடைய முகத்தை பார்க்க மேலும் அதிர்ச்சி.. அவனது முகம் விடுதியின் பியூன் ஆறுமுகத்துடைய முக வடிவமாக இருந்தது.

மிரண்டுபோனவன் வேகமாக அவனது வீட்டின் முகப்பை பார்க்க அங்கு யாரும் இல்லை.. வேகமாக வீட்டை அடைந்திடவேண்டும் என்ற எண்ணம் அவனை தெளிவுபடுத்த அவனும் எழுந்திருக்க முயற்சி செய்தான்...

ஏதோ ஒரு குரல் அவனை நோக்கி சன்னமாக வந்துகொண்டிருந்தது, இதயத்துடிப்பு வேகமாக அடித்துக்கொள்ள கீழே கிடந்த ராஜேஷின் உடலை மீண்டும் நோட்டமிட்டான்... அந்த சத்தம் அங்கிருந்துதான் வந்துகொண்டிருந்தது. சில நொடிகளில் குழுமிக்கிடந்த இரத்தத்தை மிதித்துக்கொண்டு கண்களுக்கு தெரியாத உருவம் ஒன்று நடந்து அவனை நோக்கி முன்னேறுவதை உணர்ந்தவன் அங்கிருந்து தப்பிக்க திரும்பாமல் அப்படியே நகர்ந்தான்.. நிலை தடுமாறி கீழே விழ அந்த உருவம் அவனை நெருங்கும் சத்தம் தீவிரப்பட்டது.

மீண்டும் அமர்ந்த இடத்திலிருந்து நான்கு கால் பாய்ச்சலால் செய்வதறியாது பின்னிட்டு நகர்ந்தவன் கடைசியாய் நிலைத்திருந்த தென்னைமரத்தை அடைந்தான். உலர்ந்த தரை என்பதால் அந்த உருவத்தின் கால் தடத்தின் சத்தம் நன்றாக கேட்டது.. அவன் பயத்தில் இறுக்கமாக கண்களை மூடிக்கொண்டு... "வேணாம்.. என்ன விட்டுடு..! " என்று கத்த அவனை நோக்கி வந்த அந்த உருவம் நின்றது.. அதை பார்த்தவன் நேராக மேலே பார்க்க விடுதியின் கடைசியில் இருந்த தென்னை மரத்தின் கீற்றுகள் அவன் தலைக்கு மேலே நிலவை மறைத்துக்கொண்டிருந்தன.

பெருமூச்சி விட்ட சில கணங்களில் தனக்குப்பின்னால் வேறொரு உருவம் நெருங்குவதை உணர்ந்தான்.. பரிட்சயப்பட்ட ஒரு கெட்ட நாற்றம் அவனை நெருங்க.. சமநிலையை இழக்கத்தொடங்கியவனின் தோள்மேல் அது கைவைக்க சட்டென்று திரும்பினான். அதே வெள்ளை உருவம்.. அழுகிய, கோரமான, அவனை வழக்கமாக மாடியிலிருந்து தள்ளிவிடும் அதே அழுகிய உருவம். பயந்துபோனவன் "ம்மா..!" என்று கத்திக்கொண்டு எழுந்திரிக்க எதிரில் அவனது அம்மா அவனை எழுப்பிக்கொண்டிருந்தார்.

அழுகிய உருவம் அம்மாவாக மாறிப்போய் தெரிய கணவிலிருந்து விழித்து அமர்ந்தான்..

"எதுக்குடா என்னபாத்து கத்துற...? " என்று ராதாம்பாள் கேட்க.. அதனை காதில் போட்டுக்கொள்ளாமல் நேராக கண்ணாடியை பார்த்தான்.. "அப்பாடா... நம்ம மொகந்தான் இருக்கு... எந்த மாற்றமும் இல்ல..! ' என்று நிம்மதி அடைய வீட்டிற்கு வெளியே அவன் அப்பா எதுவும் அலட்டிக்கொள்ளாமல் பேப்பர் படித்துக்கொண்டிருந்தார். அம்மாவின் கேள்விகளுக்கு முட்டு குடுத்துவிட்டு வெளியேறியவன் நேராக விடுதியை பார்க்க, ஆள் அரவம் இல்லாத அந்த விடுதியின் முகப்பை பியூன் ஆறுமுகம் பெருக்கிக்கொண்டிருந்தார்.

அவர்மீது கடுமையான கோவமும் சந்தேகமும் கொண்டிருந்தவன் நேராக விடுதியை நோக்கி ஓட, பேப்பர் படித்துக்கொண்டிருந்த அவனது அப்பா இராமச்சந்தர் அதிர்ச்சியாக சுபாஷை தொடர்ந்தார்.

கோவம் நிரம்ப விடுதி முகப்பை வேகமாக அடைந்தவன் பியூனை நெருங்க அவனை அதிர்ச்சியோடு பார்த்தார் ஆறுமுகம்.

"ண்ணா.. என்னோட கோவத்த கௌராதிங்க.. மரியாதையா உண்மைய சொல்லுங்க.. உங்களுக்கும் ராஜேஷ் கொலைக்கும் என்ன சம்மந்தம்?" என்று கேட்க,

"என்ன சொல்ற நீ.. அன்னைக்கு என்னன்னா பல்ப் சரியா எரியலன்னு சண்டபோட்ட.. சரி தெரிஞ்ச பையன்னு விட்டா.. இப்போ கொலைல எனக்கும் சம்மந்தம் இருக்குன்னு புதுசா கத கட்டுற என்னதான் நெனச்சிட்டு இருக்க? " என்று கோபமாக கேட்டார் ஆறுமுகம்.

பொருமை இழந்தவன் கோவத்தை கட்டுப்படுத்த முடியாமல் அவர் சட்டையை பிடித்து

" மரியாதயா சொல்லிடு.. எனக்கு தெரியும் இந்த கொலைல உனக்கு கண்டிப்பா தொடர்பு இருக்குன்னு. ஒழுங்கா சொல்லுங்க பியூன்... இல்லன்னா போலீஸ்ல புடிச்சி குடுக்கவேண்டி வரும்..?" என்றான்.

"தம்பி.. மொதல்ல கைய எடு.. மரியாதயா பேசு. நாந்தான் எனக்கு ஒன்னும் தெரியாதுன்னு சொல்றேன்ல... " என்று சுபாஷின் கைகளில் சிக்கியிருந்த தனது சட்டையை விளக்கிக்கொள்ள.. சுபாஷின் அப்பா விரைந்து வந்து சுபாஷை கடிந்துகொண்டு அவனை வீட்டுக்கு அனுப்பி பீயூனையும் சமாதனம் செய்தார். பின்பு சிறிதுநேரம் அவரிடம் ஏதோ பேசிவிட்டு வீட்டை நோக்கி சுபாஷை அழைத்துச்செல்ல.. அதனை சோர்வோடு பார்த்துக்கொண்டிருந்த பியூன் ஆறுமுகத்தின் முகத்தில் இருந்து லேசான சிரிப்பு எட்டிப்பார்த்தது.

வீட்டிற்கு வந்த ராமச்சந்திரன் சுபாஷை அடிக்காத குறையாக அவனை திட்டி தீர்த்தவர் பிறகு ராஜேஷின் மரணத்திற்கு உதவுவதாய் திசை திரும்பினார். அப்பாவின் அந்த திருப்புமுனையை சற்றும் எதிர்பாராத சுபாஷ் அதிர்ச்சியோடு
"மேல் முறையீடு பண்ணனும்பா.. சட்டப்படி ஒரு மேல் முறையீடு, சம்மந்தபட்டவங்கமேல குடுத்தாபோதும். மத்தத சட்டம் பாத்துக்கும்.. அதுக்கு நீங்க உதவி பண்ணணும்.! " என்றான்.

"ஹிம் ஒரு நிமிஷம் இரு" என்று சொல்லிக்கொண்டு தனது செல் ஃபோனை எடுத்துக்கொண்டு யாரிமோ பேசிவிட்டு வந்தவர்,

"என்னோட க்லோஸ் ஃப்ரெண்ட் ஒருத்தன்கிட்ட பேசியிருக்கேன்,அவன் ஒரு லாயர். சாயந்தரமா பக்கத்து ஊருக்குப்போய் அவர பாரு.. அதுக்கு முன்னாடி ராஜேஷ் அம்மாகிட்ட இது விஷயமா பேசிட்டு அவங்கள ரெடியா இருக்க சொல்லு, எல்லாம் நல்லபடியா நடக்கட்டும்!" என்று சுபாஷை தட்டிக்கொடுத்தார்.

நடந்ததை மதுவிற்கு பகிர்ந்துவிட்டு அருணுடன் சேர்ந்துகொண்டு அவனது அப்பாவின் நண்பரான லாயர் இளங்கோவனை சந்தித்தவன் நடந்தவற்றை கூறினான்.

இரவானது,
மனதிற்குள் நிசப்தத்தை தேடிக்கொண்டிருந்தான்.. வேண்டாத நிகழ்வுகளின் நினைவுகள் அவனை குடைந்துகொண்டிருந்தது. அவன் காணும் கனவுகளை விட கொடுமையான யோசனைகள்... "இத எல்லாம் செய்வது நல்ல சக்தியா இல்ல கெட்ட சக்தியா? இதோட முடிவு என்னவா இருக்கபோகுது. ஒருவேள என்னோட உயிர்தான் இந்த

பிரச்சினைக்கெல்லாம் தீர்வா இருக்கபோகுதா.. அப்புடி பாத்தா ராஜேஷ் கொலைக்கும் நானும் ஒரு காரணமா?" என்று அவன் தனக்குத்தானே புலம்பிக்கொண்டான். எதிர்புற விடுதியின் முகப்பு விளக்கு வழக்கம்போல விட்டுவிட்டு எரிய.. லேசான மழை தூவல்கள் அந்த முகப்பு விளக்கின் வெளிச்சத்தில் ஒளிர்ந்து தரையை அடைந்துகொண்டிருந்தன.. சிறிதுநேரம் அதை ரசித்துக்கொண்டிருந்தவன் ஜன்னல்களை மூடிவிட்டு தூங்கினான்.

விடிந்தது...
அருணிடமிருந்து ஒரு அவசர அழைப்பு,

"கம்பெனில நம்ம ஒர்க் பண்ணபோற யூனிட்ல ஏதோ சின்ன ஃபயர் ஆக்சிடன்ட்டாம்.. அதனால ரீப்பேர் அன்ட் சேஃப்டி லைசன்ஸ் வேலலாம் இருக்குறதால நம்மல இன்னோரு நாளைக்கு வந்து ஜாய்ன்ட் பண்ணிக்க சொல்லிட்டாங்க." என்றான்.

பெருமூச்சி விட்டுக்கொண்டவன் மதுமிதா ஊருக்கு தனது பயணத்தை தொடர்ந்தான். போகும்போதே வார்டன் கிருபா அவனிடம் சொன்ன விஷயங்களை மீண்டும் ஒருமுறை நினைத்துக்கொண்டு வந்தான்.

"ஹிம்.. ராஜேஷுக்கு நெருக்கமான ஒருத்தவங்க ராஜி கொலைக்கு காரணம்னு சொன்னான்.. அது யாரா இருக்கும்? " என்று தனக்குத்தானே பேசிக்கொண்டிருக்க பாக்கெட்டிலிருந்த அவனது செல்போன் சினுங்கியது...

வண்டியை நிறுத்தி ஃபோனை எடுப்பதற்குள் செல்போன் அழைப்பு நின்றது. முந்தையநாள் வந்திருந்த அதே நம்பரிலில் இருந்துதான் அப்போதும் அழைப்பு. சில நொடிகள் கடந்திருக்க மீண்டும் அவனது செல்போன் சினுங்கல்கள் அவனை உச்சிகொட்ட வைத்தது. வண்டியை ஓட்டிக்கொண்டே செல்போனை எடுத்தவன் "ஹலோ யாருங்க நீங்க... என்ன வேணும்..? " என்றான்.

சில நொடி அமைதிக்கு பிறகு.. "உன்னோட உயிருக்கு ஆபத்து இருக்கு.. கவணமா இரு.. " என்று ஒரு இளம் வயது ஆண் குறல் பேசிவிட்டு இணைப்பை துண்டித்துக்கொண்டது.

"ஹலோ... யார் நீ? " என்று சுபாஷ் கேட்டுக்கொண்டிருக்க சற்று தூரத்தில் எதிரே வந்துகொண்டிருந்த லாரி தனது திசையை மாற்றி நேராக சுபாஷை நோக்கி வந்தது. லாரி நெருங்குவதை பார்த்தவன் வேகமாக சுதாரித்துக்கொண்டு பக்கத்தில இருந்த புல்வெளி பரப்பில் வண்டியை திருப்பி சற்றுதூரம் போய் நின்றபடி திரும்பி பார்த்தான். ஏமாந்துபோய்

நின்றுகொண்டிருந்த அந்த லாரி சில நொடிகள் சுபாஷை நோட்டமிட்டுவிட்டு மீண்டும் பயணத்தை துடங்கியது. கண்டிப்பாக திட்டமிட்ட கொலை முயற்சிதான் என்று அறிந்தவன் தூரத்தில் ரோட்டில் விழுந்துகிடந்த தனது உடைந்த செல்போனை பாக்கெட்டுக்குள் போட்டுக்கொண்டு மதுமிதா ஊரை அடைந்தான்.

"ஏன்டா.. எத்தனதடவ உனக்கு ஃபோன் பண்றது...? " என்றாள் மது சற்று கோபமாக,

உடைந்த செல்போனை நீட்டியவன்.. " ட்ராவல்ல தவறி விழுந்து ஒடஞ்சிருச்சி.." என்றான்.

"அட எருமமாடு ட்ராவல்ல உன்ன எவன் மொபைல் யூஸ் பண்ண சொல்றது.. உனக்கு எதாச்சோம் ஆயிருந்தா என்ன ஆகிருக்கும்?" என்றாள் கோவமாக.

"சரிவிடு அதான் ஒன்னும் ஆகலயே.. அப்பாக்கு தெரிஞ்ச லாயர்கிட்ட பேசிட்டேன். இன்னைக்கு போய் கேஸ் குடுத்துட்டா மத்ததுலாம் நடக்குறது நடக்கும்.. அதுக்குத்தான் வந்தேன். அம்மா எழுந்ததும் நீ அவங்கள கூட்டிட்டு டவுன்க்கு வந்துரு... " என்று சொன்னவன் பைக்கை ஸ்டார்ட் செய்து கிளம்ப முற்பட்டான்.

அதற்குள் பைக் சாவியை பிடுங்கிய மது, "இப்போதான வந்த அதுக்குள்ள எதுக்கு இப்பிடி அவசரபடுற.. இரு கொஞ்சநேரம் ஊர் சுத்திட்டு போ..? " என்றாள்.

"ஏய்.. இது உங்க ஊருடி.. யாராச்சோம் பாத்தாங்கன்னா என்ன யாருன்னு சொல்லுவ..? "

"ஒன்னு பிரச்சன இல்ல... நீ என்னோட தம்பின்னு சொல்லிக்குறேன்... நீயும் என்ன அக்கான்னே கூப்புடு புரியுதா." என்று சொல்லிவிட்டு சிரித்தவள்.. அவளின் அந்த அழகான ஊரை சுற்றிக்காண்பிக்க புறப்பட்டாள். இயற்கைக்கு பஞ்சம் இல்லாத ஊர் அது, சுபாஷ் ஊரில்லிருந்து வரும் கடலின் உப்புக்காற்றை தடுத்து நிறுத்தும் வகையில் ஒரு பெரிய மலை.. குளிர்ந்த காற்று என சுபாஷின் மன பாரங்களையும் பயத்தையும் சற்று அவை குறைக்க தொடங்கியிருந்தன. அவள் கடைசியாக ஊருக்கு ஒதுக்குப்புறத்திலிருந்த நீண்ட பெரிய ஒரு ஆலமரத்திடம் கொண்டுசென்று நிறுத்தினாள்.

"ஹேய் பாப்பா.. என்னடி இது இவ்ளோ பெரிய மரம்.. பாக்கவே பயமா இருக்கு" என்றான்.

"பயமா இருக்குல்ல.. இதுக்கு பேரே பேய் மரம்னுதான் வச்சிருக்காங்க எங்க ஊர்ல.. இதுக்கு முண்ணூறு வயசுக்கு மேல இருக்கும்னு சொல்லிக்குவாங்க எங்க ஊர்ல...! " என்றாள். அவனும் பதிலுக்கு தலையசைத்துக்கொண்டே மரத்திற்கு பின்னால் செல்ல வயதான ஒரு முதியவர் அமர்ந்திருந்தார்.
அவரை பார்த்து சற்று அதிர்ந்தவன் அவரையே நோட்டமிட்டான்..

பார்ப்பதற்கு முனிவர் போன்ற தோற்றம் நெற்றியை நிரப்பிய திருநீர், அதைவிட அவரது குடுமியும் தாடியும் அந்த ஆலமரத்து விழுதை போலவே நீண்டிருந்தது. அவன் வந்தது தெரிந்தும் அவனை பார்க்காமல் கண்களை மூடிக்கொண்டு தியானத்தில் இருந்தார்.

"ஹேய் மதி.. யார் இவரு? "

"இவரா.. எனக்கு நெனவு தெரிஞ்ச நாள்ல இருந்து இவர் ரொம்பநாளாவே இங்கதான் இருக்காரு. இந்த இடத்தையும் இந்த ஆலமரத்தையும் விட்டு ஊருக்குள்ள வரவேமாட்டாரு"

இதை கேட்டுக்கொண்டிருந்தவன் பார்வையை மீண்டும் அந்த வயதானவரை நோக்கி திருப்ப முதியவரும் இப்போது சுபாஷையே பார்த்துக்கொண்டிருந்தார்.
சற்று அதிர்ந்தான்.. பின்பு பின்வாங்க, அமர்ந்திருந்த முதியவர் அவனை கிட்டே வரும்படி தலையசைத்தார்.

சுபாஷும் மெதுவாக அவர் அருகில் சென்று அமர அவனுக்கு கிட்டே வந்தவர்...

"ஐயம் கொள்வாய் இருந்தும் அதை வெள்வாய்.. ஆயிரத்தில் ஒருவன்..." என்று சொல்லிவிட்டு அவனது நெற்றியில் திருநீரு வைத்தார். குழப்பத்துடனேயே ராஜேஷ் வீட்டை அடைந்தவனிடம்,

"டேய்... உண்மைலயே உங்கிட்ட ஒரு பவர் இருக்கு. அந்த கிழவரு யார்கிட்டயும் அவ்வளோ சாதாரணமா பேசுற ஆள் இல்ல... " என்றாள்.

"அதெல்லாம் அப்போறோம் பாத்துக்கலாம்.. மொதல்ல ஆகவேண்டிய வேலய பாரு " என்று சொல்ல பிறகு மூவரும் டவுன் கோர்ட்டை நோக்கி பயணித்தனர்.

மாலை வேலை,
ஏற்கெனவே வக்கில் இளங்கோ அவர்களுக்காக காத்துக்கொண்டிருக்க, சுபாஷ் இருவரையும் இளங்கோவிற்கு அறிமுகம் செய்துவைத்துவிட்டு கோர்ட்டுக்குள் சென்றான். ராஜேஷின் மரணத்தில் சந்தேகம் இருப்பதாகவும் வார்டனையும் சரவணன்மேலும் இரட்டை கொலை வழக்கு தொடர்பாக மனு கொடுக்க.. சில மணி நேரங்களிலேயே அதற்கான ஒப்புதலும் கோர்ட்டிலிருந்து கிடைத்தது.

"இனி கோர்ட்டும் போலீஸும் பாத்துக்கும் சுபாஷ்.. அவங்க ரெண்டுபேரயும் மூனுநாள் நீதிமன்ற காவல்ல வச்சி விசாரிப்பாங்க சரியா.. டவுன் போலீஸ் டைரக்டா விசாரிக்கிறதால நீ கவலபடாத... கண்டிப்பா உண்ம வெளிய வரும் போயிட்டு வா" என்றார் இளங்கோ.
அவரது வார்த்தைகள் சுபாஷிற்கு ஊக்கத்தை கொடுத்தது. தனது ஊரை அடைந்தவுடன் அவனுக்கு தெரிந்த செல்போன் கடையில் உடைந்த செல்போனை சீரமைக்க கொடுத்தான்.

மணி சரியாக ஐந்தை கடந்திருந்தது... குளிர்காலம் என்பதால் சூரியன் வேகமாக தன்னை ஓய்விற்கு ஆயத்தப்படுத்திக்கொண்டிருக்க..
செக்கச்சிவந்த வானத்தை பனி லேசாக படர்ந்துகொண்டிருந்தது. அருண் வீட்டை அடைந்தவன் நடந்த சம்பவங்களை அவனோடு பகிர்ந்துகொண்டான்.

"நாம நெனைக்குறதவிட மோசமா இருக்கும்போலயே இந்த பிரச்சன.. சுபாஷ் இத இப்டியே விட்டுடுடா பயமா இருக்கு " என்றான் அருண் சற்று பரபரப்பாக.

"எனக்கென்ன ஆசையாடா... இந்த பிரச்சனைய முடிக்கலனா அந்த பாழாபோன கனவு என்ன கொண்ணுடும் போலயே என்ன பண்றது...
என்னோட போனுக்கு ஒரு லோக்கல் நம்பர்ல இருந்து ரெண்டுதடவ கால் வந்திச்சி, முதல்முற அத அட்டன்பண்ண முடியல.. ரெண்டாவதுமுற அட்டன் பண்ணி பேசினேன், ஒரு பையன் குரல் கேட்டுச்சி,, அவன் என்னோட உயிருக்கு ஆபத்து இருக்குன்னு சொன்னான்... "

"அப்டியா.. அந்த நம்பர் நோட் பண்ணியா"

"இல்ல.. போன் ரிப்பேர்க்கு குடுத்திருக்கேன். சாயந்தரம் போயிட்டு வாங்கிட்டு வரலாம்... அந்த நம்பர் யாருன்னு கண்டுபுடிச்சா கண்டிப்பா இந்த பிரச்சனைல இருந்து நாம தப்பிக்க வாய்ப்பிருக்கு.." என்று சொல்லிவிட்டு வீட்டை அடைந்தான். வீட்டிற்கு சென்றதும் சில

நிமிடங்கள் படுக்கையில் சரிந்தான்.. தூக்கம் கலைந்து நேரம் பார்க்க சரியாக ஆறு.

"எந்திரிடா... வெளக்கு வைக்குற நேரத்துல தூங்கிக்கிட்டு.. எந்திரிச்சி காபி குடி" என்றார் ராதா. பதட்டமாக எழுந்தவன் அருணுடன் சேர்ந்து காபி குடித்துவிட்டு செல்போன் கடையை அடைந்தனர்.

அவர்கள் கொடுத்த எண்ணை கண்டுபிடிக்க நேரம் ஆகும் என்று அறிந்தநிலையில் தனது செல்போனை சுபாஷிடம் நீட்டினான் அருண்.

"சொல்லு ஜோசப்.. எங்க போய்ருந்த? "

"அதான் அன்னைக்கே சொன்னனே மச்சி.. கடலுக்கு போய்ருந்தேன். இன்னைக்கு காலைலதான் வந்தேன்... அப்றோம் ஒரு முக்கியமான விஷயம் சொல்லத்தான் உனக்கு ஃபோன் பண்ணேன். உன்னோட போன் சுவிச் ஆஃப் னு வருது.. ஒடனே வீட்டுக்கு வா" என்றான் ஜோசப்.

ஜோசப் வீட்டை அடைந்தவன் அருணையும் உள்ளே அழைக்க..

"இல்லமச்சி ரொம்ப நேரம் குளிர்ல இருந்தா மறுபடியும் காய்ச்சல் வரும்னு டாக்டர் சொல்லிருக்காரு... நீ பாத்து பேசிட்டு வா. " என்றவன் அவனது வீட்டை நோக்கி கிளம்பினான்.

அருண் மீதும் அவனது நடவடிக்கை மீதும் சற்று அதிகமாகவே சுபாஷிற்கு சந்தேகம் வலுத்துக்கொண்டிருக்க, ஜோசப் வீட்டினுள் நுழைந்தவனுக்கு அதிர்ச்சி காத்திருந்தது. மின்சாரம் திடீரென்று தடைபடவே வீட்டில் வைத்திருந்த ராந்தல் விளக்கை ஏற்றி சுபாஷை வீட்டின் உள்ளே அழைத்துச்சென்றான் ஜோசப்.
பின்பு அவனுக்கு முன்பு ஒரு பேக்கை எடுத்து வைத்தவன் அதை பிரித்தபடி..

"நேத்து நைட்டுதான் கடலுக்கு மீன் புடிக்கப்போய்ட்டு வீட்டுக்கு வந்தேன்... வந்த மொதல் வேலயா சரவணன் தங்கிருந்த வீட்டுக்கு போய் எதாச்சோம் சந்தேகப்பட்றமாதிரி இருக்கான்னு பாத்தேன்... அங்க இந்த ஒரே பேக்தான் இருந்திச்சி.. அதுக்கப்புறோம் உனக்கு போன் பண்ணேன் சுவிச் ஆஃப்ன்னு வந்திச்சி" என்று முடித்த ஜோசப் அந்த பேக்கை பிரித்தான்,

அந்த பேக்கில் ஒரு கைகுட்டையுடன் உடைந்துபோன வாட்ச் ஒன்றும் இருக்க.. அதை பார்த்தவனுக்கு அதிர்ச்சி.. அவனது முதல் நாள் கனவில் வந்த அதே வாட்ச்!

"என்னடா என்னாச்சி? "

"என்னோட கனவுவ வந்த அதே வாட்ச் இது.. எங்கப்பாக்கூட இதே வாட்சதான் எனக்கு பிரசென்ட் பண்ணாரு... " என்று சொல்லிக்கொண்டு அந்த வாட்ச்சை திருப்பினான்... "ஃபார் யூ பாண்டியா... " என்று எழுதி இருந்தது.

ஒன்றும் புரியாமல் குழம்பிய நிலையிலேயே அதை கீழே வைத்துவிட்டு பேக்கினுள் இருந்து ஒரு நோட்டை வெளியே எடுத்தான்.. நோட்டு முழுவதும் தூசியாய் இருக்க அதை பலமாக தட்டியவன் நோட்டை திறந்தான்...
'பாண்டியன் பீ காம் ' என்று எழுதியிருந்தது... பக்கங்களை மேலும் புரட்டினான்.. ஒரு சில கவிதைகள் பிரியாவை பற்றி, நோட்டின் கடைசி ஒரு சில பக்கங்கள் எழுதி அதை பலமாக கிறுக்கி வைத்திருந்தான். பின் கடைசி பக்கத்தில் இரண்டு வரியில் ஒரு கவிதை...

"ஒருவன் எப்போதும் கெட்டவனாக இருக்கப்போவதில்லை...
பெண் எனும் பேதமை புகும்வரை" என்று,
கடைசி பக்கத்தை புரட்டி முடித்தவனுக்கு... முன்னதாக எடுத்த அந்த கைகுட்டை நிச்சயம் பிரியாவுடையதாகத்தான் இருக்கவேண்டும் என்று நினைத்துக்கொண்டான்.

"என்ன சுபாஷ்... நாம எதிர்பாத்தது எதுமே இல்லையே, " என்றான் ஜோசப்.

"இல்லடா.. பாண்டியன் நெறய விஷயத்த நமக்காக சொல்லிட்டு போய்ருக்கான்...
பாண்டியன் மொதல்ல பிரியாவ லவ் பண்ணிருக்கான்.. அவளுக்காக நெரயவே கவித எழுதிருக்கான்.. ஆனா அவன் கெட்டவனா இருந்தாலுமே தன்னோட காதல் வேற ஒருத்தனுக்கு சொந்தமானதுன்னு தெரிஞ்சி ரொம்ப பெருந்தன்மையா விட்டுகுடுத்திருக்கான்.
அவளோட ஞாபகத்துக்கு மட்டும் பிரியாவோட கர்ச்சிஃப்ப எடுத்து வச்சிட்டு ராஜேஷுக்கு உதவி பண்ணிருக்கனும்... தோ... இந்த வாட்ச்ல ஃபார் யூ பாண்டியானு போட்ருக்கு.. இந்த மூனு பொருள் மட்டுந்தான் இருக்குன்றதால இந்த வாட்ச் ராஜேஷ் இல்லனா பிரியாதான் இவனுக்கு குடுத்திருக்கனும்"

"அப்போ பாண்டியன் நல்லவன்னு நெனைக்குறியா? "

"இருக்கலாம்... ஏன்னா அந்த வார்டன் நம்மகிட்ட சொன்னதுல நெறயவே கொழப்பம் இருக்கு. எதுவா இருந்தாலும் போஸ்ட்மாட்டம் பொய் சொல்ல வாய்ப்பில்ல... நாம அங்கபோய் விசாரிச்சா பாண்டியன் நல்லவனா கெட்டவனா.. வார்டன் சொன்னது உண்மையா பொய்யான்னு தெரியும்....! " என்று முடித்தான்.

விடிந்தது...
நேராக மருத்துவமனை அடைந்த சுபாஷ் ராஜேஷ் மரணத்தை போஸ்ட்மாட்டம் செய்த மருத்துவரை அணுகினான்..

"செரி.. போலீஸ்கூட வேணாம், உங்களுக்கு தெரிஞ்ச டாக்டர் ரெஃபரென்ஸ் வாங்கிட்டு வா. இதுகூட இல்லன்னா நாந்தான் பிரச்சனைல மாட்டுவேன்" என்றார் அந்த மருத்துவர்.

சற்று யோசித்தவனுக்கு தன்னுடைய உளவியல் மருத்துவர் புருஷோத்தமன் ஞாபகம் வந்தது. நேராக அவருடைய மருத்துவமனை விரைந்து அவரிடம் உதவி கேட்க அவரும் முரண்டுபிடிக்க ஆரம்பித்தார்.

"சுபாஷ் சின்ன வயசுல உனக்கு ஒரு மேஜர் ஆக்சிடன்ட் தலைல ஆகிருக்கு அதனாலதான் முடிஞ்சிபோன சில விஷயங்கள் உனக்குள்ள தன்னால வளந்து கனவா பயங்காட்டுது. நம்மலோட மறக்கமுடியாத நிகழ்வுகள் மனசுல அழியாம அப்படியே இருந்திடும்... ஆனா மூளைல இருக்க சில நரம்புமண்டலத்தால அந்த நிகழ்வுகள் உனக்குள்ள சில கற்பனையான தோற்றத்தையும் செய்தியையும் உருவாக்கும். இந்தமாதிரியான பிரச்சன உலகத்துல ஆயிரத்துல ஒருத்தருக்கு இருக்கும்." என்று முடித்தார் டாக்டர்.

குழப்பமாகவே.. "செரி டாக்டர் ஏதோ சொல்றிங்க... இதுக்கு மருந்து இருக்கா...? " என்று கேட்டான்.

"இல்ல சுபாஷ்... இந்த பிரச்சனைக்கு மருந்து இல்ல. நம்மளோட மன அமைதிதான் இதுக்கு மருந்து... அதாவது நம்மல பயமுறுத்துற, நம்ம மனசுல அடிக்கடி தோன்றுதுல அந்த விஷயங்களுக்கு முடிவு கட்டினாதான் இந்த பிரச்சினைல இருந்து வெளிய வரமுடியும்... "

"ஹிம்... என்னோட மனசுல கொஞ்சங்கூட நிம்மதி இல்ல டாக்டர்... தெனமும் நான் செத்துகிட்டு இருக்கேன்.. ஒவ்வொரு கனவும் அவ்வளோ ரியாலிட்டியா இருக்கும்.. பயமாவும் இருக்கும். கொஞ்சம் ஃஎல்ப் பண்ணுங்க... " என்றான் சோர்வாக.

நிலமையை உணர்ந்துகொண்ட புருஷோத்தமன் சிறிதுநேரம் யோசித்துவிட்டு அவனுக்கு உதவி செய்ய முன்வந்தார். அரசு மருத்துவமனையில் ஒருவழியாக ராஜேஷின் போஸ்ட்மாட்டம் ரிப்போர்ட் செய்திகள் கிடைத்தது.. அதனை ஆராய்ந்தவனுக்கு பயங்கர அதிர்ச்சியும் காத்திருந்தது. நினைத்ததுபோலவே தலையில் பலத்த காயம் காரணமாகவும் அதிகமான இரத்தப்போக்கு காரணமாகவும் அவன் இறந்திருக்கிறானே தவிர வார்டன் கிருபா சொன்னதுபோல எந்த காயங்களும் அவன் உடம்பில் இல்லை. அருணிடமும் ஜோசப்பிடமும் இதனை சொல்லவேண்டும் என்று தன்னுடைய மொபைலை தேட அது ரிப்பேர் கடையில் இருப்பது நினைவுக்கு வந்தது... வீட்டிற்கு மெதுவாக நடந்தான்.. வானம் பிரகாசமாக இருந்தது. புருஷோத்தமன் சொன்ன வார்த்தைகள் நினைவுக்கு வந்தது... "டெக்னிக்கலாவும் பிராக்டிக்கலாவும் டாக்டர் சொல்றது உண்மையாகூட இருக்கலாம்... ஆனா இந்தளவுக்கு ராஜேஷோட கொலைல நான் பாதிக்கப்பட்டிருக்கேனா?... " என்று தனக்குள் பேசிக்கொண்டான்.

"வார்டன் ஏன் பொய் சொல்லனும்? பாண்டியன ஏன் கெட்டவனா காட்டனும்? ராஜேஷ் கொலைல இருந்து தப்பிக்கிறதுக்கு இந்தமாதிரி அவன் சொல்லிருப்பானா? " என்றபடி
நிமிர்ந்து மேலே பார்த்தான். சூரியனை ஓரளவுக்கு மறைத்துக்கொண்டு ஒரு சிறிய மேகம் அவனுக்கு நிழல் தந்தது, வெள்ளை நிற அந்த மேகம் சிறிதுசிறிதாக தன் உருவத்தை மாற்றி அருவம் போல நின்றது... சுபாஷ் கனவில் வரும் அதே வெள்ளை நிற உருவத்தை போல.

..வானத்தையே பார்த்து நின்றுகொண்டிருந்தவனின் தோள்களில் கைவைத்தான் அருண்,

"என்னடா.. இங்க நின்னுட்டு என்னத்த பாத்துட்டு இருக்க, வீட்டுக்கு போனேன்.. நீ வெளிய போய்ருக்கன்னு அம்மா சொன்னாங்க. ஜோசப்புக்கு போன் பண்ணா நீ ஹாஸ்பிட்டல் போய்ருப்பன்னு சொன்னான்.. அதான் வந்தேன்" என்றான்,

"நேத்து அது விஷயமாத்தான் பேசிட்டு இருந்தோம்.. நீதான் டைம் ஆய்டுச்சின்னு கௌம்பிட்ட, இல்லன்னா உன்னையே கூட்டிட்டு வந்துருப்பேன். சரி வா என்னோட போனுக்கு வந்த அந்த லோக்கல் நம்பர ரிக்கவர் பண்ணி வச்சிருப்பாங்கன்னு நெனைக்குறேன்... " என்று சொலல்லிக்கொண்டே அருணை கூட்டிக்கொண்டு அவ்விடம் விட்டு நகர்ந்தான்.. சில அடிகள் எடுத்துவைத்துவிட்டு மீண்டும் வானத்தை ஏறிட்டான்.. மேகங்கள் கலைந்து கிடந்தன.

"அது இருக்கட்டும்.. நா வரும்போது வானத்தையே பாத்துட்டு இருந்தியே.... என்ன இருந்திச்சி...? "

"அது ஒன்னு இல்ல.. சும்மாதான் பாத்தேன்.. " என்றபடி நடந்து சந்தையை அடைய அவனுக்கு வந்த அந்த லோக்கல் நம்பரை தேடியவர்..

"சஇது நம்ம பக்கத்து ஊரு லோக்கல் நம்பருதான். சக்கரவர்த்தின்னு ஒருத்தர் தலைவரா இருக்காரே... அவரோட ஊருல இருந்துதான் கால் வந்திருக்கு" என்றதும்
திடுக்கிட்டவன் பின்பு தன்னுடைய மொபைலை வாங்கிக்கொண்டு அருணுடன் வீட்டிற்கு வந்துகொண்டிருந்தான்.

"கண்டிப்பா நம்மளுக்கு ரொம்ப தெரிஞ்ச ஒருத்தன்தான் மச்சி இதெல்லாத்தையும் பண்றான்... அவன் என்ன காப்பாத்த ஃபோன் பண்ணாண்னா... இல்ல இப்போ நடக்கப்போறது விபத்து இல்லடா கொலன்னு சொல்றதுக்கு போன் பண்ணாண்னா ஒன்னும் தெரில "

"அது இருக்கட்டும்... மூணுநாள் விசாரண கைதியா இருக்காங்களே கிருபா சரவணன்.. அவங்கள பத்தி எதாச்சோ அப்டேட் வந்திச்சா... ஒரு நாள் ஓடிப்போச்சி கேஸ்ல எதாச்சோம் முன்னேற்றம் இருக்காம்மா" என்று பேச்சை மாற்றினான் அருண்.

"இளங்கோ ஒரு கான்ஸ்டபிள் நம்பர் குடுத்திருக்காரு... அவருக்கு தெரிஞ்ச ஒருத்தர்தானாம். அவர்கிட்ட பேசுனா எதாச்சோம் தெரியும்" என்றபடி அவருக்கு தொடர்புகொண்டான்.

"விசாரண தீவிரமா நடந்துட்டுதான் இருக்கு.. ஒருநாள் முழுக்க விசாரிச்சதுல அவங்க அவ்வளோவா எதயும் பேசல.. நாளைக்குதான் பாக்கனும் என்ன நடக்குதுன்னு. எதாச்சோம் முக்கியமான விஷயம்னா நானே பண்றேன் சரியா... ஸ்டேஷன் உள்ளதான் இருக்கேன்.. இதபத்தி பேசுனா உள்ள இருக்குறவங்களுக்கு டவுட் வரும் "
என்றபடி இணைப்பு துண்டானது.

மொட்டைமாடி ரூமிற்குள் சென்று அமர்ந்துகொள்ள டாக்டர் சொன்னது ஞாபகத்திற்கு வந்தது.. அதே கணம் மதுவின் ஊருக்கு போனபோது ஆலமரத்து கிழவன் சொன்னதும் ஞாபகத்திற்கு வந்தது. இருவருடைய பதிலும் மிகவும் நெருக்கமாகவே இருந்தது... "அந்த கிழவர் சொன்னதும் ஆயிரத்துல ஒருவன்.. இந்த டாக்டரும் ஆயிரத்துல ஒருத்தருக்கு இந்தமாதிரி வரும்னு சொன்னாரு...? இது அறிவியலா இல்ல அமானுஷ்யமான்னு

தெரிலயே? " என்று மனதிற்குள் நினைத்துக்கொண்டு படுத்தான். விடுதியை மெதுவாக நோட்டமிட்டான்... வெயிலின் தாக்கம் குறைவாக இருக்க... மரங்களின் அசைவுகள் சற்று அதிகமாக இருந்தது.. தென்றல் சுபாஷை தூக்கத்திற்கு அழைத்துச்செல்ல அப்படியே அயர்ந்து தூங்கினான்.
யாரோ அவனை கூப்பிடுவது போல இருக்க சுபாஷின் தூக்கம் கலைந்தது.. விருட்டென்று எழுந்துகொண்டான்... இருள் சூழ்ந்திருந்தது.."அதுக்குள்ள இருட்டிடிச்சா...? " என்று சொல்லிக்கொண்டு எழுந்தான் விடுதியின் முகப்பில் வெளிச்சம் இல்லை.. கும்மிருட்டாய் இருந்தது. நேரம் சரியாக தெரியவில்லை.. விடுதியின் பின்புற தென்னை மரத்தை அங்கு காணவில்லை.. அது அடியோடு வெட்டி சாய்க்கப்பட்டிருந்தது.. அதிர்ந்தான். மீண்டும் வீட்டின் கீழிருந்து யாரோ கூப்பிடும் சத்தம் கேட்டுக்கொண்டே இருக்க கீழே செல்ல முற்பட்டான் ஆனால் இருந்த இடத்தைவிட்டு நகரமுடியவில்லை!...

"டேய்.. சுபாஷ், எத்தனதடவ கூப்புடுறது?"
என்று அந்த குரலின் வேகமும் சத்தமும் அதிகரித்துக்கொண்டே இருக்க சுபாஷால் இருந்த இடத்தை விட்டு நகரவே முடியாமல் அப்படியே இருந்தான் ...
"சுபாஷ்... எழுந்திரு. வா போலாம்.. என்ற அந்த குரல் அவனை இழுத்தது.

பயந்துகொண்டு எழுந்தான்.. அவனது அம்மா அவனை எழுப்பிக்கொண்டிருந்தார்.. சுற்றிலும் பார்த்தான் சூரியன் அஸ்தமித்துக்கொண்டிருந்தது...
"டைம் என்னாச்சிம்மா...? " என்றான்.

"மணி ஆறு ஆகுது... மதியம் வந்து படுத்தவன் இங்கயே தூங்கிட்டியா நீ.... எவ்ளோ நேரம் கூப்புடுறது உன்ன.. அதான் நானே மேல வந்துட்டேன்" என்றார் அவன் அம்மா.

இரவானது...
படுக்கச்சென்றவனை வெளியில் தூரிய தூரல் அழைத்தது... வெளியே சென்றுபார்க்க சற்று பரவலாக மழை பெய்யத்தொடங்கியிருந்தது... பார்த்து ரசித்துவிட்டு தூங்கச்சென்றான்.. ஜன்னல்களை மூடிவிட்டு தூங்கினான்... ஆழ்ந்த தூக்கத்தில் இருந்தவனை மீண்டும் ஏதோ ஒன்று சுனங்கவைத்தது.. கண்களை மெதுவாக திறந்தான்... அடர்ந்த வெண்பனி மந்தாரம் போல் சூழ்ந்திருந்தது... பற்கள் நடுக்கம் காண எழுந்து நின்றான். வழக்கம்போல அதே விடுதியின் மொட்டைமாடியில் நின்றுகொண்டிருந்தான்.
ஆனாலும் இந்தமுறை அந்த அடையாளம் தெரியாத உருவத்தை எப்படியேனும் பார்த்திடவேண்டும் என்ற துடிப்பில் பின்னால் திரும்பி பார்த்தான்.. தென்னைமரம் இல்லை. விடுதியின் மொட்டைமாடி முகப்பு

விளக்கும் அனைந்துகிடந்தது.. மனதில் தைரியத்தை வரவழைத்துக்கொண்டு விடுதியின் விளிம்பை அடைந்தான்.. வழக்கம்போலவே அந்த கருப்பு உருவம் பக்கவாட்டு கம்பியை பிடித்துக்கொண்டிருந்தது..

அழுகையும் பற்கடிப்புமாக..

"சரி... இந்தமுறை கண்டிப்பா இதுலருந்து ரெண்டுபேரும் வெளிய வந்திடலாம்.. ஒன்னும் கவலபடாத? " என்று சொல்லிக்கொண்டு கைகளை நீட்டினான்.. அந்த உருவம் பதில் எதுவும் பேசாமல் கைகளை கொடுத்தது. அதே சமயம் சுபாஷிற்கு பின்னால் மீண்டும் பரிட்சயபட்ட உருவத்தின் சத்தமும் நெருங்கி பக்கத்தில் வந்தது. அந்த கருப்பு உருவத்தை தூக்கி வெளியே இழுத்தூப்போட்டுவிட்டு வேகமாக பின்னால் திரும்பியவன் கருப்பு உருவத்தின் துணியை பரபரப்பாக விளக்கியபடி,

"இத்தனநாள் கனவுல இன்னைக்குத்தான் உன்ன என்னால தொட்டு தூக்க முடிஞ்சது.. கடைசியா உன்ன காப்பாத்திட்டேன் பாத்தியா.. சொல்லு, யாரு உன்ன கொல பண்ணாங்க அந்த வார்டன்தான பண்ணான், இல்ல என்ன சுத்தி இருக்குறவங்களுக்கும் உன்னோட கொலைல பங்கு இருக்கா...? " என்று கேள்விகளை அடுக்கினான்.

ராஜேஷிடமிருந்து எந்த ஒரு பதிலும் வரவில்லை.. மாறாக அவனுக்கு பின்னால் மீண்டும் ஒரு பெண் அழுவும் சத்தம் கேட்டது. மிகவும் பரிட்சையப்பட்ட ஒரு அழுகையாய் முதல் நாள் கனவில் கேட்ட அதே குரல்போல. வேகமாக திரும்பினான்.. இருட்டை தவிர ஒன்றும் இல்லை.. மீண்டும் ராஜேஷை பார்த்தான், பதில் எதுவும் சொல்லாமல் இருந்தவனின் உருவம் கொஞ்சம் கொஞ்சமாக மாறி வார்டன் கிருபாகரனின் முகத்தோற்றத்தில் நின்றது. சுபாஷிற்கு என்ன நடக்கின்றதென்றே தெரியாமல் பிரம்மிப்பாக பார்த்துக்கொண்டிருக்க
எதிரில் நின்ற அந்த உருவமும் கிருபா கைதுசெய்து அழைத்துச்சென்றபோதும்... லாக்கப்பில் இருந்தபோதும் வெளிப்படுத்திய சிரிப்பை எதிரொலித்துக்கொண்டிருந்தது.

"வார்டன்.. வார்டன் கிருபாவா...? " என்று சுபாஷ் கேட்க பதில் எதுவும் சொல்லாமல் அந்த உருவமும் அவனை நெருங்கி வந்தது.. அதன் கழுத்திலிருந்தும் தலையிலிருந்தும் திடீரென்று பீழ்ச்சிய இரத்தம் சுபாஷை நனைக்க அதிர்ந்து போய் நின்றவனை பிடித்து மாடியிலிருந்து தள்ளிவிட்டது.. தோற்றுப்போனவனாய் மீண்டும் தரையில் விழுந்து சிதற.. ஒரு ஆழ்ந்த இருள் அவனை சூழ்ந்துகொண்டது.

அசதியாய் எழுந்திருக்க எதிரில் அவனது அப்பா ராமச்சந்திரன். திறந்து கிடந்த ஜன்னல்களை பார்த்தபடி,
"என்னோட ரூம்ல என்ன பண்றீங்க.. என்ன விஷயம்?" என்று கேட்க தனது கண் கண்ணாடியை கழற்றியவர்,

"போய் மொகம் கழுவிட்டு வா சொல்றேன்" என்றார்.

சோர்வாகவும்.. குழப்பமாகவும் முகம் கழுவச்சென்றான். கனவில் பீழ்ச்சிய இரத்தக்கறை போன்றே ஒரு கணம் அவனது முகம் தெரிய சற்று அதிர்ந்த போய் மீண்டும் முகம் கழுவினான்.. பிறகு கட்டில் மேல் வந்து அமர்ந்துகொண்டவனிடம் "காலைல இளங்கோ ஃபோன் பண்ணிருந்தாருடா... ?" என்றார் ராமச்சந்திரன்.

"அப்டியா என்ன சொன்னாரு, கேஸ் எப்படி போகுதாம்... நானே அவருக்கு கால் பண்ணணும்னு நெனச்சேன்? "

"காலைல ஃபோன் பண்ணி கஸ்டடில இருந்த வார்டன் கிருபாவும் சரவணனும் நைட்டு தற்கொலை பண்ணிகிட்டாங்களாம் " என்று சொல்ல அதிர்ச்சியில் அப்படியே சில நிமிடங்கள் அப்பாவையே பார்த்துக்கொண்டிருந்தான். அதிர்ச்சியில் இருந்தவனிடம்.. "எதுவா இருந்தாலும் கொஞ்சம் யோசிச்சி முடிவு பண்ணு.. " என்றவர் அங்கிருந்து நகர்ந்தார்.

மணி சரியாக ஒன்பது.. சிலநாட்களுக்கு முன்பாக அப்பா தனக்காக வாங்கி வைத்திருந்த
பைக்கை எடுத்தவன் நேராக டவுன் கோர்ட்டை நோக்கி அதை செலுத்தினான். எங்கு நாம் தோற்றுவிட்டோமோ என்ற குமுறல் மனதிற்குள் ஓடிக்கொண்டிருந்தது.
நினைவுகளில் அந்த வார்டனின் சிரிப்பும் இரவு வந்த கனவுகளும் தொடர்ந்து துரத்தியது.. ஹாஸ்பிட்டல் வந்தடைய வெளியில் டீகடை ஒன்றில் இளங்கோ உட்கார்ந்திருப்பதை பார்த்து அவரை நெருங்கினான்..

"பதட்டபடாத சுபாஷ்.. ஒக்காரு"

"எப்படி நடந்துச்சி.. இருந்த ஒரே துருப்பும் போச்சே சார். என்னாச்சி? " என்று சோர்வாக கேட்டான்.

"இந்தமாதிரி முடியும்னு நான் நெனைக்கவே இல்ல சுபாஷ்.. பிரச்சன ரொம்பவே பெருசு.. ரொம்பவே..! "

"அப்டின்னா..! "

"நடந்தது கண்டிப்பா தற்கொலையா இருக்க வாய்ப்பில்ல"

"என்ன சொல்றீங்க.. அப்போ கொலையா? யாரு செஞ்சிருப்பா.. எதுக்காக..? "

"அது உனக்குத்தான் தெரியும் சுபாஷ்.. உனக்கு நல்லாவே தெரியும்... இவ்வளோ பயங்கரமான ஒரு விஷயத்த பண்றாங்கன்னா அவங்க எவ்வளோ பயங்கரமானவங்களா இருப்பாங்க.. கடவுளுக்குதான் வெளிச்சம்! "

"அப்போ.. தன்னோட ஜாதிமானம் போய்டகூடாதுன்னு அந்த ஊர்தலைவரே போலீஸ வச்சி முடிச்சிட்டாங்கன்னு சொல்ல வரீங்களா..? "

"இருக்கலாம்னு சொல்றேன்.. இங்க வந்து அறமணி நேரம் ஆவுது.. இன்னும் ஹாஸ்பிட்டல்ல இருந்து எந்த நியூசும் வரல"

"அப்போ போஸ்ட்மாட்டமும் ரிப்போர்ட்ல உண்ம என்னன்னு தெரியும்ல..? "

"அட.. அதெல்லாம் ஈசியா மாத்திருவாங்க சுபாஷ். இவனுங்களுக்கு உண்மைய கண்டுபுடிக்கதான் கஷ்டம்.. தப்ப மறைக்குறதெல்லாம் ஈசிதான்..! " என்றார் இளங்கோ சிரித்தபடி..

நேரம் சரியாக ஒன்றை நெருங்கிக்கொண்டிருந்தது.. நீண்டநேரம் காத்திருப்பிற்கு பிறகு மருத்துவமனையிலிருந்து இரண்டு இறந்த உடல்களையும் ஒரு வெள்ளை துணியை போர்த்தியபடி வெளியே ஸ்ட்ரெக்சரில் தள்ளிக்கொண்டு வந்தனர்.. பரபரப்பு தாங்காமல் வேகமாக ஹாஸ்பிட்டல் நோக்கி ஓடியவன்,

அறையிலிருந்து வெளியேறிய ஒரு டாக்டரை பார்த்து
" டாக்டர் என்னாச்சி.. எப்பிடி எறந்தாங்க.. கொலையா தற்கொலையா..? " என்று அவன் கேட்டுக்கொண்டிருக்கும்போதே அவனை நெருங்கிய ஒரு உருவம் அவன் கண்ணத்தில் பளார் என்று அறைந்தது... நிலை தடுமாறியவன் கன்னத்தில் கைவைத்தபடி நிமிர்ந்தான்.. எதிரில் மங்களான தோற்றத்தில் இன்ஸ்பெக்டர் தர்மன்!

"டேய் செத்தது உன்னோட அண்ணனா தம்பியா? இல்லல்ல.. கௌம்பு. என்னமோ போலீஸ்மாதிரி உரிமையா கேக்குற.. கௌம்புடா ?" என்று தர்மன் சொல்ல வேகமாக ஓடிவந்த இளங்கோ சுபாஷை மருபடியும் டீ கடைக்கே கூட்டிக்கொண்டுபோனார்.

ஆம்புலன்ஸ் கிளம்ப.. கன்னத்தை பிடித்தவாறு உக்கார்ந்திருந்தவனுக்கு தொடர்ந்து மதுவிடம் இருந்து அழைப்பு வர அதை கோவமாக கட் செய்தான்.
கண்களில் தேங்கிய கண்ணீர் அவன் கன்னத்தை தழுவியபடி வடிந்துகொண்டிருந்தது.. சில நிமிடங்கள் இருவரும் காரணம் இல்லாமல் அங்கேயே அமர்ந்திருக்க.. இளங்கோவிற்கு ஒரு அழைப்பு..

"ஹலோ.. நீங்க லாயர் இளங்கோதான.. நான் ஹாஸ்பிட்டல் கம்பவுண்டர் பேசுறேன். டாக்டர் உங்கள பாக்கனுமாம் கொஞ்சம் ஹாஸ்பிட்டல் பின்னாடி வாங்க.. யாரும் பாக்காதமாதிரி வாங்க.."என்று சொல்ல உடனே இணைப்பு துண்டானது. சுபாஷையும் கூட்டிக்கொண்டு ஹாஸ்பிட்டல் பின்புறம் செல்ல அங்கு ஏற்கனவே கிருபாவையும் சரவணனையும் உடற்கூறு செய்த டாக்டர் காத்திருந்தார்.

"சொல்லுங்க டாக்டர் என்ன விஷயம்..? " என்றார் இளங்கோ.

"நேரா விஷயத்துக்கு வர்றேன்.. இந்த பையனோட ஈடுபாட்ட பாத்தா ஏதோ முக்கியமான விஷயம்னுதான் தெரிஞ்சது.. இது திட்டமிட்டதான்னு தெரில.. ஆனா ரெண்டுபேரும் ஒரேமாதிரி இறந்து போயிருக்காங்க.. ஒடம்புல எந்த காயமும் இல்ல. "

"டாக்டர்.. அப்போ இது கொலைன்னு சொல்றீங்களா.. இல்ல?"

"எவ்வளோ பெரிய காரணமா இருந்தாலும் அதுக்கு ஒரேமாதிரியான முடிவ ரெண்டுபேரும் ஒரேசமத்துல எடுக்கமாட்டாங்க.. இதுக்கு வாய்ப்பும் கம்மிதான். இதவிட தெளிவா யாரும் சொல்லமாட்டாங்க தம்பி....!" என்று மெல்லிய சிரிப்போடு நிறுத்தினார்.

சோர்வாக டீகடை பென்ச்சை ஆக்கிரமித்த இருவருக்கும் ஒரு நீண்ட அமைதி தேவைப்பட்டது.. மதுவிடமிருந்து மீண்டும் அழைப்பு.. அட்டர்ன் செய்து அவளிடம் இருக்கும் கோவத்தை கொட்டவேண்டும் என்ற ஆத்திரம்.. ஆனால் அதற்கும் அவனிடம் மனமும் பலமும் இல்லை.. சுபாஷை பார்த்த இளங்கோ..

"உங்கப்பா உன்னபத்தி சொன்னாரு சுபாஷ்.. உனக்குள்ள இருக்க நம்பிக்கய விட்றாத.. அது போச்சுன்னா எல்லாமே காலி.. அன்ட் உனக்குள்ள என்னமோ ஒரு மர்மம் இருக்கு.. ஒருசில விஷயங்கள வெளிச்சம்போட்டு செய்றதவிட இருட்டுல செய்றது நல்லது. ஏன்னா நானும் அடிக்கடி கிரிமினல் லாயரா மாருவேன்.. நியாயத்த நெலநாட்ட தப்பான வழிகளும் சிலநேரங்கள்ள நமக்கு தேவபடும்.. என்ன சொல்றேன்னு புரியுதுல்ல..? " என்றார்.

"நல்லாவே புரியுது " என்று அவரை பார்த்தபடி புன்னகைத்தான்.
அங்கிருந்த ஒரு ஹோட்டலின் மதிய உணவை முடித்துக்கொண்டு அங்கிருந்து கிளம்பினான். மதுவின் நினைப்பு வர.. வண்டியை நிறுத்திவிட்டு அவளுக்கு போன் செய்தான்.. எடுக்கவில்லை. பயந்துபோனவன் மீண்டும் முயற்சித்தான் எந்த பதிலும் இல்லை. குழப்பமும் பயமும் நிரம்ப வேகமாக வீட்டை நோக்கி பைக்கை செலுத்தினான்.
மாலைப்பொழுது பனியுடன் அவனை வரவேற்றது. தன்னம்பிக்கை இருந்தாலும் கண்களிள் கண்ணீர் கொப்பளித்தது.. சில நிமிடங்களில் ஜோசப்பிடமிருந்து அழைப்பு,

"இப்பதான் நியூஸ் பாத்தேன்.. சர்ச்கிட்ட இருக்கேன் கௌம்பி வா..! " என்று ஜோசப் சொல்ல.. மூச்சை இழுத்து விட்டவன் கொஞ்சநேரம் விடுதியையும் பார்த்துவிட்டு சர்ச்சை நோக்கி வண்டியை செலுத்தினான்.. ஜோசப்புடன் இரண்டு பேர் பேசிக்கொண்டிருக்க சுபாஷை பார்த்ததும் கலைந்தனர்.

"ரொம்பவே அதிர்ச்சியாவும் பயமாவும் இருக்கு.. இப்ப என்ன பண்ணலாம்? " என்றான் ஜோசப்.

"எனக்கே தெரில மச்சி.. ஆனா எனக்கு ஆபத்து நெருங்குதுன்னு மட்டும் புரியுது.. இன்ஃபேக்ட் என்னாலதான் அவங்க ரெண்டுபேரும் செத்துபோய்ருக்காங்க. நானும் ஒரு காரணமா இருந்திருக்கேன்.. அதனால என்ன அவ்ளோ ஈசியா விடமாட்டாங்க..! "

"கண்டத பேசாத.. கண்டிப்பா இதோட முடிவ எழுதப்போறது நீதான் கவலபடாத" என்று ஜோசப் சொல்ல ஆறுமணி சர்ச் பெல் பலமாக அடித்தது...

சில நிமிடங்களில் மதுவிடமிருந்து அழைப்பு வர வேகமாக அதை அட்டர்ன் செய்தவன்..

" ஏய்.. எத்தனமுற கால் பண்றது உனக்கு அறிவே இல்லையாடி?" என்று கத்தினான்.

"டீவியில நியூஸ் போகுது.. அதனாலதான் கால் பண்ணேன்.. இல்லாட்டி கண்டிப்பா கால் பண்ணிருக்கமாட்டேன்.. உங்க ஊர் புராணம்தான் ஓடிகிட்டு இருக்கு..! " என்றாள்.

"தெரியும்.. இப்போதான் ஜோசப் சொன்னான்... கேக்க மறந்துட்டேன் பாரு.. எதுக்கு அத்தன கால் பண்ணிருந்த..? "

"நான் கால் பண்ணும்போதுலாம் எங்க ஊரு மார்க்கெட்ல இருந்தேன், மார்க்கெட்ல இருக்கும்போது என்ன யாரோ ஃபாலோ பண்றமாதிரி இருந்திச்சி... யாருன்னுலாம் தெரியல, ஆனா கொஞ்சநேரம் பாலோ பண்றமாதிரிதான் இருந்திச்சி.. அதுக்கப்புறோம் அவங்கள நான் பாக்கல..! "என்று அவள் முடிக்க இணைப்பு கட்டானது..

"ஹலோ மது.. ஹலோ...? " என்று பதறியவன் மீண்டும் முயற்சித்தான். பிறகு,

"என்னாச்சி ஏன் கால் கட்டாச்சி..? " என்று பரபரப்பாக கேட்டான்..

"தெரியல.. தன்னால கட் ஆய்ருக்கும்.. மொபைல் ப்ராப்ளம்..! " என்றாள்.

"ஹிம் பயந்தே போய்ட்டேன்.. இப்போ சேஃப்தான.. சரி நாளைக்கு கால் பண்ணி பேசுறேன்!" என்றவன் இணைப்பை துண்டித்தான். என்ன செய்வது என தெரியாமல் முழித்துக்கொண்டிருக்க. நேரடியாக களத்தில் இறங்குவதே நல்லதாக பட்டது. அதற்கேற்றபடி அருணும் சட்டென்று கால் செய்ய அவனுடன் சில நிமிடங்கள் பேசினான்.. முகத்தில் ஒரு தெளிவு! அதை பெரிதாக வெளிக்காட்டிக்கொள்ளாதவன் புத்துணர்ச்சியுடன் எழுந்தான்.. வேகமாக ஜோசப்பிடம் ஒருசில முக்கிய விஷயங்களையும் பகிர்ந்துகொண்டான்..

வீட்டை அடைந்தவன் விடுதி முகப்பை பார்த்தான். மின்விளக்கு எரியாமல் ஒரே இருட்டாக இருந்தது.. சட்டென்று எழுந்தவன் வேகமாக விடுதியின் முகப்பை அடைந்து மின்விளக்கு ஸ்விச்சை ஆன் செய்ய அது தங்கு தடையின்றி பளிச்சென எரிந்தது.. பின்னர் அங்கிருந்து கிளம்ப எதிரில் பியூன் ஆறுமுகம் வந்துகொண்டிருந்தார்.. அவரை நெருங்கியவன்..

"சாரிண்ணா அன்னைக்கு அப்பிடி நடந்திருக்கக்கூடாது, மன்னிச்சிடுங்க" என்றான்.

சுபாஷை பரபரப்பாக பார்த்த பியூன்.. "அட அத விடுப்பா, இந்த படுபாவிங்க ரெண்டுபேரும் போய் சேந்துட்டாங்கலாமே? நியூஸ்ல ஓடிட்டு இருக்கு.. இப்போதான் பாத்துட்டு வர்றேன்.. வா கொஞ்சம் ஒக்காந்து பேசலாம்" என்று அவர் சொல்ல குப்பென்ற பிராந்தி வாடை அவரிடமிருந்து எதிரொலித்தது.
விடுதி வராண்டாவில் இருவரும் அமர்ந்துகொள்ள இருள் சூழத்தொடங்கியிருந்தது.. பனியும்தான்!

"ஹிம்.. படுபாவிங்க அந்த கொலகாரன் யாருன்னோ இல்லாட்டி அந்த கொலைய செய்யச்சொன்னது யாருன்னோ கூட சொல்லிட்டு செத்துபோய்ருக்கலாம்.. இந்தமாதிரி பண்ணிகிட்டானுங்களே..? " என்றார் ஆறுமுகம்.

"செரி விடுங்க, இப்போ என்ன பண்றது.. அட்லீஸ்ட் அந்த பிரியா எங்க இருக்கான்னு தெரிஞ்சாகூட அவளவச்சி இதுக்கு ஒரு தீர்வ கொண்டுவரலாம்.. இப்போ அவளும் இல்ல"

"அவ இன்னு உயிரோட இருப்பான்னு நெனச்சிட்டு இருக்கியா சுபாஷ்?"

அதிர்ச்சியாக அவரை பார்த்தவன் " ஏன் அந்தமாதிரி கேக்குற..? " என்றான்.

அவனை நெருங்கியவர்.. "ஆணவக்கொல பண்ண தெரிஞ்ச அவனுங்களுக்கு அவனுங்க மானம் போகாம இருக்க எந்த எல்லைக்கும் போவானுங்க தம்பி.. அந்த ஊர் தலைவர் சக்கரவர்த்தி இருக்கானே அவங்க தங்கச்சியக்கூட அந்தமாதிரிதான் கொண்ணானுங்கன்னு சொல்லிக்கிட்டாங்க..! " என்று புதிதாய் ஒன்றை ஆரம்பித்தார்.

"..ஒருநாள் சரியான போதையில இருக்கும்போது இந்த விஷயத்த எங்கப்பா ஏங்கிட்ட சொன்னாரு.. பெருசா விவரம்லாம் தெரியாது, ஆனா அதுவும் ஏதோ லவ் மேட்டர்ன்னுதான் ஊர் எல்லாம் பேசிக்கிச்சி.. அப்போறோம் இத வெளிய சொல்லாத..! " என்று அவர் சொல்ல தலையாட்டிக்கொண்டு அங்கிருந்து கிளம்பினான். சில நிமிடங்களில் அருணிடமிருந்து ஒரு முக்கியமான விஷயத்தை கைப்பற்றியவன்..

"அப்போறோம்.. நாளைக்கு நீயும் ஜோசப்பும் ஏங்கூட ப்ரியா வீட்டுக்கு வர்றீங்க ஒரு முக்கியமான வேல இருக்கு" என்றவன் படுக்கையில் சரிந்தான். மனதில் இருந்த ஒரே குழப்பம்.. இன்னமும் ப்ரியா உயிரோட இருப்பாளா? என்பதுதான். நன்கு அயர்ந்து தூங்கினான்,

பயங்கரமான இருளில் குறைந்தபட்ச மின்விளக்கு ஒளியினை வாங்கியிருந்த அந்த அறை ஒரு சிறை என்று மின்விளக்கு ஒளி உறுதிபடுத்தியது.. சிறை கம்பிகளை உள்ளிருந்து ஒரு உருவம் சட்டென்று பற்றிக்கொண்டு வேகமாக குலுக்க அந்த இரும்பு கம்பிகள் நிறைந்த கதவு பலமாக சத்தத்தை உண்டுபண்ணியது.. சட்டென்று எழுந்தான்.. நேரம் அதே மூன்று முப்பது.

விடிந்தது.. வேகமாக அவனது பைக்கை எடுத்துக்கொண்டு ஜோசப் வீட்டை அடைந்தான்.. ஏற்கனவே தயாராக இருந்த அவனை கூட்டிக்கொண்டு பேருந்து நிலையம் அடைய அருணும் அவனுடன் செல்ல ஆயத்தமாக இருந்தான். மூவர் முகத்திலும் ஒரு குறுஞ்சிரிப்பு வெளிப்பட்டுக்கொண்டிருந்தது. வாகனத்தை வேகமாக பிரியாவின் வீட்டிற்கு விட வழக்கம்போல வீட்டின் மையத்தில் நாற்காலியில் அமர்ந்திருந்த சக்கரவர்த்தி அவர்களை வரவேற்றார் ஆனால் வேண்டா வெறுப்பாக.

வீட்டை சுற்றிப்பார்த்துக்கொண்டிருந்த ஜோசபை பார்த்தவர்.. " இந்த தம்பி யாரு புதுசா இருக்கான்.? " என்று கேட்டார்.

"இவன் என்னோட ஃப்ரெண்ட் ஜோசப்.. கடல்ல மீன் புடிக்குறான்.. " என்று சொல்ல சக்கரவர்த்தியின் முகத்தில் ஒரு நெருடல் உருவானது.. அதை உணர்ந்த சுபாஷ் ஜோசப்பின் தோள்மேல் கைபோட்டுக்கொண்டு.. " நாங்க எல்லாரும் உயிர் நண்பர்கள், எங்களுக்குள்ள ஜாதி மதம்.. இந்தமாதிரி எந்த பேதமும் இல்லைங்க..!" என்று சொல்ல.. சக்கரவர்த்திக்கு மூக்கு உடைந்தார் போல கீழே குனிந்துகொண்டார்.

"பிரியா எங்க இன்னமும் வர்லயா..? "

"எதுக்கு இவ்வளோஅவசரம் அவள பாக்க.. இன்னைக்கு புதன், இன்னும் ரெண்டு நாள்ல வந்துடுவா.. இப்போ போய்ட்டுவாங்க.. உங்களவிட எனக்கு என் பொண்ண பாக்காம எவ்வளோ கஷ்டமா இருக்கு தெரியுமா..?" என்றார். அதேசமயம் அவரை நெருங்கிய ஒரு வேலைக்காரன் "சாமி.. உங்க நாய் குடுத்த சாப்பாட்ட இன்னைக்கும் செரியா சாப்பிடமாட்டுது.. நீங்க வந்தாத்தான் முடியும்..! " என்றான்.

"ஹிம்.. இவங்கள அனுப்பிட்டுவர்றேன்.. " என்று சொல்ல மாடியிலிருந்து கீழே இறங்கி வந்துகொண்டிருந்த சக்கரவர்த்தியின் மகன் வடிவேலு அவரிடம் எதயோ சொல்லிவிட்டும் வந்தவர்களை கடுமையாக முறைத்துக்கொண்டும் வெளியேறினான்...

"நாங்க அவசரப்படல சார்.. ஒரு சின்ன சந்தேகம்தான்.. மத்தபடி வேற ஒன்னு இல்ல.. " என்று சுபாஷ் சொல்ல மற்ற இருவரும் அமைதியாக நின்றனர்.

சிறிதுநேர உறையாடல் தொடர்ந்து நடக்க மீண்டும் அவரிடம் வந்த அதே பணியாள்.. " ஐயா.. அந்த நாய் திரும்பவும் மொரண்டு புடிச்சிட்டேதான் இருக்கு.. இத்தனமாசம் சும்மா இருந்தது இந்த கொஞ்சநாளாத்தான் இந்தமாதிரியெல்லாம்" என்று சொல்ல..
அவனை அனுப்பிவிட்ட சக்கரவர்த்தி..

"செரி தம்பி.. வெள்ளிக்கிழம உங்க விருப்பப்படி பிரியாவ பாப்பீங்க.. இப்போ போய்ட்டுவாங்க.. " என்று அவர்களை அனுப்பியவர் தாழ்வாரத்திற்கு கீழ்புறம் இருந்த ரகசிய அறைக்கு விரைந்தார்.
வீட்டை விட்டு வெளியேறிய மூன்று பேரும் ஊர் எல்லையை அடைந்தவர்கள் ஊர் தலைவர் சக்கரவர்த்தியின் மகன் வடிவேலுவை கடத்துவதற்கான திட்டம் ஒன்றை எடுத்தனர்.

இரவானது.. மகன் இன்னமும் வீடு வந்து சேராததால் சந்தேகமடைந்த சக்கரவர்த்தி அவனுக்கு போன் செய்ய அட்டன் செய்த வடிவேலு..

"ஃப்ரெண்ட் பர்த்டே பார்ட்டிப்பா... பன்னெண்டு மணிக்கு விஷ் பண்ணிட்டு இங்கயே தங்கிட்டு காலைல வர்றேன்..! " என்றான்.

"பாத்து ஜாக்கிரதயா வா.. நாளைக்கு நெறயவேல கெடக்கு.. மறுபடியும் ஒரு லாரிய ரெடி பண்ணனும்.. ஆனா இந்தமுற தப்பிக்க கூடாது..! " என்று வன்மக்குரலில் பேசிவிட்டு படுக்கச்சென்றார்.

வீட்டின் பணியாட்கள் பெரும்பாலும் அவரவர் வீட்டிற்கு சென்றிருந்ததால் ஒருசிலர் மட்டுமே இருந்தனர். வராண்டாவில் படுத்து தூங்கிய ஒருசில நிமிடங்களில் யாரோ நடமாடும் சத்தம்.. விருட்டென்று கண்களை திறந்து பார்த்தார்.. பிறகு சற்று நிமிர்ந்து வெளிப்புற கிணற்றை நோட்டமிட்டார்.. யாரும் இல்லை. அது வழக்கமான பரம்பரை வீடு என்று இருந்தாலும் ஒருசில நேரங்களில் இருட்டில் பார்க்கும் போது அவருக்கே சற்று திகிலாகத்தான் இருக்கும்.. அதற்கு வேறு ஒரு காரணமும் இருந்தது. எச்சிலை முழுங்கியவர் மீண்டும் படுத்து தூங்கினார். ஒருசில நிமிடங்களில் அதே சத்தம் தொடர.. மெதுவாக திரும்ப இருளில் ஒரு உருவம்சக்கரவர்த்தி சுதாரிப்பதற்குள் வேகமாக முன்னேறிய அந்த உருவம் மறைத்து வைத்திருந்த கத்தியை அவரது கழுத்தில் வைத்தபடி முகத்தில் போர்த்தியிருந்த துணியை விலக்கினான்.

"சுபாஷ் நீயா. ஏன் இந்தமாதிரி பண்ண.. என்ன வேணும் "

"உன்னோட பையன் வடிவேலு எங்க பிடியிலதான் இருக்கான் தலைவரே.. வேணும்னா அவனுக்கு போன்பண்ணி கேட்டுப்பாருங்க.. நடிச்சது போதும்.. வேஷத்த கலைக்கலாமே..? " என்றான்.

கட்டில் பக்கத்தில் இருந்த லேண்ட்லைனில் வடிவேலுவுடன் பேச முயற்சித்தார்.. போனை எடுத்தது ஜோசப்,
"சொல்லுங்க தலைவரே.. இப்பதான் குடுத்தத சாப்டுட்டு ஒக்காந்துட்டு இருக்கான். மரியாதயா சுபாஷ் என்ன கேக்குறானோ அத செய் இல்லாட்டி கொள்ளிவைக்கக்கூட வாரிசு இல்லாம போய்டும்" என்றான்.

சக்கரவர்த்தி கையில் வைத்திருந்த போனுடன் சுபாஷை பரிதாப முகத்தை மாற்றி கோவமான பார்வையை அவனை நோக்கி வீசியவரிடம்,

"மொட்டமாடிக்கு போய்டலாம் வாங்க" என்றபடி அவரை வீட்டின் மொட்டைமாடிக்கு கூட்டிக்கொண்டு போனான். இரும்பு இருக்கைகள் போட்டுக்கொண்டு இருவரும் உட்கார நடுநிசியில் பனி பரவலாக கொட்ட தொடங்கியிருந்தது..

"ஏன் ராஜேஷ கொலபண்ணீங்க..? " என்று முதல் கேள்வியே எந்த ஒளிவு மறைவும் இல்லாமல் கேட்டான்.

"அதுக்கு முன்னாடி இந்த கிருபாவும் சரவணனும் ஏன் செத்தாங்கன்னு கேக்கலயே நீ..? "

"இதக்கூட என்னால கண்டுபுடிக்க முடியாதா.. உன்னோட ஜாதிக்கு கலங்கம் வரமாதிரி இருந்தாதான் எந்த எல்லைக்கும் போவியே நீ.. அவங்க உண்மைய சொல்ல ஒப்புதல் பண்ணதுக்கு அப்புறோம் அவங்கள கொண்ணிருக்க.. தற்கொலைன்னு கேசும் க்ளோஸ்.. கரெக்டா?"

"ஹாஹா.. கரெக்ட்தான் இதுலயே உனக்கான பதில் இருக்கே... என்னோட ஜாதிக்கும் மானத்துக்கும் கலங்கம்படுத்த முயற்சிபண்ண அந்த ரெண்டு பேருக்கு அந்த நெலமன்னா.. சாதி விட்டு சாதி லவ் பண்ணி என்னோட பேர கெடுக்க நெனச்ச உன்னோட ஃப்ரண்ட்ட என்ன பண்ணிருக்கனும்..! "

"ஆனா கிருபா சொன்னதுக்கும் போஸ்ட்மாட்டம் ரிப்போர்டுக்கும் நெறய சம்மந்தம் இருக்கே.. கிருபா சொன்னமாதிரி ராஜேஷோட வேய் ஆஃப் டெத் இல்ல. அதேசமயம் அவர் சொல்றத முழுசா நம்பாம இருக்கவும் முடியல..? "

"ஏதோ சிபிஐ மாதிரில்லாம் கேள்வி கேக்குற.. தெரிஞ்சி என்னத்த புடுங்கபோற.. என்னோட பையன புடிச்சி வச்சிட்டா நான் இதெல்லாம் உனக்கு சொல்லனுமா.. அப்பிடியே உனக்கு இது தெரிஞ்சாலும் அதிகபட்சம் என்ன பண்ணமுடியும். ஆனா நான் நெனச்சா ஒருநாள்போதும் உன்னோட குடும்பத்தையும் உன்னையும் முடிக்க.. தெரியும்ல.. தெரிஞ்சிருக்கனுமே..?"

மவுனமாக அவரை பார்த்தவன்..
"தெரியும்.. லாரிய அனுப்புனதும் நீங்கதான்னு தெரியும்.. என்னோட கேள்விக்கு ஒரு கொறஞ்சபட்ச விடைய சொல்லுங்க.. இதால உங்களுக்கு எதுவும் ஆகப்போறதில்லயே.. என்னோட திருப்திக்காக இத கேக்குறேன்"

"சொல்றேன்.. என்னோட பையன புடிச்சி வச்சிருக்குறதால இல்ல.. இவ்வளோதூரம் எல்லாத்தையும் கண்டுபுடிச்சி வந்திருக்க அதனால. என்னோட பையன போலீஸ்லயும் ஒப்படைச்சி வாக்குமூலம் வாங்க முடியாது.. அப்பிடியே வாங்குனாலும் அது எதுவுமே செல்லாது.. ஏன்னா அவன் ஒரு மைனர்.. என்னால அந்த கிருபா மாதிரியெல்லாம் கொடூரமா கொல்ல முடியாது.. ஹாஸ்டல் போய்ட்டு கட்டி போட்ருந்த ராஜேஷ் தலையில பக்கத்துல கிருபா வச்சிருந்த இரும்பு கம்பியில ஒரு அடி.. அப்போறோம் அரமயக்கத்துல இருந்தவன தற்கொலமாதிரி காட்டனும்னு அந்த அரகொற உயிரோட கீழ தூக்கிபோட்டுட்டோம்... முடிஞ்சது. ஆனா உங்கிட்ட அந்த கிருபா சொன்னதும் உண்மதான்.. அவன் சொல்றமாதிரி கொல்லப்பட்டது அந்த பாண்டியன்.. தேவயில்லாம ஆட்டத்து நடுவுல வந்து கொழப்பபாத்தான்.." என்று வானத்தை பார்த்தபடி சொல்லி முடித்தார் சக்கரவர்த்தி. சுபாஷ் பெரும்பாலும் இதை யூகித்திருந்ததால் அதிர்ச்சி காட்டவில்லை.. அதேசமயம் அவர் கண்களில் சொல்வது அனைத்தும் உண்மை என சுபாஷிற்கு உணர்த்தியது.

"என்னப்பா... உங்கிட்ட இருந்து எந்த ரியாக்ஷனும் வரல"

"ரொம்ப அழுதுட்டேன் சார்.. அழுவ கண்ணுல தண்ணியும் இல்ல. நான் தோத்துட்டேன்.. ஒத்துக்குறேன். இங்க பணந்தான் எல்லாமே.. இந்த பாழாப்போன கனவால இவ்வளோ தூரம் ஒரு விஷயத்த தொரத்திட்டுவந்து கடைசியா தோத்துபோய் நிக்குறேன்.. என்னையும் இனி சும்மா விடமாட்டிங்கன்னு எனக்கு தெரியும்.. உங்க பையன் காலைல இங்க இருப்பான்.. கவலபடாதிங்க..! லாஸ்ட்டா ஒரு கேள்வி உங்க பொண்ணு ப்ரியா உயிரோட இருக்காளா இல்லையா.. அத மட்டும் சொல்லுங்க நான் கௌம்புறேன் " என்று சொல்ல.. நிமிர்ந்த தலையுடன் மூச்சை இழுத்தவர்..

"கிருபா சாவ காரணமா இருந்தவனே நீதான் தம்பி.. உன்ன எப்பிடி சும்மா விடுவேன்.. அதெல்லாம் நேரம் பாத்து செய்வேன்.. அப்போறோம் போலீஸ்ட்டா என்ன கேட்ட.. ப்ரியாவா. என்னோட பேருக்கும் ஜாதிக்கும் கலங்கம் வரவச்சவள நானும் செரி என்னோட மக்களும் செரி சும்மா விடமாட்டோம்.. அது யாரா இருந்தாலும்.. ஹிம் ஏற்கனவே இதுமாதிரிதான் ஒருத்தி... செரி விடு அது எதுக்கு? " என்று சொன்னவர் தலையை தொங்கபோட்டுக்கொண்டு...

"ப்ரியாவ எப்பவோ கொண்ணுட்டோம்...!" என்றார். ஒரு குருஞ்சிரிப்புடன் பின்வாங்கியவன் கீழே போக விரைந்தான்.. சட்டென்று "சுபாஷ்.. " என்று சக்கரவர்த்தி கூப்பிட
திரும்பியவன் அவரை பார்த்தான்.
வானத்தை நோக்கி பார்த்தவர்.. பரவலாக விழுந்துகொண்டிருந்தது பனியை கண்டு,

"எவ்ளோ சில்லுனு கொட்டுது பாத்தியா இந்த பனி.. கொஞ்சநேரம் நின்னுட்டு இதுல நனஞ்சிட்டு போயேன் சுபாஷ்..?" என்றார்.

மெலிதாக சிரித்தவன்.. "நான் ஏற்கனவே நெறய நனஞ்சிட்டேன் சார்.. அதுவும் இந்த மோசமான மூடுபனி என்ன ரொம்பவே நனச்சிடுச்சி.. உங்க கண்ணுக்கு என்னவோ இது ஒரு பனிவிழும் மலர்வனமா தெரியலாம்.. ஆனா எனக்கு... " என இழுத்தவன் பின்னர் பின்வாங்கினான்..

கீழே சென்றுகொண்டிருந்தவன் காதுகளில் கேட்கும் அளவிற்கு சற்று சத்தமாக..
"உன் குடும்பத்துகூட கொஞ்சநாள் சந்தோஷமா இருந்துக்கோ எப்போ என்னவேணா நடக்கலாம்..! " என்று சொல்லியபடி சிரித்தார் சக்கரவர்த்தி.
தறைதளத்தை அடைந்து சுபாஷ் வெளியேற.. வீட்டின் ஒரு மூலையில் சிரித்தபடி இருந்த ஒரு பழைய புகைப்படம்.. அதை பார்த்தவன் கண்களில் வழிந்த நீருடன் வேகமாக வெளியேறினான் சுபாஷ்.

விடிந்தது.. வடிவேலுவை சத்தம் போட்டு கூப்பிட ஒரு அறையிலிருந்து வெளிப்பட்டான் அவன்..
ஓங்கி அறைந்து அவன் கன்னங்களை சிவப்பாக்கியவர்..

"இதுக்குதான் கொஞ்சம் ஜாக்கிரதயாவே இருடான்னு அடிச்சிகிட்டேன்.. என்ன கேட்டானுங்க.. என்ன சொன்ன நீ..? " என்றார் கோவத்தோடு. எதுவும் சொல்லவில்லை என்று அவன் சோர்வாக

தலையசைக்க.. சக்கரவர்த்தியை வழக்கமாக தொந்தரவு செய்யும் வேலைக்காரன் பரபரப்பாக வந்து..
"ஐயா.. கீழ செல்லுல இருந்த உங்க பொண்ண காணோம்.. !" என்றான்.

அதிர்ச்சியில் கண்கள் பிதுங்க.. தறை தாழ்வாரத்திற்குள் இறங்கி ஓடியவர் அங்கிருந்த சிறை போன்ற ஒரு அறை வெறுமையாய் கிடப்பதை பார்த்து செய்வதறியாது நின்றிருந்தார்.
லேன்ட்லைன் ஒயர்லெஸ்ஸை எடுத்துக்கொண்டுவந்து அவரிடம் வேலையாள் நீட்ட சக்கரவர்த்தியும் பதட்டமாக அதை காதில் வைத்தார்..

பிரகாசமான சிரிப்பு சத்தத்துடன் சுபாஷ் "என்ன தலைவரே உங்க நாய காணோமா.. எப்பிடி அங்க இருக்கும். அதாதான் நேத்து நைட்டே தூக்கிட்டோமே அதுக்குதான உன்ன மேல வரச்சொல்லி பேச்சி குடுத்தேன்.. உன்னோட பொண்ணு இப்போ ஹாஸ்பிட்டல்ல ட்ரீட்மென்ட்ல இருக்கா.. ஆமா அவளமட்டும் ஏன் கொல்லல? அது செரி அதுக்கும் எதாச்சோம் சாஸ்திரம் சம்பிரதாயம்னு வச்சிட்டு போயிருக்குமே உங்க ஜாதி, செரி கொஞ்சம் ரெடியா இரு.. உன்னோட எல்லா கொலைக்கும் சாட்சியா இப்போ உன்னோட பொண்ணே இருக்கா.. எப்பவேணாலும் நீ அரஸ்ட் ஆகலாம்.! " என்றவன் சட்டென இணைப்பை துண்டித்தான்.

தன் மகளை கைது செய்து வைத்திருந்த அந்த அறையை வெறித்து பார்த்தபடி சக்கரவர்த்தி நிற்க.. மறுபுறம் சக்கரவர்த்தி மீது இரட்டை கொலைவழக்கு பதிவு செய்யப்பட்டது.. மருத்துவமனையில் இருந்த ப்ரியா கொடுத்த வாக்குமூலத்தால் தலைவர் சக்கரவர்த்தி எப்போது வேண்டுமானாலும் கைது செய்யப்படலாம் என்ற சூழல் நிலவியது..
அதேசமயம் கடுங்கோபத்துடன் இருந்த சக்கரவர்த்தி சுபாஷையும் இதற்கு காரணமான மொத்த கூட்டத்தையும் தனது அடியாட்களை வைத்து தீர்த்துகட்டும் முனைப்பில் இருந்தார்...

இரண்டு நாட்கள் கழிந்தநிலையில்.. விடிகாலை நேரம்.. தூங்கிக்கொண்டிருந்தவனை எழுப்பியது அவனது செல்போன். வெளியே வழக்கமாக கண்களுக்கு தெரியும் குளிர்.. புதிய விடியல். நேரம் ஆறு மணியை கடந்திருக்க செல்போனில் அருண்.

"ஹலோ..? "

"சோம்பேரி... என்ன ஏதுன்னுலாம் கேக்காத.. இன்னும் என்ன தூக்கம்.. ஒடனே போய் டீவிய பாரு ?" என்றவன் சட்டென்று கட் செய்தான்.

அறையை விட்டு வெளியேற ஏற்கனவே ராமச்சந்திரனும் ராதாவும் பரபரப்பாக டீவி பார்த்துக்கொண்டிருந்தனர்.
அவனும் திரும்பி டீவியை பார்க்க..

"தேடப்பட்ட குற்றவாளி ஊர்தலைவர் சக்கரவர்த்தி தனது வீட்டு மாடியிலிருந்தே குதித்து தற்கொலை.. குற்ற உணர்வா அல்லது கௌரவமான தற்கொலையா? " என்று முகப்பு செய்தி தொடர அதிர்ச்சியில் உறைந்தவன் அப்படியே சில நிமிடம் நின்றுகொண்டிருந்தான்.

சில நாட்கள் கழித்து..
சுபாஷ் வீட்டில் குழுமிய ப்ரியா.. ராஜேஷ் அம்மாவை கட்டித்தழுவி அழுதுகொண்டிருக்க.. ராதாவுடன் சமையல் வேலைகளுக்கு உதவியாக மதுமிதா. சிரித்த முகத்துடன் வெளியேறிய ராமச்சந்திரன்.. இப்பதான் வீடு வீடுமாதிரி இருக்கு.. இப்பிடியே நின்னுட்டு இருக்காம சீக்கிரம் கோயிலுக்கு கௌம்பு.. கூட்டமா போய் ரொம்பநாள் ஆகுது " என்று சொல்லிவிட்டு வெளியேறினார்.

மேலோட்டமாக சிரித்தவன்.. அருணையும் ஜோசப்பையும் கூட்டிக்கொண்டு, குடும்பம் முழுக்க முன்னேற கோயிலுக்கு முன்னேற,

"அந்த பாண்டியன எதுக்கு கொண்ணுருப்பாங்க..? " என்று கேட்டான்.

"ஒருகட்டத்தில ராஜேஷும் பாண்டியனும் ஃப்ரெண்ட் ஆகிருப்பாங்க.. அவனோட லவ்வுக்கு உதவிசெய்யபோய் அவனோட உயிர விட்ருப்பான்.. பாவம் ஊரே அவன ஒரு கெட்டவனாதான் பாத்திச்சி கடைசிவரைக்கும் அவன் ஒரு நல்லவன்னு தெரியாமயே போச்சி யாருக்கும்....! " என்று சுபாஷ் முடிக்க அவனது செல்போன் ஒலித்தது..
அதை எடுத்து பார்க்க அந்த எண் சுபாஷை விபத்திலிருந்து காப்பாற்றிய லோக்கல் எண்..

"சொல்லுங்க ஹீரோ.. வடிவேல் தான..? "

"கண்டுபுடிச்சிட்டீங்களே.. அது செரி இந்த நம்பரவச்சிதான என்னயே தூக்கி அக்கா இருக்குற எடத்த தெரிஞ்சிகிட்டீங்க.. !"

"ஹிம்.. அதான் உன்ன ஹீரோன்னு சொன்னேன்.. அப்போறோம் ஒரு முக்கியமான கேள்வி.. என்னோட குடும்பத்தையே கொலசெய்ற அளவுக்கு கோவத்துல இருந்த உங்க அப்பா திடீர்னு சாவ காரணம் என்ன..? "

"அவன் எங்க செத்தான்.. நாந்தான் மாடியில இருந்து கீழப்புடிச்சி தள்ளிவிட்டேன்.. எங்க அம்மாவ எப்போ கொண்ணானோ அப்பவே இவன கொல்ல முயற்சி பண்ணிட்டுதான் இருந்தேன்.. ஆனா அதுக்கேத்த சூழல் எனக்கு கெடைக்கல.. அத நீங்கதான் ஏற்படுத்தி குடுத்தீங்க, அவர அரஸ்ட் பண்ணபோறாங்கன்னு தெரிஞ்சதும் இதுதான் சரியான நேரம்னு அவரோட ஸ்டைல்லயே செஞ்சி முடிச்சி அத தற்கொலையா மாத்திட்டேன்.." என்று ரகசியத்தை உடைத்தான் வடிவேல்.

"செரி இப்ப எங்க இருக்க.. கோயிலுக்கு போய்ட்டு இருக்கோம் நீயும் வறீயா..? " என்றதற்கு அவனும் ஒப்புக்கொண்டு கோயிலை நோக்கி வந்துகொண்டிருந்தான்.. செல்போனை பாக்கெட்டில் வைத்துவிட்டு நடந்தபடி முன்னே சென்றவர்களை பார்த்தான்.. அப்பாவுடனும் அம்மாவுடனும் பேசியபடி மது.. அவளுக்கு வலதுபுறம் ராஜேஷின் அம்மா.. அவர்களின் தோள்களை பற்றியபடி ப்ரியாவும் சென்றுகொண்டிருக்க..ப்ரியாவின் தோள்களை பற்றியபடி சுபாஷிற்கு பரிட்சயபட்ட ஒரு வெள்ளை உருவம்...

கண்களை குறுக்கியவன் அதை நன்றாக உண்ணிப்பாய் பார்த்தான், அந்த வெள்ளை உருவம் தன் முகத்தை அவனை நோக்கி திருப்பி சிரித்தது..
அந்த உருவம் சக்கரவர்த்தி வீட்டு மூலையில் போட்டோவில் இருந்த உருவம்.. சுபாஷிற்கு நன்கு தெரிந்த அந்த உருவத்தை பார்த்து பயப்படாமல் அவனும் புன்னகைத்தான். ஒருசில நொடிகளில் அந்த உருவம் கறைந்து காற்றோடு காற்றாய் மேலே எழும்பி வானத்தை அடைந்தது.. கண்களில் தேங்கி நின்ற கண்ணீருடன் வானத்தை நோக்கி மீண்டும் பார்த்தான் சுபாஷ்.

முன்னோட்டம் முடிந்தது!

பகுதி (1)

சொப்பனக்காரன்

...மர்மங்களுக்கு தீர்வுகள் கிடைத்தாலுமே அவை போதுமானதாக இருந்தால்தான் மன நிம்மதியை குடுக்கும். ஒவ்வொரு மனநிலையை பொருத்து அவை வேறுபடும். சுபாஷின் மனம் கொலைக்கான காரணங்களையும் அதன் முடிவையும் பார்த்து தெளிந்திருந்தாலும் நடக்கும் அமானுஷ்ய நிகழ்வுகளுக்கு இன்னமும் விடை தெரியாமல் முழித்துக்கொண்டிருந்தான்.

பிராகாசமான வானம் அனைவருக்கும் ஒரு புத்துணர்ச்சியை கொடுக்க.. அருணிடமும் ஜோசப்பிடமும் நடந்தவைகளை சொல்லிக்கொண்டு நடந்து வந்துகொண்டிருந்தவனுக்கு பிரியாவின் தோள்மேல் கைபோட்டுக்கொண்டுபோன அந்த உருவம் கொடுத்த சிரிப்பு சற்று அதிர்ச்சியாக இருந்தது. 'இன்னமும் இது முடியவில்லை, இனிமேல்தான் தொடக்கம் சுபாஷ்' என்று சொல்லி சிரிப்பது போலவே அது அவனுக்கு உணர்த்தியது. அந்த உருவம் சக்கரவர்த்தியின் வீட்டின் மூலையில் மாட்டிவைத்திருந்த புகைபடத்திலிருந்த உருவம். பயம் இருந்தாலுமே அதனை பிரதிபலிக்காமல் ஒரு மெல்லிய சிரிப்பை வெளிக்காட்ட சில கணங்களில் அந்த உருவம் காற்றோடு காற்றாக கறைந்து ஆவியாகி வானலாகியது. அனைவரும் கோயிலை அடைய வடிவேலுவும் அங்கு வந்தடைந்தான். பிராத்தனை முடிந்தவுடன் அனைவரும் கோயில் வளாகத்தின் மரத்தடியில் அமர்ந்துகொண்டு சிறிதுநேரம் ஓய்வெடுத்தனர்.. தேவையில்லாத நிசப்தத்தை கலைக்க "இனிமே எதுக்கும் கவலபட தேவயில்லமா பிரியா.. எல்லா பிரச்சனையும் ஒருவழியா ஒழிஞ்சிது"என்று ஆரம்பித்தார் ராமச்சந்திரன்.

அந்தநாள் மகிழ்வாய் முடிய.. அனைவரும் அவரவர் வீட்டிற்கு சென்றிருந்தனர்,
இரவானது.. மாடியிலேயே இருந்தவன் வெறிச்சோடிக்கிடந்த விடுதியை பார்த்துக்கொண்டிருந்தான். அது ஆள் நடமாட்டம் இல்லாமல் புதர்

மண்டிக்கிடந்தது. பல்வேறு குழப்பங்களும் கேள்விகளும் அவனை துளைத்துக்கொண்டிருக்க அதை எல்லாவற்றையும் மூட்டை கட்டிவிட்டு தூங்கச்சென்றான்.. எண்ணங்களின் பிரதிபலிப்பு கற்பனையான ஒரு உருவத்தை உண்டுபண்ணி அதை நடமாட விடுவது போன்றே அவனுக்கு தெரிந்தது. வீட்டின் கதவு ஜன்னல்கள் இருக்கமாக மூடியிருந்தாலுமே குளிர்காலத்தின் மையத்தில் இருந்தது அந்த நாள். மெதுவாக கண்களை திறந்து சமையலறை பார்த்தான், ஒருகணம் வாடிக்கையான பிரம்மையாய் இறந்துபோன வெள்ளைநிற உருவம் வந்துசென்றது.

"வாழ்க்கையே தேடல்ல முடிஞ்சிரும் போலயே கடவுளே..." என்று சொல்லிக்கொண்டு பெட்ஷீட்டை இருக்கமாக போர்த்திக்கொண்டு தூங்கினான்.. கண்களை திறந்தான், கையில் கத்தியுடன் சுபாஷ் வேகமாக விடுதியின் பின்புறம் நுழைந்து வேகமாக தென்னை மரத்தை வெட்டினான்... ஒவ்வொரு வெட்டும் பலமாக இருந்தது. வெட்டிமுடிக்க தென்னை மரம் எதிர்பாராத விதமாக சுபாஷின் மேலேயே விழத்தொடங்கியது.. அவன் சுதாரிக்கும் முன்பே வெட்டப்பட்ட அந்த தென்னைமரம் அவன் மேல் விழுந்து பயங்கர சத்தமாக பொத்.. என்றது. தலை சிதறியதுபோன்றே வேகமாக எழுந்துகொண்டான். விடிந்திருந்தது ஆனாலும் எங்கும் மந்தாரம் பூசிய பனி...
நேரத்தை பார்த்துக்கொண்டிருந்தவனை போனில் தொந்தரவு செய்யத்தொடங்கினான் அருண்,
மெதுவாக கிளம்பியவன் பூங்காவை அடைய அங்கு ஏற்கனவே காத்திருப்பில் கிடந்தான் அருண்,

"டவுன்ல நாம தங்குறதுக்கு ரூம்லாம் பாத்தாச்சி, இன்னைக்கு காலைலதான் கம்பெனில இருந்து எச் ஆர் ஃபோன் பண்ணாரு! அடுத்த வாரம் திங்க கெழமைல இருந்து ஜாய்ன்ட் பண்ணிக்கோங்கப்பா... சுபாஷிம் உன்னோட ஃபிரண்ட்தான அவருகிட்டயும் கொஞ்சம் இன்பார்ம் பண்ணிட சொன்னாரு.. " என்றான் அருண்.

"அப்போ இன்னு ரெண்டு நால்ல கௌம்பனுமா நாம.. "

"ஆமா.. அது இருக்கட்டும் இத்தன பிரச்சனையயும் பாத்துட்டு அந்த வலிய கொஞ்சங்கூட உன்னோட மொகத்துல காட்டிக்கமாட்ற எப்புடி? " என்ற கேள்விக்கு குழப்பமான பார்வையை அருணிற்கு கடத்தினான் சுபாஷ்.

"இவ்வளோ பிரச்சன உருவாகுறதுக்கு காரணம் யாரு... இதெல்லாத்தையும் ஒரு வருஷம் கழிச்சு நீ தோண்டி சால்வ் பண்ண என்ன காரணம்... எதுவுமே

எனக்கு தெரில... அத நீயும் யார்கிட்டயும் சொல்லல பாத்தியா...? " என்று அருண் நச்சரிக்க நடந்த உண்மைகளை அவனிடம் விவரித்தான்.

மாலை வெயில் பிரகாசித்துக்கொண்டிருந்தது, வீட்டிற்கு வெளியே வடிவேலு காத்திருக்க அவனை அழைத்துக்கொண்டு மாடி அறையை அடைந்தான். வெயிலின் எதிரொலிப்பில் மாடி அறையும் சற்று வெளிச்சமாகவே இருக்க..
"உம்மேல வீட்டு வேலகாரங்களோ இல்ல உன்னோட சொந்தகாரங்களுக்கோ சந்தேகம் வர்லயா? " என்று கேட்டான்.

சற்று சிரித்தவன் "அன்பு பாசம் இத எல்லாத்தையும் மறக்கடிச்சி... ஒரு மிருகம் மாதிரி என்னயும் மாத்த எங்க அப்பா முயற்சி பண்ணிட்டு இருந்தாரு... எங்க அம்மாவ கொண்ண அன்னையில இருந்து இந்த கேவலமான மிருகம் இருக்கவே கூடாதுன்னுதான் தெனமும் யோசிச்சிட்டு இருந்தேன்.. அதே சமயம் முட்டாள்தனப்பட்டு கொண்ணுட்டு நானும் சாகுறதுலயும் ஜெயிலுக்கு போறதுலயும் எனக்கு சுத்தமா உடன்பாடு இல்லண்ணா.. நடந்ததுலாம் ஒரு கனவுமாதிரி இருக்கு, சரியான நேரத்துல கடவுள் உங்கள அனுப்பி வச்சாருன்னு நெனச்சேன்.. உண்மையிலயே அக்காவ கொல்லனும்னு இருந்த வெறியவிட உங்களயும் உங்க குடும்பத்தையும் கொல்லலனும்னுதான் மனுஷன் பயங்கர கடுப்புல இருந்தாரு. ஏங்கிட்ட ஏதோ கோவமா பேசிட்டு இருந்தாரு அதுக்கப்புறோம் என்ன நடந்திச்சின்னு ஞாபகத்துல இல்ல, ஒருவேள அவர்மேல இருந்த கோவத்துல நான் கீழ தள்ளி விட்டுருப்பேன்னு நெனைக்குறேன்.." என்று முடித்தவன்

"செரிண்ணா அடுத்து என்ன ப்ளான்? " என்று நிறுத்தினான். அதிர்ச்சியில் இருந்தவன் சுயநினைவிற்கு வந்து,

"அடுத்து என்ன.. நாளைக்கு ஊருக்கு போய் அந்த ரெண்டு லூசுங்ககிட்டயும் சொல்லிட்டு ஞாயித்துகிழம டவுனுக்கு கெளம்புறேன்.." என்றான்.

"சரி ஓக்கே.. நீங்க பத்தரமா டவுன்கு போய்ட்டு வாங்கண்ணா.. நான் கெளம்புறேன்.. " என்று வடிவேல் கிளம்ப முற்பட்டவனை தடுத்தவன்,

"உனக்கு உங்க அப்பாவோட தங்கச்சி பத்தி தெரியுமா? அவங்க எப்புடி எறந்தாங்கன்னு தெரியுமா " என்று சுபாஷ் கேட்க வடிவேலுவின் கண்கள் விரிந்தன..

"அவங்களா... அவங்க நான் சின்ன வயசு இருக்கும்போதே செத்துட்டாங்கண்ணா... எதுக்கு திடீர்னு அத கேக்குறீங்க.. அதபத்தி இன்னொரு நாள் பேசலாமேண்ணா " என்று அங்கிருந்து கிளம்பினான்.

இரவானது.. அடுத்தநாளுக்காக ஆவலாக இருந்தான்.. வெறிச்சோடிய ஹாஸ்டலை பார்த்தான்.. வராண்டாவில் யாரோ அமர்ந்திருப்பது போன்று தெரிந்தது.. சற்று யோசித்துவிட்டு ஹாஸ்டல் நோக்கி கிளம்பினான். ஹாஸ்டல் கதவுகள் க்ரீச்... என்ற சத்தத்துடன் அவனை வரவேற்றன.. விடுதி முகப்பின் மின்விளக்கு வெளிச்சத்தில் பியூன் ஆறுமுகம் சோர்வாக அமர்ந்திருந்தார். பக்கத்தில் போய் உக்கார்ந்துகொண்டவன்.

"என்னண்ணா... யாருமே இல்லையே எதுக்கு நீங்க மட்டும் தனியா இங்க இருக்கீங்க.. வீட்டுக்கு போய் ரெஸ்ட் எடுக்க வேண்டியது ? " என்றான்.

"தனிமைனா எனக்கு புடிக்கும் சுபாஷ்.. யாருமே இல்லாம இந்தமாதிரி வெறுமையா இருக்குறது மனசுக்குள்ள கொஞ்சம் நிம்மதியாவும் சுதந்திரமாவும் இருக்கு.. " என்றார் ஆறுமுகம்.

"ஆச்சரியமா இருக்குண்ணா.. நெறய பேரு கூட்டத்தோட கூட்டமா சந்தோஷமா இருக்கதான் ட்ரை பண்ணுவாங்க நீங்க என்னன்னா இப்பிடி சொல்றிங்களே... நம்பவே முடில..? "

சற்று சிரித்தவர்.. "ஏம்பா இங்க ரெண்டு கொல நடந்திருக்கு.. வாசல்ல ஒரு வயசான கெழவி செத்துபோய்ருக்கு. இங்க ஏதோ சுத்துறதா கூட கொஞ்சம் பசங்க சொல்ல கேட்ருக்கேன்.. அந்த பயம் கொஞ்சம் கூட இல்லாம தனிமைல ஒக்காந்துட்டு இருக்கேன்னா.. நான் சொன்னதுலாம் பேச்சுக்கு சொல்றமாதிரி இருக்கா.. வேணும்னா நீயும் தெனமும் சாயந்தரம் நேரத்துல இங்க வந்து ஒக்காந்துக்க.. ஒரு அறமணி நேரமோ ஒரு மணி நேரமோ வந்து ஃபீல் பண்ணி பாரு உனக்கு புரியும் !" என்றார் பியூன்.

அவர் சொன்னதை காதில் போட்டுக்கொண்டவன் "சரிண்ணா கண்டிப்பா நீங்க சொன்னத ட்ரை பண்றேன்..? " என்று சொல்லிவிட்டு எழுந்திருக்க..

"என்னப்பா சுபாஷ்.. வந்த வேகத்துல கெளம்புற கொஞ்சம் ஒக்காரு... பேசனும்?" என்றார்.

பக்கத்தில் உக்கார்ந்தவன்.. "சொல்லுங்க என்ன விஷயம்..? " என்றான்.

"அவ்ளோ பெரிய ஆலமரத்தயே சாச்சிபுட்டியேப்பா.. எப்டி இதெல்லாம் தனியா செய்ய முடிஞ்சிது...?" என்றார் அதிர்ச்சியாகவும் மெதுவாகவும்.

"என்னண்ணா சொல்றிங்க எனக்கு புரியலயே...? "

"அதாம்பா.. அந்த ஜாதிவெறி புடிச்ச பய சக்கரவர்த்தி..! இவ்ளோ விஷயத்த ஒரு வாரத்துலயே முடிச்சியே அதான் எப்புடின்னு கேக்குறேன்... எதாச்சோம் மந்திரம் கிந்திரம் கத்து வச்சிருக்கியா...?"

"அய்யயோ அதெல்லாம் இல்லண்ணா... நீங்க ஏன் அவ்லோ தூரத்துக்கு போறீங்க பிரியாவோட தம்பி இருக்கானே வடிவேல் அவந்தான் இதெல்லாம் எனக்கு சொல்லி அவள காப்பாத்தவச்சான்...?" என்று சுபாஷ் சமாளிக்க ..

"என்னவோ.. இந்த ஒருவாரத்துல மட்டும் என்னன்னமோ நடந்துபோச்சி பாத்தியா.. அன்னைக்கு திடீர்னு வந்து என்னோட சட்டைய புடிச்சி சண்டபோட்டபாரு அங்கதான் கொஞ்சம் சந்தேகமும் கொழப்பமும் வந்திச்சி..? உங்கிட்ட இருந்த அந்த சந்தேகத்துல ஒரு வெறியும் எதயோ கண்டுபுடிச்சமாதிரி மிடுக்கும் தெரிஞ்சிது... ஒருவேல அமானுஷ்யமா யாராச்சோ வந்து நாந்தான் இதுக்குலாம் காரணம்னு சொல்லச் சொன்னாங்களோன்னு தோணுச்சி.. அதெல்லாம் ஒன்னு இல்லல்ல? " என்றார்.

"அ.. ச்சே ச்சே அதெல்லாம் இல்லண்ணா... ஒரு சந்தேகம் நீங்களா கூட இருக்கலாம்னு... அது பதட்டத்துல உருவானதுதான்.. " என்று சுபாஷ் சமாலிக்க நெற்றியிலிருந்து ஒரு கோடு போல வியர்வை வழிந்து அவனது கழுத்தை அடைந்தது.. அங்கிருந்து வீட்டை அடைய வீட்டின் கதகதப்பு அவனை வரவேற்றது. படுக்கையை அடைந்து ஜன்னல்களை மூட முற்பட்ட
பியூன் வானத்தையே பார்த்துக்கொண்டிருந்தார்...

"ஒருவேள இந்த ஆளுக்கு தெரிஞ்சிருக்குமா... நடந்ததலாம் ஞாபகம் வச்சிகிட்டு பேசுறான்.அது இருக்கட்டும்.... சம்மந்தம் இல்லாம இவரு எதுக்கு அன்னைக்கு கனவுல வரனும்... ஏன்னா இதுவரைக்கும் வந்தவங்க எல்லாரும் கொலைல சம்பந்தப்பட்டவங்கதான்.... காரணம் இல்லாம இவரோட மொகம் எனக்கு வர என்ன காரணம்... " என தெளிவற்ற கடந்த நினைவுகளை அலசினான். தலைவலிதான்.. ஜன்னல்களை மூடிவிட்டு தூங்கினான்.

சிறிது நேரத்தில் ஜன்னல்களின் இடைப்பட்ட இடைவெளியில் குளிர்காற்று நுழையும் சத்தம் ரீங்காரமாக கேட்டது.. இடைவெளியில் விடுதியின் முகப்பு விளக்கின் வெளிச்சம் நுழைந்து ஒரு கதிரொலிபோல நீண்டது... ஒரு கணம் யாரோ விம்முவது போன்று கேட்க சுபாஷ் எழுந்துகொண்டான்... நடந்தது பிரம்மை போன்றே இருந்தாலும் தெளிவற்ற அந்த இரவில் எதயோ அவன் கண்கள் தேட விரைந்தன. நேரம் எவ்வளவென்று தெரியவில்லை... அதை அறியும் எண்ணமும் இல்லை... அரைதூக்கமாய் இருந்தான்... வாய் எதயோ முனகியது. மூடிய ஜன்னல்களில் இருந்து வந்த மின்விளக்கு ஒளியை பார்த்தவன் ஜன்னல்களை மெதுவாக திறந்தான்..

ஒற்றை கண்களால் விடுதியின் முகப்பை கூர்மையாக நோட்டமிட்டான்.. பனித்துளிகளின் ஆக்கிரமிப்பில் மின்விளக்கின் கண்ணாடி குடுவை நிரம்பி வழிந்து உறைந்துகிடந்த மின்விளக்கில் நீர்துளி படரி பிரகாசித்துக்கொண்டிருந்தது... வராண்டாவை நோட்டமிட்டான்,
அதிர்ச்சி... ஆறுமுகம் இன்னமும் வானத்தை பார்த்தவாறே இருந்தார்... வானத்தின் எதையோ ஒன்றை அவர் நீண்ட நேரம் பார்க்க குழம்பிப்போன சுபாஷிம் அவரையே பார்த்துக்கொண்டிருந்தான்..
சில நொடிகள் கடந்திருக்க பியூன் தன் தலையை கீழே தங்க போட்டுக்கொள்ள பின்பு மெதுவாக தலையை திருப்பி சுபாஷை பார்த்தார்... குளிர்ச்சியில் நிரம்பிய அந்த முகமே வெளிறிய தோற்றத்தில் இருக்க... அரண்டுபோனவன் ஜன்னல்களை வேகமாக அடைத்துவிட்டு பெட்ஷிட்டை தலைவழியே போர்த்திக்கொண்டு தூங்கினான்.

"கனவா... இல்லயே.. கனவா இருந்தா கூட சந்தோசபடுவேனே... எதுக்கு இந்தாளு நம்மல அப்பிடி பாத்தாரு... ஒருவேள சாதாரணமா பாத்தாரா இல்ல நான் அவர பாக்குறது தெரிஞ்சி பாத்தாரா..? ஒன்னுமே புரிலயே... கடவுளே... மொதல்ல டவுனுக்கு போய் வேலைல சேந்தாதான் நிம்மதி" என்று புலம்பிக்கொண்டே தூங்கினான்.

விடிந்தது... மூடியிருந்த ஜன்னல்களை திறக்க வெளியில் எங்கும் வெண்மை பூசியிருந்தது... விடுதி முழுவதும் பனியால் நிரம்பியிருக்க அது பார்பதற்கே அழகாக இருந்தது.. வெளியே வந்தவன்.. வழக்கம் போல பேப்பர் படித்துக்கொண்டிருந்த அப்பாவை பார்த்து. "இந்த வருஷம் பனி அதிகம் தாம்பா... நவம்பருக்கே இப்புடின்னா இன்னு டிசம்பர் ஜனவரிலாம் என்ன ஆகுமோ..! " என்றான் ஆச்சரியமாக.

"அதவிட ஆச்சரியம் இந்த குளூர்ல நீ இவ்ளோ வேகமா எழுந்து ஏங்கிட்ட பேசுர பாரு அதான்டா" என்று சொல்லிவிட்டு சிரித்தார். அவரிடம் தான் வேலைக்கு சேரவேண்டிய செய்தியை சொல்லி முடித்தவன் மாடியை

அடைந்தான். வெண்ணிற பனிக்கூட்டம் எவ்வளவு அழகாக தெரிந்தாலும் இரவு நேர நினைவுகளையும் பயத்தையும் கிளறியது... உயிரோட்டத்தை உறைய வைக்கும் அடர்ந்த அந்த மூடுபனி சூரியனின் வருகையில் கறைந்து நீராகி வெற்றிட தறையினை ஈரமாக்கியது... மாடியிலிருந்து விடுதியின் வராண்டாவை நோட்டமிட்டான்.. யாரும் இல்லை. முகப்பு விளக்கு மட்டும் பனித்துளிகளை உள்வாங்கி எரிந்துகொண்டிருந்தது..

மதுவிற்கு போன் செய்தான்.. நன்றாக பேசிக்கொண்டிருந்தவளின் குரல் திடீரென்று அழுவதுபோல் தெரிய அதிர்ந்தவன், குழப்பமாக கேள்விகளை தொடர்ந்தான். அழுகுரல் அதிகமாக கேட்டு அந்த இணைப்பு பாதியிலேயே துண்டானது. வீட்டை அடைந்தவன் அதுகுறித்து கேட்க குழப்பமாக அவனை ஏரிட்ட அனைவரும் பதில் பேசாமல் நின்றிருந்தனர்.

"ஹிம் செரி அத விடுங்க.. ப்ரியா உங்கிட்ட ஒரு முக்கியமான கேள்வி கேக்கனும்னு வந்தேன், உன்ன ஏன் ஒருவருஷமா அடச்சிவச்சிருந்தாங்க? " என்று கேள்வியை மாற்றினான்.

சிரித்துக்கொண்டிருந்த பிரியா சிறிது நேரம் அமைதியாகி பின் தொடர்ந்தாள்..

"எங்க அத்த... அவங்கதான் இதுக்கு காரணம் இல்லாட்டி என்னயும் ராஜேஷ கொலபண்ண அன்னைக்கே கொண்ணுருப்பாங்க...! "

"அத்தயா அது யாரு..? " என்று சுபாஷ் தெரியாதவன்போல கேட்க பிரியா மேலும் தொடர்ந்தாள்.

"நடந்து ஒரு பதினேழு பதினெட்டு வருஷமாயிருக்கும்.. அப்போ எனக்கு நாளு வயசு.. ஆனா அந்த விஷயம்லாம் இன்னமும் ஞாபகம் இருக்கு. எங்க அப்பாவோட சொந்த தங்கச்சி அரியநாச்சி.. நாங்க எல்லாரும் செல்லமா அரிமான்னு கூப்புடுவோம்.. வீட்டுல ரொம்பவே செல்லம்.. சத்தியமூர்த்தி எங்க தாத்தா.. அவருக்கு தன்னோட ஜாதிமேல அதிக பற்று, அத பற்றுன்னு சொல்றதவித வெறின்னு சொல்லலாம். சொல்லபோனா அவரோட ஜாதிக்காக என்னவேணாலும் செய்வாரு...
அவங்களோட திமிருக்கு தீனி போடுறமாதிரியே குடும்பத்துல சில விஷயம் நடந்திச்சி... யாரயோ ஒரு பையன் ஒருத்தன எங்க அத்த லவ் பண்ணதாவும் அந்த ஆளு எங்க ஜாதி இல்லன்னு தெரிஞ்சதுக்கு அப்போறோமும் ஓடிபோய் கல்யாணம் பண்ணிக்குலாம்னு சொல்லிட்டு ஊர விட்டு ஓடி போணாங்க.."

"அப்போறோம் என்னாச்சி..? " என்று மதுமிதா கேட்க,

"ஊரவிட்டு ஓடிப்போய் ஒருநாள் கூட முழுசா ஆகல.. அதுக்குள்ள அவங்க எங்க இருக்காங்கன்னு எங்க தாத்தாவும் எங்க அப்பாவும் கண்டுபுடிச்சி அத்தைய மட்டும் வீட்டுக்கு கூட்டிட்டுவந்து பயங்கரமா அடிச்சாங்க... நானும் ஜன்னல் வழியா பாத்துட்டு தேம்பி தேம்பி அழுதேன்.. " என்று முடித்தாள் பிரியா.

"மேல சொல்லுமா.. இப்போ உங்க அத்த எங்க?" என்று கேட்டார் வளர்மதி.

"நைட் ஆச்சி... ஆனா தூக்கம் வரல. வீட்ல திடீர்னு ஆளுங்க நடமாட்டம்.. எந்திரிச்சி பாத்தேன் அப்பாவ காணோம்... வெளிய லைட் எரியுர வெளிச்சம் தெரிஞ்சிது... கொஞ்சம் பயமா வேற இருந்திச்சி... அப்பிடியே படுத்து தூங்கிட்டேன்.. காலைல நெரய பேரு அழுவுற சத்தம் கேட்டிச்சி.. எந்திரிச்சி வெளிய போய் பாத்தா அத்தய பின்னாடி இருந்த கெணத்துல இருந்து தூக்கிட்டு வந்து தரையில கெடத்திருந்தாங்க. அவங்க வயிறு.. மொகம்.. கை. கால் எல்லாம் ஊதி பெருசா இருந்திச்சி. எல்லா பக்கமும் ஒப்பாரி சத்தந்தான் கேட்டிச்சி.... அம்மாகிட்ட அத்தைக்கு என்னாச்சின்னு கேட்டேன்.. அதுக்கு அவங்க எதயும் சொல்லாம தலையில அடிச்சிட்டு அழுதாங்க.. எனக்கும் அழுவ வந்திச்சி.. என்ன நடந்துச்சின்னு தெரியாம கூட்டத்தோட கூட்டமா நானு ஒக்காந்து அழுதுட்டு இருந்தேன்... "

"இது தற்கொலையா இல்ல கொலயா.. உன்னால இத நம்ப முடியுதா பிரியா... என்ன நடந்திருக்கும்னு எதாச்சோம் யூகிக்க முடியுதா? " என்றான் சுபாஷ்.

"அப்போ இருந்த சூழ்நிலைக்கும் என்னோட வயசுக்கும் என்னால எதயும் ஜட்ஜ் பண்ண முடில... ஆனா கண்டிப்பா அது திட்டமிட்ட கொலதாண்ணு இப்போ சொல்லுவேன்... கண்டிப்பா அது கொல எனக்கு நடக்க இருந்தமாதிரியான ஒரு ஆணவக்கொல. என்ன அந்த இருட்டு ரூம்ல அடைச்சி வச்சிட்டு நான் என்னைக்காச்சோம் சரியா சாப்பிடலனாத்தான் அப்பா வந்து என்ன பாப்பாரு. அப்போ அவரு சொல்ற ஒரே வார்த்த.. சாப்பிடலனா கூட பெரவால்ல... சீக்கிரம் நீயே செத்துடு... உன்ன என்னால கொல்லவும் முடியல... அந்த பாழாபோனவ தெனமும் கனவுல வந்து கொலையா கொல்றா... இந்த தோஷம் மட்டும் இல்லன்னா உன்ன அன்னைக்கே அந்த தருதலயாக்கூட சேத்து கொண்ணு போட்ருப்பேன்னு ஒருநாள் சொன்னாரு."

"அப்போ உங்க அப்பா கனவுலயும் அந்த உருவம் வந்திருக்கு.. அதாவது உங்க குடும்பத்தால கொலைசெய்யபட்ட உங்க அத்த அவங்களுக்கும், உன்ன கொல்லாம விட்டதுக்கும் ஏதோ சம்மந்தம் இருக்கு பிரியா.. ஆனா

இந்த ஒரு வருஷத்துல உன்னோட உயிர கையில புடிச்சிட்டு எப்புடி இருந்த.. உன்ன பாத்தா ரொம்பவே அதிர்ச்சியாவும் ஆச்சரியமாவும் இருக்கு?" என்றான் சுபாஷ்.

"எங்க அப்பா ஒவ்வொருவாட்டியும்... செத்து தொல செத்து தொலன்னு சொல்லும்போதுலாம் எனக்குள்ள என்ன அறியாமயே ஒரு வைராக்கியம் வளரும்.. வளத்துக்கிட்டேன்...! இதெல்லாம் ஏதோ ஒருநாள் மாறும்னு நம்பிக்க எனக்கு தூக்கத்துல ஒரு வெளிச்சத்த குடுத்துட்டுதான் இருந்திச்சி... இன்னும் கொஞ்சநாள்தான் பொருத்துக்கோ பொருத்துக்கோன்னு அது சொல்லிட்டே இருக்கும்...! " என்று அவள் சொல்ல..

"யாரு அந்த ஒளி... உங்க அம்மாவா... அத்தயா...? " என்று கேட்டான்,

"இல்ல.. ராஜேஷ்..! " என்று சொல்லிவிட்டு பிரியா அழ, வளர்மதி அவளை தட்டிக்கொடுத்து தலையை கோதிவிட்டார்.

விடை தெரியாத தன் காட்டில் சூழ்ந்திருந்த பனிக்கூட்டத்திற்கு நடுவே அங்கங்கு நெருப்பு தீபங்கள் எரிவது போன்று அவனுக்கு தெரிந்தது.. ராஜேஷின் நினைவலைகள் ஒரு கணம் கடந்துபோக அதனை அசைபோட்டவனின் கண்களில் லேசாக ஈரம் படர்ந்தது.. கோழைத்தன்மையின் வெளிப்பாடு கண்ணீர் என்றாலும் ஒரு வகையில் பலருக்கும் அது ஆறுதலாகவே இருக்கும். அவனின் இறுகிய மனதை இலகுவாக்க அவை முயற்சி செய்துகொண்டிருந்தன. வேண்டாத ஒருசில நிமிட அமைதிக்கு பிறகு..
"நடக்குறது எதுவும் நம்ம கைல இல்ல... இது ரொம்பவே பழசா இருந்தாலும் உண்ம எப்போவும் உண்மதான்.. இனி நடக்கபோறதாச்சோம் நல்லதா நடக்க வேண்டிங்கோங்க. " என்றவன் தான் நகரத்திற்கு செல்லவிருப்பதை சொல்லிவிட்டு கிளம்ப முற்பட்டான்.

"வந்து ரொம்ப நேரம் ஆகுது சுபாஷ்.. சாப்புட்டுதான் போகனும் " என்று வளர்மதி சற்று அதட்டலான அன்பில் பேச அதற்கு கட்டுப்பட்டு சுபாஷும் சாப்பிட அமர்ந்தான். அதன்பிறகு ஊரை விட்டு பாதி தூரம் கடந்திருக்க வானத்தின் மழை மேகங்கள் சூழத்தொடங்கியிருந்தன... காற்றின் வேகமும் அதிகரிக்க பாக்கெட்டில் இருந்த செல்போன் சினுங்கியது. வண்டியை ஓட்டியபடியே செல்போனை எடுத்து பார்க்க அழைப்பு ஜோசப்பிடம் இருந்து. அதை பார்த்தவனுக்கு ஊருக்கு வரும்போது மதுவிடம் இருந்து வந்த அழைப்பு ஞாபகத்திற்கு வந்தது.. அத்துடன் அந்த அழுகுரலும் தான்.

"அவ இல்லன்னா வேற யாரு போன் பண்ணிருப்பா... நான் அந்த சத்தத்த கேட்டனே... அந்த அழுவுற சத்தம் காதுல கேட்டுட்டே இருக்கே.. அது யாரா இருக்கும்...? " என்று தனக்குள் சொல்லிக்கொள்ள முதல்நாள் கனவு ஞாபகத்திற்கு வந்தது. முதல்நாள் அந்த விடுதியின் மாடியில் அழுத பெண் குரல்தான் அது என்பதை திட்டவட்டமாக உறுதிசெய்துகொண்டவன் வீட்டை நோக்கி வாகனத்தை செலுத்தினான்.

தலையை டவலால் துவட்டிக்கொண்டு தனது படுக்கை அறையை அடைந்தவன் சலுப்பாக உக்கார்ந்துகொண்டு எதையோ யோசித்து கொண்டிருந்தான். நேரம் ஐந்தை கடந்திருந்தது...
ஒழிந்த பிரச்சினைகளின் ஒருசில அவிழ்க்க முடியாத முடிச்சுகளும் அவனுக்குள் ஓடிக்கொண்டே இருந்தது..
டேபிலில் இருந்த புதிய வாட்ச் அவனது கவணத்தை தன்வசம் திருப்ப அதை கையில் எடுத்து சில நொடிகள் பார்த்தான். அதே கணம்.. பாண்டியனுக்காக ராஜேஷ்
" பார் யூ " என்று எழுதி கொடுத்திருந்த வாட்ச் ஞாபகத்திற்கு வந்துபோனது..
பக்கத்தில் இருந்த ஒரு நோட்டை எடுத்து இதுவரை நடந்தவைகளை சுருக்கமாக எழுத ஆரம்பித்தான்..

"ராஜேஷ் தற்கொலை செஞ்சிக்கிற மாதிரி கனவு.. அதுலயும் அந்த வெள்ள உருவம் வந்திச்சி. அப்போ அன்னைக்கு நைட்டு பாண்டியனோட பாட்டி சாகும்போதும் வந்த உருவமும் அதுவாத்தான் இருக்கனும்... பாண்டியன் செத்தது முன்னமே அவனோட பாட்டிக்கு தெரிஞ்சிருக்கனும், இல்லனா.. " என்று அவனது மனம் எதையோ கண்டுபிடித்தது போன்று படபடக்க ஒருவித மிரட்சியுடன் மீண்டும் தனக்குள் பேசிக்கொண்டான்...

"இல்லன்னா... பாண்டியாவோட பாட்டி ஒடம்புல அந்த வெள்ள உருவம் எறங்கி நமக்கு உதவி செஞ்சிருக்கனும்" என்று தனக்குத்தானே சொல்லிக்கொண்டான். கனவில் விடுதியின் மூலையிலிருந்து வந்த பெண்ணின் அழுகுரலும்... அதே சமயம் பாண்டியனின் பாட்டி விடுதி முன் இறப்பதற்கு முன்பு சுபாஷிற்கு இரவில் கேட்ட அழுகுரலும் ஒன்று என்று உறுதிசெய்ய அந்த நிகழ்வுகள் அனைத்தும் அதே வெள்ளை உருவத்தின் வேலைதான் என்று சுபாஷை நம்பவைத்தது.

அறையின் அமைதியில் கடிகாரமுள் நகர்வின் சத்தம் துள்ளியமாக கேட்டுக்கொண்டிருக்க... சடாரென்று அவனது மொபைல் ஒலித்தது. மீண்டும் ஜோசப்பிடம் இருந்துதான்.. அவனிடம் பேசி முடிக்க இரவானது.

தூரல் இன்னமும் பிசுபிசுத்துக்கொண்டிருக்க..

சாப்பிட்டுவிட்டு வெளியேறினான். சுத்தமான ஈரக்காற்று அவனை வரவேற்றது மூச்சை மெதுவாக உள் இழுத்துவிட்டான்.. பனிப்பொழிவை பாதியாக மழை குறைத்திருக்க விடுதியை நோட்டமிட்டான்.. வழக்கமாக விட்டு விட்டு எரியத்தொடங்கிய அந்த விடுதியின் முகப்பு மின்விளக்கு சுபாஷை மீண்டும் பயமுறுத்த ஆரம்பித்தது. மழைநீரில் குளித்துக்கொண்டிருந்த ஆரஞ்சு நிற மின்விளக்கையும் அறை ஜன்னல்களையும் அப்படியே மாற்றி மாற்றி பார்த்துக்கொண்டிருக்க எதயோ மீண்டும் கண்டுபிடித்தது போன்று தன் அறைக்குள் திரும்பினான்.. நோட்டை எடுத்து எழுதிய பக்கத்தை திருப்பி விட்டு.. " மின்விளக்குகள்.." என எழுதினான்.

நேரம் ஒன்பதை கடந்திருக்க படுக்கையில் உக்கார்ந்து கொண்டிருந்தவன் மீண்டும் விடுதியை நோட்டமிட்டான்.. முகப்பு விளக்கு இப்போது சரியாக எரிந்து கொண்டிருந்தது.. விடுதி முகப்பை சற்று உற்று நோக்கினான்.. யாரோ ஒருவர் அங்கும் இங்கும் நடமாடுவது போன்று தெரிந்தது.. போவதற்கு நேரமும் காலமும் தேவையும் இது இல்லை என்று மனதிற்குள் ஏதோ ஒரு மூலையில் சொல்லிக்கொண்டாலும் அவன் எண்ணம் முழுவதும் மீண்டும் எதையோ ஒன்றை தேடி ஓடவேண்டும் என்று முற்பட்டது.. எழுந்து சட்டையை போட்டுக்கொண்டு விடுதியை நோக்கி நடந்தான்.. மழையில் தோய்ந்துகிடந்த விடுதியின் இரும்பு கதவுகளை திறக்க அவையும் சத்தமில்லாமல் திறந்து அவனுக்கு வழிவிட்டது.. ஒருவகை அதிர்ச்சியும் முந்தையநாள் ஞாபகங்களும் ஒருசேர அவனுக்குவர எதிர்பார்த்தது போலவே பியூன் ஆறுமுகம்தான் வராண்டாவில் நடந்துகொண்டிருந்தார்..
அவரை பார்த்து புன்னகையை செயற்கை சேர பொழிந்தவன் சிறிதுநேரம் பேசிக்கொண்டிருந்தான்.

தூரல் மீண்டும் வேகமெடுக்க பரவலான மழையில் மீண்டும் நனைய ஆரம்பித்த ஆறுமுகம்.. முகத்தை வானத்திற்கு நேராக அண்ணாந்து பார்த்து சிரித்துக்கொண்டார்,

"என்னண்ணா மழன்னா புடிக்குமா... நேத்துக்கூட இதேமாதிரிதான் பனியில நின்னீங்க... இன்னைக்கு என்னனா மழைல நிக்குறீங்க...?? " என்றான்.

"நேத்தா.. நேத்து நான் பனில நின்னது உனக்கு எப்பிடி சுபாஷ் தெரியும்..? " என்று பியூன் திடுக்கிட்டு கேட்க..
சற்று அதிர்ந்தவன் பின்பு சாதாரணமாக.. "ஆமா ஜன்னல தொறந்து பாத்தேன்... நீங்க இதே மாதிரிதான் பனியில மொகத்த வச்சிட்டு இருந்திங்க" என்று சொல்ல,

"எவ்வளோ அழகா கொட்டுது பாத்தியா சுபாஷ் இந்த வானம்.. நீயும் கொஞ்சம் இதுல நனஞ்சிபாறேன்." என்று அவர் முடிக்க.. அதிர்ச்சியில் அப்படியே உக்கார்ந்திருந்தவன் விழுந்தடித்து ஓட ஆரம்பித்தான்... பின்னாலிருந்து பியூன் ஆறுமுகத்தின் கர்வமும் திமிரும் வஞ்சணையும் நிறைந்த சிரிப்பு சத்தம் அவனை துரத்த வேகமாக ஓடிக்கொண்டே ஒரு கணம் திரும்பி பார்க்க, சிரித்த வாயுடன் பியூன் ஆறுமுகத்தின் உருவம் இறந்துபோன சக்கரவர்த்தியின் உருவம் போலவே மாறி மாறி அவனுக்கு காட்சியளித்தது.
வீட்டை அடைந்தவன் ஜன்னல்களை மூடிவிட்டு படுத்துக்கொண்டவன் நடுங்கிய உடலுடன் தூங்க முயற்சித்துக்கொண்டிருந்தான்.

..மெதுவாக அவனை நோக்கி ஒரு உருவம் நெருங்கிவர பயத்தை விடுத்து மூடியிருந்த கண்களை துறந்தான், எதிரில் அப்பா ராமச்சந்திரன். அப்பாடா என்றிருந்தது.

"இந்த நேரத்துல எங்கடா போய்வர நீ? "

"ஹாஸ்டல் வரைக்கும் போய்ட்டு வர்றேன்.. பியூன் ஆறுமுகம் இருந்தாரு.. அவர்கிட்ட பேசிட்டு வர்றேன் " என்று சுபாஷ் சொல்ல..

"என்னடா சொல்ற பியூனா.. அவரு ரெண்டுநாளா இல்லயே? " என்றார் அதிர்ச்சியாக.

"எ.. என்ன சொல்றிங்க நீங்க... நேத்தும் பேசிட்டு வந்தேன்... தோ இன்னைக்கும் மழையில நனைஞ்சிட்டு இருந்தாரு பேசிட்டுதான் வர்றேன் சந்தேகம்னா ஜன்னல தொறந்து பாருங்க... " என்றபடி ஜன்னல்களை திறக்க வெகுவாக பெய்துகொண்டிருந்த மழைச்சாரல் அறையிலுள் தெரிக்க ராமச்சந்திரனும் விடுதியின் முகப்பு பகுதியை நோட்டமிட்டுவிட்டு சுபாஷை பார்த்தபடி,

"யாருமே இல்லையே.. நீ யார சொல்ற? " என்றார். மீண்டும் ஜன்னல் வழியே சற்று பயத்தோடு பார்த்தவனுக்கு அதிர்ச்சி அங்கு பியூன் இல்லை..

"மழ அதிகமாகுதுன்னு வீட்டுக்கு போய்ருப்பாரு போலப்பா... நாளைக்கு வருவாரு அவருகிட்டயே கேளுங்க.. நான் அவர்கிட்டதான் பேசிட்டு இருந்தேன்? " என்றவனை விசித்திரமாக பார்த்தவர் அங்கிருந்து கிளம்பினார்.

ஜன்னல்களை மூடுவதற்கு சுபாஷ் முயல விடுதியின் வராண்டாவில் மீண்டும் பியூன் ஆறுமுகம் முந்தைய நாள் பணியில் நனைந்தது போலவே மழையில் நனைந்தபடி நின்றுகொண்டிருந்தார்..

விடிந்தது.. நேரம் எட்டு மணியை கடந்திருப்பதை உணர்ந்தவன் தன்னுடைய செல்போனை தேடிப்பிடித்து ஜார்ஜ் போட்டுக்கொண்டான். மழை கொடுத்து ஓய்ந்துபோன மேகங்கள்.. இருந்தும் அவற்றின் கருமையில் மாற்றமில்லை. இனியும் மழை தொடரும் என்றே நினைத்துக்கொண்டவனுக்கு ஜோசப்பின் ஞாபகம் வந்தது.. ஜோசப்பிற்கு போன் செய்ய ஒருசில ரிங்கிலேயே அட்டர்ன் செய்தவன்...
"சொல்லுடா நானே பண்ணலாம்னு இருந்தேன்.. சர்ச்கிட்ட வந்துடு ஒரு ஒம்பது மணிக்கா.. செரியா " என்றான்.

அதன்பேரில் அவனிடம் பேசிமுடிக்க
கண்களில் அவனை அறியாமல் வந்த கண்ணீரை துடைத்துக்கொண்டு.. "போட்டிங்கா.. இன்னைக்கு சாயங்காலம் நாங்க கெளம்பனுமே" என்று மறுத்தவனை நச்சரிக்க பிறகு ஒத்துக்கொண்டான். ஞாயிரு என்பதால் சர்சில் சிறப்பு ஆராதனை தொடங்கியிருந்தது.. அதனை முடித்த கையோடு வெளியேற என்றோ ஒருநாள் மாலை வேளையில் சுபாஷ் பார்த்த ஒரு பைபில் வசனம் மீண்டும் அவன் கண்களுக்கு தென்பட்டது.. "சடுதியான திகிலும் துஷ்டர்களின் பாழ்கடிப்பும் இனி இராது... இந்த வார்த்தையில எவ்வளோவோ விஷயம் ஒளிஞ்சிட்டு இருக்குடா ஜோ" என்றவனை கேள்வியாய் பார்க்க சுபாஷ் தொடர்ந்தான்,

"சடுதியான திகில்.. அப்பிடின்னா என்னோட கனவுல தெனமும் வர்ற அமானுஷ்யம்... துஷ்டர்களின் பாழ்கடிப்புன்னா கெட்டவங்க.. சக்கரவர்த்தியும் அவுங்க ஆளுங்களும்.. அவங்களோட கெட்ட விஷயங்கள் இனிமே எனக்கு வராதுன்னு போட்ருக்கு... "

"நீ சொல்றமாதிரியே இருக்கலாம்டா.. பைபில்ல தீர்க்கதரிசிகள்னு நெறயபேரு வருவாங்க.. அவங்களுக்கு ஒரு கனவு வரும் அந்த கனவவச்சி அவங்க அடுத்து என்ன நடக்கப்போகுதுன்னு தீர்மானிப்பாங்க.. இது மந்திரமோ இல்ல வியாதியோ எதுவா இருந்தாலும் நீ மத்தவங்கள கம்பேர் பண்ணும்போது வேறதான். ஆனா இதெல்லாம் இன்னும் கொஞ்சநாள்தான்.. வெளியூர் போற அதனால இதெல்லாம் மறந்திடும்.." என்று அவனை தட்டிகொடுத்தான்.

மாலை நேரம்... கடற்கரையில் சிறிதுநேரம் உக்கார்ந்து உப்புக்காற்றையும் உப்பு தண்ணீரையும் ரசித்துக்கொண்டிருந்த சுபாஷ் சில நிமிடங்களில் ஜோசப்போடு கூட வேறு ஒருவரும் வந்துகொண்டிருப்பதை பார்த்து

எழுந்துகொண்டான். பிறகு மூவரும் வரிசையாக கிடத்தியிருந்த விசைபடகுகளில் ஒன்றை தேர்வு செய்து கடலில் தள்ளிவிட்டபடி அமர்ந்து கொண்டு கடலை நோக்கி பயணப்பட்டனர்.. படபடப்பாக இருந்த சுபாஷை பார்த்து...
"என்ன மச்சி போட்டிங் போய் ரொம்ப நாள் ஆகுது போல...! " என்றான்.

"காலேஷ் பஸ்ட் இயர்ல நீ கடல்ல தள்ளிவிட்ட பாரு.. அன்னைக்கு விட்டேன் இந்த போட்டிங்லாம் தெரியுமா..? இவரு யாரு " என்ற காட்டலான பதிலுக்கும் கேள்விக்கும் சிரித்தவன்,

"இவரு ஆரோக்கியதாஸ்.. எங்களுக்கு அண்ணன் மாதிரிதான்...! " என்றான்.

"ஏன் வந்ததுல இருந்தே பேசாம வர்றாரு... பேச புடிக்கலயாமா "

"இல்லடா.. அவரு பிரவியில இருந்தே ஊமை.. பேச வராது" என்றான் ஜோசப். பேசுவதற்கு பதிலில்லாமல் எங்கும் நீலம் சூழ்ந்திருந்த கடலை வெறித்து பார்த்தபடி இருந்தவன் ஜோசப் வாங்கிவந்திருந்த உணவை சாப்பிட்டபடி வானத்தை ஏறிட்டான். மேகங்களகடையே லேசான மின்னல்கள்.. அதில் வெண்ணிற மேகம் ஒன்று சம்மந்தம் இல்லாமல் மழை மேகத்தில் ஊடுறுவுவது போன்று சுபாஷிற்கு தெரிய அதை உற்று பார்த்தான்.. திடீரென்று சத்தமான ஒரு இடியும் இடிக்க "ஜோசப்... போதுன்டா கரைக்கு திருப்பு... வீட்டுக்கு போலாம்.. " என்றான்.

"இதுக்கே பயப்புட்ற... எங்க நெலமையலாம் நெனச்சி பாத்திருக்கியா நீ?" என்று ஜோசப் கேட்க..

வானத்தை பார்த்தவரே இருந்தவன்.. "உங்க நெலமதான் நாட்டுக்கே தெரியுமே... உயிர கையில புடிச்சிட்டு எவன் எப்போ எங்கிருந்து சுடுவான்னு தெரியாம ஒரு நரக வாழ்க்க... உயிருக்கு உத்திரவாதம் இல்லாத இந்த பொழப்பு நரகத்துக்கு சமம். எத்தன உயிரு அணாமத்தா போய்ருக்கு.. தெனமும் உன்ன நெனைக்காத நேரமே இல்ல ஜோ.. நீ கடலுக்கு போகும்போதுலாம் கடவுல வேண்டிக்குவேன்...! " என்று சொல்ல.. மழை பரவலாக தூர தொடங்கியிருந்தது.. அது ஜோசப்பின் கண்களில் வழிந்த கண்ணீரை மறைக்கத்தொடங்க போட்டை ஆரோக்கியம் வேகமாக கரையை நோக்கி செலுத்தினார். வானம் சில நிமிடங்களில் இறக்கமில்லாமல் அழ தொடங்கியிருந்தது அங்கிருந்து இருவரிடம் சொல்லிவிட்டு வீட்டை அடைந்தவன் அம்மாவின் பேச்சுகளை காதில் போட்டுக்கொள்ளாமல் வெளியே சென்று திண்ணையில் அமர்ந்தான் காத்திருப்பில் இருந்த அருணை பார்த்தவன் நேரத்தையும் பார்த்தான்.

மூன்றை கடந்திருந்தது. பீரோவை திறந்து தனது இஞ்ஞினியரிங் சர்டிபிகேட்களை எடுத்தான். பழைய டைரியில் இருந்து ஒரு புகைபடம் கீழே விழ அதை எடுத்தவன் முகம் கணநேரத்தில் சோகத்தில் நிரம்பியது.
சிறு வயதில் இறந்துபோன அவனது அண்ணன் சந்திரபோஸின் போட்டோ. எதேச்சையாக சுபாஷின் அம்மா ராதாவும் அறைக்குள் நுழைந்தவர்..

"இத எதுக்கு நீ வெளிய எடுக்குற.. எப்புடி இது உன்னோட கையில? அந்த ஆளு கைல மாட்னா இதயும் வச்சிருக்க விடமாட்டாரு.. கிழிச்சி போட்ருவாரு..! " என்று சொல்லிவிட்டு அதே பழைய டைரியில் அந்த போட்டோவை வைத்து பதுக்கினார்.

"எம்மா... இன்னேரம் அண்ணன் இருந்திருந்தா நான் வெளியூர் போகவேண்டிய அவசியமே இல்லல்ல.. நீங்களும் நிம்மதியா இருந்திருப்பிங்க"

"எதுக்கு இப்போ பழசல்லாம்.. தேவயில்லாம மனசபோட்டு கொழப்பிக்காத.. கௌம்பு" என்றார் ராதா சற்று கனத்த குரலில். ஒரு சில நிமிடங்களில் ராமச்சந்திரனும் வீடு வந்து சேர அவரிடம் சொல்லிவிட்டு சுபாஷும் அருணும் நகரம் நோக்கி பயணிக்க ஆரம்பித்தனர்.

மழை நின்று பனி பெய்யத்தொடங்கியிருந்தது.. ஜன்னல்களையும் கண்களையும் சேர்த்து மூடிக்கொண்டவன் தூங்க முயற்சித்தான்.. வரும்போது தன்னுடைய அண்ணனின் போட்டோவை பல வருடங்கள் கழித்து பார்த்ததால் அவனது ஞாபகங்களாவே இருக்க ஆழ்ந்த தூக்கத்திற்கு சென்றவனுக்கு ஒரு சில சிறு வயதில் நடந்தவைகள் நினைவுகளாக வரவே அவற்றையும் சற்று மகிழ்ச்சியாக அசைபோட ஆரம்பித்தான்.. நினைவுகளை கூட்டி கழித்தாலும் இன்னமும் அன்று என்ன நடந்தென்று தலையில் ஏற்பட்ட பலத்த காயத்தால் தெரியாமல் பரிதவித்தான். அந்த விபத்தைதான் ராமச்சந்திரன் டாக்டர் புருஷோத்தமனிடம் சுபாஷ் சிகிச்சைக்கு அனுமதித்தபோது சொல்லி இருந்தார்.

...வயதும் வருடமும் சரியாக தெரியாத சிறு வயது அது, சுபாஷ் ஐந்தாம் வகுப்பு படித்திருக்க அவனது அண்ணன் சந்திரபோஸ் பத்தாம் வகுப்பு படித்துக்கொண்டிருந்திருப்பான். அண்ணன் மட்டும் வேகமாக ஓடி வருவது தெரிந்தது.. திடீரென்று ஒரு பலமான மோதல், கண் திறந்து பார்க்க மொட்டை மாடியின் பக்கவாட்டு சுவர் விளிம்பில் சுபாஷ்.. அவன் கையை இருக்க பிடித்தபடி சந்திரபோஸ். மீண்டும் கண் மூடி கண் விழித்துபார்க்க ஏதோ ஒரு மொட்டை மாடியின் விளிம்பில் இருக்கும் தடுப்புச்சுவரில் தலை மோதி முகம் முழுவதும் ரத்தமயமாக அவன். மறுகணம் மங்கலான

பார்வையோடு கண்கள் திறக்க யாரோ ஒருவர் மாடியிலிருந்து கீழே விழுந்து இறந்துகிடப்பது போன்று தோற்றம்... பின் கண்கள் மூட அடர்த்தியான ஒரு கருமை.

வேகமாக சென்றுகொண்டிருந்த பேருந்து ஒரு மேட்டில் ஏறி இறங்க.. தூக்கத்திலிருந்து எழுந்துகொண்டான். பேக்கிலிருந்து தண்ணீர் குடித்தவன் கண்களை மூடாமல் அப்படியே இருந்தான்.. சிதறிய கவணத்தை ஒருநிலைபடுத்த முயற்சிசெய்தான்.. ஏமாற்றம்.

"எது நெஜம்.. எது பொய்.. எது மாயை.. எதுமே புரியல... கனவுல நடக்குறது எல்லாமே நெஜத்துல நடக்குமா... இஸ் இட் பாசிபில்..? கொஞ்சம் நடக்க வாய்பிருக்குன்னு கேள்விபட்ருக்கேன். எல்லாமே நடந்துடுமா.." என தனக்குள்ளேயே கேட்டு புலம்பிக்கொண்டான்.. கண்களை மூட குளிர்சியான காற்றிற்கு மீண்டும் ஒரு தூக்கம்,

..கும்மிருட்டு, ஆனால் அந்த இரவு சாதாரணமாக தெரியவில்லை, அடையாளம் தெரியாத ஏதோ ஒரு மொட்டை மாடியில் ஒரு உருவம்... சொத சொதவென்று பெய்யும் பனி.. அதனை வரவேற்கும் வண்ணம் இரு கைகளை பிளந்தவாறு நீட்டிய உருவம் அவனுக்கு அது இறந்துபோன சக்கரவர்த்தியை நினைவுபடுத்தியது.. மெதுவாக திரும்பிய அந்த உருவம் தன் கோரமாக அழுகிய முகத்தினை அவனுக்கு நேராக திருப்பி சிரித்தது.. பின்னர்
"எவ்ளோ அழகா கொட்டுதுபாத்தியா சுபாஷ் இந்த பனி.. உன்னோட கொலகார மூடுபனி!" என்று அது சொல்ல கத்தாத குறையாக மீண்டும் எழுந்துகொள்ள பேருந்தின் மேற்கூரை மின்விளக்குகள் எரியத்தொடங்கியிருந்தன.. ஜன்னல்களை திறந்துபார்க்க எங்கும் இருள் குழுமிக்கிடந்தது. நேரத்தை பார்த்தான் ஏழுமணியை நெருங்கிக்கொண்டிருந்தது. ஜன்னல்களின் வழியே உள் நுழைந்த ஈரமான குளிர்காற்று மீண்டும் ஒரு புத்துணர்ச்சோடு தூக்கத்திற்கு அவனை அழைத்துச்சென்றது..

ஒருசில நிமிடங்களில் அதே இருள்... பின் சடாரென்று ஒரு வெண்ணிற வானம்... வானத்திற்கு கீழே மதுமிதா ஊரின் பெரிய ஆலமரம் தெரிய அதை நோக்கி சுபாஷ் நடந்து சென்று கொண்டிருந்தான்.. அவனை நெருங்கிய ஒரு உருவம் வேகமாக அவன் தோள்மேல் கைவைத்தது. பயத்துடன் நின்று மெதுவாக திரும்பினான்.. சோர்ந்துபோன சுபாஷின் முகம் சற்று மகிழ்ச்சியாக பிரதிபலித்தது... "ஏய்..பூனகுட்டி... என்ன விட்டுட்டு எங்கபோன... வா ஆலமரத்துக்கிட்ட போலாம்...? " என்று சுபாஷ் கூப்பிட

ஒருவித பயத்துடன் பார்த்த மது.. "இல்ல வேணாம் அந்த மரத்துகிட்ட வேணாம்... அங்கயெல்லாம் போககூடாது... அது பேய் மரம்...!" என்றவள் அவன் கையை பிடித்து இழுத்துவர பின்னாலிருந்து ஏதோ ஒன்று சுபாஷை பிடித்து இழுத்தது.. பின்னால் திரும்ப அந்த உயரமான ஆலமரத்தின் விழுதில் ஒன்று அவன் கழுத்தை பிடித்து நெருக்கிக்கொண்டிருக்க திடீரென்று கைகளில் ஒரு கனம் சேர அதை எடுத்துப்பார்த்தான்.. ஒரு பெரிய கோடாரி.

... வலுவிற்கு அதை தூக்கியவன் வேகமாக கழுத்தை நெறித்த விழுதை வெட்டினான்... துண்டாகிபோன அந்த விழுது ரத்தம் கொட்ட அழுதுகொண்டே சுபாஷின் கழுத்தை விடுவித்துக்கொண்டது.. அந்தரத்தில் இருந்தவன் வேகமாக கீழே வந்துகொண்டிருக்க தரையில் உருவான ஒரு கிணற்றில் விழுந்து மீண்டும் ஒரு ஆழ்ந்த இருட்டிற்கு சென்றான்.. கத்தியபடியே உள்ளே விழுந்தவன் பிறகு கத்தியபடியே தூக்கத்தில் இருந்து எழுந்தான். பக்கத்தில் தூங்கிக்கொண்டிருந்த அருணும் தூக்கத்தை விடுத்து அதிர்ச்சியாக எழுந்து உக்கார்ந்து சுபாஷை பார்க்க "கனவு.. பயங்கர கனவு....! " என்றான் அதிர்ச்சியில் உறைந்துபோனவனாய்.

"ஓகோ.. இப்போலாம் பகல்லயே வர ஆரம்பிச்சிடிச்சா.. சரி சரி தூங்கு எல்லாம் சரியா போய்டும்...! " என்று அருண் ஆறுதல் சொல்ல...

"போடாங்... தூக்கத்துலதான் இந்த கனவு வருது.. இதோட மூனாவது கனவு." என்றான் பதட்டமாக.

"இன்னும் கொஞ்சநேரத்துல டவுன் வந்துடும்.. அதுவரைக்கும் தூங்காத " என்று சொல்ல சுபாஷும் செல்போனை நோண்ட ஆரம்பித்திருந்தான்.. சட்டென்று ஜோசப் சொன்ன வார்த்தைகள் ஞாபகத்திற்கு வர அவன் சொன்ன
"தீர்கதரிசனம்... தீர்கதரிசிகள்...!! " வார்த்தைகள் அவனுள் கிளர்ச்சிவிட தொடங்கியிருந்தது.

மதுவிடம் இருந்து வந்த அழைப்பில் பேசிக்கொண்டிருந்தவன் நினைவு வந்தவனாய்,
"ஹேய் மது அப்போறோம் ஒரு முக்கியமான விஷயம்.. உங்க ஊர்ல இருக்குள்ள அந்த ஆலமரம்... நாளைக்கு அங்க போய்ட்டு வா" என்றான்.

"எதுக்கு இப்போ சம்மந்தம் இல்லாம"

"ப்ச் நான் சொல்றத மட்டும் செய்.. நீ நாளைக்கு போய் ஆலமரத்த பாரு.. அப்பிடியே அந்த கெழவரையும் தான் புரியுதா? "

"சரி போறேன்... அன்ட் கேர்ஃபுல்லா ஒர்க் பண்ணுங்க" என்றவள் இணைப்பை துண்டித்துக்கொண்டாள்.

மாநகரம் அருணையும் சுபாஷையும் இறைச்சலுடன் வரவேற்றது.. இருவரும் அங்கிருந்து தங்கும் விடுதியை அடைந்து பின் ரூம் மேட் கௌதமை புன்னகையோடு சந்தித்தனர்.

திட்டமான ஹால்.. அதற்கு இடது புறம் சிறிய அறை.. அது கிட்சன். ஹாலின் வலதுபுறத்தில் ஒரு அறை.. அது படுக்கை அறையாக உபயோகபடுத்திக் கொண்டிருந்தனர். வீட்டின் கட்டமைப்பும் நெரிசலும் நகரத்திற்கான தோரணையை கொடுத்தது. சுவற்றிற்கு நீல நிற பெயின்ட் அடிக்கப்பட்டிருந்தது... கிட்சன் இளஞ்சிவப்பு நிறம்.. படுக்கை அறைக்கு பச்சை நிறம். கிட்சனில் இருந்த குண்டு பல்ப் கிட்சன் அறையின் நிறத்தை மேலும் சிகப்பாக்கி காட்டியது.. ஒரு இண்டக்ஷன் ஸ்டவ்.. சாப்பாடு செய்ய கொஞ்சம் பாத்திரங்கள்.. நான்கு எவர் சில்வர் பிலேட்டுகள்.. அதே போன்றே நான்கு சிறிய கிளாஸ்கள் என்று பொருட்களை கச்சிதமாக அடுக்கி வைத்திருந்தான் கௌதம். அதை பார்த்துவிட்டு பின் தனக்கான ஒரு இடத்தை பிடித்துக்கொண்டவன் பெட்டியை அங்கேயே வைத்துவிட்டு முகம் கழுவ சென்றான்.. பாத்ரூமில் இருந்து ஒருவன் வெளியேற.. அவனையே பார்த்த சுபாஷ் லேசாக சிரித்தான். அவனை சட்டை பண்ணாமல் வெளியேறியவன் வேகமாக விரைந்து பக்கத்து ரூமில் நுழைந்து கதவினை மூடிக்கொண்டான்.

முகம் கழுவியபடி உள்ளே நுழைந்தவன், "கௌதம் ஒருத்தன் பாத்ரூம்ல இருந்து வெளிய வந்தான் ஆனா எதுவும் பேசாம ரூம்க்கு போய்ட்டான்...? " என்று கேட்க,

சற்று மெதுவாக சிரித்தவன்... "இதான் நகரம் "என்றான்.

"அதுக்காக பக்கத்துல இருக்குறாங்க ஒரு உதவின்னா நாம போய்தான ஆகனும்?"

"ஹாஹா நாளைக்கு காலைல நான் இன்ட்ரோ குடுக்குறேன்.. அந்த ரூம்லயும் மூனுபேர்தான்.. இப்போ அமைதியா படுத்து தூங்கு " என்றான் கௌதம்.
பஸ்ஸில் பயணித்த களைப்பில் அப்படியே கண்களை மூடியவன் அயர்ந்து தூங்கினான்.

விடிந்தது.. நகர இறைச்சல் அவனை தன்னால் எழுப்ப பெட்டியில் இருந்த வாட்சை எடுத்து நேரத்தை பார்த்தான் ஆறுமணியை கடந்திருந்தது.. படுக்கையை மடித்து ஒரு மூலையில் வைத்துவிட்டு வெளியேறி அதிர்ச்சி... ஊரில் இருந்ததைபோன்றே அதே பனிமூட்டம்.. எங்கும் எல்லா இடங்களையும் நனைத்து ஈரமாக்கிக்கொண்டிருந்த மூடுபனி.

கௌதம் அழைக்க.. பக்கத்து அறை மூர்த்தியுடன் தன்னை அறிமுகப்படுத்திக்கொண்டான் சுபாஷ்.
பிறகு கம்பெனிக்கு கிளம்பிச்சென்று மாலையில் அறையை அடைந்தனர்.

இருவரையும் பக்கத்து அறைக்கு கூட்டிச்சென்ற கௌதம் பக்கத்து அறை பாலாவையும் ராஜேஷையும் அறிமுகபடுத்தினான். ராஜேஷ் என்றதும் அவனையே பார்த்த சுபாஷ் ஒரு பெரிய பிரகாசமான சிரிப்பை அவனை நோக்கி பொழிந்தபடி சிறிது நேரம் பேசிவிட்டு மீண்டும் மூவரும் அவர்களது அறையை அடைந்தனர்.

இரவானது,

"மது மரத்துகிட்ட போனியா?"

"ஆமா போனேன்... ஆனா அங்க அந்த கெழவரு இல்ல! சுத்தியும் பாத்தேன் ஆளே காணோம்.. மலைல இருக்க கோயிலுக்கு போய்ருப்பாரு போலன்னு நெனச்சிட்டு வந்துட்டேன்.. ஆமா எதுக்கு என்ன அங்க போவ சொன்ன?" என்று கேட்க பயணத்தில் தோன்றிய மூன்றாவது கனவை அவளிடம் தெளிவாக சொன்னான்...

அனைத்தையும் கேட்டுவிட்டு குபீரென்று சிரிக்க அதை ஏற்கனவே எதிர்பார்த்தவன்.. "தெரியும்.. இதெல்லாம் நம்புறமாதிரி இல்லன்னு... ஆனா நம்பிதான் ஆகனும் ஏன்னா இது வெறும் கனவு " என்றான்.

"சரி என்னவோ இதெல்லாம் உன்னோட கனவு அவ்ளோதான்.. அதனால என்னவோ இத கேக்குற மாதிரி இருக்கு. சரி இப்போ நான் என்ன பண்ணனும்...? "

"நாளைக்கு நீ மறுபடியும் அந்த ஆலமரத்துகிட்ட போகனும்.. அந்த கெழவர்கிட்ட பேசனும்...! " என்றவன் பிறகு இணைப்பை துண்டித்தான்.

அவனையே பார்த்துக்கொண்டிருந்த அருண், "மச்சா உண்மைலயே நீலாம் குடுத்துவச்சவன்.. மது மாதிரி ஒரு பொண்ணு கெடைக்க தெரியுமா? இப்போ இருக்க நெரய பொண்ணுங்க தேவ இல்லாத மெசேஞ்சாகவும்

வீண் செலவுக்காகவும்தான் பழகுவாங்க.. ஆனா மது டோட்டலா வேற.. ரொம்பவே மெசூர்ட்டான பொண்ணு... " என்று மதுவை பற்றி பூரித்துபோய் பேசிக்கொண்டிருந்தான். அவன் சொன்ன வார்த்தைகள் சுபாஷிற்கே மதுமிதா மீது தனி மரியாதையையும் எந்த விதத்திலேயும் அவளை கைவிடாமல் இருக்கவும் கண் கலங்காமல் பார்த்துக்கொள்ளவும் இருக்க ஒரு தூண்டுதலை உருவாக்கியது.. அவர்களது உறவு வலுப்பட அருணின் தற்செயலான வார்த்தைகள் உதவியாக இருந்தது.
ஒரு கணம் அனைத்தையும் நினைத்தவன் பின் கண்களை மூடி படுத்தான். திடீரென்று மதுவை நேரில் பார்க்கவேண்டும் என்ற எண்ணம் உதிக்க தூக்கத்தில் இருந்து எழுந்து அமர்ந்து கொண்டான்.. எதற்கு அந்த எண்ணம் வந்ததென்று அவனுக்கு தெரியவில்லை.. தூங்காமல் வெறுமனே படுத்துக்கொண்டவனுக்கு அவளுக்கு போன் செய்யும் போது கேட்ட அந்த அழுகுரல் மனதில் வந்து வந்து சென்றது...

"ஒருவேள மதுமிதாவுக்கு எதாச்சோம் நடக்கபோவுதா... அதுக்கான ஒரு தொடக்கமா இது... இல்லாட்டி இத முன்னமே தெரிஞ்சிகிட்டு நமக்கு யாரோ சொல்ல நெனைக்குறாங்களா? " என்று தனக்குள் பேசிக்கொண்டான். கடவுளை ஒருகணம் வேண்டியவன் படுத்துக்கொண்டு தூக்கத்தை வலுக்கட்டாயமாக வரவழைத்துக்கொண்டான்.. உலகமும் தனது பிறப்பும் இறக்கமற்றது என்று சொல்லிக்கொண்டவனில் வெறுப்பும் அவநம்பிக்கையும் ஆணி போல பதிந்தது. அதே சமயம் அமானுஷ்யங்கள் மீது அதீத ஈடுபாடும் நம்பிக்கையும் அதிகரித்துக்கொண்டே சென்றது.

விடிந்தது...
அறை கதவுகளை திறந்துகொண்டு வெளியேற நகரத்தை எங்கும் மூடிய நிலையில் அதே மூடுபனி.. நகர இறைச்சலையும் அது தன் கட்டுப்பாட்டில் வைத்திருந்தது.. கம்பெனியை அடைந்து வேலையை தொடர்ந்தான்.. அன்றையநாள் நன்கு பரிட்சையமானது, வேலையும் கூட! எல்லாம் சிறப்பாக முடிய இருவரும் மீண்டும் ரூமை நோக்கி நடந்தனர். அண்ணாந்து வானத்தை பார்க்க சிதரிக்கிடந்த மேகங்கள் அவனை பார்த்து பிரகாசித்தது.. பஞ்சுபோல அங்கும் இங்கும் இருந்த மேகத்தில் ஒன்றுமட்டும் விசித்திரமாக தென்பட அதை உற்று நோக்கினான்.. வானத்தையே பார்த்துக்கொண்டிருந்தவனை உலுக்கிய அருண்... "ஏன் எப்போப்பாத்தாலும் வானத்தயே பாத்துட்டு இருப்ப.. என்னதான் இருக்கு வானத்துல..? " என்று சொல்லிக்கொண்டு அறையை நோக்கி நடக்க ஆரம்பித்தான்.

இரவு உணவு தயாராகிக்கொண்டிருக்க, மதுவிடமிருந்து மீண்டும் அழைப்பு... அவளின் அழைப்புக்கு காத்திருந்தார் போல வேகமாக எழுந்து வெளியேறியவன் அவளுடன் பேச ஆரம்பித்தான்,

"சொல்லு பூன என்னாச்சி.. ஆலமரத்துகிட்ட போனியா... அந்த கெழவன் இருந்தாரா..?

"ஆமா இருந்தாரு.. என்னயே பாத்துட்டு கையில இருந்த விபூதிய நெத்தில பூசி விட்டாரு.. அவ்வளோதான்"

"ஐயோ.. என்னடி நீ இந்தமாதிரி சொல்ற.. நான் நெறய எதிர்பாத்தேன் தெரியுமா"

"அதுக்கு நான் என்னடா செய்றது.. நடந்தததான சொல்ல முடியும்.. நீ சொல்ற கனவெல்லாம் பாத்தா அதெல்லாம் இதுவரைக்கும் எந்த படங்கள்ளயும் வந்திருக்காது போல அந்தமாதிரி விசித்திரமா இருக்கு..." என்று மது சொல்ல.

கோவமானவன்.. "வாய மூடு நான் எவ்ளோ சீரியஸா சொல்லிட்டு இருக்கேன்.. நீ விளயாடிட்டு இருக்க" என்றான். மறுமுனையிலிருந்து மதுமிதா அழவே கோபத்தை விடுத்த மனம் அவளை சமாதானம் செய்ய காரணம் தேடிக்கொண்டிருந்தது..

"ப்ச்.. ஹேய் பூன அழாத சாரி.. " என்று கெஞ்சிக்கொண்டிருக்க எதிர் திசையிலிருந்து வெறும் அழுகுரல் மட்டுமே தொடர அடுத்த சில நொடிகள் கடந்த நிலையில் அந்த குரல் கோரமாக அழுகுரலாக தொடர்ந்தது.. சமாதானம் செய்துகொண்டிருந்தவன் சற்று அதிர்ந்து பேச்சுகளை நிறுத்திவிட கோரமான அந்த குரல் சுபாஷை பயம்காட்டியது...

"ஹேய்.. ஹல்லோ யாருன்னு கேக்குறேன் பதில் சொல்லமாட்ற யாரு..?" என்று கேட்க கொடூரமும் வக்கிரமுமாக சிரித்த அந்த குரல் தன் சிரிப்பை நிறுத்திக்கொள்ள அந்த இணைப்பும் துண்டானது.. அதிர்ச்சியின் விளிம்பில் இருந்தவன் குழப்பமாக வானத்தை பார்த்தான். பிறகு சாப்பிட்டுவிட்டு தூங்க முயற்சித்துக்கொண்டிருந்தான்.. முடியவில்லை. வார இறுதியில் எப்படியேனும் மதுமிதா ஊருக்கு போய் அவளை பார்த்தே ஆகவேண்டும் எள்பதில் தெளிவாக இருந்தான். தெளிவில்லாத நினைவுகள் ஓடிக்கொண்டிருந்தாலும் முக்கியமானதாக மதுவை சூழ்ந்திருந்த அந்த சிரிப்பு சத்தமும்.. இறந்துபோன சக்கரவர்த்தி சுபாஷிடம் பேசிய கடைசி பேச்சுகளும்தான் அடிக்கடி நினைவிற்கு வந்துகொண்டிருந்தது.. கண்களை இருக்க மூடிக்கொண்டு தூங்கினான்.

விடிந்தது.. இருவரும் வழக்கம்போல வேலைக்கு கிளம்பி கம்பெனியை அடைந்தனர், நகர வாழ்க்கையிலிருந்தவன் இயந்திர வாழ்க்கையிலும் மாட்டிக்கொள்ள சுபாஷின் கவனம் முழுக்க கடந்த கால கனவுகளிலேயே இருந்தது.. வேலை முடிந்து வீடு வர லேசாக மழை பெய்ய தொடங்கியிருந்தது.. நனைவது அவனுக்கு பிடிக்காது என்றாலும் அன்றைய தினத்தில் நனையவேண்டும் என்று தோன்றியது.. அருண் அவனை இழுத்தும் அடம்பிடித்தவன் அப்படியே சில நிமிடங்கள் மழையில் நனைந்தபடி இருந்தான்.. அதேசமயம் ஒருகணம் "எவ்ளோ அழகா கொட்டுது பாத்தியா சுபாஷ் இந்த பனி... " என்ற குரல் கேட்க கண்களை திறந்துகொண்டு சுற்றிலும் பார்த்துவிட்டு அறையை அடைந்தான். அருணின் கேள்விகளுக்கு பதில் சொல்லாமல் அமர்ந்திருக்க,

"திரும்ப திரும்ப ஒரு விஷயத்த யோசிக்கும்போதுதான் அது தலைவலிய குடுக்கும்... ஒரு கட்டத்துல அந்த தலவலி நம்மல பைத்தியகாரனா ஆக்கிவிடும்.." என்றான் அருண்.

"ஆனா நீ நெனைக்குறமாதிரி சாதாரண கனவு இல்ல.. ராஜேஷ் கொலைய கண்டுபுடிச்சதும் இந்த மோசமான கனவுங்களாலதான்.. பாண்டியன் கொலைய கண்டுபுடிச்சதும் இதே கனவாலதான்.. " என்று நடந்தவற்றை சொல்ல ஸ்தம்பித்துப்போன அருண்
அதற்கு மேலும் அவனை தொல்லை செய்ய விரும்பாமல் அமைதியாக அமர்ந்துகொண்டான்.

இரவானது, நன்றாக தூங்கிக்கொண்டிருந்தவன் கண்கள் மங்கலாக தெரிய கண்களை துவட்டினான்.. பின்பு நோட்டமிட்டான். அவனை சுற்றி பலர் உக்கார்ந்துகொண்டு அழுதபடி இருக்க கண்களை மீண்டும் துவட்டி நேராக பார்த்தான். ஒரு போட்டோ தெரிந்தது.. பக்கத்தில் அவனின் அம்மா ராதாவும் அழுதுகொண்டிருந்தார். போட்டோவை உற்று நோக்க ஊருக்கு கிளம்பும்போது டைரியில் இருந்து தவறி கீழே விழுந்த சுபாஷ் அண்ணன் சந்திரபோஸின் பெரிய அளவிலான கண்ணாடி ஃப்ரேம் போட்ட புகைபடம் அது.. கண்களை தெளிவாய் வைத்துக்கொள்ள முயன்றான் ஆனால் முழுவதுமாக முடியவில்லை.. ஒப்பாரியில் இடமே இறைச்சலாய் கேட்டுக்கொண்டிருக்க மங்களான கண்களில் சுபாஷ் அந்த போட்டோவையே பார்த்துக்கொண்டிருந்தான்.

தலையில் முக்காடு போட்டபடி அவன் அம்மா வானத்தை பார்த்து அமர்ந்திருந்தார். ஊதுவத்திகள் பொருத்திய அந்த இடமே புகையாக தென்பட எதிரில் இருந்த கண்ணாடியை பார்த்து அதிர்ந்தான்.. தான் பத்து வயதிற்கு சென்றுவிட்டதாய் உணர்ந்தான்.. அவனது முக தோற்றமும்

அப்படியே இருந்தது. முகத்தை தொட்டு பார்த்துக்கொண்டு மீண்டும் புகைபடத்தை பார்த்தான்.. அது பார்ப்பதற்கு இப்போது உள்ள சுபாஷை போலன்று இருந்தது. குழம்பிப்போனவன் அழுகையை நிறுத்திவிட்டு சத்தமாக கத்தியபடி தூக்கத்தில் இருந்தும் எழுந்து உக்கார்ந்துகொண்டான்.. இதயம் படபடப்பாய் அடித்துக்கொண்டது.. எழுந்து தண்ணீர் குடித்துவிட்டு ரூமை விட்டு வெளியேறினான்.பனி கடுமையாக படர்ந்திருந்தது.. மூச்சுக்காற்றும் ஆவியாக வெளியேற வானத்தை பார்த்தான். நட்சத்திரங்கள் தென்பட்டது... கண்களின் ஓரத்தில் கண்ணீர் துளி எட்டிப்பார்க்க வானத்தில் இருந்த ஒரு வின்மீன் கண் சிமிட்டி தன்னிடம் வருமாறு கூப்பிடுவது போன்று அவனுக்கு உணர்த்தியது. பயணத்தில் தோன்றிய மூன்று கனவுகள் ஒரு கணம் வந்துசெல்ல கண் சிமிட்டியவன் பின்பு யோசிக்க ஆரம்பித்தான்.. இப்போது மூன்று கனவுகளும் முக்கியமானதாக தெரிந்தது.
ஜோசப்பிடம் பேசவேண்டும் என்று யோசித்தான். நேரத்தை பார்த்தான்.. மணி ஒன்றை கடந்திருந்தது.. நேரத்தை பொருட்படுத்தாமல் ஜோசப்பிற்கு போன் செய்ய நீண்டநேர இழுவைக்குப்பிறகு ஜோசப் அட்டர்ன் செய்து பேச...

"தீர்க்கதரிசனம்னு ஒன்னு சொன்னல்ல அதபத்தி கொஞ்சம் டீடெயில் தெரிஞ்சிட்டு வந்து நாளைக்கு சொல்லுடா " என்றவன் அவனிடம் எந்தவித எதிர்பதிலுக்காகவும் காத்திருக்காமல் இணைப்பை துண்டித்தான்.

விடிந்தது.. வழக்கம்போல மூவரும் வேலைக்கு கிளம்பினர். மதிய உணவு வேளையில் சந்தித்துக்கொண்ட அருணும் சுபாஷும் சாப்பிட உட்கார,

"தீர்க்கதரிசனமா.. யாரு இத சொன்னா.. அப்டின்னா என்னவாம்..? " என்று கேட்டான் அருண்.

"இதுக்கு அப்போறோம் நடக்கபோற நிகழ்வ சொல்றதாம்.. ஜோசப்தான் இத சொன்னான். இது பைபில் வேர்ட்.. அதான் இதபத்தி இன்னும் டீடெயிலா தெரிஞ்சிட்டு வந்து சொல்றான்னு சொன்னேன்? "

"ஹிம் நைட்டு ஒரு மணிக்கு போனபோட்டு கேட்டிருக்க பாரு.. அவன் பாவம்னா நீ மகா பாவம்டா.. உன் கிட்ட மாட்டிக்கிட்ட நானு மகா மகா பாவம்" என்று சொல்லிவிட்டு அருண் சிரிக்க அவனோடு சேர்ந்து சுபாஷும் சிரிக்க ஆரம்பித்தான். வேலை முடிந்து மீண்டும் ரூமை அடைந்தவன் ஜோசப்பின் அழைப்பிற்காக காத்துக்கொண்டிருக்க மதுவிடமிருந்து அழைப்பு வந்தது.

"சொல்லு மது.. என்னாச்சி? "

"அந்த கெழவன் வழக்கம்போல விபூதி வச்சாரு... அதுக்கப்புறோம் ஒரே வரில ரெண்டு வார்த்ததான் சொன்னாரு! " என்று நிறுத்திக்கொண்டாள்,

"என்ன சொன்னாரு?"

"ஐவர் சூழ்.. ஐய்யன் வாழ் "

"என்ன.. மறுபடியும் சொல்லு ஒன்னும் புரியல? " என்று சுபாஷ் கேட்க அவனுக்கு அதை டைப் செய்து அனுப்பியவள்,

"சுபாஷ் ஒரு நிமிஷம்..? " என்று சொல்லிக்கொண்டு,
"முந்தனநாள் நீ ஃபோன் பண்ணி நல்லாதான பேசிட்டு இருந்த திடீர்னு கால் கட் ஆய்டுச்சி ஏன் " என்றாள்.

"உனக்கு கால் பண்ணும்போதுலாம் யாரோ அழுவுறமாதிரி கொரல் கேக்குது... ரெம்பவே பயமா இருக்கு.. கொஞ்சம் பாத்து இரு! " என்று சொல்ல..

"இப்போ நீதான் பயம்காட்ற.. கேட்டது ஏன் தப்புதான் போன வை.. " என்று இணைப்பை கட் செய்தாள்.

"ஐவர் சூழ்.. ஐய்யன் வாழ், இத யாருகிட்ட கேட்டு தெரிஞ்சிகிறது.. ஒன்னும் புரியல " என்று குழம்பினான். வெளியே நீண்டிருந்த தெரு மின் விளக்கு ஆரஞ்சு நிறத்தில் பச்சை நிற கண்ணாடி ஜன்னல்கள் வழியே ஊடுறுவி இரண்டும் கலந்த நிறத்தில் சன்னமாக எதிரொலித்து கொண்டிருக்க அதை பார்த்தபடியே கண்களை மூடி தூங்கினான்.

..உடைந்துபோன அந்த பழைய வாட்ச் அவனது கைகளில் தொற்றிக்கொள்ள நேரம் மூன்று முப்பதையும் காட்டியது. மீண்டும் விடுதியை நோட்டமிட்டான், கீழே விழுந்த உடலின் அதிர்ச்சியிலிருந்து மீளாத பியூன் பரபரப்பாக எழுந்துநின்று மொட்டை மாடியை பார்த்தவர் சுபாஷின் வீட்டையும் நோட்டமிட்டார்.. பின்பு பரபரப்பாக விடுதியின் வலதுபுற சுவற்றில் தன்னை பொருத்திக்கொண்டு மறைந்துகொள்ள சுபாஷும் எதேர்ச்சையாக அவனுடைய வீட்டை பார்த்தான் பேரதிர்ச்சி. அவனது சாயலிலேயே மீண்டும் ஒரு உருவம் விடுதி முகப்பை பார்த்துக்கொண்டிருந்துவிட்டு மீண்டும் வீட்டினுள் சென்றுகொண்டான். அதற்குப்பின் நடக்கபோவதை உணர்ந்த சுபாஷ் விடுதியை கடந்து வேகமாக நடக்க வெளியே சிறிது தூரத்தில் ஒரு பழைய அம்பாசிட்டர் கார் நிறுத்தி வைக்கப்பட்டிருப்பதை பார்த்து அதை நெருங்கி அதன்

கண்ணாடியில் தன் முகத்தை பார்த்தான்.. தலையில் மேலும் ஒரு இடி விழுந்தார்போல உணர்ந்தவன் கண்களை நன்றாக துவட்டிவிட்டு மீண்டும் அந்த உருவத்தை பார்த்துக்கொண்டிருந்தவன்,

"இல்ல.. இது எந்த விதத்துல சாத்தியம்?" என்று புலம்பியபடி கண்ணாடியில் பிரதிபலித்துக்கொண்டிருந்த லாக்கப்பில் தற்கொலை செய்துகொண்டதாக கூறப்பட்ட சரவணனின் முகத்தை பார்த்தபடி நின்றிருந்தான்.

கனவிலிருந்து எழுந்திருக்க பலமாக தன்னை தானே அந்த கார் கண்ணாடியில் தாக்கிக்கொள்ள காருக்கு உள்ளே இருந்த உருவம் மெதுவாக தனது பார்வையை விரித்து,
"வா சுபாஷ்... இந்த மோசமான மூடுபனியில நனைஞ்சது போதும்.. நாம போலாம்..." என்றது.

மயக்கத்தில் இருந்தவனுக்கு அந்த உருவம் மங்களாக தெரிய கண்களை மீண்டும் தெளிவுபடுத்த முயற்சித்து கண்களை குவித்துப்பார்க்க எதிரில் இருந்த அந்த உருவம் நீரை வேகமாக அவனது முகத்தில் அடித்தது... மயக்கம் கலைந்தவனாய் தலையை உதறிக்கொண்டு எழுந்திரிக்க எதிரில் இருந்த அந்த உருவம் இரண்டு பிம்பங்களாக பிரதிபலித்தது.. அது உயிரிழந்த ஊர் தலைவர் சக்கரவர்த்தி.. மிரண்டு போய் எழுந்திருக்க அவனுக்கு எதிரில் அருண்.

கையில் வைத்திருந்த கிளாசில் இருந்து மீதமிருந்த நீரை சுபாஷ் முகத்தில் தெளித்தவன்..
"எவ்வளோ நேரம் எழுப்புறது... கடைசில இப்புடிதான் எழுப்பனும்போல உன்ன? வேலைக்கு டைம் ஆச்சி எழுந்திரி. " என்றான் அருண். வேகமாக எழுந்து உட்கார்ந்தவன் ஐந்து நிமிடத்தில் கிளம்ப பிறகு மூவரும் அவசர அவசரமாக கம்பெனியை அடைந்தனர்.

தொடரும்..

பகுதி **(2)**

ஐவரும் ஐய்யனும்

மிதமான வெயில் நகரம் முழுக்க காய்ந்துகொண்டிருக்க கம்பெனி வேலையை முடித்து தங்கும் அறைக்கு வந்தவன் ஜோசப் அழைப்பிற்கு காத்திருந்தான்.. இரவானது, அவனிடம் இருந்து அழைப்பு வர அறையை விட்டு வெளியேறிவன்,

"சொல்றா எதாச்சோம் உருப்படியான செய்தி கெடச்சதா? " என்று கேட்டான்.

"தீர்க்கதரிசிகள் அவ்ளோ சீக்கிரத்துல உருவாகமாட்டாங்க.. எதிர்காலத்துல ஒரு விஷயம் நடக்கப்போதுன்னா.. அந்த நிகழ்வோ இல்லாட்டி அந்த காட்சிய நேரடியா காட்டாம அதுக்கு பதிலா வேற ஒரு சம்மந்தமில்லாத, யூகிக்கக்கூடிய ஒரு காட்சியா தோணும்.. இப்போ புரியுதா. அந்த காலத்து ராஜாக்களுக்கு வந்த கனவோட அர்த்தத்தலாம் இந்தமாதிரியான தீர்க்கதரிசிகள்தான் எக்ஸ்பிலெயின் பண்ணுவாங்களாம்.. " என்று முடித்தான் ஜோசப். வீட்டிற்கு போன்செய்து அம்மாவிடம் பேசியவனுக்கு அண்ணனின் கடந்தகாலத்து ஞாபங்கள் நினைவிற்கு வர மாடி படிகட்கட்டுகளில் உட்கார்ந்து யோசித்துக்கொண்டிருந்தான். மாடியிலிருந்து பாரதியின் பாடல் வரிகளை யாரோ ஒருவர் பாடிக்கொண்டிருக்க
உண்ணிப்பாக கேட்டவன் எழுந்து மேலே சென்றான்.. பக்கத்து ரூம் ராஜேஷ்தான் தனிமையில் பாடிக்கொண்டிருந்தான்..

'தீபமடி நீயெனக்கு..
தீயும் திரி நானுனக்கு..
ஜீவநதி நீயெனக்கு...
வாடும் பயிர் நானுனக்கு....!' என்ன பாட்டு.. இது பாரதி கண்ணம்மா பாட்டோட மெட்டுதான. வார்த்தைய மட்டும் மாத்திருக்கிங்க... கரெக்டா? " என்றான்.

"ஆமா.. வார்த்த என்னோடது.. மெட்டு பாரதியோடது " என்று சிரித்தான் ராஜேஷ்.

"சூப்பரா இருந்திச்சி பிரதர். பாரதின்னா ரொம்ப புடிக்குமா? என்று ஆச்சரியமாக சுபாஷ் கேட்க, சற்று சிரித்த ராஜேஷ்
"தமிழ்ன்னா ரொம்ப புடிக்கும்..! " என்றான்.. ஆலமரத்தான் சொன்ன இலக்கியத்தை ராஜேஷிடம் சொல்ல அதை வாங்கி படித்த ராஜேஷ்,

"ஐவர் சூழ்.. ஐய்யன் வாழ்.. ஐவர் ன்னா அஞ்சு பேரு.. அஞ்சு பேரு சுத்தி வலைக்குறாங்க.. ஐய்யன் வாழ், ஐய்யன்ன்னா அதுக்கு நெறய அர்த்தம் இருக்க மாதிரி இருக்கு.. கடவுள்னும் அர்த்தம் வரும்.. ஐய்யன் ஐயம் கொள்பவன்.. அதாவது ரொம்பவே பயந்த சுபாவம் உள்ளவன்னும் அர்த்தம் வரும்.. வாழ்ன்னா வாழப்போறான்னு அர்த்தம்.. மொத்ததுல அஞ்சுபேரு ஒன்னு சேரும்போது ஐய்யன் நல்லா வாழ்வான்னு வருது... ஆனா இதுக்கான சரியான பதில இத எழுதுனவனதான் ப்ரோ கேக்கணும், எனக்கு தெரிஞ்சத சொல்லிட்டேன்" என்று சொல்லி முடித்தான் ராஜேஷ்.

பனி பெய்ய தொடங்கியிருந்தது, படுக்கையில் படுத்துக்கொண்டவன்.. "ஐவர் சூழ்... அந்த அஞ்சிபேரு யாரா இருக்கும்... மொதல்ல கனவுல வந்தது ராஜேஷ்.. ரெண்டாவது அந்த வெள்ள உருவம்.. கடைசியா வந்தது சக்கரவர்த்தி. மூனு உருவத்த க்ஷதான் பாத்திருக்கோம். இன்னும் ரெண்டு யாரு? " என்று சொல்லிக்கொண்டிருந்தவன் இருக்கமாக போர்த்திக்கொண்டு தூங்கினான்,

"ஒருசில கணங்கள் பாண்டியனின் பாட்டி இரும்பு கேட்டில் கை வைத்துக்கொண்டு மெதுவாக திரும்பி மீண்டும் சுபாஷை பார்ப்பது போன்று ஒரு உணர்வு.. நெற்றியில் வைத்திருந்த சிவந்த குங்குமம் பிரகாசித்தது.. மிரட்டும் தொணியில் பார்த்துக்கொண்டிருக்க பயந்தவன் கனவில் இருக்கமாக தன் கண்களை மூடினான்.. அதே சமயம் தூங்கிக்கொண்டிருந்த சுபாஷ் கண்களை திறந்தான். டேபில்மேல் இருந்த நோட்டை எடுத்தவன் குத்துமதிப்பாக ஒரு பக்கத்தை எடுத்து... வரிசையாக சில பெயர்களை எழுதினான்...

"ராஜேஷ்... அந்த வெள்ள உருவம்.. அரியநாச்சி. சக்கரவர்த்தி... பாண்டியனோட பாட்டி " என்று எழுதி அந்த பக்கத்தில் பேனாவை வைத்துவிட்டு தூங்கினான்.

விடிந்தது.. அனைவரும் அறையை விட்டு வெளியேற அதனை பூட்டுவதற்கு பூட்டை தேடிக்கொண்டிருந்தான் சுபாஷ்.. டேபில்மேல் அவன் வைத்திருந்த நோட்டிற்கு மேல் பூட்டு இருக்க பூட்டை எடுத்தவன் முந்தைய இரவு அவசர அவசரமாக எழுதி வைத்திருந்த பக்கத்தை திருப்பினான்.. அதிர்ச்சி.

எழுதிய பக்கத்தில் பாண்டியனின் பாட்டி என்ற எழுத்து முழுவதுமாக கிறுக்கி வைக்கப்பட்டிருந்தது. வெளியே இருந்து கௌதமையும் அருணையும் கூப்பிட்டபடி வெளியே வந்தவன்.. " டேய்.. நீங்க ரெண்டுபேரும் இந்த நோட்ட எடுத்திங்களா...?" என்று கேட்டான்.

இருவரும் இல்லையென்று தலையசைக்க நோட்டை ரூமிர்க்குள் தூக்கி எறிந்துவிட்டு பூட்டினான். வேலை முடிந்து வீட்டிற்கு நடந்துவர,

"தம்பி.? " என்று ஒரு குரல்.. திரும்ப
வயதான பிச்சைக்காரன் சுபாஷையே பார்த்தபடி தனது கைகளை நீட்டி ஒரு அகலமான சிரிப்புடன் எதுவும் பேசாமல் தர்மம் கேட்டான்.

"ப்ச் காசு இல்ல !" என்று சொன்னவன் மீண்டும் திரும்பி நடக்க..

"ஐவர் சூழ்.. ஐய்யன் வாழ்.." என்றான் அந்த பிச்சைகாரன். அதிர்ந்தவன் திரும்பி பார்க்க அவனை முறைத்து பார்த்து கொண்டிருந்த அந்த பிச்சைக்காரன் கோவமாக திரும்பி நடக்க ஆரம்பித்தான்.. குழப்பமாக இருந்த சுபாஷ் மேலும் குழம்பிப்போய் ரூமை அடைந்து பொத்தென்று தன்னுடைய படுக்கையில் சரிந்தபடி,

"அருணு அந்த பிச்சகாரன் ஏதோ சொன்னானே கேட்டுச்சா..? " என்றான்.

"இல்லயே அவன் மொதல்ல பேசவே இல்ல..! "

"அப்போ எனக்கு காது செவுடுன்றியா நீ?"

"மேய்பீ இருக்கலாம்..! "

"டேய்..! "

"அட சத்தியமா எதுவுமே வாய தொறக்கலடா அவன்..! " என்று அருண் சொல்ல அமைதியானான் சுபாஷ்.
முறன்பட்ட கருத்துகளும் நினைவுகளுமே வாழ்க்கையாக உருவெடுத்து தன் கண்முன் நிற்பதாக அவன் உணர்ந்தான். இறந்து போன ராஜேஷ்.. வானத்தில் அடிக்கடி தன்னை தேடும் ஒரு மேகம்,
ஒரு நட்சத்திரம்.. கொலைகார மூடுபனியில் அடிக்கடி கைகளை நீட்டிக்கொண்டு பயம் காட்டும் இறந்துபோன அரக்கன் சக்கரவர்த்தி..
அடிக்கடி தேடலை உண்டு பண்ணும் பாண்டியன்.. பெரிய சிகப்பு பொட்டை நெற்றியில் வைத்துக்கொண்டு பயம் காட்டும் அவனது பாட்டி..

எதிர்பாராமல் கனவில் நுழைந்து நினைவுகளை மறக்கடிக்கும் அண்ணன் சந்திரபோஸ்..
கொலைகளுக்கு தம்மை தொடர்பு படுத்திக்கொள்ளும் பியூன் ஆறுமுகம்...
ஓடி ஒளிந்துகொண்ட நூலறுந்த பட்டம் சரவணன்.. மர்ம முடிச்சுகளின் தீர்வாக நினைக்கும் ஆலமரத்து கிழவர்..
கடைசியாக நன்கு பரிட்சயப்பட்ட அந்த வெள்ளை நிற உருவம் அரியநாச்சி.
இவ்வளவு தான் இதுநாள் வரை சுபாஷ் மனதில் ஓடிக்கொண்டு இருந்தவை... கண்களை மூடும்போதும்.. தூங்கும்போதும்.. எப்போதும் இவற்றின் அழுத்தம் அவனுக்கு இருந்துகொண்டே இருந்தது. தேடலில் திளைத்து அதிலேயே தொலைந்துவிட அவனின் உள்மனதும் ஆசையாக சொல்லிக்கொண்டது. சிலமணி நேர தூக்கத்திற்கு பிறகு ஆழ்ந்த தூக்கத்தில் இருந்த சுபாஷின் நினைவில் மீண்டும் அந்த பிச்சைக்காரன் தோன்றி சத்தமாக சொன்னதையே சொல்லிக்கொண்டிருந்தான்.

பலிச்சித்த வானம் காரணம் தெரியாமல் ஆரஞ்சு பச்சை நிறத்தில் தரையில் ஒளியை கொடுக்க குழம்பிப்போனவன் வானத்தை பார்த்துவிட்டு எதிரே பார்க்க.. அதிர்ச்சி.. அதே பிச்சைக்காரன் அவன்முன். சில நொடிகள் காசு கொடு என்று பேசாமல் கெஞ்சியவன் பின்பு கோவமாக திட்டுவதுபோன்று சைகை காட்டிவிட்டு ஓடினான். கோவத்தில் இருந்த சுபாஷ் பிச்சைக்காரனை விரட்ட ஆரம்பித்தான். பின்பு வேகமாக மூச்சிறைத்தான்... பிச்சைக்காரன் அவனை விட வேகமாக ஓடிக்கொண்டிருக்க.. மூச்சிறைத்துக்கொண்டு வானத்தை ஏறிட்டான். பரிட்சையமான ஒரு வெள்ளை மேகம் பெரிதாகிக்கொண்டே வந்தது.. இல்லை அது பெரிதாகவில்லை.. மேலிருந்து கீழே விழுந்து கொண்டிருந்தது.. மிரண்டவன் அதனிடம் இருந்து தப்பிக்க கீழே படுத்துக்கொள்ள... மேகம் பயங்கர சத்தத்துடன் ஓடிக்கொண்டிருந்த பிச்சைக்காரன் தலையில் விழுந்து சிதறியது.. எழுந்த சுபாஷ் சம்பவ இடத்தை அடைந்து சிதறிக்கிடந்த பனிக்கட்டிகளை கையில் எடுத்தான்.. குளிர்ச்சியாக இருந்தது. பிச்சைக்காரன் விழுந்துக்கிடக்க. இரத்தம் அவனை சுற்றி பரவிக்கிடந்தது.

வானத்தின் பிரதிபலிப்பாக இருந்த அந்த ஆரஞ்சு பச்சை நிறம் கொஞ்சம் கொஞ்சமாக மறைந்து முழுவதும் கருஞ்சிவப்பு நிறத்தை எங்கும் பூச சிதறிய பனிக்கட்டிகளின் நிறம் இரத்தத்தில் ஊறிப்போய் சிவப்பாக மாறி அவன் கால்களை நனைத்தது... இறந்த பிச்சைகாரனை மெதுவாக சென்று அவன் முகத்தை திருப்பினான்... இரத்தத்தில் ஊரிப்போய் கிடந்த முகம் குமட்டலை ஏற்படுத்தியது. தீடீரென்று இறந்து போனவனின் கண்கள் திறக்க அலரியவன் அப்படியே எழுந்து தூக்கத்திலிருந்தும் உக்கார்ந்துகொண்டான். எங்கும் இருள் படர்ந்திருந்தது.. சிரமப்பட்டு எழுந்துபோய் தண்ணீர் குடித்தான்.. இதயத்தின் அலரல் படபடப்பாய்

இருந்தது.. நேரத்தை பார்த்தான் மணி மூன்றை கடந்திருந்தது. அழவேண்டும் என்பதுபோன்ற ஒரு உணர்வு.. முட்டி போட்டுக்கொண்டு அழ ஆரம்பித்தான்... நிலவொளி ஜன்னல்களை கடந்து சன்னமாக ஒளித்துக்கொண்டிருந்தது... கண்ணீரின் கோழைத்தன்மையை அவன் முகம் முழுவதுமாக இரவல் வாங்கியிருந்தது... "சுபாஷ்... சுபாஷ்.. சந்திரபோஸ்... சந்திரபோஸ்... " என்று ராமச்சந்திரன் சென்னது அவனுக்குள் இருந்து எதிரொலிக்க அந்த சத்தம் அவன் மனதை கடந்து அறையின் எல்லா மூலைகளிலும் எதிரொலிப்பதாகவே உணர்ந்தான்... கண்ணீரை துடைத்துக்கொண்டு வெளியே வந்தான். மூச்சுக்காற்றை உறையவைக்கும்வண்ணம் மூடுபனி.

ஒவ்வொரு முறை மூச்சை இழுக்கும்போதும் அதன் ஈரம் அவனுக்குள் உடல் முழுவதும் குளிர்ச்சியை தந்தது.. எதேர்ச்சையாக திரும்ப தூரத்து தெரு மின்விளக்கின் வெளிச்சத்தில் மீண்டும் அந்த பிச்சைக்காரன் தன் கைகளை நீட்டி மீண்டும் சுபாஷை பார்த்து பிச்சை கேட்பதுபோன்ற தோற்றம்.
அதிர்ந்தவன் வேகமாக அறைக்குள் புகுந்துகொண்டு கதவை மூடினான்.. தலைவழியே பெட்ஷிட்டை போர்த்திக்கொண்டு ஜன்னல்கள் வழியே எதிர்பட்ட நிலவொளியை பார்த்துக்கொண்டு இருக்க.. பிச்சைக்காரனின் தலை நிழல் மட்டும் விசித்திரமாகவும்.. பரட்டையாகவும் எதிர்புற சுவற்றில் பிம்பமாக விழ.. பயத்தின் உச்சியில் இருந்தவன் கண்களை இருக்க மூடிக்கொண்டு தூங்கினான்.

விடிந்தது.. மூவரும் கம்பெனியை அடைந்து தங்களின் வேலைகளை தொடங்கினர்.. வாரத்தின் கடைசிநாள் என்பதால் அனைவரும் வழக்கத்திற்கு மாறாக சந்தோஷமாகவும் மகிழ்ச்சியாகவும் தங்கள் வேலைகளை செய்துகொண்டிருந்தனர். கம்பெனி முடிந்த கையோடு அறையை அடைந்தவன் பக்கத்து அறை ராஜேஷ் அவனுக்காக காத்திருப்பது கூட தெரியாமல் உள்ளே நுழைந்தான்..

"ஐயோ கவனிக்கல ராஜி.. என்ன விஷயம்? " என்று கேட்க,

"அன்னிக்கு ஐய்யன்ற வார்த்தைக்கு ரெண்டு அர்த்தம் இருக்குன்னு சொல்லிருந்தேன்ல.. அது இப்போ தெளிவாயிடுச்சி " என்றான் ராஜேஷ்.

"ஐயன்னு வந்தாதான் அது கடவுள குறிக்கும்.. ஐய்யர்ன்னு ஒரு ய் அதிகமா வருது.. அதாவது ஐய்யம் கொள்பவன்.. பயம் கொள்பவன்னு அர்த்தம், இல்லாட்டி எப்போமே பயந்துட்டு இருக்க ஒருத்தன குறிக்கும் " என்றான் ராஜேஷ்..

"இதுல இவ்ளோ அர்த்தம் இருக்கா ப்ரோ...! " என்று சொன்னவன் அவனிடம் நன்றி சொல்லிவிட்டு பேருந்து அடைந்தான்.. பிறகு பேருந்தில் தன்னை கச்சிதமாக பொருத்திக்கொண்டவன் ஆரம்பத்திலேயே ஒருசில முடிவுகளை எடுத்திருந்தான்.. தோன்றிய விடைதெரியாத பல கேள்விகளுக்கு விடை கண்டுபிடிக்க நேரத்தை செலவு செய்யவேண்டும் என்று நினைத்துக்கொண்டான். அதே சமயம் ஊருக்கு புறப்படும் முன்பு ரூம்மேட் ராஜேஷ் சொன்ன விஷயங்களும் ஓடிக்கொண்டு இருந்தது...

"ஐய்யன்.. பயந்தவன். எப்போமே பயப்பட்றவன்.. எப்போமே பயந்துட்டு இருக்குறது நாந்தான். ஆலமரத்து கெழவன் நம்மலதான் பயந்தாங்கோலின்னு சொல்லிருக்காரு... ஆனா அந்த ஐவர் யாருன்னு தெரில... அந்த அஞ்சிபேரு ஒன்னு சேரும்போதுதான் இந்த பயந்தாங்கோலி நல்லா வாழப்போறானா? நாளைக்கு மது ஊருக்கு போய் அந்தாளுகிட்டயே கேக்க வேண்டியதுதான்... அன்ட் சாயங்காலம் வந்து அந்த பியூன்கிட்ட பேசணும், அம்மாகிட்ட அண்ணனபத்தியும் கேட்டாகனும் "என்று மனக்கணக்கு போட்டுக்கொண்டான்.
தெளிவற்ற அந்த கடைசி மோதலும் சந்திரனின் அந்த குளறும் கடைசி வார்த்தைகளும் மட்டுமே சுபாஷிற்கு நினைவில் இருந்தது... இரண்டு வருடத்திற்கு முன்பு சந்திரபோஸின் ஞாபகம் வந்து அவனைப்பற்றி ராமச்சந்திரனிடம் கேட்க அவர் கோவமாக கடிந்துகொண்டது நினைவிற்கு வந்தது. அதற்குதான் இந்த முறை அம்மாவை தேர்ந்தெடுத்திருந்தான்.
இருள் சூழும் நேரம்.. கூடவே ஈரமான காற்றையும் பனியையும் கொண்டுவந்திருந்தது. கோவமாக ஜன்னல்களை மூடிக்கொண்டான்.

யார் யாரை பழிவாங்க நடக்கும் செயல் இது என்று ஒரு உருத்தல் மனதின் மையத்தில் ஓடிக்கொண்டிருந்தது.. நிகழ்ந்த கொலைகளை ஒருகணம் ஒன்று சேர்த்து பார்த்தான்... "ராஜேஷ்.. அவன கொண்ணதுக்கு காரணம் ஜாதி வெறி..! கொல பண்ணது சக்கரவர்த்தி..
அதேமாதிரியான ஒரு முடிவுதான் சக்கரவர்த்திக்கும் நடந்திருக்கு... ஆனா இந்தமுற அவர கொலபண்ணது அவரோட பையன் வடிவேல்.. அரியநாச்சி.. அவங்கள கெணத்துல தூக்கிபோட்டு கொண்ணதா ஒருநாள் அந்த பியூனும் போதைல சொன்னாரு... இது எல்லாமே தியோரிட்டிக்கலா இருந்தாலும் இதுக்குள்ள அடிக்கடி ஒரு அமானுஷ்யம் வந்து வந்து போகுது... அரிமாவ கெணத்துல தள்ளி கொண்ணது கண்டிப்பா அவங்க அப்பா சத்தியமூர்த்தியாதான் இருக்கனும்.. சக்கரவர்த்திய தாண்டி இருக்க இன்னோரு பேர் தெரியாத உருவம். ஆனா இதுல எதுக்கு சம்மந்தம் இல்லாம சந்திரபோஸ் வறான்.. உதவி பண்ணவா? இல்ல எதிர்பாராம அவனோட போட்டோவ எடுத்து பாத்துட்டதால கற்பனை பிரதிபலிப்பா இருக்குமா.. " என்று நினைத்துக்கொள்ள வேகமாக சென்றுகொண்டிருந்த பேருந்து திடீரென்று நின்றது. பேருந்தில் இடித்து ஒருவன் விழுந்துகிடந்த

ஒருவனை தூக்கி ஓரமாக இருந்த புல்வெளியில் அமரவைத்தனர்.. பஸ்ஸில் இருந்தவர்கள் அவனை வசைபாட பின் பேருந்து மீண்டும் புறப்பட்டது...

"நம்ம உயிர வாங்குறதுக்குன்னே வர்றானுங்க? " என்று சுபாஷ் கேட்க..
"அவன் நம்ம உயிர வாங்க வரல.. அவன் உயிர குடுத்துட்டு போவ வந்திருப்பான்...!" என்று சொல்லிவிட்டு சிரித்தான் அருண்.

பதிலுக்கு சிரித்தவனின் முகம் எதற்கென்று தெரியாமல் மாறியது.. அருண் சொன்னது ஒரு வகையில் அவனுக்கும் பொருத்தமாகவே இருந்தது...
"நாம சாவ நோக்கி போறோமா.. இல்ல சாவு நம்மல தேடி வருதா!"
என்று நினைக்க..

"ஏன்டா எப்போமே இந்த சாவு.. கொல இதுலயேதான் இருக்குமா உன்னோட மனசு.. வேற எங்கயும் போவாதா? " என்ற நேர்மறை எண்ணம் வந்து அவனை கொட்டியது. இருள் மெல்ல மெல்ல குழுமத்தொடங்கியிருந்தது.. கண்களை திறக்க எங்கும் வெளிச்சம்.. அவன் ஒரு பெரிய மொட்டைமாடியில் நின்றுகொண்டிருந்தான்..

"ஐய்யோ மறுபடியுமா?" என்று விசித்திரமாகவும் தனித்துவமாகவும் உணர்ந்தான்.. காரணம் அது பகல்.. கருப்பு துளியும் இல்லாத பகல். சில நொடிகளில் ஒரு பயங்கர மோதல்... கண்திறந்துபார்க்க இரவு கனவுகளில் வரும் அந்த கருப்பு நிற உருவத்தை போன்றே ஒரு நீண்ட கம்பியை பிடித்து தொங்கிக்கொண்டிருந்தான்,

"காப்பாத்துங்க..! யாராச்சோம் வாங்க?" என்று புலம்ப மாடியின் விளிம்பிலிருந்து ஒரு கை வந்தது. அதை பிடிக்க முயற்சி செய்தான் முடியவில்லை. நீட்டிய அந்த கை மேலும் நீண்டது.. எக்கிப்பிடித்தவனை தூக்கி மாடியில் எறிந்தது.. வேகமாக சுதாரித்துக்கொண்டு எழுந்து பார்க்க மாடியில் யாரும் இல்லை.. பயந்துபோனான். மாடியின் முகப்பை தேடினான்.. அது ஒரு முதலும் முடிவும் இல்லாத கட்டிடமாக இருக்க மீண்டும் வானத்தை ஏறிட்டான்... தெளிந்த பிரகாசமான வானத்தில் சுபாஷ் கண்களுக்கு மட்டும் தெரிந்த ஒரு நட்சத்திம் அந்த பகலிலும் அவனை பார்த்து ஒளிர்ந்தது... பிறகு அவனுக்கு நேர் எதிரில் ஒரு உருவம் பார்ப்பதற்கு அவனைப்போன்றே தெரிய பயத்தில் அலறியவன் வேகமாக பின்னோக்கி நகர்ந்து மாடியின் விளிம்பில் நின்றான்... வேகமாக தலையை உதறிக்கொண்டு திரும்ப இப்போது எதிரில் யாரும் இல்லை..

"ஐய்யோ பைத்தியம் புடிக்க வைக்குதே..." என்று வானத்தை நோக்கி கத்தினான்.. வானத்திலிருந்து மீண்டும் அதே வெள்ளை நிற மேகம் தன் உருவத்தை பெரிதாக்கிக்கொண்டு கீழே பொத்தென்று அவன் மேல்

விழுந்து தெரிக்க ஒரு பிராகாசமான ஒளி அவனை வெளிச்சத்தில் இருந்து இருளுக்கு கூட்டிச்சென்றது... யாரோ எழுப்பிக்கொண்டிருந்தனர். கண்களை துவட்டிவிட்டு பார்க்க அருண்.

"ஏன்டா பஸ்லயே இந்தமாதிரி மொரட்டு தூக்கம் தூங்குவ..வா பஸ் டீகடைல நின்னுருக்கு.. ஒரு டீ குடிச்சிட்டு வர்லாம்...? " என்றான். சலித்துக்கொண்டு வெளியே வந்து டீ குடித்தபடி நேரம் பார்த்தான்.. ஆறு மணியை கடந்திருந்தது. டீ கடையில் இருந்த டீவியில் 'வழக்கத்திற்கு மாறான பனிப்பொழிவு நாடு முழுவதும் இருக்கும்.. ' என்று செய்தியில் சொல்லிக்கொண்டிருக்க.. அதை கேட்டபடி மீண்டும் பேருந்தில் ஏறி அமர்ந்துகொண்டான். பேருந்து ஊர் எல்லையில் நிறுத்த அருணும் சுபாஷும் இறங்கி அவரவர் வீட்டை நோக்கி நடந்தனர்... சாப்பிட்டவன் அசதியாய் அப்படியே தூங்கினான்.. கடுங்குலிருக்கு பற்கள் வெடவெடக்க வேகமாக பெட்ஷிட்டை உதறிவிட்டு எழுந்தவன் வீட்டின் ஹாலை அடைந்தான்.. கதவு திறந்திருந்தது. கதவை யார் திறந்திருப்பார்கள் என்று யோசித்தவன் சுற்றிலும் பார்த்தான்.. எங்கும் நிசப்தம் ஆட்கொண்டிருந்தது. வீட்டின் சமையலறையில் இருந்து வேகமாக ஒரு வெள்ளை நிற பூனை அவனை கடந்து வெளியே ஓட சற்று பதறியவன் அதை நோட்டமிட்டான். பூனை மதில்மேல் குதித்து விடுதியை அடைந்து காணாமல்போனது. குழம்பிப்போனவன் கதைவை தாழ் போட்டுவிட்டு படுத்துக்கொண்டான்.

விடிந்தது.. சாப்பிட்டுவிட்டு தனது மோட்டார் பைக்கை சுத்தம் செய்தவன் அதை நேராக மதுவின் ஊருக்கு செலுத்தினான்... வடிவேலுவும் அவனது அழைப்பை ஏற்று அவனோடு வந்திருக்க ராஜேஷ் வீட்டில் காத்திருந்த மது இருவரையும் உள்ளே அழைத்து உட்காரவைத்தாள்...

"வீன் பேச்சு பேசி டைம்வேஸ்ட் பண்ண விரும்பல.. உங்க ரெண்டுபேர்கிட்டயும் ஒரு கேள்வி கேக்கனும்... அதுக்கான தெளிவான விட கெடச்சிட்டா எனக்கு சந்தோஷம் " என்று வடிவேலுவையும் பிரியாவையும் பார்த்து கேட்க இருவரும் சற்று பதட்டத்துடன் பார்த்தனர்..

"பிரியா.. உங்க தாத்தா சத்தியமூர்த்தியோட மரணம் இயற்கையானதா?"

"இயற்கையான சாவுதான். ஒடம்பு செரியில்லாமதான் செத்தாரு.. ஆனா அதுக்கு முந்தனநாள் கெணத்துல விழுந்துட்டாரு"

"கெணத்துலயா?"

"அத்த விழுந்து செத்துபோச்சில்ல அந்த கெணருதான்.. நானும் தாத்தாவும் விளயாடும்போது திடீர்னு உள்ள விழுந்துட்டாரு.. ஆனா அப்போவே

அவர தூக்கிட்டாங்க, ஆனா அடுத்த ஒரு மாசத்துல செத்துபோய்ட்டாரு" என்று முடித்தாள் பிரியா.

"ஹிம் வடிவேல்.. பிரியாவ ஒரு வருஷமா அடச்சி வச்சிருந்தது உனக்கும் தெரியும்.. ஏன்? "

"பண்ண வீட்டுல மட்டும் அடிக்கடி யாகம் நடத்துறேன்னு கொஞ்சபேர் வந்து அப்பாவ கூட்டிட்டுபோவாங்க.. அதுவரைக்குந்தான் எனக்கு தெரியும்.. மத்த எதுவும் தெரியாது.. ஆனா எப்போமே அப்பாக்கூட இப்போ ஊர்ல இல்ல டவுனுக்கு போய்ருக்க எங்க சின்ன மாமா இருப்பாரு"

"சின்ன மாமாவா.. அது யாரு, பேரு என்ன..?" என்று கேட்க,
"தர்மன்..! " என்றான் வடிவேல்.

அதிர்ந்தவன்.. "அந்த போலீஸ்காரனா? " என்று கேட்க வேகமாக தலையசைத்தான் வடிவேல். தர்மன் கன்னத்தில் அறைந்த அடி ஒருகணம் நினைவிற்கு வந்து மறைந்தது...

"பிரியாவதான் கல்யாணம் பண்றதா இருந்திச்சி.. அதுக்குள்ள இதெல்லாம் நடக்கவே அவரு கல்யாணம் வேணாம்னு இருந்துட்டாரு... "

"அந்த போலீஸ்காரனும் ஒருவகையில இந்த கொலைல சம்மந்தபட்டவர்தான். அந்த தர்மன் உங்க மாமாவா இருப்பார்னு நான் எதிர்பாக்கவே இல்ல... " என்றான் சுபாஷ்.

ஜாதி ஏற்றத்தாழ்வுகள் பல்வேறு இறக்கமற்ற கொலைகளுக்கு வழிவகுக்கும்.. இருந்தாலும் நடக்கப்போவதை உணர்ந்த பிரியாவை போன்று பலரும் வேற்று சாதியில் காதல் வயப்பட்டு பிரச்சினையில் மாட்டிக்கொள்வது சுபாஷிற்கு வியப்பாக இருந்தது. அவளையே ஒருசில நிமிடங்கள் பார்க்க,

"என்னாச்சி சுபாஷ்.. ஏன் அப்பிடி பாக்குற? " என்று கேட்டாள் பிரியா.

"இல்ல.. ஏற்கெனவே உங்க குடும்பத்துல இந்தமாதிரி ஒரு ஆணவகொல நடந்திருக்கு... அத நீயும் பாத்திருக்க. அதுக்கு காரணம் உங்க ஜாதிதான்... ஆனா இதெல்லாம் தெரிஞ்சும் வேற ஜாதி பையன எப்பிடி ஏத்துகிட்ட.. எப்பிடி லவ் பண்ண.. பயம் வர்லயா...? " என்று கேட்க.. சிரித்தவள்,

"உங்கிட்ட இருந்து இந்தமாதிரி கேள்விய எதிர்பாக்கல சுபாஷ்... நீயுந்தான் லவ் பண்ற.. நீ என்ன மதுவ மொதல்ல எந்த ஜாதின்னு பாத்துட்டு

அதுக்கப்புறமா லவ்பண்ண.. இல்லல்ல..? யாரு.. என்ன ஜாதி.. என்ன மதம்.. எவ்ளோ சொத்திருக்கு இதெல்லாம் தெரிஞ்சிகிட்டு வர்றதா சுபாஷ் லவ்? இத நான் சொல்லிதான் தெரியனும்னு இல்ல உனக்கே தெரியும்...? " என்றாள்.

அமைதியாக கேட்டுக்கொண்டிருந்தவன் மதுவை பார்த்தான்.. அவளும் சுபாஷிடமிருந்து தீவிரமான ஒரு பதிலை எதிர்பார்க்க.. சுபாஷ் தொடர்ந்தான்,

"ஹிம்.. எல்லாமே ஓக்கேதான்.. அன்ட் சாரி நான் மொதல்ல சொன்ன விஷயத்துக்கு. ஆனா பழகுன ஒடனே தெரிஞ்சிருக்கும்ல ராஜேஷ் யாருன்னு.. ஐயயோ இது தெரிஞ்சா நம்ம வீட்ல ஏத்துக்கமாட்டாங்கன்னு உனக்கு தெரியும்ல.. அப்போ இந்த லவ்வால நம்ம குடும்பத்துல பிரச்சன வரும்னு சொல்லிருக்கலாமே" என்றான்.

"நாங்க ரெண்டு வருஷமா லவ் பண்ணோம்.. ராஜேஷ்கிட்ட அடிக்கடி என்னோட குடும்பத்தபத்தி பேசுவேன்... அவன் அதுக்குல்லாம்.. நான் பாத்துக்குறேன்.. ஒன்னு கவலபடாதன்னு ஒரே வார்த்தைல முடிச்சிடுவான். ஆனா அவன் சொன்னதுமாதிரியே சாகுரவரைக்கும் உண்மையாதான் இருந்தான்... " என்று சொல்லிவிட்டு அழத்தொடங்கினாள் பிரியா.

வீட்டை விட்டு வெளியேறியவனை பின்தொடர்ந்து வந்த மது.. "டேய் எதுக்கு அந்தமாதிரி பேசுன... என்ன திமிரா..? " என்றாள் கோவமாக.

அமைதியாய் நின்றவன் மெதுவாக மதுவை பார்த்து திரும்பி... "திமிருலாம் இல்ல.. துருப்பு" என்றான்.

"என்ன துருப்பு? "

"நான் எங்க தப்பு பண்ணேன்.. எனக்கு என்ன தேவபடுதுன்னு எனக்கே தெரில.. அந்த தேடலுக்கான துருப்புசீட்டதான் தேடிட்டு இருக்கேன்.. !"

"ஒலராத.. உன்மேல பயங்கர கடுப்புல இருக்கேன்.. திட்டிட போறேன் "

"என்னடி கடுப்பு ஏன்மேல பூன.. செரி வா ஆலமரத்துகிட்ட போய்ட்டுவர்லாம்.. நெரய வேல இருக்கு...! " என்று கேட்க வீட்டில் இருந்தவர்களிடம் சொல்லிவிட்டு இருவரும் ஆலமரத்துக்கு நடையை கட்டினர். வெயில் தனிந்திருந்தது. நேரம் பத்தை தாண்டியிருக்கும்.. சுபாஷும் மதுமிதாவும் வேகமாக ஆலமரத்தை அடைந்தனர். மதுமிதாவின் செல்போன் அழைப்புகளில் தோன்றும் அழுகுரல் அவனுக்கு ஞாபகம் வர அதைப்பற்றி கேட்டான்..

"ஆமா நீ சொன்னது உண்மதான்.. போன் ஸ்பீக்கர்ல தண்ணீ போய்டுச்சி.. அதனாலதான் வாய்ஸ் அந்தமாதிரி கேக்குது" என்றவள் மேலும் தொடர்ந்தாள்,

"சுபாஷ்... ஒரு டவுட்டு. இந்த ஆலமரத்து கெழவர்மேல உனக்கு உண்மையிலயே நம்பிக்க இருக்கா..? "

"நம்பிக்க இருக்குன்னு நான் இங்க வரல.. இதுலயாச்சோம், இவராலயாச்சோம் இதுக்கான தீர்வு கெடச்சிடுமான்னுதான் வறேன்... எதிர்பாராம புரிஞ்சும் புரியாம நமக்குள்ள ஓடுர ஒருசில விஷயங்கள் கண்டிப்பா நம்ம சக்திக்கு அப்பாற்பட்டது.. அதமட்டும் நான் நம்புறேன்.. ஏன்னா அத என்னோட அனுபவபட்டதால சொல்றேன்...! " என்றான்.

நடந்து ஆலமத்தை அடைய.. விகாரமான அந்த ஆலமரம் இருவரையும் வரவேற்கும் விதமாக காற்றில் கிளைகளை அசைத்தது.. ராட்சத விழுதுகளை கடந்து மரத்தின் பின்னால் சுபாஷ் எதிர்பார்த்தது போலவே கிழவர் அமர்ந்திருந்தார்.. அவர்க்கு முன் எதிர்பட்டவன் அவரையே பார்த்துக்கொண்டிருந்தான். கண்களை மூடி அமைதியாக இருந்தவர் வேகமாக கண்களை திறந்து அவனை முறைத்தார்.. காரணம் தெரியாமலிருந்தவன் அவரை மீண்டும் கரிசனையாக பார்க்க எதிரிலிருந்து விலகுமாறு கைகளாள் சைகை காட்டினார். வேகமாக அவருக்கு எதிரிலிருந்து விலகி பக்கவாட்டில் நின்றுகொள்ள சில நிமிடங்கள் கடந்த நிலையில் அவனை திரும்பி பார்த்து கிட்டே வருமாறு கண்களால் சைகை காட்ட அவனும் அவரை நெருங்கி சென்றான். அவன் காதில் "ஆதியும் நீ.. அந்தமும் நீ... ஐவர் சூழ் ஐய்யன் வாழ் " என்று சொல்லிவிட்டு அமைதியானார் அந்த கிழவர். குழப்பத்தோடு மதுவை கூட்டிக்கொண்டு கீழே வந்துகொண்டிருக்க யாரையோ பார்த்து பயந்துபோய் ஒளிந்தாள் மது. பின்னர் சில நிமிடங்களுக்கு பிறகு அவனிடம் வந்தவள் பெருமூச்சி விட்டபடி..

"நல்லவேள அப்பாகிட்ட மாட்டல..! " என்றவள் அவனோடு சேர்ந்து நடக்க ஆரம்பித்தாள்.. எதிரில் கூடையுடன் தெண்பட்ட ராஜேஷின் அம்மா வளர்மதி
"என்ன போன வேல முடிஞ்சிதா...? " என்று கேட்க,

"நல்லபடியா முடிஞ்சுதும்மா... என்ன சாப்பாடு..? " என்றான்.

"புள்ளைங்க வந்திருங்காங்கல்ல... அதான் கோழி ஒன்ன அடிச்சேன்.. பிரியாதான் கொழம்பு செஞ்சிருக்கா... போங்க போய் சாப்டுங்க.. நான் போய்ட்டு ஒடனே வந்துட்றேன்...! " என்று சொன்னவர் அவசரமாக நடையை கட்டினார்..

"எங்க போராங்க இந்த வெயில்ல? "

"தெரில.. கழனிக்கு போவாங்கன்னு நெனைக்குறேன்.. பயிர் போட்ருக்காங்க அத பாக்க போவாங்க ? " என்றாள் மது.

"ஓ.. இதெல்லாம் செய்வாங்களா.. செரி போய்ட்டு வரட்டும்... பேசலாம்..! " என்று சொன்னவன் வீட்டை அடைந்தான்...
மதிய உணவு முடிந்து அனைவரிடமும் விடைபெற்றுக்கொண்டவன் வெயில் தனிவதற்காக காத்துக்கொண்டிருந்தான்.

வெயில் தணிந்த நிலையில் அங்கிருந்து கிளம்பினான்.. ஊர் எல்லையை கடந்து சில நிமிட பயணத்தை தொடர்ந்து அவனுக்கு நேர் எதிராக வந்துகொண்டிருந்த லாரி ஒன்று எதிர் திசையிலிருந்து திரும்பி அவனை நோக்கி கணநேரத்தில் நெருங்கியது. அதனை பார்த்து பயந்தவன் யோசிக்காமல் பைக்கை சாலையின் இடதுபுறம் திருப்பினான். அதேசமயம் அவனை முந்திக்கொண்டு செல்ல முயன்ற வாகனத்தின்மீது இடித்த லாரி அவனை தூக்கி எறிந்துவிட்டு நிற்காமல் சென்றது.. இடதுபுறம் திரும்பி வாகனத்தை ஓட்டியவன் நிலை தடுமாறி வேகமாக வாகனத்தை நிறுத்தினான்.. படபடப்பாய் உணர்ந்தவன் திரும்பி லாரியை பார்த்தான் கண் மறைவிலிருந்து தப்பித்துக்கொண்டிருந்தது. தன்னை முன்னதாகவே கொலை செய்ய திட்டமிட்டிருந்த லாரிதான் அது என்று உறுதிசெய்துகொண்டவன் காரணமில்லாமல் எவனோ ஒருவன் விபத்தில் நுழைந்து அவனுக்கு பதிலாக மாட்டிக்கொண்டு தூக்கி எறியப்பட்டிருப்பதை உணர்ந்து பைக்கிலிருந்து இறங்கி பக்கத்தில் இருந்த ஒரு கல்லின் மேல் உட்கார்ந்தான்.. விபத்தில் தூக்கி எறியப்பட்டவனின் உடல் கண்களுக்கு தென்பட அவனை நெருங்கியவன் கைவிரலை நேராக கீழே கிடந்தவனின் முக்கில் வைத்து பார்த்தான்... பலமான ஒரு மூச்சுக்காற்றை அவனது விரல்களில் பட வேகமாக கையை இழுத்துக்கொண்டவன் பயந்து பின்னிட்டான்.. உயிர் இன்னமும் இருந்தது. படுகாயப்பட்டவனை தூக்கி பக்கத்தில் இருந்த ஒரு கல்லில் சாய்த்துவைத்துவிட்டு ஆம்புலன்ஸிற்கு போன் செய்து காயமடைந்தவனை மருத்துவமனைக்கு அனுப்பிவைத்தான்.
பிறகு தனது பைக்கை எடுத்துக்கொண்டு வீடு சேர்ந்தான்.

வாசலிலேயே இருந்த ராமச்சந்திரன் சற்று பதட்டமாக.. " என்னப்பா.. போலீஸ்லாம் வந்தாங்க.. என்ன விஷயம்" என்று அங்கலாய்க்க

"அதெல்லாம் ஒன்னு இல்லப்பா.. பாண்டியன் மர்டர் கேஸ் விஷயமா கொஞ்சம் கேட்டாங்க" என்றவன் நேராக படுக்கை அறை சென்று கதவை தாழ் போட்டு படுத்தவன் கடந்த விபத்தை நினைத்து பயந்துகொண்டிருந்தான்.. பிறகு எதேர்ச்சையாக விடுதிக்கு பின்னால் பார்க்க நீண்டு வளர்ந்த அந்த தென்னைமரம் சந்தோஷமாக காற்றில் ஆடிக்கொண்டிருந்தது.. ஒரு வகை பொறாமையுடன் அதை பார்த்தவன் பின்பு சோர்வாக விடுதியை பார்த்தான்.

விடுதியின் முகப்பில் சாய்த்துவைத்திருந்த ஒரு பெரிய கோடாரியை எடுத்தவன் விடுதிக்கு பின்னால் நடந்து சென்றான்... ஆள் உயர கோடாரியை இழுத்துக்கொண்டு சென்றவனின் கால்களை அவ்வப்போது நன்கு செருக்காக வளர்ந்திருந்த செடி கொடிகள் தடுத்து நிறுத்தின.. அவற்றை எல்லாம் புடுங்கி எறிந்துவிட்டு விரைந்து வேகமாக நடந்தவன் ஒய்யாரமாக கிண்டல் செய்துகொண்டு அந்த தென்னை மரத்தை கோடாரியை கொண்டு வெட்டினான்.. உள்ளிருந்துகொண்டு யாரோ கத்துவது போன்று இருக்க அதை காதில் போட்டுக்கொள்ளாமல் மீண்டும் பலமாக வெட்டத்தொடங்கினான்.. பாதி வெட்டிய நிலையில் மரத்தின் வெட்டிய இடைவெளியிலிருந்து இரத்தம் கொப்பளிக்க ஆரம்பித்தது.. தெரித்த இரத்தம் அவன் முகத்தில் பட்டு குளிர்ச்சியூட்ட கண்களை திறந்துகொண்டான்... கண்களில் நீர் வடிந்துகொண்டிருப்பதை உணர்ந்தவன் துடைத்துக்கொண்டு விடுதியின் பின்புறம் பார்த்தான்... தென்னை மரம் வழக்கம்போல காற்றில் அசைந்துகொண்டிருந்தது.

இரவானது..

"டேய் சுபாஷ் உன்னோட ஸ்கூல் ஹெட்மாஸ்டர நேத்து பாத்தேன்டா " என்றார் ராமச்சந்திரன்.

"யாரு.. தாமஸ் சாரயா? "

"ஆமா ஆமா.. அவர்கிட்டதான் ரெண்டு வாரத்துக்கு முன்னாடி ஸ்கூல் தெருல வீடு ஏதும் இருக்கான்னு கேட்ருந்தேன்..? "

"நல்ல மனுஷன்தான்.. ரீட்டையர்ட் ஆகலல்ல இன்னும்? "

"அதெப்புடி ஆகும்.. இன்னு ரெண்டு வருஷம் இருக்கும்.. நீயும் ஃப்ரீ டைம்ல போய்ட்டு பேசு... அதுக்குதான் நேத்து உன்ன கேட்டாரு..? " என்றார்.

நேரம் ஏழை கடந்திருக்கும்.. எதிர்பார்த்துக்கொண்டிருந்த பியூன் அவனை கடந்து ஹாஸ்டலுக்குள் நுழைய அதை பொருமையாக பார்த்துக்கொண்டிருந்தவன் ஹாஸ்டல் நோக்கி நடந்தான்.. பிறகு வராண்டாவில் அவரோடு உட்கார்ந்துகொண்டவன் மெதுவாக அவரை பார்த்தபடி திரும்பி

"ண்ணா.. ஒன்னு கேக்குறேன் அதுக்கு சரியாவும் உண்மையாவும் பதில் சொல்லுங்க.. உங்கள பாக்குறதுக்காகவே நான் இன்னைக்கு ஊர்லருந்து வந்தேன்.. அதனால மறைக்காம சொல்லுங்க...? " என்று கேட்க.. பதட்டமடைந்த ஆறுமுகமும் அவனின் கேள்விக்காக காத்திருந்தார்,

"போனவாரம் வெள்ளி, சனி இந்த ரெண்டுநாளும் இங்க நைட் டைம்ல இருந்திங்களா? "

"போன வாரமா.. இல்லையே தம்பி போனவாரம் ஞாயித்துக்கெழமதான் நான் ஊர்ல இருந்து வந்தேன்.. அன்னைக்கு சாய்ந்தரம்தான் ஹாஸ்டல் வந்தேன்" என்று ஆறுமுகம் சொல்ல அதிர்ந்தவன்..

"ண்ணா பொய் சொல்லாதணா... அந்த ரெண்டுநாளும் உங்கூட ஒக்காந்து பேசுனேன்.. இதே எடத்துல? " என்றான்.

"ஐய்யோ நம்புப்பா.. வேணும்னா வீட்ல கூட வந்து கேளு... குடும்பத்தோட வெளியூர் போயிருந்தோம் " என்று ஆறுமுகம் ஆணித்தரமாக கூற, அவனுக்கு மீண்டும் நடுக்கமும் பயமும் தொற்றிக்கொண்டது...

"அப்போ அன்னைக்கு பாத்தது யாரா இருக்கும். அது கனவா இல்ல நனவா.. சும்மாவே ஒக்காந்து யார் கூட பேசிட்டு இருந்தோம்... அப்பா கூப்ட்டு காட்டும்போது அவரும் இங்க யாரும் இல்லன்னு சொல்லிட்டு போனாரு.. அப்போ அதான் உண்மயா?" என்று சொல்லிக்கொண்டவன் பிறகு, "ண்ணா செரி அத விடுங்க.. உங்ககிட்ட இன்னோரு விஷயம் கேக்கலாம்னு இருந்தேன்... அன்னைக்கு செத்துபோன அந்த ஊர் தலைவர் குடும்பத்தபத்தி சொன்னீங்களே ஞாபகம் இருக்கா..? என்று சொல்ல..

"எது தம்பி.. நான் சொன்னேனா.. ஞாபகத்துல இல்லையே..? " என்றார்.

"அந்த ஊர் தலைவரோட தங்கச்சி எப்புடி செத்துபோனாங்கன்னு சொல்லிட்டு இருந்தீங்க.. அதுவும் ஆணவ கொலையா இருக்கும்னு சொல்லிட்டு இருந்தீங்க.. ஞாபகம் வர்லயா...? " என்று சுபாஷ் சொல்ல வேகமாக அந்த இடத்திலிருந்து எழுந்தவர்..

"இல்ல.. நான் சொல்லிருக்க வாய்ப்பே இல்ல.. நீ வேற யார்கிட்டயோ கேட்டுட்டு ஒலர்ற. நாளைக்கு ஊருக்கு கெளம்புறீயா... நல்லபடியா போய்ட்டுவா... நான் போறேன்... " என்றபடி வேகமாக அந்த இடம் விட்டு வெளியே நடந்து அவன் கண் பார்வையிலிருந்து மறைந்தார். தனியாக இருந்தவன் திரும்பி ஹாஸ்டலை பார்க்க இருட்டில் அது பயங்கரமா பயமுறுத்தியது. அவனும் வேகமாக விடுதியிலிருந்து வெளியேறி பின்பு மீண்டும் ஹாஸ்டலை பார்க்க நன்றாக எரிந்துகொண்டிருந்தது முகப்பு விளக்கு மீண்டும் விட்டு விட்டு எரிந்து அவனை பயம் காட்டியது. வேகமாக கேட்டை பூட்டிவிட்டு வீட்டை அடைந்தான்.

சாப்பிட்டு முடித்தவன் படுத்துக்கொண்டு மதுமிதாவிற்கு மெசேஜ் செய்ய ஏற்கனவே அவள்.. "ஊருக்கு போய்ட்டியா.. போனா கால் பண்ணமாட்டியா? " என்று மெசேஜ் செய்திருந்தாள்.. அவளை சமரசம் செய்து காதலாடிவிட்டு படுத்துக்கொண்டவன் விடுதியை நோட்டமிட்டான்.. அந்த முகப்பு விளக்கு தொடர்ந்து விட்டு விட்டே எரிந்து கொண்டிருக்க மூச்சை இழுத்து பலமாக உமிழ்ந்தவன் வேகமாக ஜன்னல்களை மூடிவிட்டு கண்களை மூடினான்.

நினைவுகளை கூடுமானவரை மூளைக்கு செலுத்தாமல் பார்த்துக்கொண்டான்... அதற்கு பதில் வேறு நல்ல நினைவுகளை வலுக்கட்டாயமாக வரவழைத்துக்கொண்டான். எதேர்ச்சையாக மீண்டும் ஒரு பரிட்சயபட்ட பகல் கனவு நினைவுகளில் மாட்டிக்கொள்ள இப்போது எங்கேயோ சிரித்தபடி நின்றுகொண்டிருந்தான்..
கண்களில் எதயோ வென்றது போன்ற மகிழ்ச்சி.. கையில் ஒரு பெரிய கோடாரி.. அதன் விளிம்புகள் இரத்தத்தில் ஊரி காய்ந்துகிடந்தது.. மெதுவாக பின்னால் திரும்ப விடுதியின் பின்புறம் இருந்த தென்னைமரம் அடியோடு வெட்டப்பட்டிருக்க சிரித்தபடி வானத்தை பார்த்தான்.. பளிச்சித்த வானம் தன் பிரகாசத்தை கூட்ட முழுவதுமாக வெண்மை படர்ந்தது.. கண்கள் கூச சுபாஷ் எழுந்திருக்க, கனவில் கண்ட வெண்மையில் துளியும் இல்லாத காரிருள். எழுந்துபோய் தண்ணீர் குடித்துவிட்டு வீட்டின் ஹாலை பார்க்க அதிர்ச்சி.. சட்டென்று ஒருகணம் பயந்தே போனான்.. வழக்கமாக வீட்டிற்குள் வந்து போகும் வெள்ளை நிற பூனை அவன் நடமாடுவதை கண்டதும் அப்படியே சிலை போல நின்று அவனை பார்த்தது... இருட்டில் மின்னிய அதன் கண்கள் சுபாஷை ஒரு நிமிடம் திகிலடைய வைக்க,

"ஹேய்... ஓடு! " என்று அதட்டினான். அது வேகமான பாய்ச்சலில் திறந்து கிடந்த ஜன்னல் வழியே குதித்து வெளியே ஓடி மறைந்தது. பாக்கெட்டில் இருந்து எடுத்த அண்ணனின் பழைய போட்டோவை மீண்டும் பீரோவை திறந்து வைத்துவிட்டு தூங்கினான்.. ஒரு சில நம்பமுடியாத நிகழ்வுகள் மீண்டும் அவன் மண்டைக்குள் ஏறி அவனை துளைக்க ஆரம்பித்திருந்தது.. சில நிகழ்வுகள் கனவில் வராமல் நிஜ வாழ்வில் வந்தது போன்றே தோன்றியது.. மதுமிதாவின் போனில் இருந்து வந்த அந்த அழுகுரலுக்கு மது எவ்வளவு காரணங்கள் சொல்லியிருந்தாலும் அதை முழுவதுமாக சுபாஷால் ஜீரணிக்க முடியவில்லை. அதே போன்று பியூன் ஆறுமுகத்தை முன்னிலைப்படுத்தி சக்கரவர்த்தியின் ஒரு அமானுஷ்யங்களை அவன் நன்கு தெளிவாக உணர்ந்திருந்தாலும்.. ஆறுமுகம் அதை முழுவதுமாக மறுத்திருந்தார். அந்த ஒரு நெருடலும் சமீபத்தில் தொற்றிக்கொள்ள அவை நடக்கக்கூடாத ஏதோ ஒன்று நடக்கப்போவதற்கான துருப்பு போன்றே தெரிந்தது.

விடிந்தது..
நேற்று நடந்த விபத்து நினைவிற்கு வர வேகமாக மருத்துவமனை அடைந்தவன் அங்கிருந்த ஒரு நர்சிடம்,
"மேடம் நேத்து எதாச்சோம் முக்கியமான ஆக்சிடன்ட் கேஸ் வந்திச்சா..?" என்று கேட்டான்..

"ஒரு மூனு மணிக்கு கூட்டிட்டு வந்தாங்க.. அந்த லாஸ்ட் பெட்ல போய்ட்டு பாருங்க அவருதான்..! " என்று சொல்ல நேராக கடைசி பெட்டை அடைந்தான்..

தலையிலும் காலிலும் பலத்த அடியுடன் கட்டுபோட்ட நிலையில் ஒருவன் படுத்துகிடந்தான். எதையும் சரியாக யூகிக்க முடியவில்லை. குளுக்கோஸ் இடது கையின் நரம்பு வழியாக ஏறிக்கொண்டிருந்த அவனை எழுப்புவதற்கு சற்று நெருடலாக இருந்தது. சிறிது நேரம் பார்த்துவிட்டு திரும்ப,

"ப்ரதர்..! " என்ற ஒரு குரல் பின்னாலிருந்து வந்தது.. மீண்டும் திரும்பினான், படுத்துக்கொண்டிருந்தவனின் கண்கள் திறந்திருந்தது. அவன் கிட்டே நெருங்க,

"தேங்க்ஸ்" என்றவன்,
"என்னால அதிகமா பேசமுடியாது..! நாளைக்கு வாங்க பேசலாம்.. " என்று மெதுவாக சொன்னான்.

"இல்ல ப்ரதர் இன்னைக்கே ஊருக்கு போறேன். உங்க நம்பர் குடுங்க.. நான் போன் பண்றேன்...! " என்று சுபாஷ் சொல்லவும் படுத்திருந்தவன் சிரமப்பட்டு அவனது போன் நம்பரை குடுக்க அதை பெற்றுக்கொண்டு அவனிடமிருந்து விடைபெற்று வெளியேறினான்.

நேரம் சரியாக பத்து மணியை கடந்திருந்தது. கதகதப்பான வெயில் மருத்துவமனைக்கு வெளியே இருந்து பிரகாசிக்க மருத்துவமனை வாடை சற்று குமட்டலை ஏற்படுத்தியது. தன்னை குறிவைத்து நடந்த விபத்தில் ஒரு அப்பாவி மாட்டிக்கொண்டான் என்ற குற்ற உணர்வு அவனை உள்ளுக்குள் உறுத்திக்கொண்டே இருக்க மீண்டும் ஒருகணம் ஹாஸ்பிட்டலை திரும்பி பார்த்தான்.. அதே கவர்மெண்ட் ஹாஸ்பிட்டலில்தான் ராஜேஷின் போஸ்ட்மாட்டமும் பாண்டியனின் போஸ்ட்மாட்டமும் நடந்திருந்தது.. அந்த கசப்பான விஷயங்கள் மீண்டும் நினைவிற்கு வர தலையை வேகமாக உதறி நிகழ்கால மனநிலையை அடைந்தான்.. அடுத்து இருக்கும் ஒருசில மணிகளில் ஏதேனும் தேடவேண்டும்.. விட்டுவிட்டால் பிறகு நேரம் கிடைக்காது, நேராக டவுனுக்கு செல்லவேண்டும். அங்குபோய் வீணாக மனதை குழப்பவேண்டிய சூழ்நிலை வந்துவிடும்... மனதிற்குள் ஒன்றும் தட்டுபடாததால் நேராக வீட்டை அடைந்தான்.. பேக்கில் இருந்து கிறுக்கிய தன்னுடைய நோட்டை எடுத்துக்கொண்டு மாடியின் வராண்டாவில் நின்றுகொண்டான்... ஆலய மணியோசை காற்றில் தவழ்ந்து அவன் காதில் ஒளிக்க சத்தம் வந்த திசை திரும்பினான்.. தூரத்தில் சர்ச் கோபுரம் தெரிந்தது.. மணியோசை நின்று,

"சடுதியான திகிலும் துஷ்டர்களின் பாழ்கடிப்பும் வரும்போது நீ அஞ்சவேண்டாம்.. நீதி 3:25 என்று வசனம் ஒலித்தது. பக்கங்களை புரட்ட பாண்டியனின் பாட்டி என்று தான் எழுதியிருந்தது கிறுக்கப்பட்ட அந்த பக்கம் வந்தது.. அடுத்த புதிய பக்கத்தை திருப்பியவன் முந்தையதினத்தில் ஆலமரத்தான் சொன்ன "ஆதியும் நீ அந்தமும் நீ.. ஐவர் சூழ் ஐய்யன் வாழ் " என்ற வார்த்தைகளை எழுதிவிட்டு நோட்டை வேகமாக மூடினான். ஒருசில நிமிடங்களில் செல்போன் சிணுங்க உறங்கியவன் எழுந்து அருணிடமிருந்து வந்த அழைப்பை ஏற்றான்..

"இன்னைக்கு சாயந்தரம் கௌம்பனும்... நைட்டு பன்னெண்டு மணிக்கு நைட் சிப்ட்டு அதான..? "

"பெரவால்லயே பொருப்பு வந்திடிச்சி போல.. சரி எவ்வளோ தூங்கனுமோ அவ்ளோ தூங்கிக்கோ.. ஏன்னா பஸ்ல வந்து நீ தூங்கமாட்ட.. என்னதான் போட்டு சாவடிச்சிட்டு இருப்ப. அதுக்கப்புறோம் நைட் சிஃப்ட்ல தூங்கி வழியாத புரியுதா..? " என்றவனுக்கு பதிலலித்தவன் இணைப்பை துண்டித்தான்.

மாலை வேளை.. துவைத்த துணிகளை பேக்கில் அடுக்கியவன் வேகமாக கிளம்பினான்.. திடமான பெட்ஷீட் ஒன்றை எடுத்து பேக்கில் திணித்தான்..

"டேய்.. அந்த மொளகா பொடி.. பருப்பு எடுத்துகிட்டியா..? " என்று அம்மா கேட்க.. அதற்கு தலையசைத்தவன் இருவரிடமும் விடைபெற்றுக்கொண்டு அருணுடன் பயணத்தை தொடங்கினான். வழக்கமான பனி பயணத்தை ஆக்கிரமித்துக்கொண்டு அவர்களோடு பயணித்தது... மிதமான வேகத்தில் பேருந்து போய்க்கொண்டிருக்க.. வெளியே வேடிக்கை பார்த்துக்கொண்டு வந்த அருணை பார்த்தவன்..

"அருண் இந்த பழைய நினைவுகளலாம் அழிக்கிறதுக்கு எதாச்சோம் மருந்து இருக்கா? " என்று கேட்டான்.

"மெமோரிஸ மறக்க மருந்தா.. இப்போதான் கேள்விபட்றேன், நீ என்ன பிரச்சனைன்னு சொல்லு.. என்ன பண்ணுது, எந்தமாதிரி கனவு வருது?"

" வேற என்ன.. கொல விஷயமான கனவுங்கதான் மாத்தி மாத்தி வேற வேற கோணத்துல.. நிகழ்காலத்துல நெனச்சிபாக்க முடியாத மாதிரி கனவு வருது"

லேசாக சிரித்தவன்.. "நெனச்சிபாக்கமுடியாத அளவுக்கு வர்றதுக்கு பேர்தான் மச்சி கனவு. இந்தமாதிரிலாம் எனக்கே நெறயவாட்டி நடந்திருக்கு.. உதாரணத்துக்கு பெரிய பெரிய மரம் இருக்குறமாதிரி.. வானத்துல பறக்குறமாதிரி.."

"ஆனா அதெல்லாம் உண்மைல நடந்திருக்கா...? "

"அதெப்டி நடக்கும்.. அதுக்கு வாய்ப்பில்ல.. ஆனா கனவுல வர்ற அந்த பர்டிகுலர் கான்செப்ட் மட்டும் நடக்கும். இல்லாட்டி நடந்திருக்க வாய்ப்பிருக்கு.. இப்போ வானத்துல ரக்க வந்து பறக்குறமாதிரி கனவு வந்திச்சின்னா .. அந்த ரக்க ஒரு இமாஜினரி.. ஆனா பறக்குறது உண்மையாகலாம்ல. ஏரோப்லெய்ன்ல நாமல்லாம் ஒக்காந்துட்டு போலாம்ல அந்தமாதிரிதான்... உன்னோட கனவுல வேற எந்தமாதிரி கனவுலாம் வந்திச்சி..?"

"அதுவா அது நெறயவே இருக்குடா... சொன்னா நம்பமாட்ட..? "

"தொடக்கத்துல இருந்தே ஊங்கூடதான் இருக்கேன்... நா ஏன்டா நம்பாம இருக்க போறேன்... சொல்லு எதாச்சோம் முக்கியமான சுவாரசியமா வந்த

கனவ...!" என்று அருண் சொல்ல ஒரு நீண்ட யோசனைக்குப்பிறகு சுபாஷ் சொல்ல தொடங்கினான்...
பனியோடு சேர்ந்த குளிர்காற்று முகங்களில் தழுவிச்செல்ல வேகமாக ஜன்னலை மூடினான் அருண்.
மிதமான வேகத்தில் பேருந்து சென்றுகொண்டிருந்த பேருந்தின் உட்புற இரவு விளக்குகள் எரியத்தொடங்கின..
சமீபத்திய கனவு ஒன்றை அருணிடம் சொல்ல அனைத்தையும் கேட்டுவிட்டு கடுமையாக யோசித்தவன்,

"அந்த தென்னமரம் செத்துபோன வார்டன் கிருபா நட்டது. அத நட்டு சரியா ஒரு வருஷம் ஆயிருக்கும்... இன்னோரு விஷயம் என்னன்னா பாண்டியன் பொதச்சிட்டு அதுக்கு மேலதான் அந்த தென்னைய நட்டு வளத்தான். கிருபாமேல இருக்க அந்த கோவத்த அவன் நட்ட அந்த மரத்துல காட்டிருக்கு.. அவனையே வெட்றமாதிரி கர்பன பண்ணிருக்க.. அதோட வெளிப்பாடுதான் இந்த கனவு" என்றவன் மேலும் தொடர்ந்தான்..

"ஹிம்.. கொல செஞ்சவன கொண்ணாச்சி... ஆனா உன்ன ஏண்டா திரும்ப திரும்ப தொல்ல பண்ணனும்... காரணமில்லாம..? "

அருண் சொன்னதை காதில் போட்டுக்கொண்டவன்..."அருண் ஒருவேல காரணம் இருந்தா...? " என்று அவனை நோக்கி திரும்பி புருவம் உயர்த்தினான்.

"என்ன காரணம் இருக்கபோகுது... நீ ராஜேஷோட ஃப்ரண்ட்ன்றத தவர? "

"இல்ல அதுமட்டும் காரணமா எனக்கு தெரில... இதுல வேற ஏதோ சீக்கிரத்துல கெடைக்காத மர்மம் இருக்கு.. எனக்கும் நடக்குற விஷயங்களுக்கும் வேற ஏதோ தொடர்பு இருக்கு" என்று பரபரப்பு குறையாமல் சொன்னான் சுபாஷ்..

ஜன்னல்களை திறந்து வெளியே எட்டிப்பார்க்க சூரியன் முழுவதுமாக மறைந்து பனி கண் காட்சிகளை மங்களாக்கி பரவலாக பெய்ய தொடங்கியிருந்தது. பக்கத்தில் இருந்த அருண் சிரித்தபடி,
"இந்த பனி எவ்ளோ பயங்கரமாவும் அதே சமயம் எவ்ளோ கோழையாவும் இருக்கு பாத்தியா..?" என்றான்.

"எப்புடி சொல்ற..?"

"தூரத்துல இருந்து பாக்கும்போது எல்லா எடத்தையும் மறச்சிகிட்டு இங்க எல்லாம் நாந்தான்னு இருக்கு.. அதே கிட்டபோனா கைக்கு கூட மாட்டாம காத்தா மாறிடுது"

"இத நானும் அடிக்கடி யோசிச்சிருக்கேன்?"

"சுபாஷ்.. வாழ்க்கையும் இதேமாதிரிதான்னு வச்சிக்கோ.. கண்ணுக்கு தெரியாத இந்த மூடுபனி மாதிரிதான் பிரச்சன நம்ம முன்னாடி நிக்கும்.. பயம் காட்டும்.. வாட்டி வதைக்கும். ஆனா கிட்ட போகப்போகதான் தெரியும் இதெல்லாம் வெறும் பயம்காட்ற பூச்சாண்டின்னு. எதுவா இருந்தாலும் தைரியமா இருடா..!" என்று மெதுவாக சொல்லிமுடித்தான்.

"என்ன மச்சி.. என்ன சித்தாந்தம் பேசவேணாம்னு சொல்லிட்டு இப்போ நீ இஷ்டத்துக்கும் பேசுற..! " என சுபாஷ் சிரிக்க,

"டேய் என்ன நக்கலா.. அறிவுற சொன்னா அனுபவிக்கனும்.. இந்தமாதிரி கிண்டல் பண்ணகூடாது.. இன்னமும் யாராச்சோம் நமக்கு உதவி பண்ணுவாங்களா.. இந்த பிரச்சனைல இருந்துலாம் காப்பாத்துவாங்களான்னு யாரயும் எதிர்பாக்க கூடாது? " என்று சொல்லிவிட்டு அமைதியானான்.

நேரம் ஏழு மணியை கடந்திருந்தது.. டீ குடிப்பதற்கு பஸ் நிற்க குளிருக்கு இதமாக அருணும் சுபாஷும் டீ குடித்தனர்... டீ கடையின் இடதுபுற கயிற்றில் பேப்பர்களும் வார இதழ்களும் தொங்கிக்கொண்டிருக்க வார இதழ் ஒன்றின் முகப்பில் 'சிறையில் நடந்த இரட்டை தற்கொலை' என்ற தலைப்பு போட்டிருந்தது. தற்கொலை என்ற வார்த்தையில் தற் என்ற எழுத்துகளுக்கு மேல் சிகப்பு நிற கோட்டால் கிறுக்கியிருக்க போட்டோவில் இருந்த அந்த இரண்டு பெயர்களை பார்க்க சுபாஷிற்கு அதிர்ச்சி காத்திருந்தது.

"டேய் அருண் அந்த புக்க பாறேன் " என்று சொல்ல அருணும் பரபரப்பாக அதை பார்த்து அதிர்ந்தான்.

"என்ன இது கிருபா, சரவணன்னு பேரு போட்ருக்கு ஆனா அவங்க போட்டோ இல்ல என்னவா இருக்கும்?"

"நம்ம ஊர்லயே இதபத்தி பெருசா போடல.. ஆனா டவுன்வரைக்கும் இந்த நியூஸ் வந்திருக்கு" என்று சுபாஷ் முடிக்க.. அவர்கள் வந்த பேருந்து கிளம்புவதற்கு ஆயத்தமாக இருந்தது. வார இதழை அவசர அவசரமாக வாங்கி பைக்குள் போட்டுக்கொண்டவன் பேருந்தில் ஏறி அமர பேருந்து

நகரம் நோக்கி புறப்பட்டது.. அசதியாய் உணர்ந்தவன் கண்களை மூடி அயர்ந்து தூங்க கையில் வைத்திருந்த வார இதழ் பொத்தென்று கீழே விழுந்தது...

தொடரும்..

பகுதி **(3)**

மின்னும் மின்னல்

பயணம் முடிந்து வேலைக்கு சென்றவர்கள் வேலை முடித்து வெளியேறினர்,
நேரம் சரியாக காலை ஏழு.
அவர்களை நடுநடுங்கவைக்க ஆயத்தமாக இருந்த மூடுபனி. கருப்பு தார் சாலைக்கூட அடையாளம் தெரியாமல் மறைந்திருந்தது. நெடுஞ்சாலை கம்பங்களில் மின்விளக்குகள் மங்கியபடி எரிந்துகொண்டிருக்க இருவரும் தங்கும் அறையை அடைந்தனர்.

படுத்துக்கொண்டிருந்த சுபாஷ் தூக்கத்தில் மீண்டும் ஒரு உருவம்,ஒரு பரிட்சயபட்ட காட்சி. கருப்பு வெள்ளையாக அந்த காட்சி ஓடியது.. கூட்டமாக கோயிலுக்கு சென்றுகொண்டிருந்த கூட்டத்தில் இருவர் மட்டும் தனியாக தெரிந்தனர்.. பிரியா மெதுவாக நடந்து செல்ல அவளுக்கு வலதுபுற தோள்மேல் கைபோட்டுக்கொண்டு ஒரு வெள்ளை உருவம் நடந்து சென்றது... அந்த வெள்ளை உருவம் திரும்பி வழக்கம்போல சிரிக்க.. பிரியாவும் திரும்பினாள் ஆனால் முறைத்தபடி.
பின்பு அந்த காட்சி தெளிந்த தண்ணீரில் கற்களை போட்டது போல குழம்ப தூக்கத்திலிருந்து முழித்துக்கொண்டான். எதிர்புற வெயில் மட்டும் பச்சை கண்ணாடி ஜன்னல்களில் பட்டு வெளிச்சம் தந்தது.. படக்கென்று எழுந்தவன் பேக்கில் இருந்து தன்னுடைய நோட்டை தேட ஏமாற்றம்.. ஊரிலேயே மாடி அறையில் அதை வைத்த ஞாபகம் வர அலுத்துக்கொண்டவன்இரவு வாங்கிய வார இதழை வெளியே எடுத்தான்.. சத்தியம் என்று பெயரிடப்படிருந்த அந்த வார இதழின் முகப்பு பகுதிக்கு கீழே கிருபா மற்றும் சரவணனின் தலைப்பு செய்தி இருக்க
வேகமாக அவற்றின் பக்கங்களை திருப்பினான். இரண்டு பக்கங்களில் விரிவான செய்தியாக அது தென்பட படிக்க ஆரம்பித்தான்..

ஆரம்பமே 'கொலையா? தற்கொலையா.. ?
இதற்கு காரணம் ஆவியா? ஆசாமியா..?' என்றிருக்க மெலிதாக புன்னகைத்தவன் மேலும் படிக்க ஆரம்பித்தான்..

'கொலை வழக்கில் கைதான இருவரும் விசாரணை கைதியாக இருக்க.. மேலும் ஒரு கொலை வழக்கு பதிவு செய்யப்பட்டிருந்த நிலையில் இருவரும் தற்கொலை செய்துகொண்டுள்ளனர்... காரணம் மற்றும் பின்னணி என்னவாக இருக்கும்... இரண்டு கொலைகளுக்கு தீர்வு மூன்று தற்கொலைகளா.. நம்மந்தகுந்த தந்திகள் வதந்திகளாக முடிகின்றதா? போலீஸின் மெத்தனப்போக்கா அல்லது போலீஸால் உண்டான ஆணவப்போக்கா.. யாருக்காக இது நடக்கவேண்டும் அல்லது.. யாரை காக்க இது நடக்கவேண்டும்" என்று எதுகை மோனையுடன் சுவாரசியமாக இருந்தது.

"இவ்ளோ டீடெயில் இவுங்களுக்கு எப்புடி தெரியுது..? " என்று நினைத்தவன் மீண்டும் படிக்கத்தொடங்கினான்.. சுவாரசியமான விஷயங்களும் மர்மமான மற்றும் சூட்சமமான வரிகளும் அடங்கியிருக்க கடைசி கட்டம்..
"சந்தேகப்படும் ஓர் ஊர் தலைவரும் தற்கொலை செய்துகொண்ட சம்பவம்.. கொலைகளுக்கான பிண்ணனியில் பேய் பிசாசும் உடந்தையா என்ற கோணத்தில் இந்த மர்மங்கள் முடிவில்லாமல் முடிகிறது" என்று முடிய எழுத்தாசிரியர் பெயரை பார்த்தான்..
நட்சத்திரா என்றிருந்தது.

இதழின் விவரங்களை பார்க்க.. அந்த வார இதழ் அலுவலகம் அவர்கள் வேலை பார்த்துவந்த நகரத்திற்கு வெகு அருகாமையில் இருந்தது.. இதழ் ஆசிரியரிடம் இதைபற்றி பேசவேண்டும் என்று நினைத்துக்கொண்டவன் அந்த புஸ்தகத்தை மூடிவிட்டு மீண்டும் படுத்துக்கொண்டான்.. ஆனால் தூக்கம் வராமல் ஆலமரத்தான் சொன்ன வார்த்தைகள் காதில் கேட்டுக்கொண்டிருப்பதாய் உணர்ந்தான்.

மதியமான நிலையில் மூவரும் சாப்பிட்டு முடித்துவிட்டு மொட்டை மாடிக்கு சென்றவன். சுற்று முற்றும் பார்த்தான்.. மொத்தமாக இல்லையென்றாலும் அந்த முதல் அடுக்கில் இருந்து பார்க்கவே நகரம் பயங்கர நெருக்கமாகவும்.. இறைச்சல் மிகுந்ததாகவும் தெரிந்தது. மதுவின் ஞாபகம் வர அவளுக்கு கால் செய்தான். ஒருசில நிமிடங்களிலேயே அட்டன் செய்தவள் பேச ஆரம்பித்தாள்..,
வடிவேலு அதற்கு பின் தங்களை தொடர்புகொள்ளவில்லை என்று மது சொல்ல சற்று குழம்பிப்போனவன் வடிவேலுவை தொடர்புகொண்டான்..
சுவிச் ஆப் என்று பதிலலிக்க மேலும் குழம்பினான்.

"இந்த தர்மன பத்தி கேக்கலாம்னா ஃபோன சுவிச் ஆஃப் பண்ணிட்டு என்ன பண்றான் இவன்? " என்று சொல்லிக்கொண்டவன் திறந்து கிடந்த வானத்தை பார்த்தான்...

வானம் சிகப்பும் ஆரஞ்சும் கலந்து வெளிறிப்போய் ஒளி மழுங்கி காணப்பட்டது. வானத்தின் கடையாந்திரத்தில் அரை நிலவு தானும் இருப்பதாய் காட்டிக்கொண்டது.

"என்ன சுபாஷ் யார்கூட பேசுறீங்க?" என்று அருணோடு சேர்ந்து மேலே வந்துகொண்டிருந்த கௌதம் சிரித்தபடி கேட்க பதிலேதும் சொல்லாமல் நின்றிருந்தான்.

"ஹிம் செரி வாங்க.. பஜார் போலாம்" என்று சொல்லிக்கொண்டு மூவரும் சந்தையை சுற்றிப்பார்க்க கிளம்பினர்.
சமையலுக்கு தேவையான பொருட்களையும் குளிரை கட்டுபடுத்த ஆளுக்கொரு மப்ளரையும் வாங்கிக்கொண்டு முன்னேற சுபாஷை தூரத்தில் பார்த்தபடி அதே பிச்சைக்காரன் நின்றிருந்தான். அவனது அந்த தோற்றத்தில் திடுக்கிட்ட சுபாஷ் அவனையே பார்க்க, சிரித்துக்கொண்டே அந்த பிச்சைக்காரன் அவனை நெருங்கி கை நீட்டி காசு கேட்க வேகமாகவும் பதட்டமாகவும் பர்சிலிருந்து ஒருசில நோட்டுகளை அவனை நோக்கி நீட்டினான். சிரித்தபடி சற்று தூரம் சென்றிருந்த அந்த பிச்சைக்காரன் திரும்பி " ஆதியும் நீ அந்தமும் நீ..." என்று சொல்லிவிட்டு ஓட..
இன்னமும் பதட்டத்தில் இருந்தவன்..
"அருண்.. என்ன சொல்லிட்டு ஓட்றான் அவன்?" என்று கேட்டான்.

"அட அவன் ஊமடா எதுவும் பொலம்பலயே.. நீ வா போலாம்.. ஆனாலும் அவ்ளோ ரூபா அதிகன்டா அவனுக்கு" என சொல்லியபடி சுபாஷை அங்கிருந்து நகர்த்தினான். கௌதம் வழக்கம்போல உணவு சமைக்க மற்ற இருவரும் காய்கறி நறுக்கிக்கொண்டிருந்தனர்.. ஆனால் சுபாஷ் மனதிலோ அந்த பிச்சைக்காரன் மட்டுமே ஓடிக்கொண்டிருந்தான்.
நீண்டு வளர்ந்த சிக்கு பிடித்து பழுப்பு நிறமாக மாறியிருந்த அந்த முடி... வெளிறிய முகத்தோற்றம்.. ஒட்டிய உடல்... சூம்பிப்போன கைகள்... நடக்க முடியாத கால்கள்.. இதெல்லாம் பார்ப்பதற்கு ஒருகணம் ஆலமரத்தானை போன்றே இருந்தது... ஆழ்மனதில் அவனை ஊர் கிழவன் என்றே கற்பனை செய்துகொண்டவன்.. காய்கறி நறுக்கியபடி தன் விரலை வெட்டிக்கொண்டான்.

"ஆ..!" என்று துடிக்க.. இரத்தம் சொட்டு சொட்டாக சிந்திக்கொண்டிருந்தது. பதட்டத்தோடு அவனுக்கு முதலுதவி செய்தான் அருண்.

"கவணத்த எங்கடா வச்சிட்டு வேலசெய்ற.. ஏதோ லேசா கத்தி பட்டதால போச்சி... ஆழமா அடிபட்டிருந்தா... இன்னைக்கு நைட்டு வேலைக்கு வந்திருக்க முடியாது.. நாளைக்கு வந்து அந்த சைக்கோ சூப்பர்வைசர்கிட்ட

திட்டு வாங்கிருக்கனு... அப்பிடி என்ன நெனச்சிட்டு இருந்த நீ..? " என்று கோவமாக கேட்ட அருணை சமாலித்துவிட்டு ஓய்வெடுத்தான்.

நேரம் ஏழுமணி... பணி முடிந்து மூவரும் வெளியேற வழக்கமான அடர்ந்த அந்த மூடுபனி அவர்கள் வருகைக்காக காத்திருந்தது. இனம் புரியாத கோவம் அதன்மேல் எழுந்தாலும்.. காலைக்காற்றிற்கு புத்துணர்ச்சியாக இருந்தது.

வேகமாக ரூமை அடைந்தவன் மாடிக்கு சென்று விபத்தடைந்தவரை தொடர்புகொண்டான்,

"ஹலோ ப்ரதர் "

"இல்ல நான் அவுங்க தங்கச்சி மீனா.. திவாகர் தூங்கிட்டு இருக்காரு... என்ன விஷயம்னு சொல்லுங்க.. நான் அவரு எழுந்த ஒடனே சொல்றேன் " என்றது ஒரு பெண் குரல்.

"செரி.. அண்ணா எழுந்தா சுபாஷ் போன் பண்ணதா சொல்லிடுங்க" என்றவன் இணைப்பை கட் செய்தான்.

கீழிருந்து அருண் கூப்பிட அறையை அடைந்தான்.. அந்த வார இதழை ஆச்சரியமாய் படித்தபடி இருந்த அருண் வியப்பாக சுபாஷை பார்க்க..,

"இந்தவார ஞாயித்துகெழம இந்த மேகசீன் ஆப்பீஸ்கு போய் நாம கொஞ்சம் விசாரிக்கனும் " என்றவன் பிறகு
காலை உணவை முடித்துவிட்டு தூங்க ஆரம்பித்தான்.. கண்கள் மூடிய சில நிமிடங்களில் அந்த கொலைகார மூடுபனி ஒரு ஆவியை போல உருவெடுத்து அவனை விரட்டுவதை போன்று தெரிய கனவில் ஓடிக்கொண்டிருந்தான்.

..ஆழ்ந்த தூக்கத்தில் இருந்தவன் வேகமாக ஓடி ஒரு பெரிய கிணற்றினில் விழ நீர் இல்லாத அந்த கிணற்றில் பயங்கரமாக கத்தியபடி கீழே சென்று கொண்டிருந்தான்.. அந்த கிணறு கடைசியாக ஒரு வலைவை போல மாறி அவனை தூக்கி எறிய இப்போது அவன் இருண்ட விண்வெளியில் பறந்துகொண்டிருந்தான்... காற்றோட்டமில்லாத அந்த இடம் சுற்றிலும் இருளில் மூழ்கிக்கிடக்க பூமியை தேடினான் இல்லை.. சிறிய வெள்ளை புள்ளிகளை போன்று நட்சத்திரங்கள். வெறுமனே மிதந்துகொண்டிருந்தவன் எதையோ தேட அதில் ஒரு நட்சத்திரம் மட்டும் பிரகாசமாக எரிந்தது.. காற்றில் நீந்தியபடி அந்த நட்சத்திரத்தை நெருங்கி கிட்டே செல்ல அதன் பிரகாசம் அதிகமானது... ஒரு கட்டத்திற்கு மேல்

அதை கண்களால் பார்க்க முடியவில்லை.. வெந்நிற ஒளியால் அந்த இடம் பிரகாசிக்க அதன் எதிரில் வந்து நின்ற ஒருவன் ஏதோ ஒன்றை பேச அது அவன் காதுகளுக்கு விழவில்லை.. குவித்திருந்த கண்களை சற்று சிரமத்தோடு விழித்து பார்த்தான்... எதிர்புற அறை கதவு திறந்திருந்தது... வெளியிலிருந்து புறப்பட்ட சூரிய ஒளி அறை முழுவதும் நிரப்பியிருந்தது. எதிரில் இருந்த பக்கத்து அறை ராஜேஷ் கம்பெனிக்கு தயாராகி நின்றுகொண்டிருந்தான்.

சிரமப்பட்டு எழுந்து உட்கார்ந்தவனிடம், "ஐவர் சூழ்... ஐய்யன் வாழ்.. விளக்கம் கெடச்சிடுச்சி " என்றான்.

சுபாஷ் புரியாமல் பார்க்க ராஜேஷ் மேலும் தொடர்ந்தான்,
"ஏதோ ஒரு அஞ்சு பேரு வந்து சேரும்போதோ இல்லனா சுத்தி வலைக்கும்போதோ அந்த அஞ்சி பேருக்கு சம்மந்தப்பட்ட ஒரு பயந்த சுபாவம் உள்ளவன் வாழ்வான" இதான் அதுக்கு பதில்..! "

"அப்போ அந்த பயந்துபோன ஒருத்தன்.. வாழாமதான் இருக்கானா... வாழ்ந்துட்டு இருக்கானா புரியலயே? "

"பயந்தவன்னா எப்போமே இல்லங்க... ஒருத்தன் எப்போமே பயந்துட்டு இருக்கமாட்டான்... அவனுக்கு பயத்த தூண்டும்போதுதான் பயப்படுவான் நடுங்குவான். அந்த நெலமைல அவன் எப்புடி நல்லா வாழ்ந்துட்டு இருப்பான்னு சொல்ல முடியும். வாழ்ன்னா நிம்மதியா எந்த பிரச்சினையும் இல்லாம வாழனும் அதான் அதோட அர்த்தம் " என்று முடித்தான் ராஜேஷ். அவன் சொல்வது தன்னைபற்றித்தான் என்பதை உணர்ந்துகொண்ட சுபாஷ்...

"தேங்க்ஸ் ராஜேஷ்.. அப்போறோம் இன்னோரு ஹெல்ப் பண்ணனும்.. இந்த லைன் கூட இப்போ இன்னோரு லைன் சேந்திருக்கு. அது என்னன்னா 'ஆதியும் நீ அந்தமும் நீ.. ஐவர் சூழ் ஐய்யன் வாழ். ' இப்புடி இருக்கு..? " என்று கேட்க,

"கண்டுபுடிச்சி நாளைக்கே சொல்றேன்... இப்போ டைம் ஆய்டுச்சி நா வர்றேன்" என்று சொல்லிவிட்டு வெளியேறினான் ராஜேஷ்.

"ஹிம்... அப்போ அந்த அஞ்சுபேரு யாருன்னு கண்டுபுடிக்கிறதுதான் மொத வேல...! " என்று சொல்லிக்கொண்டான்.

எதோ ஒரு யோசனையில் சுபாஷ் இருக்க டேபிலில் ஜார்ஜ் போட்டு வைக்கப்பட்டிருந்த செல்போன் சினுங்கியது. எடுத்தான்.. ஜோசப்பிடம்

இருந்து அழைப்பு... வெளியே வெயிலாக இருந்ததால் ரூமிற்குள் இருந்தபடியே பேச ஆரம்பித்தான்..

"என்ன சொல்ற.. இன்னும் மோசமா கனவுங்க வருதா..? " என்று ஜோசப் அதிர்ச்சியாக கேட்க..

"அட ராத்திரில வர்றதில்லாம பகல்லயும் வருது.. இதுவரைக்கும் ராத்திரில மட்டுமே நடக்குறமாதிரி இருந்த கனவுங்க இப்போ பகல்லயும் நடக்குறமாதிரி வருது... சில சமயம் ஒருசில கனவுங்க கருப்பு வெள்ளையா வருது.. " என்றான்.

"இந்த இருட்டுல வர கனவுங்க.. பகல்ல வர கனவுங்க. கருப்பு வெள்ள.
இதுக்கு எல்லாத்துக்கும் இருக்குற ஒற்றுமய பாரு.. ஏன்னா கனவு உனக்குதான் வருது. சோ அத தனிதனியா உன்னால தான் பிரிச்சிபாக்க முடியும். இரண்டுவிதமான காலங்கள்ல வர்ற கனவுங்களோட கனெக்டிவிட்டி இல்லனா வேரியேஷன கண்டுபுடிச்சா இதுல இருந்து வெளிய வரவோ.. கனவுகள் உனக்கு என்ன உணர்த்த முயற்சி பண்ணுதோ அத கண்டுபுடிச்சிடலாம்" என்று முடிக்க,

"நீ மட்டும் காலேஜ்லாம் படிச்சிருந்தா... எங்க எல்லாரயும் தூக்கி சாப்ட்ருப்ப... என்னாமா இங்கிலீஷ் பேசுற..? " என்றான் சுபாஷ்.

"கிண்டல் பண்ணாம சொன்னத ட்ரை பண்ணு.. " என்றவன் இணைப்பை கட் செய்துகொண்டான்.

மாலை நேரம்.. வழக்கமான பனிப்பொழிவு ஆரம்பித்திருந்தது.
கனவில் தோன்றிய அந்த பனி உருவம் நினைவிற்கு வந்தது. மாடியிலேயே சில நிமிடங்கள் உட்கார்ந்துகொண்டு காற்று வாங்கினான்.

இரவானது..
சுபாஷை பார்த்த அருண் சற்று முறைத்தபடி.. " ஆமா மதியம் ராஜேஷ்கிட்ட ஏதோ பேசிட்டு இருந்தியே என்ன..? " என்று கேட்டு வர்புறுத்த.. சுபாஷ் மதுவின் ஊரில் இருந்த அந்த ஆலமரத்தான் பற்றியும் அவர் குடுத்த மர்மமான வரிகளை பற்றியும் சொல்லிமுடித்தான்.. பிறகு மூவரும் வேகமாக கம்பெனியை அடைந்து வழக்கமான இரவுநேர வேலையை ஆரம்பித்தனர்.

சுபாஷ் யூனிட்டின் ஒரு மூலையில் வேலைசெய்துகொண்டிருந்தான்... இருந்தாலும் வெளியே வேடிக்கை பார்ப்பதை நிறுத்திக்கொண்டான்.. மனதில் ஏதோ ஒரு உருத்தல்.. பக்கத்தில் இருந்த கண்ணாடி ஜன்னல்களுக்கு

வெளியே நன்றாக எரிந்துகொண்டிருந்த மின்கம்ப விளக்கு முந்தையதினத்தை போலவே விட்டு விட்டு எரியத்தொடங்கியிருந்தது...

சுபாஷை நெருங்கிய அருண் அவனை பயமுறுத்த திடுக்கிட்டு அலரினான் சுபாஷ்.. பின்னர் சிரிப்பை அடக்கிக்கொண்டு.. "மச்சி அன்னிக்கு அந்த நோட்டுல நாந்தான் கிறுக்கிவச்சேன் " என்றான்.

"ஏன் அந்தமாதிரி பண்ண? "

நோட்ல கிறுக்குனா அதபத்தி எதாச்சோம் எங்கிட்ட கேப்ப அப்பிடியே உண்மைய ஒலருவேண்ணு நெனச்சிதான் அந்த நோட்ல கிறுக்கிவச்சேன்" என்றான்.

கோவம் தனிந்தவனாய் "ஹிம்.. இனிமே இதுலலாம் விளயாடாதடா.. நானே ரொம்ப பயந்துபோயிருக்கேன்.. ஒரு சின்ன லைட் ஆஃப் ஆகி எரிஞ்சாகூட பயமா இருக்கு.. யாராச்சோம் சொல்லாம கொள்ளாம பின்னாடி கைவச்சா கூட பயமா இருக்கு.." என்று சோர்வாக சொன்னான்.

உணவு முடிந்து வந்த சுபாஷ் தூங்காமல் முழித்துக்கொண்டிருந்தான். ஜோசப் சொன்னதை ஒருகணம் நினைத்துபார்த்தான்.. 'பகல் கனவுகள்.. இரவு கனவுகள்.. கருப்பு வெள்ளை..
வழக்கம்போல மீண்டும் குழப்பம்..'

வேலை முடிந்து வெளியேறியவன் புதிதாக ஒரு நோட்டை வாங்கிக்கொண்டு அறையை அடைந்தான்..

பிறகு
"ஆர். சுபாஷ் சந்திரபோஸ். பீ.இ" என்று எழுதி முடிக்க செல்போன் ஒலித்து அமைந்தது. அதை எடுத்துப்பார்க்க நான்கு மிஸ்டு கால்கள்..
ஒன்று மதுவிடமிருந்து..
இன்னொன்று பெயர் தெரியாத ஒரு நம்பரிலிருந்து. மதுமிதாவிற்கு போன் செய்தவன் அவளோடு பேச ஆரம்பித்தான்..

"சுபாஷ் நீ டவுன் கோர்டுக்கு அந்த ரெண்டு கொலவிஷயமா போனல்ல.. அப்போ என்ன ரெண்டு பேரு ஃபாலோ பண்ணதா சொன்னனே! அவங்கள எங்க ஊர்ல பாத்தேன்.. எங்க தெருலயும் பாத்தேன்..! " என்று அதிர்ச்சியாய் சொன்னாள் மது.

"என்னடி சொல்ற பாப்பா.. எப்போ பாத்த..? "

"காலைல எந்திரிச்சி மொட்டமாடிக்கு போனேன்.. அப்போதான் ரெண்டுபேரும் பைக்ல போனாங்க.. இரு அம்மா கூப்புட்றாங்க... நா அப்போறோம் கால் பன்றேன்.." என்றவள் இணைப்பை துண்டித்தாள். பதட்டமாக சுபாஷ் நின்றிருக்க மாடிக்கு வந்து நின்றான் அருண்.

"மச்சி...? " என்று அருண் கூப்பிட திரும்பிய சுபாஷிடம்,
" சாரிடா உன்னோட நோட்ல கிறுக்குனதுக்கு...! " என்றான்.
சிரித்தவன் ரூமிற்குள் நுழைந்து காலை உணவை முடித்துவிட்டு தூங்குவதற்கு திட்டமிட்டனர்.. வழக்கம்போல சூரிய வெளிச்சம் எதிரிலிருந்த கண்ணாடி ஜன்னல்கள் வழியாக பச்சை நிறத்தை வடிகட்டி எதிரொலித்தது. லேசாக கண்களை மூடியவன் தூங்க ஆரம்பித்தான்..

மீண்டும் கருப்பு வெள்ளையாய் ஒரு காட்சி.. தூங்குவதற்கு முன்பு தான் வாங்கிய புதிய நோட்டை பார்த்திருந்தவனின் கனவில் வெள்ளை நிற வானத்தில் பறவைகள் போல அந்த நோட்டுகள் பறந்துகொண்டிருந்தன... தெளிந்த வெண்மையான வானத்தை பார்த்தவன் குனிந்து கீழே பார்க்க தலை சுற்றியது. கறுமையிலும் கறுப்பான தரை.. அது பார்க்கும் நீலம் வரை தொடர்ந்திருந்தது. அந்த கறுப்பான உலகத்தில் நின்றுகொண்டிருந்தவன் வெண்மை வானத்தில் பறந்துகொண்டிருந்த நோட்டுப்பறவைகளை பிடிக்க முயற்சி செய்துகொண்டிருந்தான்.. முடியவில்லை. தரைப்பகுதியிலிருந்து கிளம்பிய வழுவழுப்பான பசை அவன் கால்களை நகரவிடாமல் செய்திருந்தது.
சிரமப்பட்டு குதித்துக்கொண்டிருந்தான்.. ஆனாலும் கால்களை வலுவாக பிடித்துக்கொண்ட அந்த கருப்புநிற பசை அவனை அதற்குமேல் குதிக்கவிடாமல் செய்தது. அன்னாந்து பார்த்தபடி இருந்தவனின் கண்களில் மீண்டும் தோற்றுப்போன விரக்தியும் கண்ணீரும் குடிகொண்டது.. ஆயிரக்கணக்கில் தலை இல்லாத அந்த நோட்டுப்பறவைகள் பறந்துகொண்டிருக்க அதிலிருந்து ஒரு நோட்டு மட்டும் அவனின் பரிதாபம் கண்டு கீழே வர கண்களில் நீர்கோர்திருந்த அவனும் கைகளை நீட்டினான்..

அந்த நோட்டு மெதுவாக அவன் கைகளில் வந்து அமர ஆச்சரியமும் சந்தோஷமும் அடைந்தவன் உற்சாகமாக மீண்டும் குதிக்க முயன்றான். சட்டென்று கையிலிருந்த அந்த நோட்டு கைதவறி கீழே கிடந்த கருப்பு மிருகங்களின்மேல் விழ ஒரே நொடியில் அதை கிழித்து கசக்கி முழுங்கிய அந்த கருப்பு மிருகங்கள் பின் காணாமல்போனது. கீழே நடப்பதை பார்த்து பயந்துபோன மற்ற நோட்டுப்பறவைகள் கூச்சல்போட்டுக்கொண்டு வெண்ணிற வானத்தை நோக்கி பறக்க சில நொடிகளில் அனைந்தும் பறந்து காணாமல்போனது. மேலிருந்த அந்த வெண்ணிற வானமும் தன்

வெண்மையை கறுமையாய் குவிக்க சுபாஷை சுற்றி எங்கும் இருள்.. திடீரென முழித்துக்கொண்டான்.

வேகமாக எழுந்து பக்கத்தில் இருந்த நோட்டை பார்க்க அது காற்றில் பக்கங்களை திருப்பிக்கொண்டிருந்தது... வேகமாக நோட்டை எடுத்தவன் தன்னுடைய பேக்கில் வைத்துவிட்டு மீண்டும் படுத்துக்கொண்டான், இந்த நட்சத்திரமும், வெள்ளை வானமும், மேகமும், கருப்பான இந்த உலகமும் அவனுக்கு என்ன உணர்த்துகின்றது என்று தெரியாமல் முழித்தவனுக்கு வடிவேலுவை பற்றிய பயமும் சற்று இருந்துகொண்டே இருந்தது..

"ஒருவேள இந்த தர்மனுக்கு உண்ம தெரிஞ்சிருக்குமா... வடிவேலுவையும் எதாச்சோம் பண்ணிருப்பானா... காலைல வந்த கால் யாரோடதா இருக்கும்?" என சிறிய விஷயத்திற்கெல்லாம் பயந்து நடுங்கும் இந்த ஐய்யன் சுபாஷ் எதற்கும் விதிவிலக்கு இல்லாதவன். ராஜேஷ் கனவில் ஆரம்பித்து இப்போது கடைசியாக ஆதி அந்தம் தெரியாத ஒரு அரைகுறை கனவில் வந்து நிற்கின்றது.

"அந்த மொட்டமாடி கனவு ஏன் அடிக்கடி வருதுன்னு நீ யோசிச்சிருக்கியா சுபாஷ்..? " என்ற அருணின் கேள்விக்கு பதிலலிக்க ஆரம்பித்திருந்தான்..

"சின்னவயசுல எங்கயோ ஒரு மொட்டமாடில நிக்குறமாதிரி கனவு வந்திச்சி... திரும்பி பாத்தா எதிர்ல கொஞ்சம் கீழ எங்க அண்ணன் நின்னுட்டு இருந்தான்.. நான் அவங்கிட்ட கோவமா பேசிட்டு இருக்க திடீர்னு ஒரு மோதல்! கண்ண தொறந்து பாக்கும்போது வெட்டவெளியான வானம்தான் தெரிஞ்சிது.. அப்போரோம் தன்னால கண்ணு மூடிக்க அப்படியே ஒரு ஆழ்ந்த தூக்கத்துக்கு போய்ட்டேன்...! "

தீவிரமாக கேட்டுக்கொண்டிருந்த அருண்.. "இது கனவா இல்ல யாராச்சோம் சொன்னாங்கலா? " என்று கேட்க,

"இல்லடா மொதல்ல கனவாதான் வந்திச்சி... ஆனா இது கண்டிப்பா கடந்தகாலத்துல நடந்த ஒன்னுன்னு எங்கம்மாகிட்ட கேக்கும்போதுதான் தெரிஞ்சிகிட்டேன்.. சந்திரபோஸ் எப்பிடி செத்துபோனான்னு கேட்டேன்... உன்ன கொலபண்ணபோய் மாடில இருந்து விழுந்து செத்துட்டான்னு சொன்னாங்க...!"

அதிர்ந்தவன்.. "என்னடா சொல்ற.. உங்க அண்ணன் உன்ன கொல்ல பாத்தானா.. ஏன்?"

"தெரில.. அத கேட்டா அம்மா சொல்லல... கண் முழிக்கும்போது ஹாஸ்பிட்டல்ல இருக்கமாதிரி இருந்திச்சி.. அதுக்கு முன்னாடி நடந்தது எதுவும் மனசுல இல்ல.. அந்த ஆக்சிடன்ட்ல இருந்துதான் எனக்கு ஞாபகமறதி அதிகமாச்சின்னு சொன்னாங்க!"

"ஓகோ அப்போ உங்க அண்ணனபத்தி இதுக்கு முன்னாடியே கேட்ருக்கியா? "

"ஆமா.. பத்தாவதுல கேட்ருக்கேன்.. பயங்கரமா திட்னாரு.. அதுக்கப்புறோம் அந்த பேச்சே எடுக்கல" என்றான்.

நேரம் கடந்த நிலையில்
கருப்பு வெள்ளை கனவுகளை எழுதியிருந்த அந்த புதிரான பக்கங்களை மூடிவிட்டு தனது புதிய நோட்டை ஏமாற்றமாய் மீண்டும் பேக்கில் வைத்துவிட்டு அமைதியாக ரூமில் தனியாக உட்கார்ந்துகொண்டான்.
நேரம் ஆறுமணியை நெருங்க தெருவிளக்குகள் எரிய ஆரம்பித்தன.. டிசம்பர் வருவதற்கு இன்னும் ஒன்றிரண்டு நாட்களே இருந்தன.. பனிப்பொழிவு சூரிய மறைவிற்கு முன்னரே அதிகமாக இருந்தது. மதுமிதாவுடன் பேசலானான்.. அவளை ஆரத்தழுவி அரவணைக்க ஆசைப்பட்டான்.. பிறகு வானத்தை
பார்த்தபடி நின்றுகொண்டிருந்தான்.
ஒருவகை ஏமாற்றமும் வெறுப்பும் வாழ்க்கை மீது வந்துகொண்டிருந்தாலும் அதை அனைத்தையும் தனது காதலுக்காக ஜீரணிக்கவும் முடிவுகட்டவும் கடவுளிடம் வேண்டினான்.. பனித்துளி போர்த்திய பலத்த காற்று அவனை சாந்தப்படுத்தியது. சில்லென்று உணர்ந்தவன் சட்டென்று கண்களை திறந்தான்.. உடலில் தோன்றிய அந்த சிலிர்ப்பும் அந்த அனுபவமும் இதற்கு முன் எங்கோ உணர்ந்ததுபோன்ற ஒரு நினைவு. வானத்தில் இருந்த ஆயிரக்கணக்கான நட்சத்திரங்களில் வழக்கம்போல ஒன்று விசித்திரமாக பளிச்சித்தது..

"யார்.. என்ன அமைதிபடுத்த நினைக்குற அந்த ஒரு காத்து யாரு.. எங்க இருக்கு. என்னபாத்து சிரிக்கிற இந்த நட்சத்திரம் யாரு.. எனக்காக உதவிசெய்ற அந்த மேகம் யாரு... என்ன காரணமில்லாம கொல்லபாக்குற இந்த மூடுபனி யாரு...? " என்று வாய்திறந்து கத்தியவன் அப்படியே முட்டிபோட்டு அழுதான்.. தேம்பினான்.. முறைத்தான்.. மீண்டும் அழுதுதான்!

கம்பெனியின் தார் சாலையின் நடுவில் விட்டு விட்டு வெள்ளை நிறத்தில் கோடிடப்பட்டிருந்தது. கருப்பு தார்ச்சாலை.. வெள்ளை நிற கோடுகள்.. அதுவும் தன்னுடைய கருப்பு வெள்ளை கனவுகளை எதிரொலித்தது..

அனைத்தையும் ஞாபகம் வைத்துக்கொண்டான். இருபுறங்களிலும் மின்விளக்குகள் பளிச்சித்தன.. கம்பெனி வளாகத்தில் பெரும்பாலும் வெளிநாட்டு அழகு மரங்கள் கம்பீரமாய் வளர்ந்து நின்றுகொண்டிருந்தன.. இதற்கிடையில் கம்பெனியின் ஏதோ ஒருமூலையில் வளர்ந்திருந்த மஞ்சனத்தி மரத்தின் பூக்கள் வாசம் அவர்களை மேலும் திகிலடையச்செய்தது.

வேலை முடிந்து வெளியேற..
வெட்டவெளி வானத்தை அடர்ந்த அந்த மூடுபனி ஒளித்துவைத்துக்கொண்டு குளிர்ந்தது.. மெலிதான தூரல்போல முகத்தில் பட்டு தெரித்த அந்த பனி ஏனென்று தெரியாத ஒரு மகிழ்ச்சியை கொடுத்தது.. சரியாக சொல்லவேண்டும் என்றால் காலை நேரத்து மூடுபனியை அவன் மிகவும் விரும்பினான்.. இரவு நேரத்து மூடுபனியை பயங்கரமாக வெறுத்தான்.. வார்டன் கிருபாவிடம் அத்தனை உண்மைகளையும் வாங்கும்போது மங்கிய வானத்துடன் வெளியில் குழுமிய அந்த மூடுபனி அவனை.. " எல்லாம் முடிந்தது.. " என்று நினைக்கவைத்தது. அதே சமயம்
ஒய்யாரமாய் குளிரில் நனைந்துகொண்டு ' இந்த பனி எவ்ளோ அழகா கொட்டுது பாத்தியா.. கொஞ்சநேரம் இருந்துட்டுப்போ சுபாஷ்..' என்று சக்கரவர்த்தி சொன்ன அந்த இரவுநேரத்து பனியை அவன் வெறுத்தான். வானத்தின் மூடுபனியை கிழித்துக்கொண்டு ஒரு ஒளி...
விசித்திரமாகவும் அதிர்ச்சியாகவும் அதை பார்க்க அது சூரியன்தான்..
"ஓ இதானா... " என்று அசட்டையாக சொல்லிக்கொண்டு அறையை நோக்கி நடந்தான். முகம் கழுவியவனை அழைத்த அருண்..

"டேய் சுபாஷ்.. மதுகிட்ட இருந்து ஒரு மிஸ்ட் கால் வந்திச்சி " என்றான். மீண்டும் அவளுக்க போன் செய்ய ஓரிரு நொடிகளில் அட்டன் செய்தவள் பரபரப்பாக பேசினாள். ஆனால் ஒன்றும் புரியவில்லை..

"ஏய்.. ஒன்னு புரியல மெதுவா சொல்லு..?" என்று சொல்லிக்கொண்டு மாடியை அடைந்தான்.

"பிரியாவ பாக்க யாரோ வந்திருந்தாங்க.. கொஞ்சநேரம் பேசிட்டு இருந்தாங்க.. பிரியா ரொம்ப கோவமா பேசிட்டு இருந்தாரு"

"யாரு?"

"அதான் ப்ரியாவோட மாமா தர்மன் "

" செரி அடுத்து என்னாச்சி...?

"அதுக்கப்புறோம் அந்த தர்மன் கௌம்பிட்டாரு... பிரியாவும் அழுதுட்டே இருந்தா.. நா போய் கேட்டதுக்கு எந்த பதிலும் சொல்லல"

"வடிவேல் என்ன ஆனானாம்?"

"தெரியல.. அத நெனச்சிதான் ரொம்ப கவலயா இருந்தா.. எதுக்கும் நீ கொஞ்சம் அவனுக்கு போன் பண்ணிபாரு!" என்று அவள் சொல்ல..

"நான் உனக்கு ஈவ்னிங் போன் பண்றேன்.. நீ போன வை" என்றவன் இணைப்பை கட் செய்துவிட்டு வடிவேலுவை தொடர்புகொண்டான்.. ஒரு நீண்ட இடைவெளிக்கு பிறகு அட்டன் செய்தவன்..

"ஹலோ யாரு..? " என்றான்.

"ஹலோ டேய் வடிவேல்.. நான்தான் சுபாஷ் பேசுறேன்.. என்னாச்சி உனக்கு ஏன் இவ்ளோ நாளா போன்பண்றேன் எடுக்கமாட்ற.. உங்க அக்கா போன் பண்ணாலும் எடுக்கலயாம் என்ன பிரச்சன.. உங்க அக்கா வேற போன் பன்னி உனக்கு என்ன ஆச்சின்னு கேட்டுட்டு இருந்தா.. நீ அவளுக்கு போன் பன்னி பேசு" என்றான் பதட்டமாக.

"செரிண்ணா.. வேற? "

"வேற என்ன.. உங்க மாமா தர்மா இருக்காருல்ல அவரு நேத்து ஊருக்கு போய் உங்க அக்காவ மறுபடியும் பாத்து பேசி வீட்டுக்கு கூப்டாருன்னு மது சொன்னா" என்று சொல்ல..

"நா பாத்துக்குறேன்" என்று சொல்லிக்கொண்டு இணைப்பை கட் செய்தான் வடிவேல். குழப்பமாக முழித்தவன் நேரம் பார்த்தான் ஏட்டு மணியை கடந்திருந்தது.

சாப்பிட்டுவிட்டு படுத்த ஒருசில நிமிடங்களில் இருளான ஒரு இடத்தில் அவன் நின்றுகொண்டிருந்தான்.. மெலிதாக பியூன் ஆறுமுகத்தின் பேச்சு சத்தம் காதுகளில் கேட்டுக்கொண்டிருந்தது.. 'வாப்பா சுபாஷ்.. நல்லாருக்கியா? வார்டன பாக்க வந்தியா.. அவரு பின்னாடி இருப்பாரு. செடிக்கு தண்ணீ ஊத்திட்டு இருப்பாரு போய் பாரு' என்ற அவரின் அந்த பழைய நினைவுகள் கலைந்த குரலாக அவன் மண்டைக்குள் அது எதிரொலித்துக்கொண்டிருக்க
இருளான அந்த குரலில் அடிக்கடி கருப்பு வெள்ளை படமாக அந்த நிகழ்வு ஓடியது. சட்டென்று மீண்டும் ஒரு நிசப்தம்... இருள் சூழ்ந்த அந்த இடத்தில்

திடீரென்று கிரீச்... என்ற சத்தத்துடன் ஒரு இரும்பு கதவு திறக்க.. பின்பு ஒருசில வினாடிகளில் கிர்ர்க்... கிர்ர்க்... என்று ஏதோ உயரமான ஒன்றில் இருந்து தொங்குவது போன்ற சத்தம். சில நிமிடங்கள் அது தொடர.. பின்பு மீண்டும் நிசப்தம்.. முழிப்பு வந்தாலும் கண்களை திறக்காமல் மீண்டும் வலுக்கட்டாயமாக தூக்கத்தை வரவைத்துக்கொண்டு தூங்கினான்.
பிறகு மெதுவாக முழிப்பிற்கு வந்தான்.. அதே சமயம் அவனது போன் பயங்கர சத்தத்துடன் ஒலிக்க படக்கென்று எழுந்தவன் செல்போனை பார்த்தான் மீண்டும் மதுவிடம் இருந்துதான் அழைப்பு.. படுக்கையில் இருந்துகொண்டே அட்டன் செய்து பேச அவனுக்கு ஒரு அதிர்ச்சி காத்திருந்தது.

வேகமாக எழுந்து கொளுத்தும் வெயிலில் மொட்டைமாடிக்கு ஓடியவன்.. "என்னடி சொல்ற.. நெஜமாவா? " என்று அதிர்ச்சியோடு கேட்டான்.

"ஹிம் ஆமா.. இப்போதான் ஒரு ஒருமணி நேரத்துக்கு முன்னாடி. வழக்கமா பிரியாவ பாக்க ராஜேஷ் வீட்டுக்கு போனேன். அங்க ஒரு கார் நின்னுட்டு இருந்திச்சி.. பரபரப்பா கிட்ட போக கார்ல இருந்து ரெண்டு தடியனுங்க எறங்குனானுங்க.. ப்ரியாவும் எனக்காகதான் வெய்ட் பண்ணிட்டு இருந்தமாதிரி என்ன பாத்து வந்தா. வந்தவ.. செரி மது அம்மாவ பாத்துக்கோ. நான் கொஞ்சநாள்ல வந்துட்றேன்.. வடிவேல் வேற தனியா இருக்கானாம்.. அதான் மாமா கார் அனுப்பி என்ன கூப்புட்றாரு. அம்மாவ கொஞ்சம் பாத்துக்கோன்னு செல்லிட்டு கெளம்பிட்டா.. சுபாஷ் இன்னோரு விஷயம் தெரியுமா, அந்த ரெண்டு தடியனுங்கதான் அன்னைக்கு ஊருக்குள்ள சுத்திட்டு இருந்தவனுங்க..! "

"இப்போ அவங்க ரெண்டுபேருக்கும் உதவி தேவபடுது என்ன பண்ணலாம்..? "

"எனக்கு எந்த ஐடியாவும் வர்லடா.. நீ கொஞ்சம் டென்ஷன் ஆகாம இரு.. கொஞ்சநாள் போகட்டுமே" என்று சொல்ல சுபாஷும் அமைதியானான்.

" உங்க புதிர்க்கு ஆன்சர் கெடச்சிருச்சி ப்ரோ? " என்ற ஒரு குரல்.. திரும்ப பின்னால் ராஜேஷ் நின்றுகொண்டிருந்தான்.

"சொல்லுங்க நண்பா.. அதுக்குத்தான் வெயிட்டிங்?"

"ஆதியும் நீ.. அந்தமும் நீ..
ஐவர் சூழ்.. ஐய்யன் வாழ்..
ஆதியும் நீ அந்தமும் நீன்னா தொடக்கமும் நீ முடிவும் நீன்னு அர்த்தம். கீழ இருக்க லைன்ல ஐவர் சூழ்.. அந்த அஞ்சி பேரு ஒன்னு சேர்றதுக்கு

தொடக்கமா இருந்தவன் நீ.. அதேமாதிரி ஐய்யன்.. அந்த பயந்தாங்கோலி நல்லா வாழப்போறதுக்கு முடிவும் நீ. இதான் அதுக்கு அர்த்தம்! " என்று ராஜேஷ் முடிக்க. வழக்கமான குழப்பத்துடனேயே அவனை பார்த்தான் சுபாஷ். பிறகு..

"நீங்க என்ன ப்ரோ படிச்சிருக்கீங்க? " என்று கேட்க,

"தமிழுக்குதான் படிச்சிருக்கேன்... எம் எ தமிழ்! " என்றான் ராஜேஷ்.

அவனிடம் நன்றி சொல்லிவிட்டு கீழே விரைந்துபோய் நோட்டை எடுத்து ராஜேஷ் சொன்னதை வேகவேகமாக எழுதினான்.. பிறகு ஊரில் நடந்தவற்றை முழுவதுமாக அருணிடமும் கௌதமிடமும் சொல்லிவிட்டு படுத்துக்கொண்டான்.

"எனக்கென்னமோ ப்ரியா பிரச்சினையில நீ இனிமே தலையிட வேணாம்னுதான் தோணுது? " என்ற அருணின் பதிலுக்கு ஆமோதித்தவன்..

"ஆமா.. கொஞ்சநாளைக்கு இதபத்தி யோசிக்கவேணாம்னு நெனைக்குறேன்." என்றான்.

மாலை நேரம்.. அந்த குளிரிலும் நகரம் பரபரப்பாக இயக்கிக்கொண்டிருந்தது.
மஞ்சள் நிற தெருவிளக்குகள் எங்கும் ஒளிர்ந்துகொண்டிருக்க அருணும் சுபாஷும் மார்க்கெட்டுக்குள் பிரவேசித்தனர்..

"அவன் வர்லயாமா..? " என்று கௌதமை பற்றி கேட்க

"இல்ல டையார்டா இருக்குன்னு சொல்லிட்டான் !" என்ற அருண் மேலும் தொடர்ந்தான்,

"நாம போனவாரம் ஊருக்கு போகும்போது ஒரு ஆக்சிடன் ஆச்சே பாத்தியா..? "

"நீ என்ன சொல்லபோறேன்னு தெரியும்.. நா கெஸ் பண்ணிட்டேன். வான்டட்டா எந்த ஒரு பெரிய பிரச்சினையிலும் நாம மூக்க நொழைக்ககூடாது.. அந்தமாதிரி பெரிய பிரச்சினைய ஃபேஸ் பண்றதுக்கு அதவிட அதிகமான பலம்வேணும்.. அதனால இந்த பிரச்சனைன்னு இல்ல வேற எந்த பிரச்சனையிலுமே உன்னோட ஸ்ட்ரெந்த் பாத்து மோதுன்னு சொல்ல வர அதான..? "

"ஹிம்.. இதான் உண்மன்னு தெரியுதுல்ல அதுப்படி நடந்துக்கோ மச்சி..? "

"என்னால முடிஞ்சவரைக்கும் இனி ட்ரை பண்றேன்..! " என்று சொல்ல பின்பு இருவரும் மார்க்கெட்டில் வாங்கவேண்டிய பொருட்களை வாங்கிக்கொண்டு ரூமை நோக்கி நடையை கட்டினர்.
தெரியாமல் இடித்த ஒருவனை அருண் கூப்பிட.. முகம் காட்டாமல் ஓடி மறைந்தான் ஒருவன், கார்மேகம் வானத்தை சூழத்தொடங்கியது.. வானத்தை ஏறிட்டு பார்க்க மழை பெய்வதற்கான அறிகுறிகள். சிறிய மின்னல் ஒன்று வேகமாக வானத்தில் பளிச்சித்து மறைந்தது. ஒருசில நிமிடங்கள் சென்றிருக்க தூரல் போட ஆரம்பித்தது... மழை அதிகமாவதற்குள் ரூமை அடைய இருவரும் வேகமாக ஓடினர். தூரல் கனமழையாக உருவெடுக்க

"இந்த மழைக்கு நம்மமேல என்னதான்டா கோவம். நாம வெளிய வர நேரம் பாத்துதான் இதெல்லாம் நடக்கனுமா...? " என்று சலிப்போடு சொல்லிக்கொண்டு ஓடினான் அருண்.

மீண்டும் வானத்தை ஏறிட்ட சுபாஷ்.. "மழைக்கு நம்மமேல கோவமில்ல அந்த கடவுளுக்குத்தான் நம்மமேல கோவம்?" என்றான். ரூமை நெருங்க சுபாஷை கடந்து அருண் முன்னேறிக்கொண்டிருந்தான்... திடீரென்று பயங்கர சத்தத்துடன் ஒரு மின்னல் சுபாஷின் முன் விழுந்து நெருப்பை வெளிக்கொணற... அதிர்ச்சியில் அப்படியே நின்று மழைநீரில் வழுக்கி சரிந்தான்.. முகம் பயத்தில் வெளிறிப்போய் விரக்தியாகி. அருணை பார்க்க இடி சத்தம் கேட்டு திரும்பி அருணும் பேச்சு மூச்சில்லாமல் திகைத்து பார்த்துக்கொண்டிருந்தான்..
ரோட்டின் ஓதுக்குப்புற மின்கம்பத்தின் எரியாத மின்விளக்கு ஒருசில முயற்சிகளுக்கு பிறகு நன்கு பிரகாசமாக எரிந்தது... சுற்றிலும் ஆள்நடமாட்டம் இல்லை. இழுத்த மூச்சினை மெதுவாகவும் அதிர்ச்சியுடனும் விட்டுக்கொண்டிருந்தான் சுபாஷ். மின்னல் வெட்டிய இடத்திலிருந்து புகை வந்துகொண்டிருக்க சாலையை துளைத்து எடுத்திருந்தது அந்த மின்னல்.

"ஆமா.. ஒரு மூனு அடி நான் பின்னாடி இருந்திருந்தாவோ இல்ல ஒரு மூனு அடி அவன் முன்னாடி இருந்திருந்தாவோ கண்டிப்பா எங்கமேல விழுந்திருக்கும்.. " என்று படபடப்பாய் அடித்துக்கொண்ட தனது இதயத்தில் கை வைத்துக்கொண்டு அருண் சொல்ல அதிர்ச்சியாய் பார்த்த கௌதம்,

"எனக்கென்னமோ நீ கடவுள திட்டபோய்தான் இதெல்லாம் நடந்திருக்கும்னு தோணுது.. " என்றான்.

"ச்சீ.. நா ஒரு பேச்சுக்கு சொன்னேன். அத சீரியஸா எடுத்துக்காத.. கோவம் இருந்திருந்தா என்ன கொண்ணுருக்கலாம் இல்லையா!"

"பயம் காட்டிருக்காரு. அவ்ளோதான்" என்ற அருணின் வார்த்தைகளை காதில் போட்டுக்கொண்டு கப்சிப் ஆக..

"கௌதம்.. நைட் என்ன சாப்பாடு செய்யலாம்? " என்று ரூட்டை மாற்றினான் அருண். கலகலப்பாக உரையாடல் போய்க்கொண்டிருக்க.. சுபாஷிற்கு அந்த மின்னல் பயம் துளியும் மறையவில்லை.. கடமைக்கு சிரித்துக்கொண்டிருந்தான்.

அடுத்தநாள் ரிப்போர்டர் ஆப்பீஸுக்கு சென்று நட்சத்திராவை பார்க்கவேண்டும் என்றுமட்டும் குறியாக இருந்தான். நடைபாதையின் வெளிப்புறங்களில் பார்வையிட்டான். எங்கும் இருள்.. மழைநீருக்கு மகிழ்ச்சியாக ஏதோ ஒருவகை பூச்சிகள் சத்தம் போட்டுக்கொண்டிருந்தன..

"பாத்தியா ஒருநாள் மழைக்கு இந்த பூச்சிங்க ஆட்டத்த..? " என்றான் அருண்.

"செரி விடு இன்னைக்கு ஒருநாளாச்சோம் நாங்களும் இந்த ஒலகத்துல இருக்கோமுன்னு காமிக்குதுங்க" என்றான் கௌதம் சிரிப்போடு. ஆனால் சுபாஷிற்கு கௌதம் சொன்ன வார்த்தைகள் 'இல்லை கட்டுக்கதை என்று சொல்லப்பட்ட ஒரு அமானுஷ்ய தொகுப்பு நாங்களும் இங்குதான் இருக்கிறோம் எங்களுக்கான நேரம் வந்தால் வெளிப்படுவோம். ' என்று சொல்லிக்காட்டுவது போன்ற உணர்வு.
கம்பெனியை அடைந்தவர்கள் தங்களது வேலைகளை தொடங்கினர்.
மின்னலின் பயம் மீண்டும் தொற்றிக்கொள்ள "ஒரு நிமிஷம்.. இல்ல இல்ல.. ஒரு நொடி போய்ருந்தா..? எதுக்கு.. ஏன் இந்தமாதிரி ஒரு மிரட்டல் எனக்கு மட்டும்? நா என்ன தப்பு பண்ணேன் ஒருவேள எனக்கு மட்டும் இந்தமாதிரி நடக்கனும்னு யாராவது எழுதி வச்சிருக்காங்களா " என்று நினைத்தபடி இருந்தான்.

யாரிடமாவது அழுது புலம்ப அவன் மனம் அலைந்துகொண்டிருந்தது. நேர்மறையான எண்ணங்கள் அவ்வப்போது எட்டிப்பார்த்து.. 'எதுக்கு கொழம்பிக்குற.. ஒரு சாதாரண ஆக்சிடன்ட்தான் இது.. கடவுள்தான் காப்பாத்துனாருன்னு நெனச்சி அவர வேண்டிக்கோ ' என்று சொல்லிவிட்டு மறைந்தது..

சாப்பிட்டவன் குளிர்ச்சியான டேபில்மீது

கைகளை மடக்கி தலைக்கு கீழ் வைத்தபடி தூங்கினான்.. 'நட்சத்திரம்... மேகம்... இப்போ மின்னல்..? " என்று ஒற்றைவரியில் சொல்லிக்கொள்ள திடுக்கிட்டு விழித்துக்கொண்டான்.

எழுந்து நேரத்தை பார்க்க.. நான்கை கடந்த அந்த டிஜிட்டல் கடிகாரம் மங்களாக ஒளிர்ந்துகொண்டிருந்தது.

தொடரும்..

பகுதி (4)

நட்சத்திரம் நகர்கிறது

கம்பெனியின் வெளிப்புறத்தில் வளர்ந்து நின்றிருந்த உயரமான தென்னை மரங்கள் அவனுக்கு விடுதியை நினைப்பூட்டியது.. கம்பெனி வளாகத்தில் பச்சை புல்வெளிகள் நன்கு செருக்காக வளர்ந்திருந்தது. அவற்றை பார்த்தவாரே தங்கும் அறை நோக்கி நடக்க ஆரம்பித்தான்..

"அருண்.. இன்னைக்கு நாம அந்த ரிப்போர்டர பாக்கனும்ல எத்தன மணிக்கு அப்பாயின்மென்ட்? "

"பதினோரு மணிக்கு.. இங்க இருந்து பத்துரூபா குடுத்து ஆட்டோல அஞ்சு கிலோமீட்டர் போவனும்..! " என்றான் அருண். திடுக்கிட்டு நெடுஞ்சாலையின் ஒரு வலைவில் சுபாஷிற்கு நேராக மீண்டும் குறுக்கிட்டு நின்றான் அந்த வழக்கமான, பெயர் தெரியாத பிச்சைக்காரன்.. இல்லை பைத்தியக்காரன். அவனை பார்த்து அதிர்ந்து பின் தனது வழியை பார்த்து நடக்கலானான். தூங்கிக்கொண்டிருந்த செல்போனை தட்டி எழுப்பிப்பார்க்க.. மதுவிடமிருந்து மிஸ்ட் கால். தன்னுடைய வழக்கமான இடத்திற்கு ஏறிச்சென்றவன்,

"ஹலோ சொல்லு.. இப்போ என்ன பிரச்சன? " என்றான்.

"என்ன ஒன்னு தெரியாதமாதிரி பேசுற.. நேத்து சொன்னதுதான்.. என்ன நடந்திருக்கும்..? "

"அதெல்லாம் விடு.. அவங்க உண்டு அவங்களோட குடும்பம் உண்டுன்னு கெளம்பிட்டாங்கள்ல நடுவுல நம்ம எதுக்கு..? " என்று தூக்கி எறிந்து பேச..

"டேய் சுபாஷ்.. நீயா இந்தமாதிரி பேசுற, என்னாச்சிடா..?" என்று அதிர்ச்சியாக கேட்டாள் மது.

கோவமாக.. "இனி என்ன நடக்கனும்.. ராஜேஷ் கொலைய கண்டுபுடிச்சேன், பாண்டியன் கொலைய கண்டுபுடிச்சேன்.. அதுக்காக அதுல சம்மந்தப்பட்ட யாரும் இப்போ உயிரோட இல்லாதப்போ இன்னு

யாருக்காக எங்கபோய் தேடசொல்ற என்ன.. சந்தோஷத்தையும் நிம்மதியயும் தொலச்சிட்டி நிக்குறேன்.. நீயும் பாத்துட்டுதான இருக்க.. உங்கிட்ட அன்பா உரிமையா பேசி எவ்ளோநாள் ஆகுது.. ப்ச் போதும் மது.. இத விட்ரலாமே... நம்மகிட்ட எந்த பலமும் இல்ல.. அடியாளுங்களும் போலீஸூம் அவங்க பக்கம்.. இன்னும் யாருக்காக நாம ஓடனும்னு? " என்று மனதில் இருந்த ஆதங்கத்தை கொட்டி தீர்த்தான் சுபாஷ்..

கொஞ்சம் நேரத்திற்கு நிசப்தம்.. மதுவிடமிருந்து எந்த பதிலும் வரவில்லை. விசும்பல்களுடன் போனை காதில் வைத்திருந்தவன் சில நொடிகளுக்கு பிறகு...

"மது என்னாச்சி.. பேசுடி?என்றான்.. பிறகு டிஸ்பிளேவை பார்த்தான்... தொடர்பு இணைப்பில்தான் இருந்தது. சரியாக முப்பது நொடி அமைதிக்குப்பிறகு அழுகையுடன் சேர்ந்த ஒரு குரல்.. ஆனால் அது மதுவுடைய குரல் இல்லை என்று அவனுக்கு நன்றாக தெரியும்.. சில நொடிகள் கடந்திருக்க அந்த குரல் அந்த இணைப்பை துண்டித்துக்கொண்டது..

விழிகள் விரிய நின்றவனின் நெற்றிச்சுருக்கங்கள் குவிந்தது... அது ஏதோ ஒருநாளில் மதுவின் போனில் இருந்து வந்த அதே அழுகுரல். உடலில் ஒருவகை குளிர்ச்சி பரவுவதை உணர்ந்தவன் அதன் தொடக்கத்தையும் அறிந்திருந்தான்... நிமிர்ந்து பார்க்க அடர்ந்த அந்த மூடுபனி வெள்ளை உருவமாக மெல்ல மாறிக்கொண்டிருக்க.. ஏதோ ஒருநாளில் அவனை ஊடுருவி கடந்து விடுதியில் நுழைந்துகொண்ட அதே குளுர்ச்சி அவனை மீண்டும் ஆட்கொண்டது. மூச்சை வேகமாக விழுங்கி விட்டவன் மெதுவாக பின்னே நகர்ந்தான். பனி போர்த்திய அந்த நிழலில் சிறு சிறு புள்ளிகளாக சுற்றியிருந்த பனிக்கூட்டங்கள் ஒன்று திரண்டு பெரிய அளவாக உருவெடுத்து அவனை கிட்டே நெருங்க.. பின்னிட்டவன் மாடிப்படிகளில் இடறி உருண்டு தரையில் விழுந்தான். பின்னால் வந்துகொண்டிருந்த கௌதமும் அருணும் அதிர்ச்சியாக அவனை தூக்கிவிட லேசான காயங்களுடன் எழுந்தவன்.. மீண்டும் மாடியை பார்க்க இப்போது அங்கு யாரும் இல்லை!

தலையில் அடிப்பட்ட காயம் அவனை ஓய்விற்கு ஆயத்தப்படுத்த கடந்த நினைவுகளை மறந்து தூக்கம் அவனை மூழ்கடித்தது. தூங்கினான்.. எங்கும் அவன் பார்த்து, உடல் நடுங்கி, பற்கள் வெடவெடக்க, பயந்து பதுங்கும் அதே மூடுபனி எங்குள் சன்னமான தனது வெண்மையை தெளிக்க தொடங்கியிருந்தது.. அந்த மோசமான இருளினில் திட்டுதிட்டாக கிடந்த

வெண்மை படலங்கள் பனியாக மாறி அவனை துரத்தும் அருவமாய் மாறிய பனி தனது உருவத்தை பெரிதாக்கிக்கொண்டே இருந்தது..
ஓடிக்கொண்டிருந்தவன் தரைமட்டமான ஒரு கிணற்றில் விழுந்து உயர பறக்க, எங்கும் நட்சத்திர மண்டலம். அவனுக்கு மிகவும் பரிட்சயபட்ட அந்த நட்சத்திரத்தை தேடினான்.. பின்னால் ஏதோ நெருங்க திரும்பினான். ஒரு பெரிய நட்சத்திரம்.. எங்கும் வெண்மை படலமாக மாற கண்களை திறந்தநிலையில் எதிரே பார்த்தான். ஜன்னலில் பலிச்சித்த சூரிய கதிர்களின் பிரதிபலிப்பு அவனுக்கு அந்த நட்சத்திர ஒளியாய் இப்போது தெரிந்தது.. காதுகளை துளைத்துக்கொண்டிருந்த அலாரமை ஆப் செய்தவன் திரும்பி பார்த்தான்.. கௌதமும் அருணும் தூங்கிக்கொண்டிருந்தனர். காலையில் பயமுறுத்திய அந்த உருவமும் இன்றும் அன்றும் கனவில் வந்த அந்த வெள்ளை உருவமும் ஒன்றுதான் என்று உறுதிசெய்துகொண்டான்.

தான் கண்ட அந்த பெரிய நட்சத்திரம்.. நட்சத்திரா! அவள் இந்த பிரச்சனைகளுக்கு ஏதோ ஒரு வகையிலாவது ஒளிமுக வாசலாய இருப்பாள் என்று நட்சத்திராவை நம்பினான். நிமிர்ந்தான், பச்சை ஜன்னல் கண்ணாடிகள் வழியே ஊடுறுவி பச்சையாக பிரதிபலித்த சூரிய ஒளிக்கற்றை...

நேரம் பத்து மணியை கடந்திருக்க இருவரும் கொஞ்சமாக சாப்பிட்டுவிட்டு கிளம்பினர்.. அந்த மாத இதழ் செயலகம் மூன்றடுக்குகளாக இருந்தது.
வழியில் இருந்த செக்யூரிட்டியை தாண்டி வரவேற்பு பகுதியை அடைந்தனர். வராண்டாவிற்கு நேராக மாடிக்கு செல்வதற்கு லிஃப்ட் இருந்தது... ரிசப்ஷனை அடைந்த இருவரையும் வரவேற்ற பெண்ணிடம்

"ரிப்போர்டர் நட்சத்திராவ பாக்கனும்.. இன்னைக்கு பதினோரு மணிக்கு அப்பாயின்மென்ட் வாங்கிருக்கோம் !" என்றான் அருண்.

"ஹான்.. ஒரு நிமிஷம்..? " என்றவள்.. ரெஜிஸ்டர் நோட்டில் எதயோ தேடிவிட்டு..

"ஓக்கே.. செகண்ட் ஃப்லோர்ல ரைட் சைட் ஃபஸ்ட்ல ஒரு ரூம் இருக்கும்.. அதான் மேடத்தோட ரூம். நீங்க போய் வெய்ட் பண்ணுங்க, அவங்க மீட்டிங் அட்டன் பண்ணிட்டு இருக்காங்க.. நான் இன்பார்ம் பண்ணிட்றேன் " என்றாள்
பிரகாசமான சிரிப்புடன். இருவரும் லிப்ட்டில் இரண்டாவது தளத்திற்கு சென்றனர். இரண்டாவது தளத்தின் வலதுபுற வலைவில் இருந்த அறை அவர்களை "நட்சத்திரா.. ஜெர்னலிஸ்ட்" என்று வாய்க்குள் முனகவைத்தவாரே வரவேற்றது. இருவரும் உள்ளே நுழைய ஒரு சிறிய

வரவேற்பறை போன்று இருந்தது. நான்கு இருக்கைகள் நீளவாக்கில் இருக்க. இருவரும் அமர்ந்துகொண்டு அலுவலகத்தை வேடிக்கை பார்க்க தொடங்கினர்.
சில நிமிட காத்திருப்பிற்கு பிறகு,

"மே ஐ கம்மின்? " என்று யாரோ கதவை தட்ட.. மாற்றி மாற்றி முகத்தை பாய்த்துக்கெண்டவர்கள் பிறகு,

"எஸ்.. கம் இன்! " என்று அதிகார குரலில் பதிலலித்தனர். கதவை திறந்துகொண்டு ஒரு இளம்பெண் உள்ளே நுழைந்தார்.

வெள்ளை நிற சுடிதார்.. காற்றில் வெறுமனே பறந்த தலைமுடி.. மாநிற அழகி.. கழுத்தில் தொங்கிய முகப்பு மறைக்கப்பட்ட ஐடி கார்டு அத்துடன் லேசாக சில்வர் கலரில் பலிச்சிட்ட ஒரு செயின்.. ஸ்டைலிஷான பிங்க் நிற ஹான்ட் பேக்.. அலட்டிக்கொள்ளாத நடையில் உள்ளே நுழைய.. மெய்சிலிர்த்து பார்த்துக்கொண்டிருந்த இருவரும் யாரு மேம் நீங்க..? என்றனர்.

"நான் யாருன்னு அப்போரோம் சொல்றேன் நீங்க யாரு..? " என்று முகத்தில் மாறாத ஒரு சிரிப்புடனே அவள் கேட்க..

"நாங்க ரிப்போர்டர் நட்சத்திராவ பாக்க வந்திருக்கோம்..!" என்றனர். சிரிப்பை மாற்றாமல் தனது ஹேண்ட் பேக்கிலிருந்து சாவியை எடுத்து பூட்டியிருந்த அறையை திறந்துகொண்டு உள்ளே சென்றாள் அவள்.

"டேய் சுபாஷ்.. யாரு இந்த பொண்ணு.. கேக்காம கொள்ளாம ரூம்க்குள்ள போவுது.. நம்ம வேற இங்க இருக்கோம் இப்போ திடீர்னு அந்த நட்சத்திரா வந்தா என்ன நெனைப்பாங்க..? " என்றான் அருண் மிகவும் பரபரப்பான தொனியில்.

"டேய் அறிவு.. இன்னுமா புரியல.. இவுங்கதான் அந்த ரிப்போர்டர்.. !" என்று அருணை முறைத்தபடியே சொன்னான்.

"ரெண்டுபேரும் உள்ள வாங்க மிஸ்டர்ஸ்? " என்ற குரல் வர இருவரும் உள்ளே நுழைந்தனர். சுவற்றின் மையத்தில் ஒரு ஜீசஸ் படம். வழவழப்பான டேபில்.. அதன் மையத்தில் வாசலில் பார்த்தார் போல நட்சத்திரா ஜார்னலிசம் என்று வெள்ளியில் எழுதியிருந்த பெயர் பலகை, ஒரு சிறிய அலமாரி.. அது முழுவதும் விதவிதமான புத்தகங்கள். அந்த அறையை சுற்றிய கண்கள் பின்பு கடைசியாக நட்சத்திராவை பார்த்தது..

"ஹிம்.. பாத்தாச்சா? சொல்லுங்க யாரு நீங்க? என்ன விஷயமா வந்திருக்கீங்க..?"

சுபாஷே முதலில் ஆரம்பித்தான்..
"நாங்க இங்க இருந்து எழுவது கிலோமீட்டர் தள்ளி இருக்க ஒரு கிராமத்துல இருந்து வர்றோம்.. இங்கதான் ஒரு கம்பெனில ரெண்டுபேரும் வேல பாக்குறோம்.. ரீசென்ட்டா உங்களோட ஒரு ஆர்டிகள் படிச்சோம் அதான் அதபத்தி தெரிஞ்சிக்கலாம்னு" என்று எளிமையாகவும் தெளிவாகவும் சொல்லி முடித்தான்.

புருவம் உயர்த்தியவள்.. "என்ன ஆர்டிக்கல்? " என்றாள்.

"இப்போதான் ரீசன்டா.. அந்த ஜெயில்ல செத்துபோன இரட்டை தற்கொலை அந்த நியூஸ்..? "

"அதுவா.. அதுல என்ன நீங்க தெரிஞ்சிக்கனும்.. அதுக்கும் உங்களுக்கும் என்ன சம்மந்தம்..? "

"ஹலோ அந்த சம்பவம் நடக்க நானும் ஒரா காரணம்தான்.. அது ஆரம்பிச்சது எங்க ஊர்லதான்.. என்னோட பேரு..!" என்று அவன் வாய் திறக்க,

மெலிதாக சிரித்தவள்.. " உன்னோட பேர வாங்க நா எவ்ளோ கஷ்டபடவேண்டி இருக்கு பாத்தியா சுபாஷ்.. சுபாஷ் சந்திரபோஸ்! கடெக்டா..? என்று அவள் அதிர்ச்சி கொடுக்க..

சுபாஷும் அதிர்ச்சியோடு தலையாட்டிக்கொண்டு.. " என்னோட பேரு உங்களுக்கு எப்படி.."என்று இழுத்தான். நேரத்தை பார்த்தவள் பின்பு..

"ஹிம் உங்கள எனக்கு இந்த கேஸ்.. இந்த நியூஸ்.. இதுக்கு முன்னாடிலாம் தெரியாது. ஒருவிஷயம் ரொம்ப பரபரப்பா பேசப்படும்போதுதான் அதபத்தி தெரிஞ்சிக்க மக்கள் ஆர்வம் காட்டுவாங்க அந்தமாதிரிதான் உங்கள கண்டுபுடிச்சேன்.. அன்ட் இன்னு ஒருமணி நேரத்துல என்னோட ஒர்க் முடியபோகுது.. இப்பவே ரொம்பநேரம் போய்டுச்சு, என்ன பேசவந்திங்கன்னு சொல்லுங்க.." என்றாள் நட்சத்திரா.

"இது சிம்பிலா முடிய வாய்ப்பில்ல மிஸ் நட்சத்திரா.. இந்த விஷயங்கள் என்னோட வாழ்க்க சம்மந்தபட்டது.. அதே சமயத்துல இந்த அமானுஷ்யத்துக்கும் இந்த கேசுக்கும் சம்மந்தம் இருக்கமாதிரி போட்ருக்கீங்க.. அந்த ஐடியா எப்புடி வந்திச்சி..? "

பொருமையாய் கேட்டவள்.. "ஜார்னலிசம்ன்றது ஒரு கலைமாதிரி தான்.. எங்களுக்கு எல்லா எடத்துலயும் ஆளுங்க இருக்காங்க.. அன்ட் இந்த விஷயம் நிச்சயமா ஒரு சென்சேஷ்னல் நீயூஸ். ஒரே டைம்ல லாக்கப்ல விசாரணை கைதிகள் ரெண்டுபேருமே தற்கொலைன்றது கண்டிப்பா அவ்ளோ சீக்கிரம் யாரும் நம்பமாட்டாங்க.. சோ பிஸ்னஸ் ப்ரோசஸ்காகவும் எங்க புக்ஸ் சேல்ஸ் ஆகுறதுக்காகவும்தான் இதுல அந்த கோஸ்ட் மேட்டர லைட்டா போட்டுவிட்டோம்.. "

"ஏன் பொய் சொல்றீங்க.. இவ்ளோ டீடெயிலிங் கண்டுபுடிச்சிருக்கீங்க.. இதுல இருக்க அமானுஷ்யத்தையும் கொஞ்சம் சொல்லலாமே..? "

"நா எதுக்கு பொய் சொல்லபோறேன்... அன்ட் இதுல இன்னமும் கேள்விக்குறியா இருக்க விஷயம் நீங்க இத தெரிஞ்சி என்ன பண்ண போறீங்க.. அத சொல்லுங்க..!? "

மூச்சை இழுத்து விட்டவன்.. "மிஸ்.. நட்சத்திரா.. தற்கொலைன்னு சொல்லபட்ற அந்த ரெண்டுபேர் ரெண்டு கொலையில சம்மந்தப்பட்டவங்க.. அன்ட் அவங்க ரெண்டுபேரயும் புடிச்சி குடுத்தது நாந்தான்.. அப்போறோம் என்னோட விஷயத்த சொன்னா உங்களுக்கு புரியாது, இது ரொம்ப கொழப்பமான கேஸ்.." என்றான் சுபாஷ்.

ட்ராவில் இருந்து ஒரு புகைபடத்தை எடுத்து டேபில் மேல் வைத்து தள்ளினாள் நட்சத்திரா. அதை எடுத்து பார்க்க இருவருக்கும் அதிர்ச்சியாக இருந்தது..
வார்டன் கிருபாவை பிடித்துகுடுத்தபோது ஹாஸ்டல் மாணவர்கள் சுபாஷை தூக்கிவைத்து ஆர்பரிக்க, சுபாஷ் வானத்தை நோக்கி கத்தியபடி இருந்தது அந்த புகைபடத்தில். கண்களை நட்சத்திராவை நோக்கி வீசினான்..

"இது இது எப்போ எடுத்தது.. அங்க நீங்க என்ன பண்ணிட்டு இருந்தீங்க..? "

"அது சும்மா ஒரு வெகேஷன்க்கு எங்க ரிலேடிவ் வீட்டுக்கு வந்தேன்.. அப்போ எடுத்ததுதான்.. நல்லாருக்கா? "

அதிர்ச்சியில் இருந்து மீண்டவன்..
"அப்போ என்ன ஆரம்பத்துல இருந்தே ஃபாலோ பண்றீங்க அப்பிடிதான..? " என்றான்.

"அதுக்குதான் கேக்குறேன்.. இனி என்ன நடக்கபோகுதுன்னு. அவங்க ரெண்டுபேருக்கும் நடந்தது ஏதோ ஒருவகையில உங்கள கேட்டுதான் நடந்திருக்கு.. இல்ல நினைவூட்டிருக்கு..! "

"இல்ல கண்டத ஒலராதீங்க.. நான் எத்தனையோ கேள்விய கேட்டு பதில் வாங்கலாம்னு வந்தேன்.. ஆனா எந்த கேள்விக்கும் உண்மையான பதில் கெடைக்காது போல. ஜஸ்ட் இந்த ஒரு கேள்விக்கு மட்டும் பதில் சொல்லுங்க.. உண்மையாவே நீங்க ஒரு உண்மையான புரிதலோடதான் அந்த அமானுஷ்யத்த பத்தி எழுதுனீங்களா இல்ல சுவாரசியத்துக்காக எழுதுனீங்களா? இத மட்டும் சொல்லுங்க.. நாங்க கௌம்புறோம்..! " என்றான்

"பாதிக்கு பாதி....! " என்று அவள் சொல்ல
எதிரில் அமர்ந்திருந்த இருவரும் குழப்பமும் கோவமுமாக எழுந்துகொண்டனர். நேரம் விரயமாவதை நன்றாக சுபாஷ் உணர்ந்தான்.

"ஏதோ எல்லாம் தெரிஞ்சமாதிரி பத்திரிக்கைல போட்ருக்கீங்கன்னுதான் உங்ககிட்ட ஒரு ஹெல்ப் கேட்டு வந்தேன்.. இங்க வந்த ஒடனே நீங்க கொடுத்த வெளக்கம்.. ஹிம் ரொம்பவே நல்லா இருந்திச்சி.. அந்த கனவுல தெரிஞ்ச நட்சத்திரத்த நெனச்சி சந்தோஷபட்டேன்பாரு.. என்ன மொதல்ல அடிக்கனும் !" என்றவன் வேகமாக வெளியேற தொடங்கினான்.

அமர்ந்திருந்த அருண் வேகமாக திரும்பி நட்சத்திராவை பார்க்க,
"சுபாஷ்.. உள்ள வா " என்று கூப்பிட்டாள். வேகமாக வெளியேறியவன் மெதுவாக உள்ளே நுழைந்து இருக்கையில அமர்ந்துகொள்ள..

"என்ன கனவு.. இப்ப சொல்லிட்டு போனீங்களே ஏதோ கனவபத்தி, அது என்ன? "

"அத ஏன் உங்க கிட்ட சொல்லனும்.. நா கேட்ட ஒரு கேள்விக்காச்சோம் எனக்கு தெளிவான பதில் வந்திச்சா.. எந்த தைரியத்துல நீங்க ஏன்கிட்ட கேக்குறீங்க..? "

"ஓக்கே நீங்க மொதல்ல அதபத்தி சொல்லுங்க.. நான் மத்ததலாம் சொல்றேன்"

"இல்ல முடியாது.. உங்களோட பதில பொருத்துதான் நான் இத எக்ஸ்பிலெய்ன் பண்ணமுடியும்.. மொதல்ல நீங்க சொல்லுங்க" என்று பிடிவாதமாக சொன்னான் சுபாஷ்.

"ஹிம்.. இப்போ என்ன அமானுஷ்யம் இருக்கா இல்லையான்னு கேக்குறீங்களா..?" என்றவள் நேரத்தை பார்த்தாள்..

பிறகு தன்னுடைய தோழிக்கு நேர்ந்த ஒருசில அமானுஷ்ய நடத்தைகளையும் தன்னுடைய தோழி நேத்ராவின் இறப்பு செய்தி தனக்கு கனவாய் வந்த நிகழ்வையும் சொல்லிமுடிக்க சுபாஷிற்கு அவள்மேல் சற்று நம்பிக்கையை ஏற்படுத்தியது.

"ஹிம்.. அப்போ உங்களுக்கும் கனவுல வர விஷயங்கள் உண்மையா நடக்குது அப்பிடிதான..? " என்றான் சுபாஷ்.

"இல்ல.. அந்த ஒண்ணு ரெண்டு விஷயங்கள தவிர அதுக்கப்புறோம் எதுவும் நடக்கல.. இன்ஃபேக்ட் அவ என்கிட்ட என்ன சொல்ல வந்தான்னு கூட எனக்கு தெரியாது.." என்றவள் ஆசுவாசம் கொண்டு,

"ஒக்கே குடோஸ்.. என்னோட அமானுஷ்ய அனுபவம் இதான் சுபாஷ்.. இத ஒரு இன்ஸ்பைரிங்கா எடுத்துதான் அப்பப்போ இந்தமாதிரி மந்த்லீ மேகசீன் எழுதுறேன் " என்றாள்.

"தேங்க்ஸ் நட்சத்திரா... ஓ சாரி நேகா. ஆனா எனக்கு எது கர்பனை எது கனவுன்னு சந்தேகம்தான் அதிகமா இருக்கு.. அதுக்குதான் என்ன பண்றதுன்னு தெரில..? " என்றான் சுபாஷ்.

"கற்பனையோ கனவோ.. ஆனா யாரோ உங்கிட்ட எதயோ சொல்ல நெனைக்குறாங்க.. அது கனவுலகத்தோட பொருந்தினது.. ஆனா எல்லாமே கனவா இருக்காது.. நடக்கப்போற நிகழ்வுகளின் தொகுப்பு ! சொல்லப்போனா இதான்.. உனக்கு முன்கூட்டியே யாரோ ஒருவிஷயத்த சொல்ல நெனைக்குறாங்க.. அத தெளிவா புரிஞ்சிகிட்டு நடந்தா நடக்கப்போற கெட்டத தடுக்கலாம்.. !"

"நடக்கப்போறது கெட்டதுன்னு எப்படி எடுத்துக்கிறது..? "

"உனக்கு புரியுறமாதிரி சொல்லனும்னா.. இப்போ தந்தி வந்துட்டு இருந்ததுல்ல.. அது பெரும்பாலும் அவசர செய்தியாவோ இல்ல கெட்ட செய்தியாவோத்தான வந்திருக்கும்.. அந்தமாதிரிதான்"

"ஹிம் ஆனா இதெல்லாம் எதுக்கு ஒரு புதிர் மாதிரி சொல்லிகிட்டு.. அத நேரடியாவே சொல்லலாமே நமக்கும் ஈசியா இருக்கும்ல..? "

சிரித்தவள்.. "ஒருவேள அது அவங்களால முடியலயோ இன்னவோ.. அவங்களால முடிஞ்சா அத சொல்லமாட்டாங்களா. இந்த மாதிரி கனவுகள் உங்களுக்கு மட்டுந்தான் வருது.. மத்தவங்களுக்கு வர்ல.. அப்போ நீங்க எவ்லோ ஸ்பெஷல்.. நமக்கு வர இதேமாதிரி கனவுங்க ஏன் மத்தவங்களுக்கு வர்லன்னு எப்பயாச்சோ யோசிச்சிருக்கீங்களா...? அவங்கள உங்களுக்கு ரொம்ப நல்லாவே தெரிஞ்சிருக்கனும். பட் கொலைல சம்மந்தப்பட்ட அந்த மூனுபேரும் செத்துட்டாங்க.. இன்னு யாருக்காக நீங்க பயப்படுறீங்க.. இன்னு ஏன் அந்த கனவு வருது..! " என்று அவள் கேட்க,

"தர்மன்..! " என்றான்.

"அவருதான ஆரம்பத்துல இந்த கேச எடுத்து நடத்துனவரு.. அவரால என்ன பிரச்சன..? "

"பிரச்சனையே அவருதான்.. அவர்தான் செத்துபோன சக்கரவர்த்தியோட மச்சான்.. பிரியாவ கட்டிக்க இருந்தவரு.. ஆரம்பத்துல இருந்தே ராஜேஷ் கொலைய தற்கொலைன்னு மூடிமறச்சவரும் அவர்தான்.. "

"ஓ.. அப்போ இவர்தான் மெயின் வில்லனா.. இப்போ இவர என்ன பண்றது.. " என்று கேட்க பதிலற்று உட்கார்ந்திருந்தான் சுபாஷ்.

பஸ் ஸ்டாண்டை விட்டு ரூமை நோக்கி நடந்துகொண்டிருந்த சுபாஷ் நீண்டநேரம் கழித்து தன் மொபைலை எடுத்தான்.. நிறைய மிஸ்ட் கால்கள். மதுவிடம் இருந்து மட்டும் நான்கு.. அவளுக்கு போன் செய்ய கால் கனெக்ட் ஆனது..

"பிரியா போன் பண்ணிருந்தா.. அவளுக்கும் அந்த தர்மனுக்கும் கல்யாணம் முடிவு பண்ணிருக்காங்களாம்.. அவளோட போன வாங்கி வச்சிகிட்டாங்களாம்.. இனிமே போன் பண்ணமாட்டேன், ராஜேஷ் அம்மாவ பாத்துக்கோன்னு சொன்னா..! என்ன பன்றதுன்னு எனக்கே தெரியல.. பேசாம அந்த தர்மன போட்டு தள்ளிட்டாதான் இது முடியும்னு நெனைக்குறேன்" என கோவமாக பேசினாள் மது.

"எப்போ கல்யாணமாம்..? "

"தெரியல.."

"கண்டிப்பா வேற ஏதோ ஒரு காரணத்துக்காகதான் இதெல்லாம் பண்றானுங்க.. நீ அம்மாவ கொஞ்சம் பாத்துக்கோ.. அவங்களுக்கு இந்த

விஷயம் தெரியவேண்டாம். " என்று சொல்ல மதுவிடமிருந்து சமரசமான பதில் வந்தது.. அருணிடம் நடந்தவைகளை சொல்லிவிட்டு இருவரும் வேகமாக ரூமை நோக்கி நடந்தனர்.. உச்சி வெயில் பலமாக அடிக்க நிமிர்ந்து வானத்தை பார்த்தான் சுபாஷ்..

ஒரு வெள்ளை மேகம்!

குறிப்பிட்ட சதவீதம், குழப்பங்களுக்கு தீர்வு கிடைத்ததை போன்ற உணர்வு.. கனவில் கண்ட நட்சத்திரம் யார் என்பதும்.. அவளை பற்றிய விஷயங்களும் தெரிந்தார் போல சந்தோஷப்பட்டுக்கொண்டான். ஆனால்.. வழியில் எதேர்ச்சையாக தென்பட்ட வெள்ளை மேகத்தை கண்டதும் அந்த மேகம் யாராக இருக்கப்போகிறது என்பதில் குழப்பம்.. அதே சமயம் நேகா சொன்னதுபோல ஏற்கனவே கனவுகளை அவன் வகைபடுத்தி இருந்தான்..

"ரிப்போர்டர பாத்து பேசியாச்சி அடுத்து என்ன சுபாஷ்?" என்றான் அருண்.

"தர்மனுக்கும் இந்த கொலைகளுக்கும் இருக்க தெளிவான தொடர்பு.. அப்போறோம் பிரியாவ ஒரு வருஷம் அடச்சி வைக்கவேண்டிய நோக்கம்..
இப்போ திடீர்னு அவள கல்யாணம் பண்ணவேண்டிய அவசியம்.. இந்த மூனு கேள்விதான் என்னோட மனசுல ஓடுது.. எதுக்கா இருக்கும்.. ? "

"தர்மனும் ஒரே ஜாதின்றதால அந்த ஜாதிப்பற்றுக்காகவும் தன்னோட வருங்கால மனைவி பிரியா, அதுக்காகவும் அவன் அந்த கௌரவ கொலைக்கு உடந்தையா இருந்திருக்கலாம்.. "

"செரி.. அப்போ பிரியாவ ஏன் ஒரு வருஷமா அடச்சி வச்சிருக்கனு. அன்னைக்கு அந்த சக்கரவர்த்திகிட்ட ஒரு பேச்சிக்கு சாஸ்திரம் சம்பிரதாயத்துக்காக இதெல்லாம் செய்றீங்கன்னு சொன்னேன்.. ஆனா உண்மையிலயே இதுல ஏதோ ஒரு விஷயம் ஒளிஞ்சிருக்கு.."

"இப்போ திடீர்னு இந்த கல்யாண வேலைக்கு என்ன காரணமா இருக்கும்.. ஒருவேள பிரியா குடும்பத்து சொத்து எல்லாமே தான் பேர்ல வரணும்னு இந்தமாதிரி முடிவு எடுத்திருப்பானோ..? "

"அதுக்கும் வாய்ப்பிருக்கு.. வடிவேலுக்கு போன் பண்ணேன்.. அவங்கிட்ட இருந்து நல்லபடியான பதிலே வரல.. ஏதோ ரோபோ மாதிரி போன்ல பேசுனான்"

"என்னோட ஃப்ரெண்ட் அடிக்கடி அங்க இருந்து போன் பண்ணி பேசுவனே அவங்கிட்ட கேக்கலாமா..? " என்று கேட்க சுபாஷ் அதற்கு ஆமோதித்தான். பிறகு சாப்பிட்டுவிட்டு படுத்துக்கொண்டனர்
படுத்த சிலமணிகளில் மீண்டும் ஒரு நினைவூட்டல். நேகா தன் கனவில் கண்ட கனவுபோன்றே தனக்கும் சில நாள் முன்பு ஒரு கனவு வந்தது ஞாபகத்திற்கு வர அந்த நினைவை ஆராய ஆரம்பித்தான்..

"ஆமா.. உண்மைதான். ஒருசில நாட்கள் முன்னர் வந்த ஒரு கனவு.. கும்மிருட்டு.. அதில் இறுக்கிய கயிற்றில் யாரோ தொங்குவது போன்ற ஒரு உணர்வு." எழுந்துகொண்டவன் நேரத்தை பார்க்க விருப்பமில்லாமல் தன்னுடைய பேக்கில் இருந்து நோட்டை எடுத்தான்.. வேகவேகமாக அந்த கனவைப்பற்றி கிறுக்கினான்.எந்த அளவிற்கு நேகா தனக்கு உதவியாக இருப்பாள் என்று அவனுக்கு தெரியாது.. ஆனால் அவனைப்போலவே நெகோமியாவும் நிகழ்கால கனவுகளை பார்த்து தெளிந்தவள். அவளுடைய பிரச்சனை மிகவும் குருகியது என்பதால் அது எளிதில் அவளுக்கு நிகழ்காவ கனவுகளை உண்டுபண்ணுவதை குறைத்துவிட்டிருந்தது. நேரம் மாலை ஆறு மணியை நெருங்கிக்கொண்டிருக்க யாரும் எழுப்பாமல் தானாக எழுந்தவன் முகம் கழுவினான்.

நகர மின் விளக்குகள் ஒவ்வொன்றாக ஒளிரத்தொடங்க.. நெடுஞ்சாலை விளக்குகளும் ஒன்றன்பின் ஒன்றாக ஆரஞ்சு நிறமாய் மின்னியது.. ராஜேஷோடு சேர்ந்து அருணும் கௌதமும் மேலே வர அவர்களோடு சிறிதுநேரம் உரையாடினான். இரவானது.. பெட்ஷீட்டை இருக்கமாக போர்த்திக்கொண்டு சுபாஷ் தூங்க, மீண்டும் யாரோ அந்த இரவில் கயிற்றில் தொங்குவது போன்று உணர்வு..

கிர்ர்க்.. கிர்ர்க்.. கிர்ர்க்.. என்று அவன் தலைக்கு மேல் யாரோ கயிற்றில் தொங்குவது போன்ற உணர்வு அவனை நேகா சொன்ன அவளின் கடந்த நினைவுகளை நியாபகபடுத்தியது. எதைக்கண்டாலும் பயந்து நடுங்கும் இந்த வியாதி எப்போது தீரும் என்ற நினைப்பில் மெதுவாக போர்வையை விலக்கி மேலே பார்த்தான்..இருளை தவிர எதுவும் இல்லை.. ஓடாமல் ஓய்வெடுத்துக்கொண்டிருந்த மின் விசிறி! பெருமூச்சி விட்டுக்கொண்டான். வழக்கமான ஏமாற்றம்தான் எனினும் அந்த கனவு யாருக்கான நிகழ்காலமாக இருக்கும் என்றும் இதனால் தனக்கு ஏற்படக்கூடிய ஆபத்து என்னவாக இருக்கும் என்றும் யோசித்துக்கொண்டிருக்க ஒரே ரிங்கில் அவனது செல்போனிற்கு ஒரு அழைப்பு. திடுக்கென்று அந்த அழைப்பு வந்து அணையவே பதறியவன் போனை எடுத்து பார்த்தான். மீண்டும் ஒரு பெயர் தெரியாத எண்ணிலிருந்து

அழைப்பு.. போனில் நேரம் சரியாக ஒன்றை கடந்திருக்க.. மீண்டும் தூக்கத்தை தொடர்ந்தான் ஒரு திட்டத்தோடு.

விடிந்தது.. அதே பச்சை நிற கண்ணாடியில் பட்டு எதிரொலித்த சூரிய கதிர்கள்.. அதை பார்த்ததும் சுபாஷிர்க்கு அந்த மேகத்தின் கனவு ஞாபகத்திற்கு வர தன்னுடைய பேக்கில் இருந்து நோட்டை எடுத்து அந்த கனவை தேடினான்... பகல் நேர கனவுகளில் அது இருக்க.. அதை படித்தவன் மீண்டும் இரவில் தோன்றிய யோசனையை நினைவுபடுத்தினான்.. அது நேற்று நேகா பேச்சுவாக்கில் சொன்ன ஒரு விஷயம் தான் ஞாபகத்திற்கு எட்டியது..
நேகா சொல்லியிருந்த அந்த விஷயம்... அமானுஷ்யங்களின் நடமாட்டத்திற்கான சிம்டம்ஸ் இருள்.. அதாவது கருப்பு. இந்த விஷயம் சுபாஷோட அந்த கருப்பு வெள்ளை கனவுகளுக்கும் பகல் இரவு கனவுகளுக்கும் பொருத்தமா இருந்தது.
எதையோ கண்டுபிடித்து தெளிந்ததை போன்று உணர்ந்தான். கருப்பு வெள்ளை கனவு ஒன்று திடீரென்று அவன் நினைவிற்கு வந்து சென்றது.. அதை நினைத்து பார்த்தான். அதில் பிரியாவும் அந்த வெள்ளை உருவமும் போகின்றது போல் தெரிய.. அந்த வெள்ளை உருவம் அவனை பார்த்து சிரிப்பதாகவும் அதே சமயம் பிரியா அவனை பார்த்து முறைப்பதாகவும் அது நினைவிற்கு வந்தது..

"கருப்பு வெள்ளை.. நல்லது கெட்டது.. சிரிப்பு வெறுப்பு.. எல்லாம் ஒன்னுக்கு ஒன்னு முரண்பாடானது. இந்த கருப்பு வெள்ளை மூலமா நைட்ல பாக்குற கனவுக்கும் பகல்ல பாக்குற கனவுகளுக்கும் இருக்க வித்தியாசத்த காட்டதான் இந்தமாதிரி மாறி மாறி வந்திருக்கு.." என்று தனக்குள் பேசிக்கொண்டான். ஆனால் இருளும் இல்லாமல் பகலும் இல்லாமல் இரண்டிற்கும் இடைப்பட்ட கனவுகளும் ஒருசில அடங்கியிருந்தது.. அதையும் தனியாக எழுதிக்கொண்டான். தன் முதல் பகல் நேரத்து கனவு ஒரு சந்தோஷமான விடியலை அவனுக்கு தந்திருந்தது. ஆனாலும் முடிக்க வேண்டிய வேலைகள் இன்னமும் அதிகமாக இருந்தது. நேற்று வந்த மிஸ்ட் கால் ஞாபகத்திற்கு வர அதற்கு தொடர்பு கொண்டான்.. எந்த பதிலும் கிடைக்கவில்லை. அருண் மாடிக்கு வர.. கருப்பு வெள்ளை விளையாட்டை பற்றி அவனிடம் சொல்லி முடித்தான்..

"வெளிச்சம் இருளுக்கு ஏற்றதில்ல அதனாலதான் அங்கிருந்த அந்த இருள் காணாம போய்டுது. அந்தமாதிரி தான்.. இருள் அப்பிடின்ற அமானுஷ்யத்த அழிக்க ஒளி தேவபடுது.. ஆனா ஆச்சரியம் என்னன்னா.. இந்த கருப்பு வெள்ளைய பத்தி ஒருநாள் ஜோசப் கூட ஏங்கிட்ட சொல்லிருந்தான்.. அப்போ அத பெருசா எடுத்துக்கல.. இப்போ அதோட அர்த்தம் புரியுது? " என்றவன் கனவில் உளாவிய நட்சத்திரத்தை பற்றியும்

நேகாவை பற்றியும் சொன்னான். பகல் கனவுகளின் சந்தோஷத்தை உணர்ந்தவர்கள்.. இரவு கனவுகளின் பயங்கரத்தை பற்றி அப்போதைக்கு நினைக்கவில்லை.

'ஆமா அந்த ஐவர் யாருன்னு கண்டுபுடிச்சியா இல்லயா? " என்று எதேர்ச்சையாக கேட்டான் அருண்.

"அந்த அஞ்சிபேர்ல மூனுபேர அன்னைக்கு நோட்ல எழுதி வச்சேன்.. அப்போதான் நீ அதுல கிறுக்கிவச்ச.. அரிமா, ராஜேஷ், பாண்டியாவோட பாட்டி கடைசியா வார்டன் கிருபா? " என்றான்.

"ஏன் அந்த அஞ்சாவது ஆளு கிருபா கூட இருந்த சரவணணா இருக்க கூடாது..? "

"ஹிம் வாய்ப்பிருக்கு ஆனா கனவுதான். அவனோட கனவு ரொம்பவே கொழப்பமா இருந்திச்சி. நான் கனவுல வரமாதிரியே இருந்திச்சி.. ஒரு கார் கண்ணாடிய பாக்க அதுல சரவணன்.. அந்த காருக்குள்ள சக்கரவர்த்தி. இரு.. இவன எப்படி மிஸ் ப பண்ணேன்.. அந்த அஞ்சாவது ஆளு சக்கரவர்த்தி, அடிக்கடி வந்து கனவுல தூக்கத்த கெடுக்குறது அவந்தான்! " என்றவன் சரவணனின் பெயரையும் சக்கரவர்த்தியின் பெயர்களையும் எழுதிவைத்துக்கொண்டான்.

ஒருநாள் ஓய்விற்கு பிறகு ஒருசில குழப்பங்கள் தீர்ந்த நிலையில் சுபாஷ் வேலைக்கு கிளம்ப கூடவே மற்ற இருவரும் கிளம்பினர். மின்னல் விழுந்த இடத்தை மூவரும் கடக்க.. இரவில் வந்த அந்த பெயர் தெரியாத அழைப்பு திடீரென்று நினைவில் வந்து சென்றது... அதே சமயம் வக்கில் இளங்கோவிற்கு போன் செய்யவேண்டும்.. தர்மனை பற்றி விசாரிக்க வேண்டும்.. அவர் சொல்லவில்லை என்றாலும் ஏதேனும் ஒரு விஷயத்தை கண்டிப்பாக உளறி வைப்பார்.. மருத்துவமனையில் இருக்கும் திவாகர்.. இடித்து விபத்து ஏற்படுத்திய அந்த டேங்கர் லாரி.. இப்படி பல கேள்விகள் இருந்தது.

நேரம் வேகமாக கடந்தது.. அந்த பகல் இரவு சிப்ட் சற்று எளிதாகவே இருந்தது.
மூச்சை வேகமாக வெளிவிட அது காற்றில் எங்கும் ஆவியாக மாறியது..

"ஹிம்.. இந்த பொல்லாத பனிக்கு அந்த வெயில் எவ்வளவோ பெரவால்ல.." தன்னிச்சையாக உளரிக்கொண்டான்.

"விடியலோட வெளிச்சத்த உணரனும்னா.. அந்த காரிருள கொஞ்சம் பழகித்தான ஆகனும் சுபாஷ்..?" என்று கௌதம் சூசனமாக எதையோ சொல்ல அதை உணர்ந்துகொண்டு நடக்க ஆரம்பித்தான்.

கண்களை திறந்துகொண்டிருந்த சுபாஷிற்கு நேராக அறையின் ஜீரோவாட்ஸ் எரிந்து கொண்டிருக்க. அது அவனுக்கு விடுதியின் முகப்பு விளக்கு ஞாபகத்தை மறுபடியும் நினைவுக்கு கொண்டுவந்தது..
விட்டு விட்டு எரிந்த முகப்பு விளக்கும் அதே சமயம் நேகா சொன்ன வார்த்தைகளும் நினைவில் எடுத்துக்கொண்டு கண்களை மூடி தூங்கினான்...

'கிர்ர்ட்... கிர்ர்ட்.. கிர்ர்ட்..' என்று மீண்டும் மூன்றாவது முறை அந்த சத்தம். ஏதோ தலைக்கு மேல் தொங்குவது போன்ற உணர்வு.. கண்களை திறந்தான். தலைக்கு நேர் எதிரில் ஒரு பிரகாசமான மஞ்சள் நிற முகப்பு விளக்கு. கண்களை கூசும் வகையில் அது ஒளிற.. கண்களை சிமிட்டினான்.. அந்த ஒரு வெளிச்சத்தை தவிர எதுவும் இல்லை. ஒருசில நொடிகள் அது தொடர.. பின் அது வழக்கம்போல விட்டு விட்டு எரிய ஆரம்பித்தது. கண்களை இருக்கமாக மூடிக்கொண்டவனுக்கு இப்போது மின்விளக்கை தாங்கிய மின் கம்பியில் மீண்டும் யாரோ தொங்குவது போன்று ஒரு உணர்வு. மெதுவாக கண் திறந்தான். மின்விளக்கு அமைந்திருந்தது.. தூரத்தில் வழக்கமாக யாரோ ஒருவர் பேசும் குரல்.. அதை அடுத்து.. மீண்டும் 'எவ்லோ அழகா பெய்யுது பாத்தியா இந்த பனி.. ' என்று சக்கரவர்த்தியின் குரல். சற்று அதிர்ச்சியடைந்தவன் எழுந்திருக்க முற்பட அவனால் முடியவில்லை. 'கிர்ர்ட்.. கிர்ர்ட்.. ' என்று இருட்டில் அந்த சத்தம் தொடர உன்னிப்பாக கவணித்தான்.
அனைந்த விளக்குகள் மீண்டும் ஒருமுறை விட்டு எரிய அந்த கண நேரத்து வெளிச்சத்தில் மின் கம்பத்தில் அவனுக்கு மேலே ஒரு உருவம் தொங்கிக்கொண்டிருந்தது. விழிகள் குவிய அதிர்ச்சியில் நுழைந்தவன் மூச்சை வேகமாக உள் இழுத்து விட்டான்.. இதயத்துடிப்பு வேகமாகவும் சற்று வலியோடும் அடித்துக்கொள்ள மீண்டும் ஒருகணம் மின் விளக்கு ஒளிக்காக காத்திருந்தான்.. அனைந்த மின்விளக்கு மீண்டும் எரிந்தது.. இப்போது ஒன்றிடண்டு வினாடிக்கு. தொங்கிக்கொண்டிருந்த அந்த இறந்துபோன உடலின் கால் பாதத்தில் ஒரு தழும்பு போன்று இருக்க அந்த தழும்பை வேறு எங்கோ, யாரிடமோ பார்த்தார் போல ஒரு ஞாபகம். மின்விளக்கு மீண்டும் அனைந்துகொள்ள.. அந்த உடல் அங்கும் இங்கும் ஆடுவது போன்று பலமான சத்தம் கேட்டது. அவன் என்ன நடக்கின்றது என்று தெரியாமல் படுத்திருந்தான்.. மின்விளக்கு ஒளி மூன்றாவது முறையாக ஒளிர்ந்தது இப்போது அதிகபட்சம் மூன்று வினாடிக்கு.. தொங்கிக்கொண்டிருந்த அந்த உடலின் ஒரு விரலில் நன்கு பரிட்சயப்பட்ட மோதிரம்.. மூன்று வினாடிகள் முடிய தொங்கிய அந்த

உடல் கயிற்றை அறுத்துக்கொண்டு வேகமாக அவன் மீது விழவும் மின்விளக்கு அனையவும் சரியாக இருந்தது.. வயிற்றை பிடித்துக்கொண்டு தூக்கத்திலிருந்து எழுந்தான்... அறை முழுக்க அந்த ஆரஞ்சு நிற ஜீரோ வாட்ஸ் பல்ப் மங்களாக தன் ஒளியை தந்துகொண்டிருந்தது. ஜன்னலுக்கு வெளியே வழக்கமான இருள்.. மற்றும் புகையாய் படர்ந்திருந்த பனி!

சுற்றிலும் திரும்பி ஒருகணம் பார்த்தான் மற்ற இருவரும் இழுத்து போர்த்தியபடி தூங்கிக்கொண்டிருந்தனர். பயத்துடன் எழுந்தவன் பேக்கிலிருந்து தனது நோட்டை எடுத்து கனவில் வந்த அந்த குரல்.. தழும்பு.. மோதிரம் ஆகிய மூன்றையும் கடகடவென்று எழுதிவிட்டு வேகமாக வந்து படுத்துக்கொண்டான்... எரிந்துகொண்டிருந்த மின்விளக்கு பழைய நினைவுகளை கிளற.. சலுப்பாக மீண்டும் எழுந்து அந்த மின்விளக்கையும் அனைத்துவிட்டு படுத்தான்.. ஆனாலும் வெளியிளிருந்த தெருவிளக்கின் பிரதிபலிப்பு அவன் தூக்கத்திற்கு ஒரு முட்டுக்கட்டையாக இருக்க
"நாம நெனைக்கும்போது இந்த வெளிச்சம் இருக்காது.. கனவுல இன்னும் ஒரு பத்து செகன்ட் இருந்திருந்தா அது யாருன்னு நான் கண்டுபுடிச்சிருப்பேன்.. இப்போ இந்த வெளிச்சத்த யாரு கேட்டா..?" என்று வெறுப்பாக ஜன்னல்களை பார்த்தபடி இருந்தான். அவன் தூங்கிய சில நிமிடங்களில் வெளியிலிருந்து வந்த அந்த தெருவிளக்கு தானாக அனைந்து அனைந்து எரிந்துகொண்டிருந்தது.

விடிந்தது.. எவரும் எழும்பும் முன்னரே எழுந்துகொண்டவன் நேரத்தை பார்த்தான்.. சரியாக ஆறு முப்பது. ஜார்ஜரில் ஓய்வெடுத்துக்கொண்டிருந்த செல்போனை எடுத்துக்கொண்டு மேலே மாடிக்கு விரைந்தான். அதிர்ச்சி.. எங்கும் வெண்மை படலம். பார்ப்பதற்கு அழகாக இருந்தாலும் அது சுபாஷை பொருத்தவரை பயமாக இருந்தது.. படபடப்பாய் அடித்துக்கொண்ட இதயத்தில் இருந்து ஒரு பெரிய மூச்சுக்காற்று வெளியேற்றியவன் மாடிக்கு பின்னால் வளர்ந்திருந்த ஒரு மரத்தை நெருங்கி தடுப்பு சுவற்றில் கை வைக்க அங்கும் சில்லென்று இருந்த நீர் கோர்வைகள் அவனை குளிர்ச்சியூட்டியது. வழக்கம்போல வானத்தை ஏறிட்டான்.. மனம் ஏனென்று தெரியாமல் உள்ளுக்குள் மகிழ்ந்தது. தலையை வேகமாக உதறிக்கொண்டு தனக்கு முந்தயநாள் வந்திருந்த எண்ணை தொடர்புகொண்டான். ஒரு நீண்ட அழைப்பிற்கு பிறகு அந்த தொடர்பு இணைந்தது..

"ஹலோ.. யாரு? " என்றான்.

"சுபாஷ்? "

"ஆமா நாந்தான் பேசுறேன் நீங்க யாரு..?"

"நான் இளங்கோ பேசுறேன் தம்பி.. நல்லா இருக்கியா..? போன் தொலஞ்சிபோச்சிப்பா.. அதான் உன்னோட நம்பர் கூட ஏங்கிட்ட இல்ல.. இல்லனா எப்பவோ போன் பண்ணிருப்பேன்.. "

"ஆனா ஆச்சரியம் என்னன்னா நானே உங்களுக்கு போன் பண்ணலாம்னு நெனச்சேன் நீங்களே பண்ணிட்டீங்க..! "

"அப்பிடியா என்ன விஷயமா? "

"வேற ஒன்னு இல்ல... ரெண்டு மூனு வாரத்துக்கு முன்னாடி செத்து போனாங்கல்ல அந்த வார்டனும் சரவணனும்.. அதபத்தி எதாச்சோம் தெரியுமான்னுதான் போன் பண்ணலாம்னு இருந்தேன்..? "

"அதே விஷயமாதான் நானும் ஊங்கிட்ட பேச நெனச்சேன்! "

ஆச்சரியத்துடன் "அப்டியா.. என்ன விஷயம்? " என்றான்.

"நாம அடிச்சி சாவடிச்சி கொல செய்யப்பட்டதா சொல்ற அந்த ரெண்டு தற்கொல உண்மதான்! "

"எ.. என்ன சொல்றீங்க.. கொழப்பமா இருக்கே.. அது கொலதான"

"இல்ல இவ்ளோ நாள் கொலன்னுதான் நெனச்சோம்.. ஆனா அது தற்கொலைன்னு இப்போ தெரிய வந்திருக்கு.. அவங்க ரெண்டுபேரும் விசாரணையோட ரெண்டாவதுநாள் நைட்டுதான் தற்கொல பண்ணிருக்காங்க.. ஆனா தர்மனும் செல் சூப்பர்வைசரும் அவங்கள மூனாவதுநாள்தான் கொல்றதா இருந்திருக்கு.. ஏன்னா அவங்க ரெண்டுபேரும் ரெண்டாவதுநாளே நடந்த குற்றத்த ஒத்துகிட்டு இருக்காங்க.."

"செல்லுல யாரோட தூண்டுதலும் இல்லாம எப்புடி தற்கொலை..? "

"அவங்க போட்டிருந்த சட்டைய கழட்டி மேல இருந்த இரும்பு கம்பியில மாட்டிகிட்டு தற்கொல பண்ணிகிட்டு இருக்காங்க.. ரொம்பவே மர்மமாவும் இத நம்பாமயும் இருக்க முடியல.. ஏன்னா இந்த விஷயம்லாம் செல்லுக்கு உள்ள இருக்குற நம்பிக்கையான சிலர்கிட்ட இருந்து வந்திருக்கு.. இன்னும் கொஞ்சம் மர்மமான விஷயங்கள் இருக்காம்.. அதெல்லாம் செல்லுக்குள்ள இருக்க ஜெயில் வார்டனுக்கும்

சூப்பர்வைசருக்கும்தான் முழுசா தெரியும்னு சொன்னாரு. " என்றார் இளங்கோ.

"அப்போ இது இன்னும்முடியலயா?" என்று அதிரிச்சியாக சுபாஷ் கேட்க..

"ஏன் அப்புடி சொல்ற.... நான் முடிஞ்சிருச்சின்னு சொல்றேன்.. நீ முடியலன்னு சொல்ற. அவங்களோட தற்கொல இயற்கையானதுதான்.. அப்போறோம் ஏன் இந்தமாரி கேக்குற..? " என்று குழப்பமாக கேட்டார் இளங்கோவன்.

"உண்மைய ஒத்துகிட்ட அவங்க ஏன் அவசர அவசரமா சாகனும்.. இதுலயே ஏதோ ஒரு உருத்தல் இருக்குல்ல..? "

"உண்மைய ஒத்துகிட்டாலும் வெளிய போனா தங்களுக்கு சாவு காத்துட்டு இருக்குன்னு தெரிஞ்சிருக்கலாம்..? "

"இல்ல.. நீங்க ஒரு கிரிமினல் லாயர் வேற.. நீங்களே என்ன நடந்திருக்கும்னு சொல்லுங்க பாக்கலாம்.."

"இததான் அன்னைக்கு ஊங்கிட்டயே சொன்னேன் மறந்துட்டியா.. என்னோட முழு சந்தேகமும் போலீஸ்மேலதான் இருந்திச்சி.. ஆனா இப்போ அதுவும் பொய்ன்னு ஆனமாதிரி இருக்கு.. ஆனாலும் நீ சொல்ற பாய்ண்டும் கொஞ்சம் யோசிக்கவைக்குது "

"என்ன நடந்ததுன்னு பாக்க சிசிடீவி வீடியோசும் இல்ல, தற்கொலைய பாத்த சாட்சிகளும் இல்ல, போஸ்ட்மாட்டம் ரிப்போர்ட்ல கூட இத.. அங்கில் ஒரு ஐடியா.. மறுபடியும் போஸ்ட்மாட்டம் ரிப்போர்ட் வாங்கி மர்டர் எப்பிடி நடந்திச்சின்னு பாக்கலாமா..? " என்றான் சற்று ஆச்சரியமாக.

"அன்னைக்கு சொன்னததான் இப்பவும் சொல்ல போறாங்க.. அன்ட் இன்னோரு விஷயம் இது மர்டர் இல்ல.. சூசைட், கொஞ்சம் வேலயா வெளிய இருக்கேன்.. இத முடிச்சிட்டு நான் உன்னோட வேலய பாக்குறேன்" என்றவர் இணைப்பை துண்டித்துக்கொண்டார்.

தெளிந்துகொண்டிருந்த நீர்த்தேக்கத்தில் மீண்டும் ஒரு பெரிய கல்லை தூக்கி போட்டது போன்று ஆகிவிட்டது அவனுக்கு. அதேசமயத்தில் திடீரென்று இரவு கண்ட கனவும் ஞாபகத்திற்கு வந்தது. தூக்கில் ஒரு உருவம்.. தழும்புகள்.. மோதிரம்.. இவை அனைத்தும் இப்போது இளங்கோ சொன்னதிற்கு ஒத்துப்போனது..

"ஏன் இந்த கனவுக்கும் அந்த தற்கொலைகளுக்கும் தொடர்பு இருக்க கூடாது..? " என்று மனதில் சொல்லிக்கொண்டான். வானத்தை திறந்துகொண்டு சூரியன் வெளிச்சத்தை கொடுக்க ஆரம்பிக்க குழுமியிருந்த பனிக்கூட்டம் அடையாளம் தெரியாமல் காணாமல்போனது. மதுவிடமிருந்து அழைப்பு வர புன்னகைத்தவன் அட்டர்ன் செய்தான்,

"சொல்லுங்க மேடம்.. என்ன ஸ்பெஷல்? "

"ப்ரியா ஊர்ல கொஞ்சம் ஃப்ரெண்ட்ஸ் இருக்காங்க.. அவங்கக்கிட்ட பேசுனேன்.. இன்னு கொஞ்சநாள்ல அவங்க ரெண்டுபேருக்கும் கல்யாணமாம் அதான் ஸ்பெஷல்" என்றாள்.

"இந்த கல்யாணத்த தடுக்க உங்கிட்ட எதாச்சோம் பிளான் இருக்கா..?"

"இருக்கு ஆனா இதெல்லாம் நடக்காதே..?"

"என்ன ப்ளான் சொல்லு..? "

"அட.. என்னோட ப்ளான் நேசுரலா இருக்காது.. ரெம்பவே ஃபேன்டசியா இருக்கும்..? " என்று சிரித்தவள் சொல்லத்தொடங்கினாள்,

"சிரிக்காம கேளு.. கல்யாணம் இன்னு கொஞ்ச நேரத்துல நடக்கப்போகுது... அப்போ திடீர்னு ஒரு நட்சத்திரத்துல இருந்து துண்டாகி வர ஒரு மின்னல் வானத்துல இருந்து.. அந்த கல்யாணம் நடக்குற எடத்துல விழுது. அதுவும் நேரா அந்த தடியன் தர்மன்மேல விழுந்து அவன் பறந்து போய் ஒரு மூலையில விழுறான்.. அந்த மின்னலால அந்த எடமே தீ புடிச்சி எரிய ஆரம்பிச்சிடுது... பிரியாவும் அவளோட தம்பியும் உள்ள மாட்டிக்குறாங்க.. இப்போ வானத்துல இருந்து ஒரு மேகம் பாவப்பட்டு எறங்கி வந்து மழ பெய்ய வைக்குது.. அதோட அவங்க ரெண்டு பேரயும் அந்த மேகம் தூக்கிட்டு வந்து உங்க வீட்லயே போட்ருது.. நானும் அங்க வந்துட்றேன்... நம்ம எல்லாரும் சந்தோஷமா இருக்கோம்.. அவ்ளோதான் எப்படி இருக்கு ஏன் பிளான்" என்று மதுமிதா முடிக்க..

"ஹிம்.. என்னவிட அலாதி கற்பனடி உனக்கு.. நடக்க வாய்ப்பு இல்லனாலும் கேக்க நல்லாதான் இருக்கு.." என்று சிரித்துக்கொண்டான். சுபாஷ்.

"அதெல்லாம் இருக்கட்டும்.. உன்னோட பிளான சொல்லு..? "

"ஹிம்.. சொன்னா நீ கண்டிப்பா நம்புறது கஷ்டம்தான்.. இப்போ நீ சொன்ன அந்த மின்னல்.. மேகம்.. நட்சத்திரம்.. இதுங்கலதான் நானும் குருட்டுத்தனமான நம்பிக்க வச்சிருக்கேன்.. கண்டிப்பா இந்த விஷயங்கள் கற்பனை இல்லன்னு தோணுது பாக்கலாம்! " என்று முடிக்க மதுவிடம் ஒரு அமைதி.

தொடரும்..

பகுதி (5)

வெளிச்சத்தின் அழகு இருளிடம்

"ஹேய்.. நேகா அன்ட் சொல்ல மறந்துட்டேன்.. இன்னைக்கு என்னோட லாயர் போன் பண்ணிருந்தாரு..?ஜெயில்ல நடந்ததா சொல்லபட்ற அந்த ரெண்டு கொலையும் உண்மையாவே தற்கொலைன்னு சொன்னாரு..! "

"வாட்.. இட்ஸ் இம்பாசிபில். இதுவொரு திட்டமிட்ட கொலையாத்தான் இருக்கனும்.. பிகாஸ்.. இத கொலைன்னு சொன்னாக்கூட பிராக்டிகளா பாசிபில்.. தற்கொலையா இருக்க வாய்ப்பே இல்ல..."

"எனக்கும் அந்த சந்தேகம் தொடக்கத்துல இருந்தே இருக்கு.. அதான் மறுபடியும் அந்த ரெண்டு பேர் போஸ்ட்மாட்டம் ரிப்போர்டயும் விசாரிக்க சொல்லிருக்கேன்... "

"வெளிச்சத்துக்கு வந்து முடிஞ்சி போன விஷயங்களாம் மறுபடியும் இருட்டுக்கே போற மாதிரி ஒரு ஃபீல்...? " என்றவள் சிறிதுநேர அமைதிக்கு பிறகு இணைப்பை துண்டித்துக்கொண்டாள்.

நேகா கடைசியாக சொன்ன வார்த்தைகள் அவனது மண்டைக்குள் ஓடிக்கொண்டே இருந்தது...

***

"அப்போ நெஜமாவே போன வாரத்துல ஹாஸ்டல் பக்கம் வர்லயா..? "

"இல்ல... ஏன் இவ்ளோ கொழப்பம் உனக்கு.. யார் மேல இன்னமும் சந்தேகம்? "

"இல்ல பியூன்.. அன்னைக்கு நீங்க ஏங்கிட்ட ரொம்பவே டிஃப்ரன்டா நடந்துகிட்டீங்க.. அது கனவா நெஜமான்னு டவுட் அதான்..?

"ஹிம்.. கொழப்பிக்காம வீட்டுக்கு போய் தூங்கு.. எல்லாம் சரியாகும். "

"நீங்களும் நேரத்துக்கு வீட்டுக்கு போய் சேருங்க.. பனிவேற அதிகமா பெய்ய ஆரம்பிச்சிரும்.. "

" இந்த பனியில நனஞ்சா என்ன ஆவப்போது... பாக்க ஒருமாதிரி பிரகாசமா குளிர்ச்சியாத்தான் இருக்கு.. நான் பாக்காத குளிரா.. நீயும் கொஞ்ச நேரத்துக்கு நனஞ்சிட்டு போயேன்... எவ்வளோ அழகா கொட்டுது பாத்தியா இந்த பனி....! "

"வா சுபாஷ்...!" என்று மெதுவாக குரல் மங்கியிருக்க திடீரென்று ஒரு பெரிய குரல் ஒலித்தது.. "சுபாஷ்..சுபாஷ் தூங்குனது போதும் எழுந்திரு.. ?" என்று.

***

படக்கென்று எழுந்து உட்கார்ந்தான்.. வெளியில் இருந்து வந்த சூரிய கதிர்களின் வெளிச்சம் அறைகளில் பிரகாசித்துக்கொண்டிருந்தது... சுருங்கிய கண்களுடன் எதிரில் இருந்தவனை ஏறிட்டான்.. அருண் தான்!"

"டைம் என்னாச்சி...? " என்று வழக்கமான கேள்வியை அருணிடம் கேட்க அவனிடமிருந்து ஒரு கோவமான பார்வை. நேரம் மூன்று மணியை நெருங்க.. மூவரும் கம்பெனிக்கு கிளம்பி சென்றனர்.

"இந்த உலகம் வெளிச்சத்த கடவுளாவும் இருள பிசாசாவும் ஒரு வடிவமைப்ப உண்டுபண்ணிருக்கு.. மனிதனோட இந்த நெனப்பு கூடுமானவரைக்கும் உண்ம தான்.. ஏன்னா, இங்க இருள்ன்றது தப்பு செய்ய ஏதுவான நேரம்.. யாரும் அவ்வளவா பட்ட பகல்ல கொள்ள அடிக்கிறதில்ல.. எந்த கோயிலும் நடு ராத்திரில பூஜ போட்றது இல்ல " கௌதம் சற்று சித்தாந்தமான பேச்சுகளை தொடர்ந்திருந்தான்.

"போதும் கௌதம்.. புரியுது. கருப்பு, அழுக்கு.. சாபம்.. வெண்மை, தூய்மை பரிசுத்தம்.. அதான? "

"இது வெறும் பேச்சு பொருளுக்காக சொல்லல.. இதுல இன்னமும் நெறய வெளிவராத மர்மம் இருக்கு...! "

சுபாஷிற்கு ஏதோ ஒரு நெருடல் எதன்பேரிலோ இருந்தது.. அது வெளிச்சத்திற்கும் வந்தது..
மூன்று மணி கனவுகள்..
மூன்று சிப்ட் வேலை..

மூன்று நொடி வெளிச்சம்..
பகல் கனவு.. இரவு கனவு மற்றும் பகலிரவு கனவு.. ஹாஸ்டல் வார்டன் கிருபா காட்டிய முப்பத்தி மூன்றாம் நம்பர் அறை.. தற்கொலை என உயிரிழந்த அந்த மூன்று கொலைகள்... மேலும் ஆரஞ்சு நிற மின் விளக்குகள்.. பச்சை நிற ஜன்னல்கள்.. அதை சேர்ந்தார் போல வரும் ஆரஞ்சு பச்சை நிற ஒளிக்கற்றைகள் இப்படி எல்லா விதத்திலும் ஏதோ ஒரு மூன்று தொடர்பு கொண்டிருந்தது.

மூன்று முறை வந்த அந்த தூக்கு கனவு.. மூன்று முறை தொடர்ந்து வந்த பகல் இரவு கனவுகள்... மூன்றாவது முறை பேசவிடாமல் வாயடைத்த பாண்டியனின் பாட்டி.. ஆனால் ஒரு மர்மமும் இருந்தது.. ஒரு மூன்றிற்குள் இன்னோரு மூன்று இருந்தது.. எல்லாவற்றிற்கும் மேல்.. அவனை தொடர்ந்து வந்துகொண்டிருக்கும் மூடுபனி.. நச்சரிக்கும் மழை.. கொளுத்தும் வெயில்.

"இந்த மூனுல என்ன இருக்கும்.. ஒருவேள முக்கோணவிதி மாதிரி எதாச்சோம் நடக்க வாய்ப்பிருக்கா...? " என்று நினைத்தவாரே கம்பெனியை அடைந்தான். வேலையின்போது சட்டென்று கௌதம் சொன்ன வார்த்தையும் கண நேரத்தில் ஞாபகத்திற்கு வந்து நின்றது.

"டேய்.. நேத்து நைட் கௌதம் ஒரு ஸ்லோகன் சொன்னான் தெரியுமா.. ?"

"ஏதோ இருட்டு வெளிச்சம்னு... அதான?"

"விடியலின் வெளிச்சம் ரசிக்க..
காரிருள் கொடுமை பழகு! "

"ஆமா.. அதுக்கு என்ன..? "

"இன்னைக்கு நேகா கிட்ட போன் பண்ணும்போதும் அவ ஒன்னு சொன்னா.. வெளிச்சத்துக்கு வந்துட்டோம்னு நெனச்சோம் மறுபடியும் இருட்டுக்கே போறோம்னு.. அதுக்கு என்ன அர்த்தம்..? "

"ஹிம்.. பிரச்சனைல இருந்து வெளிய வந்து மறுபடியும் அதுக்குள்ளயே போறோம்ன்னு அர்த்தம். "

"அப்போ பகல்ல நல்லதுதான் நடக்கும் இல்லயா? " என்று சொல்ல..

கடுப்பாக முகத்தை வைத்துக்கொண்டிருந்த அருணின் முகம் அதிலிருந்த பரபரப்பாக மாறியது..." பகல் கனவு நல்லதுன்னா.. அப்போ இருட்டுல வர கனவு.." என்று நிறுத்த..

"ஹிம்.. நாம அன்னைக்கு பகல் கனவ நெனச்சி சந்தோஷப்பட்டுகிட்டோமே தவிர நைட்ல வர கனவ சுத்தமா மறந்துட்டோம் மச்சி.. நீ கேட்ட கேள்விக்கு இருட்டுல வர கனவ ப்ரெடிக்ட் பண்ணாத்தான் கண்டுபுடிக்க முடியும்.. அதத்தான் நேத்து கௌதம் சொன்னான்.. இப்போ புரியுதா? "
என்று சுபாஷ் கேட்க அருணிடமிருந்து எந்த பதிலும் இல்லை...

"சரி நைட் ரூம்க்கு போவும்போது பேசிக்கலாம்.." என்று சொல்லிவிட்டு அங்கிருந்து தனது லைனிற்கு சென்றான் சுபாஷ்.

நேரம் நள்ளிரவு பன்னிரண்டு மணி.. கம்பெனியிலிருந்து வழக்கமாக பொருமையாக வெளியே வரும் அருணிற்கும் சுபாஷிற்கும் கம்பெனியின் முகப்பில் காத்திருந்த கௌதம் அவர்களை சேர்த்துக்கொண்டு கம்பெனியை விட்டு வெளியேற.. மூவரும் நடக்க தொடங்கினர்.

அறைக்கு வந்தவர்கள் உறங்குவதற்கு ஆயத்தமாக எரியும் தெருவிளக்கு எப்போதும்போல அனைந்தது.

..பச்சை பசேலென இருந்த புல்வெளிகளும் மரங்களும்.. அது ஒரு இதமான கோடை காலம்.. நேரம் ஒன்பதை கடந்திருந்த சமயம். மரங்கள் இலையுதிர் காலமாய் வெறுமனே நின்று கொண்டிருந்தன.. ஒருசில மரங்களில் புதிய இலைகள் உதிக்க தொடங்கியிருந்தன.. எத்தனையோ பேர் சுபாஷை கடந்திருந்தாலும் எத்தனை இறைச்சல் அவனை நெருங்கி இறைத்து கொண்டிருந்தாலும் மதுமிதா மட்டும் தனியாக அவனுக்கு தெரிந்தாள்.. சூரிய ஒளியின் பிரகாசம் அவளின் எதிர்புறத்தில் பட்டு எதிரொலிக்க மை போட்ட கண்களால் ஒருகனம் திரும்பினாள்.. அவள் திரும்பிய திசையில் ஒரு அடையாளம் தெரியாத உருவம் அவளுடன் கூட ஒட்டிக்கொள்ள சற்று கோவப்பட்டான் சுபாஷ்.. அந்த நீண்ட பெரிய இரும்பு கேட்டை இருவரும் தாண்ட கல்லூரி நுழைவு வாயிலில் இருந்த ஒரு காட்டு மரம் தன் மஞ்சள் நிற பூக்களை அவள் மேல் பொழிந்தது.. கண்டிப்பாக அது எதார்த்தம் தான் எந்த திட்டமிடுதலும் இல்லை.. எத்தனை சினிமாக்கலில் இந்த காட்சியை கண்டிருந்தாலும்.. இது உண்மையில் அவனை புண்முறுவல் செய்ய வைத்தது.. கண்கள் மிரட்சி கொண்டு அவளை பார்க்க அவள் நெருங்கினாள்.. ஆனால் இன்னமும் சுபாஷை பார்க்கவில்லை...

குளுர் வேகமாக அந்த சிறிய அறை முழுக்க பரவத்தொடங்கியிருந்தது .. மூடிய நிலையில் அழுதுகொண்டிருந்த அவன் கண்கள் கலங்கிய நிலையில் முழிக்க அவனுக்கு எதிரில் இருள்!
காரணமில்லாமல் வந்திருந்த கண்ணீரை துடைத்துக்கொண்டு செல்போனை ஆன் செய்ய. மணி இரண்டு ஐம்பத்தி ஒன்பதிலிருந்து சரியாக மூன்று மணிக்கு தாவியது..
அந்த மூன்று மேல் இருந்த மர்மம் அவனில் மீண்டும் தொடர கண்களை துடைத்தவன் வெளியே நோட்டமிட்டுவிட்டு படுத்து தூங்கினான்..

வேகமாக கதவு திறக்கும் சத்தம் கேட்டது.. ஆனால் எழுந்திருக்க மனமில்லாமல் தூங்கிக்கொண்டிருந்தான். யாரோ அங்கும் இங்கும் நடமாடும் சத்தம்.. கண்களை மெதுவாக திறக்க பிரகாசமான சூரிய ஒளி ஏற்கனவே அறையினை நிரப்பி இருந்தது.. தூக்கத்தை வலுக்கட்டாயமாக கலைத்தவன் சோம்பல் முறித்தபடி ஜார்ஜ் இல்லாமல் இருந்த போனை ஜார்ஜில் போட்டுவிட்டு வெளியேறினான்.. மாடி படிக்கட்டில் கௌதம் !"

"என்னாச்சிடா.. ஏன் இப்பிடி ஒக்காந்துட்டு இருக்க..? "

"பக்கத்து ரூம் மூர்த்திக்கு பயங்கர குளுர் ஜொரம்.. ஹாஸ்பிட்டல் கூட்டிட்டு போய்ருக்காங்க..! " என்றான் கௌதம்.

"எப்போ நடந்திச்சி.. யாரு கூட போயிருக்கா..? "

"மத்த மூனு பேருந்தான். மூர்த்திக்கு ஒரு இன்ஜக்ஷன் குடுத்து அருண் கூட்டிட்டு வர்றதா சொல்லிருக்கான்.. இன்னும் வரல.." என்று முடித்தான் கௌதம்.

வேகமாக அருணிற்கு போன் செய்தான்... அப்படியே நேரத்தையும் பார்க்க, சரியாக ஒன்பது மணி.

"அருண் எங்க இருக்க, என்ன சொல்றாங்க? "

"டாக்டர் இப்போதான் வந்தாரு.. இன்ஜக்ஷனும் போட்டுட்டாரு.. ஆனா குளுர் ஜொரமாம்.. இன்னைக்கு ஃபுல்லா இங்கயே பெட் ரெஸ்ட் எடுக்க சொல்றாரு.. !"

"இப்ப என்ன பண்றது..? "

"அதான் தெரியல.. வேணுனா ஒன்னு பண்ணலாம்.. மதியம் வரைக்கும் இங்க இருந்துட்டு சாயந்தரம் வர இவன் ரூம் பசங்கக்கிட்ட இன்ஃபார்ம்

பண்ணிடலாம்..? " என்று சொல்ல கௌதமிடம் விவரத்தை சொல்லிவிட்டு தன் பேக்கிலிருந்த கனவு நோட்டை எடுத்துக்கொண்டு ஹாஸ்பிட்டலை அடைந்தான்.

அங்கிருந்து இருவரும் காலை உணவை உட்கொள்ள வெளியே சாலைக்கு வந்து நின்றனர்.. உணவு தள்ளு வண்டியின் பக்கவாட்டில் ஒட்டி இருந்த நியூஸ் பேப்பரில் போன வாரத்தில் படித்த சத்தியம் மேகசீனின் செய்தி துணுக்கு ஒட்டியிருக்க.. அதை பார்த்தவாரே சாப்பிட்டு முடித்துவிட்டு மீண்டும் மருத்துவமனைக்கு உள்ளே நுழைந்தனர்..

மூர்த்தி சோர்வாக தூங்கிக்கொண்டிருந்தான்... எதிரிலிருந்த எமர்ஜென்சி வார்டு சுபாஷிற்கு திவாகரின் நினைவை தூண்டியது.. அதை பார்த்தவாறே திரும்ப ஹாஸ்பிட்டலின் இடதுபுற திருப்பத்தில் சைக்காஸ்டிட் டாக்டர் அறை ஒன்று தென்பட்டது.. டாக்டரின் பெயர் சரியாக தெரியவில்லை.. எழுந்திருந்து அந்த அறையின் கிட்டே சென்றான்.

அதற்குள் பின்னாலிருந்து அருண் கூப்பிட்டு,

"அப்பா ரொம்ப நேரமா போன் பண்ணிட்டு இருந்தாரு.. பேசுனியா? " என்றான்.

"மறந்துட்டேன்.. நா போய் பேசிட்டு வர்றேன்.. " என்றபடி மருத்துவமனையிலிருந்து வெளியேறியவன், சற்று நடந்துபோய் மருத்துவமனை பக்கவாட்டில் இருந்த மரத்தடிக்கு சென்று இருக்கை ஒன்றில் அமர்ந்துகொண்டான்.

எப்போதும் போன் செய்தவுடன் அட்டர்ன் செய்பவர் சற்று தாமதத்தோடு எடுத்தார்,

"சொல்லுங்கப்பா.. என்ன விஷயம்..? "

"காலைல அத்தன போன் பண்ணேன் ஏன்டா எடுக்கல..? "

"தூங்கிட்டேன்... நைட் தூங்குறதுக்கு கொஞ்சம் லேட் ஆயிடுச்சி"

"அம்மா பேசனும்னு சொன்னா.. அதான் போன் பன்னேன்.. குடுக்குறேன் பேசு.. " என்றவன் ராதாவிடம் போனை கை மாற்றினார்.. பிறகு மீண்டும் ராமச்சந்திரன் பேச ஆரம்பித்தார்..

"அப்போறோம்.. ரெண்டுநாள் முன்னாடி ஏதோ சொல்ல வர்றத்துக்குள்ள நீ போன் கட் பண்ணிட்ட ஞாபகம் இருக்கா..? அது இந்த பியூன பத்திதான் சொல்ல வந்தேன்..? "

"பியூன பத்தியா என்ன..? "

"அவன் நடவடிக்க எதுவும் நார்மலா இல்ல... வித்தியாசமா பண்றான்...! " என்று ராமச்சந்திரன் சொல்ல அதிர்ந்தான்.

"எ.. என்னப்பா சொல்றீங்க என்ன பண்ணாரு அந்தாளு..? " என்று கேட்க அவனிடம் நடந்துகொண்ட சம்வத்தையே அவரும் எதிரொலித்தார்..

"செரி நாளைக்கு போன் பண்றேன்... அம்மாவ பாத்துக்கோங்க.. !" என்றவன் இணைப்பை துண்டித்தான்.

கனவு.. பிரம்மை.. காட்சிப்பிழை என்று நினைத்த ஒரு நிகழ்வு அவனை இத்தனை நாட்கள் முட்டாளாக மாற்றி அவனை குழப்பியிருக்கின்றது. கடுமையான கோவம் பியூன் ஆறுமுகத்தின் மீது வந்துகொண்டிருந்தது..
படபடப்பாக இருந்தவன் போனை நோண்டிக்கொண்டே இருந்தான்... வாட்ஸாப்பில் ஜோசப்பின் ரிப்லே மெசேஜ் வந்திருந்தது.. யோசிக்காமல் ஜோசப்பிற்கு போன் செய்தான்..
ஒருசில ரிங்கில் ஜோசப் அட்டர்ன் செய்ய. அவனுடன் பேச தொடங்கினான்..

"சொல்லுடா சுபாஷ்.. என்ன விஷயம்? " என்று ஜோசப் கேட்க, தர்மனை பற்றியும் தனக்கு நடக்கவிருந்த விபத்துகள் குறித்தும் விவரித்தவன் மேலும் தொடர்ந்தான்..

"ஒரு சின்ன உதவி.. ஈவ்னிங் டைம்ல ஹாஸ்டலுக்கு போ, கொஞ்ச நேரம் வெயிட் பண்ணு.. ஹாஸ்டல் பியூன் வருவாரு தெரியும்ல.. அவர்கிட்ட கொஞ்சம் பேச்சி குடு.. எதாச்சோம் வித்யாசமா அவர் பண்றது இருக்கான்னு பாரு.. அடுத்தநாள் எனக்கு கால் பண்ணு செரியா..? "

"அவர்மேல எதாச்சோம் சந்தேகமா..?ஏன்னா அவர பத்தி எனக்கு கொஞ்சம் தெரியும்.. வீட்ல ரெண்டு பசங்க வேற இருக்காங்க.. தப்பு பண்ண யோசிப்பாரு.. அதான் பாக்குறேன் "

"அவரும் ஒருவகையில இதுல சம்மந்தப்பட்ருக்காரான்னு பாக்கனும் அவ்லோதான்.. எனக்கும் தெரியும் அவருக்கு கொழந்தைங்க இருக்க

விஷயம்.. ஒருவகையில இந்த பிரச்சன முடிய காரணம் கூட அவர்தான்னு சொல்லலாம்.. "

"அப்போ செரி இன்னைக்கே போறேன்.. வேலகூட இன்னு ரெண்டு நாளைக்கு இல்ல..! சோ உனக்கு எந்த விதத்துலயாச்சோம் நான் உதவி பண்ணணும்" என்றவன் சட்டென்று நினைவு வந்தவனாய்..

"டிசம்பர் இருபத்தி நாலாந்தேதி கிறிஸ்மஸ் முன்னாடி நம்ம ஸ்கூல்ல ஆனுவல் டே ஃபங்கஷனாம்.. போன வாரத்துல சர்ச்சிக்கு போனப்போ நம்ம ஸ்கூல் ஹெட்மாஸ்டர் தாமஸ் ஏங்கிட்ட சொன்னாரு.. அட்லீஸ்ட் இந்த முறயாச்சோம் போய் அட்டன்ட் பண்ணலாம்டா.. உன்னோட நம்பர கூட தாமஸ் சார்கிட்ட குடுத்திருக்கேன்.. எப்ப வேணாலும் போன் பண்ணுவாரு பாத்துக்கோ..? " என்றவன்..

"அந்த கனவ பத்தி எதுவுமே சொல்லயே.. அதப்பத்தி சொல்லு? " என்றான். தொடர்ந்து மூன்று முறை வந்த இரவு கனவை சொல்லி முடிக்க..

"அந்த கனவுல முக்கியமா தெரிஞ்ச விஷயங்கள சொல்லு" என்று கேட்டான் ஜோசப்.

"தழும்பு.. மோதிரம்.. தழும்பு ஏதோ அடிப்பட்டு தையல் போட்டமாதிரி இருந்திச்சி.. அப்போறோம் அந்த மோதிரம் ஒரு கோல்டுல செஞ்சது. மோதிரத்தோட நடுவுல பச்ச கலர் ரத்தினக்கல் இருந்திச்சி..! "

"இது மட்டுந்தான் வந்திச்சா..? " என்றதற்கு "ஆமாம் " என்ற பதில் வந்தது.

"இது மட்டும் வருதுன்னா அப்போ.. அந்த குறிப்பிட்ட பொருள்தான் நிகழ்காலம் நமக்கு தர துருப்பு.. அத எங்க யார்கிட்டன்னு கண்டுபுடிச்சா ஏதோ.. எங்கயோ நடக்கபோற தற்கொலய நாம தடுத்து நிறுத்தலாம்.. புரியுதா? "

"புரியுது... ஆனா இதல்லாம் யாரு எனக்கு கனவா காட்றது.. ?"

"அது உனக்கு மட்டுமே தெரிஞ்ச ஒன்னு.. ஏன்னா.. அந்த நடக்கபோற தற்கொலைக்கும் உனக்கும் ஒருவகையில சம்மந்தபடலாம்.. ஆனா கண்டிப்பா இதுக்கும் அந்த ரெண்டு பேரு தற்கொலைக்கும் சம்மந்தம் இல்ல....!"

"ஏன்டா அப்டி சொல்ற ஒருவேல நடந்த விஷயம் கூட கனவா வந்திருக்கலாம்ல..?"என்று குழப்பமாக சுபாஷ் கேட்க

"இல்ல மச்சி.. நடந்த விஷயத்துல இவ்ளோ விஷயங்கள் வராது.. அதுவும் அந்த மோதிரம்.. தழும்பு.. இது ஏதோ வேற ஒரு நடக்கபோறது.! " என்று திகிலாக முடித்தவன் சுபாஷின் அமைதியை நினைத்து..

லேசாக சிரித்தபடி "வெகு சீக்கிரத்தில் சரியாகும்.. இந்த லேசான உபத்திரவம்! " என்று சொல்லிவிட்டு இணைப்பை துண்டித்தான்.

மருத்துவமனையின் முகப்பில் அருண் நின்றுகொண்டிருந்தான்.. அவனை நோக்கி கையசைக்க இருக்கையில் வந்து அமர்ந்துகொண்டான். பேரமைதியை கலைத்தபடி அருண் பேச தொடங்கினான்..

"சுபாஷ்.. என்னைக்காச்சோம் யோசிச்சிருக்கியா.. சம்மந்தம் இல்லாம அரியநாச்சி ஏன் உன்னோட கனவுல வரனும்னு..? "

"அதுக்குதான் நமக்கு ஆன்சர் கெடச்சிருச்சே.. இந்த கனவுகள் ராஜேஷோட கொலைய கண்டுபுடிக்கிறதுல மட்டும் நிக்கல.. பிரியாவ காப்பாத்தவும் சேத்துதான் என்னோட கனவுகள் தொடருது."

அருணின் மொபைலில் ஒரு அழைப்பு. அதை எடுத்துக்கொண்டு தூரம் போனவன் பேசியபடி இருக்க.. யாரோ சுபாஷை சீண்ட வேகமாக திரும்பினான்.. எதிரில் வயதான தோற்றத்தில் யாசகம் கேட்டு பாவமாக நின்றார் ஒரு மூதாட்டி.

சற்று மனஸ்தாபப்பட்டவன் பாக்கெட்டில் இருந்து பத்து ரூபாயை எடுத்து அதன் கையில் கொடுக்க.. இரு கை கூப்பியவள் பதில் எதுவும் சொல்லாமல் மருத்துவமனை வளாகத்தை விட்டு வெளியேறியபடி மீண்டும் ஒருகணம் சுபாஷை பார்த்தாள். அமர்ந்திருந்த இடத்தில் இருந்து அவனது நோட்டை எடுக்காமலேயே, அருண் வந்ததும் அங்கிருந்து மருத்துவமனைக்குள் செல்ல தொடங்கினான்..

மூர்த்தி படுக்கையிலிருந்து எழுந்து உட்கார்ந்திருந்தான்.. மெலிதான புன்னகை அவனிடமிருந்த தென்பட அவனை நெருங்கிய சுபாஷ்.. " பிரச்சன இல்லையாம் மூர்த்தி.. ஈவ்னிங் ராஜேஷ் வருவான் அதுவரைக்கும் ரெஸ்ட் எடு.. நாங்க கெளம்புறோம்.. " என்று சொல்ல அவனும் தலையசைத்தான்...

அங்கிருந்து இருவரும் வெளியேறி மருத்துவமனை வளாகத்தை தாண்ட.. கருப்பு தொப்பி அணிந்த ஒருவனை பார்த்து ஏதோ நினைவு வந்தவனாய்,

"டேய்.. வரும்போது எடுத்துட்டு வந்தியே உன்னோட நோட் எங்க ?" என்றான் அருண்.

"அய்யய்யோ.. மறந்து உள்ளயே வச்சிட்டேன்டா.. இரு எடுத்துட்டு வரேன்.." என்று சொல்லிவிட்டு ஒரே ஓட்டமாக உள்ளே நுழைய அதிர்ச்சி காத்திருந்தது..

ஒரு கையில் பாதி தின்ற ரொட்டியையும் மறுகையில் சுபாஷின் நோட்டை திருப்பியபடி ஒரு உருவம். முகத்தில் கிடந்த பல காயங்கள்.. அது கைகளிலும் கால்களிலும் தொடர்ந்திருந்தது. கிழிந்து கிடந்த சட்டை.. அழுக்கு நிரம்பிய கேவலமான வேட்டியை அது அணிந்திருந்தது.. ஏகமாக அவனில் பறந்துகொண்டிருந்த பூச்சிகள்.. சிக்கு பிடித்த நீண்ட தலைமுடியும் தாடியும்.. அழுக்கான அந்த கேவலமான உருவம் ஏற்கனவே அவனுக்கு பரிட்சையப்பட்ட உருவம் தான்.. வாயில் வழிந்துகொண்டிருந்த எச்சிலை நோட்டை திருப்பிய கைகளாலேயே துடைத்த அது நேராக சுபாஷை பார்த்தது.. பின் கறையான பற்களை காட்டி சிரிக்க ஆரம்பித்தது. நகரத்தில் தென்பட்ட அதே பைத்தியக்காரன்தான் அவன்.

அவனை பார்த்து சிரித்த அந்த உருவம் ஒரு கையில் வைத்திருந்த அந்த பண்டத்தை சுபாஷிடம் நீட்ட
"இந்த பைத்தியம் எப்புடி ஹாஸ்பிட்டல்குள்ள வந்தான்.. யாரு இவன்" என்று சொல்லிக்கொண்டு முகம் சுலித்தபடி வேகமாக அதன் கிட்டே சென்று..

"ஏய்.. நோட்ட குடு..? " என்றான்..
குழப்பமான பார்வையை வீசிய அந்த பைத்தியகாரன்.. மேலும் கீழும் பார்த்துவிட்டு பின்பு அவனது நோட்டை பார்த்தான்..

"ப்ச்.. பைத்தியம்.. நோட்ட குடு.. !" என்று மீண்டும் கோவமாக கேட்க... நோட்டை கையில் எடுத்த அந்த உருவம் திருப்பி திருப்பி பார்த்துவிட்டு மீண்டும் சுபாஷை பார்த்தது..

கோவம் தலைக்கேறியவன்.. "சொன்னா புரியாதா..? " என்று சொல்லிக்கொண்டு அதன் கையிலிருந்த அந்த நோட்டை பிடுங்க பார்த்தான்.. உட்கார்ந்திருந்த அந்த பைத்தியக்காரன் விருட்டென்று எழுந்து அவன் கைகளை தட்டிவிட்டான்.. சுற்றி வேடிக்கை பார்ப்பவர்கள் எண்ணிக்கை அதிகமானது.

பொருமை இழந்த சுபாஷ்.. அவனிடமிருந்து நோட்டை பிடுங்க முயற்சித்தும் ஏமாற்றம் தான். ஓங்கிய கைகளை தட்டிவிட்டுவிட்டு

வேகமாக ஓடினான்.. உச்சிக்கொட்டிய சுபாஷ் கோவமாகவும் மூர்கமாகவும் அதனை பிடிக்க துரத்த ஆரம்பித்தான்..

ஒருசில நொடிகளில் முகப்பை அடைந்த அந்த உருவம் மூச்சு விட தொடங்கியிருந்தது.. சற்று வெளியே சுபாஷிற்காக காத்துக்கொண்டிருந்த அருண் குழப்பமாக அந்த பைத்தியத்தை பார்த்தான். சில கணங்களில் அவனுக்கு தென்பட்ட சுபாஷ் வராண்டா உள் இருந்து..

"அருண் அவன புடிடா.. அந்த நோட்ட எடுத்துட்டு ஓட்றான்பாரு.. அவன விட்ராத.. " என்று கத்தினான்.

மூச்சு வாங்கிய அந்த பைத்தியக்காரன் அரண்டு போய் பின்னால் பார்த்தான் சுபாஷ் மூர்கமாக நின்றுகொண்டிருந்தான்.. அப்படியே பதட்டமாக முன்னால் திரும்பி பார்த்தான்.. அருணை கடந்து அங்கிருந்து நழுவி ஓடப்பார்க்க அவன் கைகளில் சிக்கிய சுபாஷின் நோட்டை இழுத்த அருணை வேகமாக உதறி தள்ளிவிட்டு மீண்டும் ஓட ஆரம்பித்தான்...
எதிரில் யாரோ ஒருவர் வந்துகொண்டிருக்க நேராக அவரை மோதிய அந்த பைத்தியக்காரன் நிலை தடுமாறி கீழே விழ, குழுமிய கூட்டம் பைத்தியகாரனை பலமாக தாக்கி துரத்திவிட்டது. அருண் வேகமாக முயன்று அதன் கையிலிருந்த அந்த நோட்டை இழுத்து பிடுங்கிக்கொண்டான்.. கண நேரத்தில் அடிவாங்கிக்கொண்டு ஓடி மறைந்தான் அந்த பைத்தியக்காரன்.

உச்சிவெயில் மண்டையை பிளந்தது..

"அருண்.. பிச்சகாரன் ஒருத்தன நான் தொரத்துறமாதிரி கனவு வந்திச்சின்னு சொன்னேன்ல.. அந்த கனவு இதான்னு நெனைக்கிறேன்டா..! " என்றான் ஆச்சரியமாக.

"அவன்மேல ஒரு பெரிய மேகம் வந்து விழுற மாதிரியும் கனவு கண்டன்னு சொன்ன.. ஆனா மேகம் எதுமே வர்லயே?" என்றபடி வானத்தை பார்த்தான் அருண். தெளிவான வானத்தில் திட்டு திட்டாக கிடந்த வெண் மேகங்கள்.

"டேய்.. இங்க மேகம்ன்றது ஒரு ரெஃபரன்ஸ் அதுக்கு பதிலா நம்மளுக்கு உதவுறமாதிரி ஒரு ஆள் வரனும்" என்று ஏமாற்றமாக மீண்டும் வானத்தை ஏறிட்டவன் வழக்கம்போல நடக்க ஆரம்பித்தான்..

இருட்டான சப்வேக்குள் இருவரும் நடந்துகொண்டிருக்க, ஒரு புதிய எண்ணிலிருந்து அழைப்பு.. குழப்பமாக அதை அட்டன் செய்தவன் பேச தொடங்கினான்.

"உன்னோட உயிருக்கு கூடிய சீக்கிரத்துல ஒரு ஆபத்து வரப்போகுது. ஜாக்கிரத.. ஜாக்கியதயா இருந்துக்கோ..!" என்ற அந்த கனமான ஆண் குரல் தொடர்பை துண்டித்துக்கொள்ள திடுக்கிட்டவன் மீண்டும் அந்த எண்ணிற்கு போன் செய்தான்.. 'ஸ்விச் ஆஃப்.." என்று பதில் வந்தது. இதயத்தின் ஓட்டம் அதிகரிக்க.. அருணின் கேள்விகளை செவியில் ஏற்றாமல் மீண்டும் அந்த எண்ணிற்கு தொடர்பு கொண்டான்.. மீண்டும் அதே பதில். பரபரப்பும் பயமும் குறையாமல் அருணை பார்த்தவன் நடந்தவற்றை கூற..

"மறுபடியுமா.. அதுவும் நேரடியாவே சொல்லிட்டானா.. ஆம்பள கொரல் தான..?" என்று கேட்டுக்கொண்டிருக்கும்போதே,
அவர்களை பின் தொர்ந்து வந்த அந்த உருவம் சுபாஷின் இடது கையிலிருந்த கனவு நோட்டை பிடுங்கிக்கொண்டு வேகமாக ஓட ஆரம்பித்தது.. ஏற்கனவே பதட்டத்தில் இருந்தவன் இப்போது பயந்துபோய் கீழே அமர்ந்துகொள்ள தடுமாறி நின்ற அருண் நோட்டை மீண்டும் பிடுங்கிக்கொண்டு ஓடிய அந்த பைத்தியகாரனை துரத்தினான்..

வாயில் அடிப்பட்டு ரத்தம் தோய்ந்து நிலையில் சுபாஷை அந்த பைத்தியக்காரன் திரும்பிப்பார்த்து மெதுவாக சிரித்தான். இருக்கின்ற பிரச்சனைகளையே சமாலிக்க முடியாமல் இருக்க இந்த பைத்தியக்காரன் சம்மந்தமே இல்லாமல் கதைக்குள் புகுந்து கலவரம் செய்வது எதற்கு என நினைத்தவன் ஒரு நீண்ட பெருமூச்சு விட்டுக்கொண்டு அருணை கடந்து வேகமாக ஓடினான். இருட்டான அந்த சப்வே முடிவுக்கு வர வெளிச்சம் உதித்தது.. சப்வே தாண்டிய சிறு தூரத்தில் அந்த பாதை இரண்டாத பிரிய வலதுபுறத்தில் பிரியும் பாதை சற்று ஆபத்தாக இருந்தது. பக்கவாட்டில் இருந்து வரும் வாகனங்கள் எதுவும் தெளிவாக தெரியாது. மதி மழுங்கிய அந்த பைத்தியக்காரன் வேகமாக ஓடி திருப்பத்தில் திரும்ப.. ஒரு வெள்ளை நிற காரில் எதிர்பட்டு தூக்கி வீசப்பட்டான். வாயிலும் தலையிலும் பலமாக அடிபட்டு இரத்தம் வந்துகொண்டிருக்க, அதிர்ச்சியான சுபாஷ் சட்டென்று நின்றான்.. விபத்து ஏற்படுத்திய காரிலிருந்து இறங்கிய ட்ரைவர் அந்த பைத்தியகாரனிடம் சென்று பார்த்துவிட்டு உடனே காரை நோக்கி ஓடினான்.. ஒருசில நொடிகளில் காரிலிருந்து இறங்கிய ஒருவர் வேகமாக அடிபட்டு கிடந்தவனை நெருங்கினார். வெள்ளை நிற கோர்டும்.. கைகளில் இருந்த ஸ்டெதஸ்கோப்பும் அவர் டாக்டர் என்பதை உறுதிபடுத்தியது..

சுபாஷிற்கு அதிர்ச்சி கலந்த ஆச்சரியம்.. வேகமாக காரின் முகப்பு கண்ணாடியை பார்த்தான்.. டாக்டர் முத்திரை போட்டிருந்தது.. மீண்டும் அவரை சற்று உன்னிப்பாக பார்க்க தனக்கு ட்ரீட்மெண்ட் குடுத்த உளவியல் மருத்துவர் புருஷோத்தமன்!

அதிர்ந்தவன் அப்படியே அந்த இடத்தில் நின்றிருக்க அவனை நெருங்கிய அருணும். பதட்டமாக அவனின் கையை பிடித்தான்.. அடிபட்டவனை குழுமிய அந்த இருவரும் ஏதோ பேசிக்கொண்டிருக்க.. பின் ஓரத்தில் நோட்டமிட்ட அருணையும் சுபாஷையும் பார்த்தனர்.. கிட்டே வருமாறு சைகை காட்ட வேகமாக இருவரும் அந்த இடத்தை சூழ்ந்துகொண்டனர்..

"சுபாஷ்.. நீ இங்க என்னபண்ற..? " என்றார் புருஷோத்தமன்.

"அது... நாங்க இங்கதான் டாக்டர் ஒர்க் பன்றோம்..!" என்று தயக்கத்தோடு அவனும் சொல்ல.

"செரி செரி.. அப்போறோம் பேசிக்கலாம்.. இன்னும் உயிரு இருக்கு இவருக்கு.. கொஞ்சம் ரெண்டு பேரும் தூக்குங்க பக்கத்துலதான் கவர்மென்ட் ஹாஸ்பிட்டல் இருக்கு அட்மிட் பண்ணிடலாம்..! " என்றார் மிகவும் பதட்டமாக.. இரத்தம் தோய்ந்து அந்த உடலை தூக்கி காரில் போட்டுக்கொண்டு மீண்டும் மருத்துவமனை நோக்கி விரைந்தனர்.. அறைகுறையாக கண்களை திறந்த பைத்தியகாரன்.. அருகில் இருந்த சுபாஷை கண்டு மீண்டும் சிரித்தான்.. தலையிலிருந்து ரத்தம் முகத்தில் வடிந்து கிடந்தது... குழப்பமாக அவனை பார்த்த சுபாஷ் பின் அவன் கைகளை பார்த்தான்.. இருக்கமாக பற்றியிருந்த அவனின் நோட்டு!

இரத்தமயமாய் இருந்த அந்த நோட்டை அவன் கைகளிலிருந்து பிடுங்கியவன் முன்னால் இருந்தவர்கள் பார்பதற்குள் தனது பாக்கெட்டில் மடித்து வைத்துக்கொண்டான்.. தடிமனான அட்டையாக இல்லாததால் அதை பதுக்குவது சுலபமாக இருந்தது.
அறைகுறையாக திறந்திருந்த கண்களும் முழுவதுமாக மூடிக்கொள்ள கார் வேகமாக மருத்துவமனை அடைந்தது..
கனநேரத்தில் அடிபட்டவனை மருத்துவமனைக்கு உள்ளே எடுத்துச்செல்ல.

"டாக்டர்.. எங்களுக்கு மதியான சிப்ட் இருக்கு நாங்க கெளம்புறோம்.. " என்றான் சுபாஷ்.

சற்று யோசித்தவர்.. "ஹிம் செரி.. நான் நாளைக்கும் இங்கதான் இருப்பேன்.. இந்த ஹாஸ்பிட்டல்ல கொஞ்சம் வேல இருக்கு நாளைக்கு பாக்கலாம் போய்ட்டு வாங்க.. இன்னோரு விஷயம்.. ரூமுக்கு போன ஒடனே குளிச்சிட்டு கெளம்புங்க.. " என்று சொன்னவர் வேகமாக ஹாஸ்பிட்டலுக்குள் நுழைந்துகொண்டார்.

உணவு இடைவேளையில் சுபாஷை நெருங்கியவன்.. "கவனிச்சியா.. கனவு பலிச்சிடுச்சி..? மேகம்னா ஒரு மனுஷனோட ரெஃபரன்ஸ்னு சொன்னல்ல.. அந்த மனுஷன் அந்த டாக்டர்தான்.. அவம்மேல விழுந்தது அந்த வெள்ள மேகத்துக்கு பதிலா அந்த வெள்ள காரு.." என்றான்.

"ஆனா இன்னோன்னு கவனிச்சியா, நைட்ல வர கனவுதான் கெட்ட விஷயமா வரும்.. பகல் கனவு நல்லது நடக்கப்போகுதுன்னு சொன்ன.. உயிர் போற மாதிரி ஒரு ஆக்சிடன்ட் தான் ஆயிருக்கு.. இதுல நல்லது என்ன இருக்கு..? " என்று அருண் கேட்க,

"அது அந்த மேகத்துக்குத்தான் தெரியும்" என்று சொல்லிக்கொண்டான். வேகமாக சாப்பாட்டுவிட்டு நடக்க ஆரம்பித்தனர்.. வானத்தின் கருமையை போக்க அறை நிலவு ஒளி கொடுத்தாலும்.. ஆங்காங்கு சிதறி கிடந்த நட்சத்திரங்கள் மட்டுமே அவன் கண்களை குளிர்ச்சியூட்டின.. நட்சத்திரத்தை பார்க்க ரிப்போர்டர் நேகா ஞாபகம் வர அவள் சொன்ன ஒரு முக்கிய வசனம் மனதில் கண நேரத்தில் நினைவுக்கு வந்தது.

"டோன்ட் ஜட்ஜ் அ புக் பை இட்ஸ் கவர்.. "

ஒரு புத்தகத்தின் முகப்பை வைத்து யாரையும் எடைபோடக்கூடாது.. அது எல்லாவற்றிற்கும் பொருந்தும் என்பதே அதன் பொருள்.. அதன் வார்த்தைகள் அவனின் மனதிற்குள் சென்று குடைய ஆரம்பித்தது.. அதன் பிரதிபலன்.. "அந்த பைத்தியகாரன்.. நமக்கு என்ன வேணும்.. எதுக்கு என்ன பாத்து அந்தமாதிரி சிரிக்கனும்.. எதுக்கு நம்ம நோட்ட வாங்கிட்டு ஓடனும்.. ஒருவேள அவனும் நடக்குற விஷயங்கள்ள ஒரு துருப்பா இருப்பானோ.. நம்மளோட கணிப்பு தப்பா இருக்குமோ?" என்றபடி யோசிக்க ஆரம்பித்தது..

"ஹிம்.. யோசிக்க ஆரம்பிச்சிடியா.. சும்மா வர நேரத்துலக்கூட அப்பிடி என்னதான் யோசிப்ப..? " என்று அருண் கேட்க.. அவனை நோக்கி தன் பார்வையை திருப்பிய சுபாஷ்,

"மச்சி கொஞ்சம் யோசிச்சி பாரு.. அவ்வளோ அடி வாங்கி வாய்லயும் மூக்குலயும் ரத்தத்தோட ஓடுன ஒருத்தன் மறுபடியும் ஏன் ஏன்கிட்ட வந்து அந்த நோட்ட புடுங்கிட்டு ஓடனும். என்ன காரணமா இருக்கும்..? " என்றான்.

சாதாரணமாக முகத்தை வைத்திருந்த அருண் சோர்வான முகத்துடன் யோசித்து பின் "ஏன்னா அவன் ஒரு பைத்தியம்.. வேணுண்றது கெடைக்க

அழுவுற ஒரு கொழந்த.. கொழந்தைக்கு வலி தெரியும்.. அவனுக்கு தெரியல அவ்ளோதான்..! " என்றான்.

"இந்த பைத்தியம்ன்ற கான்செப்ட் இல்லன்னா.. இதுல கண்டிப்பா ஒரு மோடிவ் இருக்குன்னு எடுத்துக்குலாம்ல..! "

"ஆமா.. கண்டிப்பா. இல்லாட்டி.. இதெல்லாம் சூழ்நிலை உனக்காக உருவாக்கி தர்றதா கூட இருக்கலாம்.. ஒரு விஷயம் நடக்க போகுதுன்னு உனக்கு தெரியும்.. அது எப்புடி நடக்கபோகுதுன்னு தெரிஞ்சதாலதான நீ இந்தமாதிரி லாஜிக்லாம் பாக்குற.. இதுவே இந்த எந்த விஷயமும் உனக்கு தெரியலனா.. இத ஒரு ஜஸ்ட் ஆக்சிடன்ட்டுன்னு தான எடுத்துக்குவ..

..இன்னோன்னு சொல்றேன் பாரு.
இந்த ஆக்சிடன் இல்லனா இந்தமாதிரி ஒரு நிகழ்வு நடக்கபோகுதுன்னு தெரிஞ்சதாலதான் நாம ரெண்டு பேரும் அவ்ளோ பெரிய ஆக்சிடன்ட பாத்தும் எந்தவித பதட்டமோ பரபரப்போ இல்லாம பேசிட்டு இருக்கோம்.. நாம நார்மலான மைன்ட்செட்ல இருந்தா.. இன்னேரத்துக்கு ஐய்யயோ.. அவன தொறத்திட்டு போனதாலதான் அவன் ஆக்சிடன்ட்ல மாட்டுனான்னு ஒரே கில்டியா இருந்திருப்போம்.. " என்று அருண் முடிக்க அதற்குமேல் வாய் திறக்காமல் யூனிட்டை அடைந்தான் சுபாஷ்.

வெளியில் பொழிந்துகொண்டிருந்த பனி வழக்கமாக தடுப்பு கண்ணாடி சுவர்களில் பட்டு வடிந்தது.. அதனை தாண்டி இருட்டில் மிளிர்ந்த சோலார் மின்விளக்குகளை பார்த்தான்.. நெடுநேரம் நன்றாக எரிந்துகொண்டிருந்த அது திடீரென்று விட்டு விட்டு எரியத்தொடங்க நிம்மதியாக இருந்த அவனின் மனநிலையை அது மீண்டும் பதற வைத்தது.. சில நொடிகள் அதன் விக்கல்கள் தொடர பின் சீரானது.. காரணத்தையும் எதார்த்தத்தையும் மறந்து எரிந்துகொண்டிருந்த மின்விளக்கை முறைத்தவன் பின்னர் தனது வேலையை தொடர்ந்தான்.

எந்த ஒரு நிகழ்வும் குறிப்பிட்டு நடத்தபடுவதில்லை... அதேபோல நடக்கும் எந்த நிகழ்வும் அர்த்தமற்றதில்லை.. ஏதோ ஒரு தொடக்கத்தின் புள்ளியாகவும் அல்லது ஒரு முடிவின் காரணமாகவும் அமையும்..
குழப்பங்களுக்கு தீர்வை விட குழப்பத்திற்கான ஞாபகங்களை குறைத்துக்கொள்ளுதல் அதன் தலைவலியிலிருந்து மீள்வதற்கு ஒரு குறுகிய வழி... பிரச்சினை குறையாமல் இருந்தாலும் அதை எதிர்கொள்வதற்கான பொருமை முதலில் வேண்டும்.. அதற்கு குழப்பமில்லாத மனநிலை வேண்டும்.. தொடர்ந்து படிப்படியாக துரத்தும்

நினைவுகளும் கனவுகளும்.. ஆயிரத்தில் ஒருவனாகவும் அல்லது லட்சத்தில் ஒருவனாகவும் இருப்பது எவ்வளவு கடிதான ஒன்று..

நினைவுகள் ஒரு அரக்கன் அது எந்தவகை நினைவாக இருந்தாலும் செரி மண்ணில் ஊறிய ஒரு கறையானை போல மகிழ்ச்சியான நினைவுகளை மீண்டும் நினைப்பூட்டி இனிமேல் அதை பார்க்கபோவதில்லையே என்றும்.. மறக்க விரும்பும் கசப்பான நினைவுகளை தோண்டி.. இந்த வாழ்க்கை எத்தனை சுயநலமானது என்று மன அழுத்தத்தையும் மண்ணை திண்பது போல மனதை திண்றுவிடும்.

கடுமையான பனிப்பொழிவு சற்று காட்டலான குளிர்காற்றை பரிசாக அளித்துக்கொண்டிருந்தது.. தெருவிளக்குகள் வெளிச்சம் சற்று ஒளி மழுங்கியே காணப்பட்டது.. கைகளை இருக்க கட்டியவாரே மூவரும் ரூமிற்கு சென்றுகொண்டிருக்க.. முதலில் கௌதம் ஆரம்பித்தான் மிகவும் மெதுவாக..

"என்ன குடோஸ்.. மூர்த்தி ரூம்க்கு வந்திருப்பானா.. பயங்கரமா குளுருது.. மறுபடியும் காய்ச்சல் வர வாய்ப்பிருக்கா..? "

"தெரியல.. ஆனா கண்டிப்பா கஷ்டம்தான்.. வீட்டுக்கு போய்ட்டா பெட்டர்னு தோணுது.. சுபாஷ் கௌதமுக்கு உன்னோட அந்த மிச்ச லவ் ஸ்டோரிய சொல்லு " என்றான் அருண்.

ஏற்கனவே ஒரு கொலை மிரட்டல் அழைப்பு. பைத்தியகாரன் ஒருவனை விபத்தில் மாட்டிவிட்ட பயத்தில் இருந்தவன் மனதிற்குள் புழுங்கி கொண்டிருக்க கூட வந்த இருவரும் சந்தோஷ கூப்பாடு போட்டுக்கொண்டு இருந்தனர்.. அருணை நோக்கி முறைக்கும் தொணியில் ஒரு பார்வையை வீசினான்..

ஆழியென போய்க்கொண்டிருந்த ஊதக்காற்றில் சிறு சிறு சாரல் போல பனி கறைந்து காற்றானது.. மங்கிய தெருவிளக்குகள் காரணம் புரியாமல் திக்க ஆரம்பித்திருந்த சமயத்தில் மூவரும் தங்கும் அறை வந்து சேர்ந்திருந்தனர். பக்கத்து அறை அமைதியாக இருந்தது..

பிரகாசமாக இருந்த பகல் மீண்டும் தண்ணீரில் போட்ட கல்லை போல கலங்களானது.. அது அதிர்வலைகளை உருவாக்கி ஒரு நீண்ட கருமையாக இரவை கொடுக்க, அந்த இரவிலிருந்து ஒரு சத்தம். தானாக திறந்த கண்களுக்கு எதிரில் ஒரு உருவம்.. கைகள் உடைத்து பின்புறமாக ஏதோ ஒரு கோணத்தில் இருக்க முகத்தில் இருந்த என்னற்ற காயங்களிலிருந்து மீண்டும் புதிதாக வழிந்துகொண்டிருந்த இரத்தம்.. அடிபட்டு இரத்த

வெள்ளத்தில் இருந்த அதே பைத்தியக்காரன் முகத்தில் வடிந்த இரத்தத்தையும் பொருட்படுத்தாமல் அவனை நோக்கி வழக்கமான சிரிப்பை வெளிக்காட்டினான்.. தரை முழுக்க பரவிக்கிடந்த அந்த சிவப்பு பகுதி அவனுக்குள் குமட்டலை ஏற்படுத்தியது.

அந்த உருவம் பார்த்த கண்களில் கருணை இருந்தது.. சிரிப்பிலும் கூட அவன் எந்தவிதத்திலும் கெட்டவன் இல்லை.. என்பதையே அழுத்தப்படுத்தியது.. பகல் பொழுதில் அவனிடம் காட்டிய அந்த கடுமையான பேச்சுக்களும் அவனை நடத்திய விதமும் சுபாஷினுள் புகுந்து.. மீண்டும் " தான் ஒரு இரக்கமற்றவன்.. சுயநலவாதி..! " என்ற கோணத்தில் யோசிக்கவைத்தது.. எதிரில் சிரித்துக்கொண்டிருந்த அந்த உருவம் ஒருசில நொடிகள் கழித்து பார்வையிலிருந்து மறைய ஆரம்பிக்க கண்களை துவட்டி மீண்டும் பார்த்தான்... மெல்ல மெல்ல அந்த உருவம் மறைந்துகொண்டிருந்தது.. அவனை நோக்கிய அந்த உருவத்தின் கண்களும் சிரித்த அந்த முகமும் சுபாஷின் மனதில் ஆழமாக பதிய.. அவனை கேட்காமல் பெருக்கெடுத்த கண்ணீரின் காரணம் உணர்ந்தான். துளி வெளிச்சமும் இல்லாத ஒரு நிசப்தம்..

"டொக்.. டொக்.. டொக்... " என்று மீண்டும் அந்த சத்தம் ஒலித்தது.. மெதுவாக திரும்பினான்... பயத்தை ஒதுக்கிவிட்டு எழுந்து கதவை திறந்தான். காரிருளில் இரண்டு மனித தோற்றத்தில் உருவங்கள் நின்றுகொண்டிருக்க அதிர்ந்தவன் மேகமாக ரூமின் முகப்பு விளக்கை ஆன் செய்தான்.. அது எரியவில்லை.. பதட்டத்துடன் எதிரில் இருந்தவர்களை பார்த்து " யாரு.. என்ன வேணும்.? " என்றான்.

"நாங்கதான் பக்கத்து ரூம் ராஜேஷ், மூர்த்தி.. " என்று ஒரு குரல் அது எதிரில் இருந்தது பக்கத்து ரூம் ராஜேஷ் என உறுதி படுத்தியது.

"..இவனுக்கு மறுபடியும் காய்ச்சல்.. அதான் ஊருக்கு போகட்டுன்னு கூட போறேன் பஸ் ஏத்தி விட்டுட்டு வரேன் மத்த ரெண்டுபேர் கிட்டயும் சொல்லிடு! " என்றவன் மூர்த்தியை கூட்டிக்கொண்டு நடக்க ஆரம்பித்தான். சுபாஷ் நிமிர்ந்து தெரு விளக்குகளை பார்த்தான்.. அவை எப்போதும்போல ஒளி கொடுக்காமல் அனைந்திருந்தது. கண நேரத்தில் அந்த பனியில் இருவரும் காணாமல்போக குளிர்ச்சி தாங்காமல் மீண்டும் கதவை மூடியவன் படுக்கையை அடைந்தான்.

விடிந்தது..

"சுபாஷ் எழுந்திரிடா.. " என்ற ஒரு குரல், தூக்க கண்களை வற்புறுத்தி திறக்க எதிரில் கௌதம்.

ராஜேஷும் மூர்த்தியும் வாசலில் நின்றுகொண்டிருந்தனர் .. படக்கென்று எழுந்தவன் வேகமாக அவர்களை நோக்கி
"என்ன திரும்ப வந்திட்டீங்க பஸ் கெடைக்கலயா..? " என்றான்.

மூன்றுபேரும் ஒருவகையாக முழித்தபடி "இப்போதான் சுபாஷ் அவனுங்க ஊருக்கு கெளம்புறாங்க அவனுக்கு ஒடம்பு இன்னு செரியாகலயாம் அதான் ஊருக்கு கெளம்புறான்..! " என்றான் கௌதம்.

வெளியே விடிந்திருந்தது.. மீண்டும் இருவரையும் பார்க்க..
"போய்டு வரேன் சுபாஷ் ஒடம்பு செரியானதும்"என்றான் மூர்த்தி.. ராஜேஷிடம் எந்த பதிலும் வரவில்லை.
இருவரும் முன்னோக்கி நடக்க சற்று குழப்பத்தோடு பார்த்துக்கொண்டிருந்தான் சுபாஷ்.

காலை உணவை சாப்பிட்டுவிட்டு மீண்டும் தூக்கம் போட்டவனுக்கு விருட்டென்று மருத்துவமனை போகவேண்டும் என்ற நினைப்பு வந்து எழுந்தான். வேலைக்கு செல்வதற்கான நேரம் கூடியிருந்ததால் எதுவும் பேசிக்கொள்ளாமல் மூவரும் கம்பெனி நோக்கி நடக்க ஆரம்பித்தனர். பொழுது வேகமாக பகலை விரட்டிவிட்டு இருளை தமதாக்கியது.. பரவலாக பெய்த மாலை நேரத்து பனி யூனிட் முழுவதும் ஆக்கிரமித்திருந்தது.

எதுவும் இங்கு நிலையில்லை என்றாலும்.. மிகவும் பிடித்த அல்லது பரிட்சயபட்ட ஒருசில உறவுகளின் பிரிவு எவ்வளவு வேதனையாக இருக்கிறது!
வேலை பார்த்துக்கொண்டிருந்த சுபாஷ்.. அவ்வப்போது மதுமிதாவை நினைத்துக்கொண்டான். நினைவுகளையும் கஷ்டங்களையும் கூடுமானவறை குழுமியிருந்த அந்த இருட்டினில் மறைத்துவைத்தவன் தங்கும் அறை அடைந்து கண்களை மூடி தூங்கினான். அயர்ந்த தூக்கம்தான்.. ஆனால் தொடர்ந்து இல்லை.

ரிங்காரமிட்டு வந்த குளிர்காற்று அவன் கண்களை திறக்கச்செய்தது.. தெளிவான வானம்.. ஆனால் மேற்கூரை எதுவும் இல்லாமல் இருப்பதை கண்டவன் அதிர்ச்சியடைந்தான். மீண்டும் அடித்த குளிர் காற்றில் எழுந்து அமர்ந்தவன் அதிர்ந்தான்..

"எத்தன முற.. இன்னு எத்தன முற இந்த கனவு வரும்.. அதே எடத்துலயே. ஐயோ.. கடவுளே? " என்று கத்தியபடி விடுதியின் மொட்டை மாடியில் பழைய சுபாஷாய் நின்றுகொண்டு வானத்தை நோக்கி கத்தினான்.

அந்தகாரம் சூழந்த அந்த இருளைத்தான் அவன் அடிக்கடி பார்த்திருக்க வேண்டும்..
கண்கள் மூடினாலும் காரிருள்.. திறந்தாலும் அதே கொலைகார இருள்.. இல்லையென்றால் பரிட்சயபட்ட மூடுபனி. இரவினை முழுவதுமாக வெறுத்தான்.. குளிரையும் கூட. இது சமீபகாலத்து பிரச்சினைகள் தான் என அவனுக்கும் தெரியும்.. அறிவியல் ரீதியில் முறைப்படி தீர்வு காண முயன்றான் ஆனால் அது ஒரு படுதோல்வியான தீர்வு என்று பின்னர் அறிந்துகொண்டவன்.. ஆம், அமானுஷ்யம் உண்மைதான்.. என்று அதை நம்பி ஒரு சில மர்மங்களை கண்டறிந்து அந்த மர்மங்களுக்கு கிடைத்த பதில்களின் மர்மமான முடிவுகளை பார்த்து முடித்து.. தன்னை மையப்படுத்தி நடத்தப்படும் இந்த நோக்கத்திற்கு காரணங்களை மட்டும் தேடி ஓடிக்கொண்டிருந்த சமயம் அது..

விடுதியின் மொட்டைமாடி கனவு இதுவரை பலமுறை அவனுக்கு வந்ததுண்டு.. அடிக்கடி வருவதற்கும் ஏதேனும் காரணங்கள் உண்டு என்பதை வேதனையான, அதிர்ச்சியான ஒருசில நிகழ்வுகளுக்கு பின்னரே அவன் அதை உணர்ந்தான்.. நினைவு திரும்பிய முதல் நாள் கனவில் வந்தது ஏதோ ஒரு கருப்பு உருவமும் ஒரு அழுகிய வெள்ளை உருவமும் தான்.. அதைத்தாண்டி அந்த கனவில் இருந்த மறைந்திருந்த உண்மை.. ராஜேஷின் கொலையை மட்டும் கண்டறிய அந்த கனவு வரவில்லை.. இன்னும் சொல்லப்போனால் ராஜேஷ் கொலையை கண்டறிவதற்கே அந்த கனவு வரவில்லை.. முழு காரணம் அந்த வெள்ளை உருவம். ஆரம்பம் முதலே சுபாஷின் கனவுகளில் இடம்பிடித்த அந்த அமானுஷ்யத்தின் வேலைதான் இது எல்லாம்.. பிரியாவை காப்பாற்ற வந்திருக்கலாம், ஆனால் அதற்கு சுபாஷை தேர்ந்தெடுக்க காரணம் என்ன. இல்லையென்றால் இவையெல்லாம் வெறும் மனதில் உருவான குழப்பங்கள்தானா என நினைத்துக்கொண்டவன் கண்களை மூடிக்கொண்டான். இதிலும் ஏதேனும் ஒரு புதிய விவரத்தை யாரேனும் சொல்ல முயல்கிறார்களா.. யாராக இருந்தால் என்ன.. என்ன நடந்தால்தான் என்ன..
என்று கண்களை நன்கு திறந்துகொண்டு எழுந்தான். இன்னமும் எத்தனை காலத்திற்கு இது.

இத்தனை கொடுமைகளையும்.. பயத்தையும் வெளிக்காட்ட காரணமான இந்த விடுதியின் நினைவுகள் அவனை பலமாக இருக்கியிருந்தது.. நிமிர்ந்து நின்றவன் ஒரு நீண்ட பெருமூச்சை இழுத்து

விட்டான்.. திரும்பினான். இன்னும் சற்று நேரத்தில் எரியாத அந்த முகப்பு விளக்கு எரியப்போவதை அறிந்திருந்தான்.. எரிந்தது. ஆச்சரியம் என்னவென்றால் அவனுக்கு நேர் எதிரில் நிற்கும் கருப்பு துணி போர்த்திய உருவத்தை காணவில்லை.. வழக்கமற்றதுதான். சுற்று முற்றிலும் பார்த்தான்.. மாடியின் விளிம்பிற்கு சென்றான்.. எட்டி கீழே பார்க்க ஏற்கனவே அந்த கருப்பு உருவம் கீழே விழுந்து சிதறியிருந்தது. பதட்டப்படாமல் ஒரே இடத்தில் பார்க்க பின்னால் இருந்து ஒரு சத்தம்.. எதுவும் இருக்காது தான், இல்லையென்றால் கூட வழக்கமான அந்த கருப்பு உருவம் கணநேரத்தில் தன்னை கீழே தள்ளிவிட்டு விளையாடும்.. அதை எதற்கு பார்க்கவேண்டும் என்று நினைத்தவன் பார்வையை மாற்றாமல் கீழே சிதறிக்கிடந்த உருவத்தை பார்த்துக்கொண்டிருந்தான். பின்னால் கேட்ட அந்த சத்தம் அவனை நெருங்கி வருவது தெரிந்தது.

"பயமில்லாதமாறி இன்னும் எவ்வளவு நேரம் நடிக்கப்போற.." இதயத்தின் உள்ளிருந்து ஒரு குரல். இரத்தம் சூழ்ந்திருந்த விடுதியின் வராண்டாவில் அந்த இறந்த உருவத்தை நோக்கி ஒரு டார்ச் லைட் உருண்டு வர அதிர்ந்தான்.. பயமும் அதிகரிக்க சட்டென்று பின்னால் திரும்பி பார்த்தான்.. எந்த ஒரு உருவமும் அவன் கண்களுக்கு தெரியாததால் மீண்டும் திரும்பி கீழே பார்த்தான்.. இரத்தம் சூழ்ந்த அந்த இடத்திலிருந்த டார்ச்சை விடுதியிலிருந்து வெளியே வந்த ஒரு கை எடுத்தது.. இறந்துகிடந்த அந்த உருவத்தை பார்த்து அது ஏதோ பேசிக்கொண்டிருக்க ஒன்றும் புரியாமல் சுபாஷும் பார்த்துக்கொண்டிருந்தான்... இறந்துகிடந்த அந்த உருவம் திடீரென்று தன் உடைந்த கையை மேலே நீட்டி காண்பித்தது.. நின்றுகொண்டிருந்த அடையாளம் தெரியாத உருவமும் நடுக்கத்துடன் மேலே பார்த்தது.. அதிர்ச்சி.. அது பியூன் ஆறுமுகம்!

சமீபகால கனவுகளில் ஆக்கிரமிப்பு செய்துகொள்ளும் ஒரு மர்மமான சந்தேகவாதி பியூன்தான்.. குழம்பிப்போன சுபாஷ் அவரையே பார்க்க கீழே வராண்டாவில் இருந்து பார்த்துக்கொண்டிருந்த அவர் எதுவும் தெரியாதது போலவே காட்சியளித்தார்... பின்னர் கையிலிருந்த டார்ச் லைட்டை ஆன் செய்தவர் நிமிர்ந்து மேலே பார்த்தபடி அடிக்க சுதாரித்துக்கொண்ட சுபாஷ் பின்னிட்டு குனிந்துகொண்டான். இதயத்தின் படபடப்பு அதிகரித்தது. இந்த நிகழ்வு ஏற்கனவே ஒரு கனவாக வந்தது போன்ற உணர்வு.

மூச்சிவிட்டான்.. எங்கும் அமைதி.. நிம்மதி பெருமூச்சாக நினைத்தவன் பின்னால் இப்போதும் ஒரு சத்தம்.. இல்லை ஒரு அழுகுரல்.. இரண்டும் கலந்துதான்.
அது ஒரு வித்தியாசமான முனகல்.. அழுவல். சட்டென்று அது ஒருசில நாட்கள் முன் மதுமிதா போனில் இருந்து வந்த அதே அழுகுரல். திரும்பினான்.. மிக பொருமையாக.

திக்கிக்கொண்டிருந்த முகப்பு விளக்கு நினைத்தார்போலவும் முதல்நாள் கனவை போலவும் வெடித்து சிதற.. குழம்பிய மனநிலையிலும் கோவத்திலும் இருந்தவன் உடைந்து நொருங்கிய கண்ணாடி துகள்களிடமும் சில்லுகளிடமும் இருந்து தப்பிக்க பின்னிட்டு நகர்ந்து மாடி விளிம்பை பிடித்து நின்றான்.. பிடிப்புகளின் பக்கவாட்டு கம்பியில் ஒரு உருவம் தொங்கிக்கொண்டிருந்தது.

முகத்தை கீழே குனிந்தபடி அது இருக்க மனதிற்குள் இருந்த கொஞ்சநஞ்ச பொருமையையும் வெளியேற்றியபடி கோவமும் பயமும் ஒருசேர கண்களில் கண்ணீராய் வர வானத்தை நோக்கி கத்தியபடி கீழே கம்பியில் தொங்கியவனை பார்த்தான். தலையை தொங்கபோட்டிருந்த அந்த உருவம் கைகளை அவனை நோக்கி நீட்டியது..

நீட்டியபடிய இருந்த அந்த உருவத்தின் கைகளில் ஒரு வாட்ச்.. அதை உற்று நோக்கியவன் அதிர்ந்து போனான், கண்களிலிருந்து கண்ணீர் காரணமில்லாமல் வடிந்தது..
தொங்கியிருந்த தலை இப்போது மெதுவாக நிமிர ஆர்வமாக பார்த்தான் சுபாஷ்.. தன் முகத்தை முழுவதுமாக நிமிர்ந்து அது காட்ட.. பேரதிர்ச்சி..!

தலைக்கு பின்னால் பயங்கய வலியும் சேர்ந்துகொண்டது.. அந்த உருவமும் அவனது சாயலிலேயே இருக்க.. அது அவனை பார்த்து சிரித்தது.. கைகளை வேகமாக எட்டி அவனை பிடிப்பதற்குள் கம்பியை பற்றியிருந்த கையை விடுவித்துக்கொண்டு கீழே விழுந்தது அந்த உருவம்.. சிரித்த நிலையில்.

கத்திய சுபாஷ்.. கீழே விரைந்து அவனை பிடிக்க முயலவில்லை. பிளந்த வாயுடனும் அழுகும் கண்களுடனும் அவன் பார்க்க.. கீழே விழுந்த அந்த உருவம் தறையில் பொத்த்.. என்று விழுந்து சிதறியது. தலையில் இருந்து பெருக்கெடுத்த இரத்தம் தரைமுழுக்க மெதுவாக பரவ.. சிரித்த முகத்துடன் அவனது சாயலில் இருந்த அந்த உருவம் தன் உடைந்த கைகளை அவனை நோக்கி நீட்டியது.. கைகளில் அதே உடைந்த வாட்ச்!

பழக்கபட்ட ஒரு நிகழ்வு என்பதை மறந்தவன் தன்னை அறியாமல் கூனி குறுகி கதறி அழுதான். வாயிலிருந்து வார்த்தைகள் வரவில்லை.. வெறும் காற்றுதான். விரக்தியின் உச்சத்தில் இருந்தவனுக்கு பின்னால் மூன்றாவது முறையாக அதே சத்தம்.. அவனை நெருங்கிக்கொண்டிருந்தது..

பயம்.. இயலாமை.. கோவம்.. குற்ற உணர்வு.. அழுகை.. மூர்கம்.. என்று பலதரப்பட்ட உணர்ச்சிகள் ஒருசேர வர பற்களை கடித்துக்கொண்டு திரும்பினான்... ஒரு சிரிப்பு சத்தம்.. அது காற்றாக ஒளித்தது.. அதை தவிர

எதுவும் இல்லை.. மூச்சை வேகமாக உள் இழுத்துக்கொண்டு மெதுவாக திரும்பினான்.. மாடியின் பிடிப்பு சுவர்கள் மேல் ஏறியவன் கண்களை இருக்க மூடிக்கொண்டு கீழே குதித்தான்... வெகுநேரமாகியும் தரை வந்து சேர்ந்தபாடில்லை. கைகளையும் கால்களையும் நீட்டி காற்றில் அசைந்தான்.. ஆனால் மூடிய கண்களை திறக்கவில்லை.. தரையை நெருங்குவது போன்ற ஒரு எண்ணம் பிறக்க மூச்சுக்காற்றை வாரி வாரி இறைத்துக்கொண்டு.. கத்திக்கொண்டு சட்டென்று கண்களை திறந்தான்... எதிர்புற ஜன்னலுக்கு வெளியே கருநீல நிற வானம் பிறந்திருந்தது.. இதயத்தில் கைவைத்துப்பார்க்க கனவில் இருந்த அதே படபடப்பு இன்னமும்...!

தனக்கு வந்த மர்ம எண்ணின் விவரங்களை அறிய மிகுந்த ஆர்வமாயும் விபத்தான பைத்தியகாரனை பற்றி தெரிந்துகொள்ள தனது மனம் படபடத்துக்கொண்டதை அறிந்து அருணோடு கிளம்பினான்..

"ஒரு பத்து நிமிஷம் வெய்ட் பண்ணுங்க.. ?" என்ற கடைகாரர்.. போன் நம்பரை வாங்கிக்கொண்டு உள்ளே சென்றார்..

"ரெண்டு நாள் முன்னாடி ஜோசப் கால் பண்ணிருந்தான். நம்மள எல்லாரயும் ஸ்கூல் ஆனுவல் ஃபங்கஷனுக்கு கூப்பிட்டுருக்காங்கலாம்.. போன வருஷமே போகாம தட்டி கழிச்சிட்டோம்.. இந்த வருஷமாவது போலான்டான்னு சொன்னான். அதுக்கு ஒரு நாள் லீவ போட்டுட்டு போகவேண்டி இருக்கும்..! "

"ஓகோ.. நல்லது.. ஆனா உண்மையாவே எனக்கும் ஸ்கூல் பக்கம் போக ஆசையாத்தான் இருக்கு.. ஆமா யாரு அவன இன்வைட் பண்ணாவாம்..? "

"வேற யாரு.. உன்ன யூனிஃபார்ம் கறையில்லாம போடு.. டக் இன் பண்ணுன்னு சாவடிப்பாரே ஸ்கூல் ஹெட்மாஸ்டர் தாமஸ் அவருதான்.! " என்று சொல்லிவிட்டு சிரித்தான்.

"ஐயோ.. அவரா.. செரியான மிலிட்டரியாச்சே. இப்ப நெனச்சாக்கூட பயமா இருக்கு.. செரி எப்போ ஃபங்கஷனாம்.. நீ எப்போ லீவு போட்டுட்டு போகபோற..? "

"நான் மட்டுல்லாம் இல்ல.. நீயுந்தான் கூட வரப்போர.. வர்ற இருவத்தி நாளாந்தேதி.. மறந்துடாத..! " என்று முடிக்க வெளியேறிய செல்போன் கடைக்காரர்,

"போன் நம்பர் கொஞ்சநாளா ஆக்டிவ்ல இல்ல.. ஸ்விச் ஆஃப்ல இருக்கு. ஆனா இந்த நம்பர் கடைசியா இந்த டவுன்லதான் ஆக்டிவா இருந்திருக்கு. மத்தபடி எந்த தகவலும் கண்டுபுடிக்க முடியல.." என்றார்.

இருவரும் ஏமாற்றமாக அந்த இடம் விட்டு நகர்ந்து மருத்துவமனைக்கு சென்றுகொண்டிருந்தனர்...

தொடரும்...

பகுதி (6)

வானம் முழுக்க மர்மம்

வானத்தில் இருந்து ஒரு இடி சத்தம் பரவலாக எழும்ப இருவரும் திடுக்கிட்டு மேலே பார்த்தனர். வானத்தின் எல்லையில் அது ஏற்பட்டதுபோன்ற உணர்வு..

"அருண்.. அந்த நிகழ்வு உண்மையாவே திட்டமிடாத ஒரு நிகழ்ச்சி மாதிரி தெரியுதா..? " என்று அவனை நோக்கி புருவம் உயர்த்தினான் சுபாஷ்.

"அன்னைக்கு இடி விழுந்திச்சே அத சொல்றியா.. ஏற்கனவே பயத்துல இருக்கேன்.. அமைதியா வா" என்றான் அருண்.

"தொடர்பியல் பத்தி கொஞ்சம் நெட்ல படிச்சேன்.. கொஞ்சம் இன்ட்ரஸ்ட்டாவும் இருந்திச்சி. நட்சத்திரம்.. மேகம்.. சூரியன்... நிலா.. மின்னல், இது எல்லாமே என்ன பாலோ பண்றமாதிரி ஒரு ஃபீல்."

"அத அப்போறோம் பாக்கலாம்.. பிரியா பத்தி எதாச்சோ இன்ஃபார்மேஷன்..? "

"ப்ச் இல்ல.. எங்க இருக்கா என்ன பண்றா.. அவளோட தம்பிய பத்தின இன்ஃபார்மேஷன் கூட தெரியல. என்ன செய்யுறதுன்னு தெரியல " என்று சொல்லிக்கொண்டு மருத்துவமனையை நெருங்கினர். அவசர சிகிச்சை பிரிவை அடைந்தவர்களுக்கு அதிர்ச்சி.. சிகிச்சைக்கு அனுமதிக்கப்பட்டிருந்த மனநலம் பாதிக்கப்பட்டவர் உயிரிழந்துவிட்டதாக தகவல் கிடைத்தது.

முதுகுத்தண்டில் மின்சாரம் பாய்ந்த உணர்வு.. ஜிவ்வென்று அது உடல் முழுக்க பறவ தலையில் ஏதோ ஒரு பாரம் கூடிக்கொண்டு தன்னை ஆட்டுவது போன்று உணர்ந்தான்..

"செத்துட்டாரா.. யாரு என்னன்னு எதாச்சோ டீடெயில் தெரியுமா டாக்டர்.. எத்தன வயசு.. எந்த ஊரு எதாச்சோம்..?" என்று மெல்லிய குரலில் நடுக்கத்தோடு எதிரே இருந்த டாக்டரிடம் கேட்டான்.

"விவரம் எதுவும் தெரியல.. நாடோடியாதான் டவுனுக்குள்ள சுத்திட்டு இருந்திருக்காரு.. அடிக்கடி இந்த ஹாஸ்பிட்டல்க்கு கூட வருவாருன்னு சொன்னாங்க.. தெரிஞ்சவங்க யாரும் இல்ல.. எந்த ஊருன்னும் தெரியல அதனால அனாத பொணம்னு ரெக்காட்ல எழுதிகிட்டோம்..! ஹாஸ்பிட்டல் பின்னாடி மார்ச்சூரி இருக்கு அங்க இருக்கும்.." என்றார்.

எங்கும் ஒப்பாரி சத்தம்.. பார்ப்பதற்கு அது கொஞ்சம் பீதியாக இருந்தது, வெளியில் மட்டும் இரண்டு இறந்துபோன உடல்களை பற்றிக்கொண்டு அழுதுகொண்டிருந்த ஒருசிலர்..

அந்த சிகப்பு நிற அந்த பிணவறை கொஞ்சம் பயத்தையும் கொஞ்சம் குமட்டலையும் தந்துகொண்டிருக்க.. அரைகால் ட்ரவுசருடன் வெளியேறிய இருவர் மேலும் ஒரு பினத்தை வெள்ளை துணி போர்த்தி வெளியே கொண்டுவந்திருந்தனர்..

வழியில் நின்றுகொண்டிருந்த இருவரையும் கடுமையாக முறைத்த அந்த ஊழியர்கள்.. " நவுறு.. நவுறு.. வழியில நின்னுட்டு எங்க உயிர வாங்காத அப்பிடி ஓரமா போய் நில்லுங்க.. " என கத்திக்கொண்டே கடக்க முயற்சித்தனர்.

"அண்ணா.. இன்னைக்கு காலைல செத்துபோனாரே ஒரு பைத்தியகாரர்.. அவரோட பாடி எங்க இருக்கு..? " சுபாஷ் பரபரப்பாக கேட்டான்.

"யாரு அந்த அனாத பொணமா.. ஒன்னுத்துக்கும் ஒதவாததலாம் கொண்ணு மார்சூரிக்கு அனுப்பி தண்டமா வேல வாங்குவானுங்க.." என்று மெலிதாக முனகிக்கொண்டு..

"அந்த அனாத பொணம் அதோ அந்த மரத்துக்கு கீழ கெடக்கு பாரு.. போய் பாத்துக்கோ.. நாத்தம் அடிச்சா எங்கள கேக்ககூடாது..! " என்று சொல்லிவிட்டு மீண்டும் பிணவறைக்குள் பிரவேசித்தான் அந்த வேலையாள்.

அவன் கை காட்டிய திசை திரும்ப ஆள் அரவம் இல்லாத ஒரு மரத்தடியில் ஒரு அழுக்கான இடத்தில் கருஞ்சிவப்பு ரத்தக்கரை நிரம்பிய அழுக்கு துணியால் அந்த உடல் மூடப்பட்டிருந்தது.. பக்கத்தில் ஒரு வயதான கிழவி வாயை மூடியபடி முழங்கால் தோற்றத்தில் இருந்தாள். அருணுஂ சுபாஷுஂம் அந்த இடம் விரைந்து சென்றனர்.. வாயை மூடிக்கொண்டிருந்த அந்த கிழவி நிமிர்ந்து சுபாஷை பார்த்தாள்.. அவனும் தான்,

அவளை கண்கள் மிலிர்ந்து பார்த்தது.. விபத்து நடந்த அன்று தன்னிடம் பிச்சை வாங்கிக்கொண்ட முதியவள்தான் அவள். குனிந்து கீழே பார்த்தான்.. ஈக்கள் பலமாக அந்த இரத்தம் தோய்ந்த பரப்பை மொய்த்துக்கொண்டிருக்க மீண்டும் நிமிர்ந்தவன்..

"பாட்டி.. இது யாருன்னு உனக்கு தெரியுமா? " என்றான்.
வாயிலிருந்த கையை எடுத்த அந்த கிழவி, கைகளை தெரியாது என சைகை காட்டினாள்.. அந்த கிழவி ஊமை என்பதை பின்வந்த பிற சைகைகளை கொண்டு உணர்ந்தவன்..

'அடிக்கடி தம்மிடம் இந்த பைத்தியகாரன் வந்து உணவு வாங்கிக்கொள்வான்.. ' என்பதை போன்று அவள் சைகை காட்டிகொண்டு சத்தமில்லாமல் அழுதாள்.. கண்கள் சுபாஷிற்கு கலங்குவது போன்று தெரிய அருணை பார்த்தான்.. ஒருவித பரிதாபத்தை அவனை நோக்கி வீசினான் அருண்.

விபத்து நாளில் பார்த்ததை விட உடலும் முகமும் கோரமாக இருந்தது.. ஒரு குருகிய சிரிப்புடன் காணப்பட்ட அந்த முகத்தை கணநேரத்தில் மீண்டும் மூடினான் சுபாஷ்.. அடிவயிற்றிலிருந்து கிளம்பிய துக்கம் தொண்டைகுழியில் வந்து நின்றது.. இன்னும் சற்றுநேரம் அங்கு நின்றால் நிச்சயம் அழுதுவிடுவோம் என நினைத்தவன் வேகமாக மீண்டும் பிணவறையை நெருங்கினான்.. நடந்தவற்றை பார்த்துக்கொண்டிருந்த மற்றொரு மார்சூரி ஊழியனை நெருங்கியவன், பாக்கெட்டில் இருந்த நூறு ரூபாயை எடுத்து அவனிடம் நீட்டியபடி,

"அந்த அனாத பொணத்த கொஞ்சம் நல்லவிதமா எரிச்சிடுங்கண்ணா" என்று சொல்லிக்கொண்டு அங்கிருந்து கடக்க விரும்பினான்..

"தம்பி.. இதுல ஒரு கையெழுத்து போடுப்பா..? " என்று ஒரு ஃபார்மை நீட்டினான் அந்த வேலையாள்,

"எதுக்குண்ணா இது..? "

"சும்மாதாம்பா.. ஒரு சாட்சி கையெழுத்து.. அணாத பொணம்னாலும் எரிக்க ஒரு சாட்சி கையெழுத்து வேணும்ல.. அதுக்காகதான். பிரச்சனலாம் ஒன்னு வராது.. நீங்க கௌம்புங்க..! " என்றவனை கடந்து இருவரும் மருத்துவமனையை விட்டு வெளியேறினர்.

சுபாஷிற்கு குற்ற உணர்வு மேலோங்கி இருந்தது.. அதை அவனின் முக வாட்டத்தை வைத்து கண்டுகொண்ட அருண் அவனை சமாதானம் செய்ய முயற்சித்துக்கொண்டிருந்தான்..
செயற்கை சிரிப்பை அவ்வப்போது அருண் மனம் விரும்பும் வண்ணம் வெளிக்காட்டினாலும் உள்ளுக்குள் குமுறிக்கொண்டுதான் இருந்தான்.

"என்னடா இது.. பேப்பரா? " பாக்கெட்டில் இருந்து எடுத்த இரத்தம் தோய்ந்த.. பகுதி பிய்க்கப்பட்ட பேப்பர் துண்டை சுபாஷ் நீட்டவும் ஆச்சரியமாக கேட்டான் அருண்,

"ஆமா இன்னைக்கு மார்சூரில இருந்த அந்த மனநலம் பாதிக்கப்பட்ட பொணத்தோட கையில இருந்திச்சி.. ரொம்ப இருக்கமா இத புடிச்சிருந்தாரு.. !"

"எப்படி உனக்கு தெரிஞ்சது..? "

"மொகத்த பாக்க அந்த துணிய எடுத்தேன்ல அப்போ பாத்தேன்"

"இதுல என்ன இருக்கபோகுது.. இது ஒரு சின்ன பேப்பர்துண்டு?"

"இந்த பேப்பர் துண்ட நல்லா பாரு.. அதுல இருக்க அந்த லைனர் என்னோட அந்த நோட்ல இருக்க லைனர்ஸ் தான்.. என்னோட நோட்ல இருந்துதான் எதயோ கிழிச்சிருக்காரு..! "

"ஹிம்.. பைத்தியகாரன் சம்மந்தம் இல்லாம நோட்ட புடுங்கிட்டு ஓடுனான்.. அந்த அலைச்சல்லயும் கார் மோதுன பதட்டத்துலயும் நோட்ட கிழிச்சிருக்க வாய்ப்பிருக்கு.. நீ எதுக்கு இதுல புது கத சுத்துற..? "

"பொரு.. நைட் வீட்டுக்கு போய் பாக்கலாம் என்ன விஷயம்னு.. " என்று சுபாஷ் சொல்ல நேரமும் கடந்தது..

இரவு உணவை முடித்தவர்கள் கம்பெனி வளாகத்தில் இருந்த அந்த நீண்ட தார் சாலையில் நடக்க ஆரம்பித்தனர்.. கடைசியாக மஞ்சள் நிறமாக இருந்த வானம் கருப்பு நிறத்தில் அவர்களை கூர்மையாக கவணிக்க தொடங்கியிருந்தது..

வானம் பெரிய அளவில் அவனுடன் தொடர்பில் இருப்பதாக உணர்ந்தான்.. வானத்தில் மேகம்.. வானத்தில் இருந்து வந்த மின்னல்.. வானத்தில் ஒட்டிக்கிடந்த நட்சத்திரம்.. வானம் சூழ் மூடுபனி..

ஒப்பனையற்ற ஒரு எண்ணங்கள் அவனை சூழந்திருந்தன.

பனி பரவ தொடங்கியிருந்தது.. மின் கம்பத்தில் ஏற்கனவே பனிதுளிகள் நீர் கோர்வைகளாக வழிந்துகொண்டிருக்க மூவரும் வேகமாக தங்கும் அறையை அடைந்தனர்.

ஒரு மனநலம் பாதிக்கப்பட்டவனுடைய மரணம் தன்னால் நிகழ்ந்தது என்றும்.. அவனின் மரணத்திற்கு தானும் ஒரு பெரிய உடந்தை என்ற குற்ற உணர்வு சுபாஷை அழுத்திக்கொண்டிருந்தது. ஒரு மனதிற்குள் எப்படி இத்தனை குழப்பங்களையும் வலிகளையும் மர்மங்களையும் சேர்த்துவைப்பது என்று நினைத்தான் போல.. எல்லாவற்றையும் மதுமிதாவின் எண்ணங்கள் வரும்போதெல்லாம் எங்கோ ஓடி ஒளிந்துகொள்கிறது.

கல்லூரி நினைவுகளை அசைபோட்டவன் அதை ஒரு புன்முறுவலுடன் நிறைவுசெய்து தூங்கிக்கொண்டிருக்க முந்தைய நாளைப்போலவே கதவை யாரோ தட்டும் சத்தம்.. அரைத்தூக்கத்தில் இருப்பதை போன்று உணர்ந்ததால் சட்டென்று எழுந்துகொண்டான்.

"டொக்.. டொக்.. டொக். " என மேலும் மூன்று முறை கதவு தட்டும் சத்தம் கேட்க கதவினை நோக்கி திரும்பினான்.. கண்டிப்பாக கனவு இல்லை என்று தெரிந்தது.. ஜன்னலுக்கு வெளியே கருநீல வானம் பூத்திருந்தது.. அது சற்று பிரகாசமாகவும் தெரிய பயமில்லாமல் எழுந்துபோய் கதவை திறந்தான்..

வெளியே பாலாவும் ராஜேஷும் பேக்குடன் நின்றுகொண்டிருக்க..

"என்ன ராஜி... ரெண்டு பேரும் எங்க கெளம்பிட்டீங்க..? " என்றான்.

"ஊருக்குதான் சுபாஷ்.. நேத்தே போகவேண்டியது.. இவனால மிஸ் ஆய்டுச்சி.. போய்ட்டு நாளைக்கு நைட் வர்றோம்.. அதான் சொல்லிட்டு போவலாம்னு கதவ தட்னேன்...? " என்றான் ராஜேஷ்.

"ஹிம்.. செரி பாத்து பத்தரமா போய்ட்டுவாங்க.." என்று சொல்லிக்கொண்டு கதவை மூடி தாழிட்டான். எதிர்பார்த்ததை போல மதுமிதாவிடம் இருந்து அழைப்பு,

"ப்ரியாவுக்கு டிசம்பர் இருவதுல கல்யாணமாம்.. அத சொல்லதான் போன் பண்ணேன்.. " என்று ஒரே வரியில் முடித்தாள்.

"ஓகோ.. யார்கூட..? "

"உனக்கே தெரியும்..? "

"இப்போ என்ன பண்ணனும்..? "

"அத ஏங்கிட்ட ஏன் கேக்குற... சும்மா சொல்லனும்னு தோனிச்சி.. சொல்லிட்டேன்.. நான் போன வைக்குறேன்.!" என்று சொல்லிவிட கால் கட்டானது. விரக்தியாக நின்ற சுபாஷ் வானத்தை நோக்கி தலையை உயர்த்தினான்..

"டேய் என்னடா பண்றது எதாச்சோ சொல்லு..? "அருண் பதட்டத்தோடு அவனை கேட்க..

"என்ன செய்ய சொல்ற.. நடக்குறது நடக்கட்டுமே. நாம என்ன செய்றது..? " என்றான்.

வேடிக்கை பார்த்துக்கொண்டிருந்த கௌதம் விரைந்து வந்து..
"பேசாம பொண்ண தூக்கிடலாமா..?" என்று சாதாரணமாக கேட்க..

"ஹம்.. ஆமா தூக்கிடுவாரு இவரு.. மாப்ல யாருண்ணு தெரியுமா.. அந்த ஊர் இன்ஸ்பெக்டர்.. பேரு தர்மன். பேருக்கேத்தமாதிரியே தடித்தாண்டவராயன் இருப்பான்" என்றான் அருண். விழி பிதுங்க எச்சிலை முழுங்கிய கௌதம் சுபாஷை பார்த்தான்..

"என்ன என்ன பண்ண சொல்றீங்க இப்போ.. இங்க என்னோட பிரச்சனையே பெரிய பிரச்சனையா இருக்கு.. இதுல எப்புடி மத்தவங்கள காப்பாத்த..? " என்று விரக்தியின் உச்சியில் நின்று பேசினான் சுபாஷ்.

"ஹிம் ஆனா என்னமோ ஒரு வில்லங்கம் நடக்கபோகுது.. என்னான்னு தான் தெரியல.. செரி கௌம்பு நெறய வேல இருக்கு இன்னைக்கு..! " என்று சொல்லிக்கொண்டு அருண் கீழே செல்ல அவனோடு கௌதமும் பின்தொடர்ந்தான்.

மொட்டை மாடியில் தனியாக நின்றிருந்தவனுக்கு ஏதோ ஒரு திட்டம் தோன்றியதை போன்று உணர.. சட்டை பாக்கெட்டில் இன்னமும் அந்த இரத்தம் படிந்த பேப்பர் துண்டு அவனை உறுத்திக்கொண்டிருந்ததை நினைவில் எடுக்க முடிந்தது. அது இரவு வந்த அந்த இரத்த நிற கனவையும் நினைவுக்கு கொண்டுவந்திருந்தது.

அருணிற்கு போன் செய்து தனது கனவு நோட்டை எடுத்துவர சொல்ல அவனும் அதை எடுத்துவந்து மாடி தறையில் சொத்தென்று போட்டான்.. இரத்தம் தோய்ந்திருந்த அந்த நோட்டு கருஞ்சிவப்பு நிறத்தில் அங்கங்கு திட்டுத்திட்டாக காய்ந்து கிடந்தது.. முகப்பு பக்கம் சிதைந்தும்.. அதை புடுங்க முற்பட்டபோது கிழிந்தும் இருந்தது.. பாக்கெட்டுக்குள் இருந்த அந்த பேப்பர் தூண்டை எடுத்து பிரித்தவன் நோட்டு பக்கங்களை ஒவ்வொன்றாக திருப்ப தொடங்கினான். நோட்டில் ரத்தம் வழிந்து அது ஆரம்பம் முதல் நோட்டின் இருந்த பிற பக்கங்களுக்கும் ஒன்றன் பின் ஒன்றாக படந்த்திருந்தது.. இரவு கனவுகள் எழுதிய பக்கம் முழுதும் ரத்தமயமாக இருந்தது. அதன் காரணங்களையும் அவன் மனதில் ஒன்றித்து பார்த்துக்கொண்டான்..

அதன் பிறகு எழுதிய பகல் கனவுகளிலும் அங்கங்கு ரத்தம். பகல் இரவு கனவுகளிலும் பகுதியாக ரத்தம் அதன் பின் திருப்பிய பகுதி அதிர்ச்சியளித்தது.. திருப்பிக்கொண்டிருந்த அருண் திடுக்கிட்டு சுபாஷை பார்த்தான்..

அந்த இரண்டு பக்கங்களிலும் இரத்தத்தால் கிறுக்கியிருந்தது.. விரல்களில் வெளிப்பட்ட இரத்தத்தில் அந்த மனநலம் பாதிக்கப்பட்டவன் ஏதோ சொல்ல நினைத்திருந்தான்... பக்கத்தின் கடைசி மூலையில் கிழிந்திருக்க கிடைக்கப்பெற்ற கிழிந்த பேப்பர் அதனுடன் ஒன்றித்து போனது.. நின்றுகொண்டிருந்த சுபாஷ் கீழே குனிந்தான்.. அது அவன் நினைத்ததற்கு சம்மந்தப்பட்ட ஒன்றுதான்.. ஆலமரத்தான் சொன்ன அந்த சந்தேகத்திற்குரிய ஐந்து பேர் எழுதிவைத்திருந்த பக்கம்.. எழுதிய எல்லா பெயரிலும் ரத்தம் படர்ந்திருந்தது.. ஒன்றை தவிர.. கடைசியாக எழுதியிருந்த சரவணனில் பெயரில் எதுவும் இல்லாமல் தெளிவாக இருந்தது..

"இதுக்கு என்னடா அர்த்தம்.. ஒன்னு புரியலயே..என்ன சொல்ல நெனச்சிருப்பாரு.. என்ன எழுத நெனச்சிருப்பாரு. ? " என்று அருண் கேட்க

"எனக்கும் புரியல.. ஆனா நான் நெனச்சமாதிரி இவருக்கும் அந்த ஆலமரத்தானுக்கும் எதாச்சோ சம்மந்தம் இருக்கனும்.! " என்று முனுமுனுத்துக்கொண்டான்.

"இப்போ என்ன பண்ணலாம்.. ?"

"நேத்து இளங்கோ மறுபடியும் ஹாஸ்பிட்டல் போய் அந்த ரெண்டு பேர் மர்டர் கேஸ் விஷயமா கேக்குறேன்னு சொன்னாரு.. அவருக்கு போன் பண்ணி விஷயம் என்னாச்சின்னு கேக்கனு..! "

"செரி போன போடு.. நான் போய் கீழ மத்த வேலய பாக்குறேன்.. " என்ற அருண் மீண்டும் கீழே விரைந்தான்.
வக்கீல் இளங்கோவிற்கு தொடர்பு கிடைக்க உடனே பேச ஆரம்பித்தான் சுபாஷ்..

"ஒரு பத்து மணிக்கா போய் விசாரிச்சிட்டு என்ன விவரமா இருந்தாலும் உனக்கு போன் பண்றேன்..! " என்று ஒரே வார்த்தையில் முடித்தார்.. சரி என்ற ஒற்றை பதிலை சொன்னவன் போனை கட் செய்துவிட்டு அப்பாவிற்கு போன் செய்தான்..

"சுபாஷ் இன்னோரு விஷயம்.. அந்த பியூன் இருக்கான்ல.. அவன் உன்ன ரெண்டு நாளா கேட்டுட்டே இருந்தான்..? " என்றார் ராமச்சந்திரன்.

அதிர்ச்சியாக.." என்ன கேட்டாரா.. ஏன் என்னவாம்.? " என்று சுபாஷ் கேட்க,

"தெரியல.. கேட்டாலும் சொல்லல. அவன்கூட கொஞ்சநாளா பேசுறதே இல்ல.. கடைசியா ரெண்டுநாள் முன்னாடி ராத்திரி என்ன பாத்து உன்னோட போன்நம்பர மட்டும் கேட்டான் நானும் குடுத்துட்டேன்.. எதாச்சோம் கால் வந்திச்சா அவங்கிட்ட இருந்து.? " என்றார்.

"ரெண்டு நாள் முன்னாடியா.. அப்போ இந்த ரெண்டு நாள்ல அவன எங்கயாச்சோ பாக்க முடிஞ்சதா? "

"ஹிம்.. இல்ல அதான் கடைசி..! "

"செரி அப்போறோம் பேசுறேன்ப்பா.. " என்றவன் இணைப்பை துண்டித்தான்.

அப்போ அந்த கொலை மெரட்டல் கால் ஒருவேள ஆறுமுகத்தோட வேல்யா இருக்குமோ..? என்று நினைத்தபடி நின்றுகொண்டிருந்தான்.. எதுவாக இருந்தாலும் விரைந்து முடிக்க திட்டமிட்டிருந்தான்.

வார்டன் கிருபாகரனின் முடிவும் அதன் பிறகு நடந்த சக்கரவர்த்தியின் முடிவும் மிக எளிமையாக முடிந்ததுபோன்ற உணர்வு.. வேலைக்கு வந்துவிட்டதால் இந்த விஷயத்தை முடிக்க இவ்வளவு கால தாமதம் ஆகிறதா என நினைத்தான்..

"சரி... ஏதோ..இவ்ளோ பிரச்சன நடந்தபிறகும் இனிமே லேட் பண்ணா நல்லாருக்காதுன்னு நெனைக்குறேன். எதாச்சோம் ரெண்டுல ஒன்னு பாக்கனும்.. செத்தாலும் பெரவால்லடா கடவுளே.. " என நினைத்தவன்

வேகமாக கீழே விரைந்தான். டாக்டர் புருஷோத்தமனை சந்திக்கவேண்டிய கட்டாயம் இருந்ததால் அருணை இழுத்துக்கொண்டு மருத்துவமனை அடைந்தான்.. அவரிடம் இறந்துபோன மனநலம் பாதிக்கப்பட்டவரை பற்றி பேசிவிட்டு ஏமாற்றமான பதில்களோடே வெளியேற,

மரத்தின் ஓரத்தில் முந்தையநாளில் பிணத்துடன் இருந்த வயதான முதியவள் சோர்வாக அமர்ந்திருப்பதை பார்த்து அவளை நெருங்கினான். இருவது ரூபாயை எடுத்து நீட்ட அதை வாங்கிக்கொண்டவள் வழக்கமான கைகூப்பலை அவனுக்கு முன்பாக நீட்டினாள் முதியவள்.

நெகோமியா வேலை செய்யும் அலுவலகத்தை அடைந்தவர்கள் அவளின் உத்தரவுப்படி குஷன் இருக்கைகளில் அமர்ந்துகொள்ள அவள் தீவிரமாக எதையோ டைப் செய்துகொண்டிருந்தாள்.. பின்னர் அவர்களை பார்த்து,

"என்ன விஷயமா வந்தீங்க சுபாஷ்? " என்று கேட்டாள்.

"சொல்றேன்.. அதுக்கு முன்னாடி ஏதோ பரபரப்பா டைப் பண்ணிட்டு இருந்தியே என்ன அது..? "

"அது ஒன்னு இல்ல.. நகரத்தில் கூலிப்படை அச்சம்னு ஒரு ஆர்டிக்கல் எழுதிட்டு இருக்கேன்... அவ்ளோதான்..! "

"கூலிப்படையா.. டவுனுக்குள்ளயா.. அது வழக்கமா இருக்குறதுதான.. இப்போ என்ன புதுசா..? "

"கொஞ்சநாளா அவங்களோட நடமாட்டம் அதிகமா இருக்குறதா சொல்லிக்குறாங்க.. அதான். போனவாரத்துல கூட முக்கியமான தொழிலதிபர காரலயே வச்சி கொண்ணுருக்காங்க கேள்விப்படலயா..?"

"இல்ல.. நீ சொல்லிதான் கேள்விபட்றோம்..! "

"அத விடுங்க.. இப்ப நீ சொல்லு என்ன விஷயமா வந்நிங்க? "

"பிரியாவுக்கும் அந்த தர்மனுக்கும் கல்யாணம் முடிவாகிருக்கு.. அத எப்புடி தடுக்குறதுன்னு தெரியல.. அதபத்தி பேசதான் வந்தோம்..! "

"நம்ம என்ன பண்ண முடியும்.. இதோட சீரியஸ்னெஸூம் இதுல இருக்க கொழப்பமும் புரியுது ஆனா இத தடுத்து என்ன பண்ணபோறோம்..? "

அமைதியாக இருந்தவன் "இந்த கல்யாணம் நடக்க கூடாது.. இந்த பிரச்சனைக்கும் நடந்த எல்லா கொலைக்கும் அந்த தர்மனும் ஒரு காரணமா இருப்பான்.. அவன எதாச்சோம் செய்யனும்.. அதுக்கு எதாவது ஐடியா இருக்கா?"

"ஒரு வழி இருக்கு.. பிரியாவே இந்த கல்யாணத்துல எனக்கு விருப்பம் இல்லன்னு ஸ்டேட்மென்ட் தரனும்.. ஆனா அந்த தர்மனும் ஒரு போலீஸ்காரன்ன்றதால அது ஒரு பெரிய சிக்கல்.. சப்போஸ் அவளே அங்க இருந்து வெளிய வரனும் இல்லாட்டி அவளோட பர்மிஷனோட அவள கடத்தனும்.. இதான் இருக்குற வழி..!" என்று முடித்தாள் நேகா.

குழப்பமாக யோசித்துக்கொண்டிருக்க.. பாக்கெட்டில் இருந்த சுபாஷின் செல்போன் ஒலித்தது.. போனை எடுத்து யாரென்று பார்க்க அதிர்ச்சி.. இரண்டு நாட்களுக்கு முன் வந்த அதே எண்ணிலிருந்து... அதை அட்டர்ன் செய்ய பயந்தவன் அப்டியே வைத்திருந்தான்.. பியூன் ஞாபகம் வர ஒருவழியாக அதை அட்டர்ன் செய்வதற்குள் அழைப்பு கட்டானது..

"போன்ல யாரு.. ஏன் அட்டன் பண்ணல..?" நேகா குழப்பமாக கேட்க.. உண்மையை சொல்ல தடுமாறினான்.

"டேய்.. இது அன்னைக்கு வந்த அந்த க்ரைம் நம்பர்தான.. " என்று கேட்ட அருண் பின் அன்று நடந்தவைகளை அத்தனையும் நேகாவிடம் தெரிவித்தான். அவளும் சுபாஷை சமாதானம் செய்யும் நோக்கில் ஆறுதல் சொல்லிக்கொண்டிருக்க.. வந்த கால் ஒருவேளை பியூனாக இருக்குமோ என்ற சந்தேகம் அவனில் வலுத்தது. மீண்டும் அந்த நம்பருக்கு தைரியத்துடன் தொடர்பு கொண்டான்.. பிசியாக இருப்பதாக வந்தது.. கட் செய்தவன் சிறிய இடைவேளைக்கு பிறகு மீண்டும் தொடர்புகொண்டான்...

ஒரு நீண்ட அழைப்பிற்கு பிறகு யாரோ அட்டர்ன் செய்ய..
"ஹலோ...யாரு? " என்றான்..

அரைகுறையாக தெளிவில்லாமல் கேட்ட குரல்.. உயிருக்கு ஆபத்து.. !" என்று மட்டும் சொல்லிவிட்டு "பீப்.... " என்று சத்தம் கொடுத்தது. எதிரில் இருந்த நேகாவையும் பக்கத்தில் இருந்த அருணையும் மாறி மாறி பார்த்தவன்..

"உயிருக்கு ஆபத்துன்னு மட்டும் அன்னைக்கு கேட்டமாதிரி கேட்டுச்சி அவ்வளோதான்.. யாருன்னு தெரியல..?" என்றான்.

"இந்தமாதிரி ஃப்ராங்க் கால் எனக்கே நெறயவாட்டி வந்திருக்கு சுபாஷ்.. ஒன்னு அதபத்தி கவலபடாத.. உன்ன கொலபண்ணுற அளவுக்கு நீ என்ன தப்பு பண்ணிட்ட.. அதயும் கொஞ்சம் நெனைக்கனும்ல? " இயல்பாக பேசினாள் நேகா.

"சக்கரவர்த்தி சாகுறதுக்கு முன்னாடி என்னையும் என்னோட குடும்பத்தையும் கொல்லுர நோக்கத்துலதான் இருந்தாரு.. ஆனா அதுக்குள்ள கொண்ணுட்.. சாரி செத்துட்டாரு. அவரோட ஆளுங்க.. ஏன் தர்மனே கூட என்ன கொல்ல திட்டம் போட்ருக்கலாம்ல?"

"அப்போறோம் நீ கொண்ணுட்டாங்கன்னு வாய தொரந்து செத்துட்டாருன்னு முடிக்குறத நான் கவணிச்சிட்டேன்.. " என்று சிரித்தவள்.. "திட்டம் போட்டான் செரி.. இப்போ எதுக்கு இந்த அவசர கல்யாணம்..? " என்று சிரிப்பை நிறுத்தாமல் கேட்டு முடித்தாள் நேகா.

"எங்கிட்ட எதுவும் கேக்கவேணாம் நேகா.. ஏங்கிட்ட நெறய கேள்விங்க மட்டுந்தான் இருக்கு.. பதில் ரொம்பவே கம்மிதான்.. ஆமா.. அது தற்கொலை இல்ல கொலதான்.. அதபத்தி அப்போறோம் உங்கிட்ட சொல்றேன்... ஏன் உனக்கே தெரிஞ்சிருக்க வாய்ப்பிருக்கு. நாங்க வந்ததே உன்னோட அந்த அமானுஷ்ய எக்ஸ்பீரியன்ஸ் வாங்கவும் ஒரு சாலிடான சொலுஷன் வாங்கவும்தான்.. உன்னால முடிச்சா ஹெல்ப் பண்ண முடியும்.. ரெண்டு விதமாவும். "

"மதுமிதாவ அனுப்பி அவளுக்கு தெரிஞ்ச டீடெயில அனுப்பச்சொல்லு சுபாஷ்..! " என்றாள் நேகா.

"ஓக்கே இரு இரு.. மதுமிதாவ உனக்கு எப்படி தெரியும்.. யார் சொன்னது? " என்று சுபாஷ் திடுக்கிட்டு கேட்க..

"வேற யாரு... அருண்தான் அடிக்கடி போன் பண்ணி உன்ன பத்தியும் மதுமிதா பத்தியும் சொல்லுவான்.." என நேகா சகஜமாக கேட்க அருணை பார்வையால் எரித்தான் சுபாஷ்.

"ஓகோ அப்போ தனியா பேசிட்டு இருந்ததெல்லாம் இங்கதானா..? "

"ஹிம் ஆமா மச்சி சாரி.. செரி விஷயத்துக்கு வா.. மதுகிட்ட பிரியா ஊருக்கு போகசொல்லி நடந்தத தெரிஞ்சிக்க சொல்லுவோம்.. என்ன சொல்ற..? "

"இல்ல அது தப்பாயுடுமோன்னு தோனுது.. மதுமிதாக்கு எதுவும் இதால பிரச்சன வந்துடக்கூடாது.. இதுக்கு வேற ஆள் இருக்காங்க "

"யாரு..? " என்று நேகா கேட்க.. அவளை நோக்கி தன் பார்வையை திருப்பியவன்..

"எனக்கு வந்த ஒரு ஆக்சிடன்ட்ல இருந்து திவாகர்னு ஒருத்தர காப்பாத்துனேன்.. போன வாரத்துல ரிக்கவர் ஆகி டிஸ்சார்ஜ் ஆகிருப்பாரு.. அவருக்கு விஷயத்த சொன்னா எதாச்சோம் ஹெல்ப் பண்ணுவாருன்னு நெனைக்குறேன்..! "

"செரி அவருக்கு போன் பண்ணி விஷயத்த சொல்லுங்க.. என்னோட சைட்ல இருந்து பத்திரிக்க தர்மத்தோட நானும் ஹெல்ப் பண்றேன் ஒக்கேவா..! " என்றாள் நேகா.

"அப்புறோம் இன்னொரு விஷயம்.. நேத்ராவோட கனவுகள் மறுபடியும் வந்ததா..? அது திரும்பவும் உன்ன பயமுறுத்திச்சா? "

"கெடையாது.. அது நம்ம மனச பொருத்ததுதான்னு நான் சொல்லுவேன்.. ஒரு லைன்ல சொல்லனும்னா.. எண்ணம் போல் வாழ்க்கை.. நம்ம என்ன நெனைக்குறோமோ அதோட வெளிப்பாடுதான் கனவா வரும் இல்லாட்டி மறக்கமுடியாத ரொம்ப ஆழமான உணர்வுகள் அந்தமாதிரி வரும்.

இன்னமும் ரொம்ப சிம்பிலா சொல்லனும்னா சின்ன வயசுல இருட்ட பாத்தா அங்க எதுவும் இருக்காது.. நம்ம கண்ணுக்கு தெரியாது.. ஆனா நம்மல நம்ம செரியா சாப்பிடலனா பயமுறுத்துறதுக்கு அம்மா என்ன சொல்வாங்க.. அந்த இருட்டுல ஒரு பேய் இருக்கு... சாப்பிடலனா.. அங்க இருக்க பேய் வந்து உன்ன தூக்கிட்டு போய்டும்ன்னு சொல்லி சாப்டவைப்பாங்க.. அங்க எதுவும் இல்லன்னு அம்மாவுக்கும் அந்த இருட்டுக்கும் நல்லாவே தெரியும்.. ஆனா நமக்கு.. அம்மா இல்லாட்டியும்.. நம்ம அடம்புடிக்காம ஒழுங்கா இருந்தாலும்.. அந்த இருட்ட பாத்தா நம்மல அறியாம ஒரு பயம் ஒட்டிக்கும்.. கண்டிப்பா அந்த இருட்டுல ஏதோ ஒன்னு இருக்கு போலன்னு.. அது வளர்ந்து வளர்ந்து நமக்குள்ள ஒரு கர்பனையான உருவத்த உருவாக்கிடும்.. அதோட வெளிப்பாடு நம்ம கனவுல வந்து இன்னமும் பயங்காட்டும் அவ்ளோதான்..!"
என்று நேகா ஒரு பெரிய பேராகிராப்பை ஒப்பித்து முடித்தாள்.

..வெண்மையாய் தெரிந்த வானத்தை நோக்கி பார்த்தான்.. நோட்டுகள் பறந்துகொண்டிருந்தன. ஆம் ஏதோ ஒருநாள் வந்த பகல் கனவுதான்

மீண்டும்.. கண் விழிக்காமல் நடப்பவற்றை வேடிக்கை பாத்தான். பறந்துகொண்டிருந்த நோட்டுகளில் ஒன்று சற்று தாழ்வாக வர கருப்பு நிறத்தில் இருந்த ஏதோ ஒன்று அவன் கால்களை பற்றிக்கொண்டது.. விடாபிடியாக எட்டிப்பிடிக்க அவனால் முடியவில்லை.. சகதிகள் அவனை சூழ அந்த கனவு மறைந்திருந்தது.. திடுக்கிட்டு எழுந்து உட்கார்ந்தான். பக்கத்தில் இருந்த இருவரும் நன்றாக தூங்கிக்கொண்டிருந்தனர். பசியில் இருந்தவன் தனது நோட்டை திறந்து ஏடுகளை தள்ளினான்.. சமீபத்தில் கண்ட கனவு கிடைத்தது.. வெள்ளை வெளிச்சத்தில் பறந்த தீர்வுகளை பிடிக்க முயன்று கறுப்பு சேற்றில் மாட்டிக்கொண்ட அவன்! அவனுக்கு அந்த கனவு அதைத்தான் உணர்த்துவது போல தெரிந்தது.

"இருள்.. குற்ற உணர்வு.. அந்த வெள்ளை நோட்டுக்கள் எங்கிட்ட இருந்து எடுத்திட்டு ஓடுனது அந்த மனநலம் பாதிக்கப்பட்டவன்.. ஆனா இப்ப அந்த நோட்டு முழுக்க செகப்பா இருக்கு.. பாவம்! " என மனதில் தோன்றியதை உளறினான்.. தான் நினைத்த விஷயத்திலும் பற்றில்லாமல் நோட்டை மீண்டும் மூடிவைத்துவிட்டு முகம் கழுவினான்.. பசி பயங்கரத்திற்காக சாப்பிட்டான். எதிரில் தொங்கிக்கொண்டிருந்த கடிகாரத்தில் நேரம் பார்த்தான்.. சரியாக மூன்று!

தொடர்ச்சியாக மூன்று மிஸ்ட் கால்கள் வக்கீலிடம் இருந்து வந்திருப்பதை அப்போதுதான் உணர்ந்தான். எப்போது போனை சைலன்டில் போட்டான் என்று தெரியாமல் இருக்க பின் இளங்கோவிற்கு போன் செய்தான்... விரைந்து அதை அட்டர்ன் செய்தவர்..

"எங்க போய்ட்ட நீ.. எத்தனமுற போன் பண்றது.. நாந்தான் இன்னு ஒரு அரமணி நேரத்துல போன் பண்றேன்னு சொன்னேன்ல...?" என்று கோவப்பட்டார்.

"போன் சைலண்ட்ல இருந்திருக்கு வெளிய போன அசதியில சாப்ட கூட இல்ல படுத்து தூங்கிட்டேன்...ஏன் கோவபட்றீங்க அவ்வளோ முக்கிய விஷயமா..? " என்றான்.

"ஆமா அவங்க ரெண்டு பேரோட போஸ்ட்மாட்டம் ரிப்போர்ட்லாம் பாத்தேன் கொஞ்சம் அதிர்ச்சியா இருக்கு... அப்போறோம் இத வெளிய சொல்லவேணாம்னு வேற சொன்னான் அந்த கம்பவுன்டர். "

"என்ன சொல்றீங்க.. என்னதான் ரிப்போர்ல இருக்கு...? "

"ரெண்டுபேருமே தற்கொல பண்ணிகிட்டு இறந்துபோனது உண்மதான்.. இதுல அந்த கிருபா ஒடம்புல கொஞ்சம் காயம்

உண்டாயிருக்கு.. அவர் தூக்கு மாட்டி எறந்துபோன தடமும் அவரோட கழுத்துல இருக்கு. ஆனா அந்த சரவணனோட ரிப்போர்ட்லதான் கொஞ்சம் அதிர்ச்சியா இருக்கு. " என்று இழுத்தார்.

"என்ன அதிர்ச்சி.. அவன் ஒடம்புல தற்கொலை செஞ்ச தடயம் இருக்கா..? "

"இல்ல அடிபட்ட எந்த தடமும் தடயமும் இல்ல.. சொல்லபோனா இவனோட டெத் ஹார்ட் அட்டாக்ன்னு போட்ருக்கு?"

"வாட் ஹார்ட் அட்டாக்கா.. என்ன சொல்றீங்க நீங்க ? "

"கொஞ்சம் பொருமயா கேளு.. ஃபஸ்ட் வே ஆப் டெத் ஹார்ட் அட்டாக்னு வந்திருக்கு.. அதுக்கப்புறோம் தூக்குல தொங்குனதா எழுதிருக்காங்க.. எது உண்மைன்னு தெரியல.. "

"அந்த ஃபைல்ல அவங்க ரெண்டு பேரோட ஏஜ் மென்ஷன் பண்ணிருப்பாங்க அத கொஞ்சம் பாருங்க... "

"அத பாக்காத இருப்பனா.. அங்கதான் ஒரு பெரிய ட்விஸ்ட் இருக்கு.. கிருபாகரனுக்கு முப்பத்தி அஞ்சின்னும் சரவணனுக்கு முப்பதுன்னும் போட்ருக்காங்க..!"

"முப்பது வயசா.. அவனுக்கு இருவது கூட ஆகாதே! "

"இருவது வயசு பையனுக்கு ஹார்ட் அட்டாக் வர வாய்ப்பே இல்ல.. நான் நாளைக்கு டவுன் ஸ்டேஷன்ல இருக்க அந்த கான்ஸ்டபில்கிட்ட கேட்டு தெரிஞ்சிட்டு உனக்கு போன் பண்றேன்.. நீயா எதுவும் அவர்கிட்ட கேக்காத அதுக்குதான் போன் பண்ணேன்..! " என்று முடித்தவர் இணைப்பையும் துண்டித்தார். தலையில் கை வைத்தவன் குழப்பமாக கண்களை மூடினான்.. ஒருகணம் இறந்துபோன மனநலம் பாதிக்கப்பட்டவர் வந்துசென்றார்..

சிரித்த முகத்துடன் இரத்தம் தோய்ந்த தனது கைகளை அவன் நீட்டுவது போன்று இருக்க அந்த கைகளில் ரத்தம் படிந்த அவனது நோட்டு! கண்களை விழித்தவன் சட்டென்று பக்கத்தில் இருந்த நோட்டு பக்கங்களை திறக்க ஆரம்பித்தான்...

கிழிந்த பக்கத்தை எடுத்தான்.. சரவணன் என ஐந்து பேர் இல்லாமல் தனியாக எழுதியிருந்த அவனின் பெயரில் எந்த ரத்த தடமும் இல்லை.. அதிர்ந்தான்.
எண்ண ஓட்டங்கள் சட்டென்று நின்றிருந்தன..

"போஸ்ட்மாட்டம் ரிப்போர்ட்ல வயச மாத்தி ரெஜிஸ்டர் பண்ணிருப்பாங்களா..? அப்படியே பண்ணிருந்தாலும் அவனுக்கு ஹார்ட் அட்டாக் வர வாய்ப்பே இல்ல.. ஒருவேள சரவணன் உயிரோட இருக்க வாய்ப்பிருக்கா.. அப்புடி இருந்திருந்தா அவமட்டும் அந்த செல்லுல இருந்து எப்பிடி தப்பிச்சி போய்ருப்பான்.. கொழப்பமா இருக்கே. யாராச்சோம் ஹெல்ப் பண்ணிருப்பாங்களா.. " என்று பேசிக்கொண்டான்.

நேரம் கடந்திருந்தது..

"சுபாஷ்.. எந்திரிடா மார்கெட் வரைக்கும் போய்ட்டு வரலாம்.. " என அவனை எழுப்பினான் அருண். கண்விழிக்க வெளியே மங்களான மஞ்சள் வானம் பலிச்சித்தது.. எழுந்தவன்.. "டைம் என்னாச்சி..? " என்று கேட்க..

"நீ எழுந்திரிக்கவே தேவயில்ல படுத்துக்கோ..! " என்று சொல்லிவிட்டு நகர்ந்தான் அவன்.

செல்போனில் நேரம் ஆறு மணியை கடந்திருந்தது.. கண்களை துவட்டியவன்,

"அருண் இங்க வாயேன் ஒரு முக்கியமான விஷயம் சொல்லனும்.. " என்று நடந்தவைகளை அருணிடம் விவரிக்க ஆரம்பித்திருந்தான்..

"ஹிம்.. காலைல பாத்த அந்த கிழிஞ்ச பக்கத்துல எல்லா பேர்லயும் இருந்த ரத்த கறை சரவணன்னு எழுதியிருந்த பேர்ல இல்ல.. அப்போ கண்டிப்பா அவன் உயிரோடதான் இருக்கனும். செத்துபோனவங்களுக்கு ஒரு இம்டிமேஷன் மாதிரி அவங்க மேல இரத்தத்த பூசுன அந்த பைத்தியகார மனுஷன் சாகாத சரவணனோட பேர்ல எந்த ரத்தக்கறையும் இல்லாம வச்சிருந்தாரு.. அந்த பக்கத்தத்தான் நம்மளுக்கு காட்ட முயற்சி செஞ்சிருக்கனும். இதான் என்னோட தியரி.. இந்த விஷயம் மட்டும் நடந்தா கண்டிப்பா என்னோட அந்த கனவுகள நம்பலாம்..! " என்றான் சுபாஷ். அருணிற்கு அதை ஆமோதிப்பதை தவிர வேறு வழியில்லை என்பதுபோல நின்றிருந்தான்.

அதன்பிறகு இளங்கோவிடம் இருந்து எந்தவித செய்தியும் வராததால் அவரது அழைப்பிற்காக காத்திருந்தான்.. விடிந்து வேலைக்கு கிளம்பி, வீடு வந்தும்கூட எந்த அழைப்பும் இல்லாமல் ஏமாற்றமாய் மாடியில் நின்றிருக்க.. பொருமையிழந்து இளங்கோவிற்கு மீண்டும் போன் செய்தான்.. எந்த பதிலும் இல்லை.

நேரம் போவது தெரியாமல் மாடியில் நின்றுகொண்டிருக்க, முகம் கழுவிக்கொண்டு மேலே வந்தான் அருண்.

"என்னாச்சிடா மூட் அவுட்டா நின்னுட்டு இருக்க அதுவும் அந்த அழுக்கு ஷூவோட.. இன்னும் வக்கீல் போன் பண்லயா..? "

"இல்ல ரொம்ப நேரமா அதுக்குதான் வெய்ட் பண்றேன்.. போன் போட்டாலும் ரொம்பநேரம் ரிங் போய்ட்டு இருக்கு யாரும் எடுக்கமாட்றாங்க..!" என்றபடி
வழக்கம்போல வானத்தை ஏறிட்டான்.. வானத்தில் கருமை திடீரென சூழ்ந்துகொண்டிருந்தது. வேகமாக செல்போனில் நேரம் பார்க்க நான்கு மணி.

"என்ன இது இவ்ளோ சீக்கிரமாவே இருட்டுது.. இருட்டுதா இல்ல மழ வரபோகுதா.. செரியான மானங்கெட்ட வெதரா இருக்கே.. " முனுமுனுத்துக்கொள்ள வக்கீல் இளங்கோவிடமிருந்து அழைப்பு.

"சாரி சார்.. உங்ககிட்ட இருந்து எந்த ரெஸ்பான்ஸும் இல்லாததாலதான் நான் திரும்ப திரும்ப போன் பண்ணேன்.. என்ன நெலவரம் எது உண்மயாம்..? "

"சாரிலாம் வேணாம் இருக்கட்டும்..
இப்ப சொல்லப்போற விஷயம் ரொம்பவே திருப்புமுனையா இருக்கப்போகுது.. போலீஸ் டிபார்ட்மென்ட் மானம் வெளிய தெரிஞ்சா காத்தோட காத்தா போய்டும்னு பயந்து இந்த விஷயத்த மூடி மறச்சிட்டாங்க.. கான்ஸ்டபிள் சொன்னது ரெண்டு விஷயம்தான்.. ஒன்னு செல்லுல விசாரண கைதியா இருந்த அந்த ரெண்டு பேருல ஒருத்தன் மட்டுந்தான் தற்கொல பண்ணிகிட்டு இருக்கான்.. இன்னொருத்தன் தற்கொல பண்ணிக்கல.. அவன் செல்லுல இருந்து காணாமபோய்ருக்கான்.. ரெண்டாவது விஷயம்.. சரவணன் காணாமபோனது வெளிய தெரிஞ்சா மானப்பிரச்சனன்னு போலீஸ் என்ன பண்ணிருக்காங்க மார்ச்சூரில இருந்து முப்பது வயது இருக்க ஆண் பிணத்த அவனமாதிரியே தூக்குல தொங்கவிட்ருக்காங்க. சரவணனுக்கு ரிலேடிவ்ஸ் யாரும் இல்ல அந்த ஒரு விஷயம் அந்த போஸ்ட்மாட்டம் விஷயம் பெருசாகாம பாத்துகிட்டாங்க.. அவன் ஒடம்ப வாங்கவும் யாரும் வர்ல.. " என்று அதிரிச்சியாக அவர் முடிக்க..

எல்லாவற்றையும் கூடுமானவறை அறிந்திருந்தவன்..
"ஆனா அந்த கிருபா மட்டும் எப்பிடி தற்கொல பண்ணிகிட்டு செத்திருப்பான்? சரவணன் தப்பிச்சி போகும்போதே அவரும்

போய்ருக்கலாம் இல்லன்னா அவர் தூக்குல தொங்குறத நேருக்கு நேரா சரவணன் பாத்திருக்கனும்.. இது ரெண்டுல எது நடக்க அதிக வாய்ப்பு..? "

"ரெண்டுமே லாஜிக்படி இல்ல.. அந்த செல்லுல இருந்து தப்பிக்க வழியும் இல்ல வாய்ப்பும் இல்ல.. அவன் தூங்கிட்ட அப்போறோம் கிருபா தூக்குல தொங்கிருக்கனும்.. எழுந்து அத பாத்த அதிர்ச்சியில அவன் என்னவோ பண்ணி தப்பிச்சிருக்கனும்...! " என இளங்கோ முடிக்க அருண் பரபரப்பாக அவனை சீண்டினான்..

"தோ ஒரு நிமிஷம்! " என்றவன் கோவமாக .."என்னடா பேசிட்டுதான இருக்கேன்.. " என்று கேட்க அருண் வானத்தை பார்த்தபடி நின்றிருந்தான்.. நிமிர்ந்து அவனும் வானத்தை பார்க்க குழுமிக்கிடந்த கார்மேகம் தறையை தொடும் அளவிற்கு வேகமாக கீழே விரைந்துவர தொடங்கியிருந்தது.

குளிர்ச்சி வேகமாக பரவியிருக்க மேகக்கூட்டம் ஒன்றன் மேல் ஒன்றாக மோதி மின்னலை உருவாக்கி.. கல்மழையாக பொழிந்தது.. நகரத்தின் ஆங்காங்கு அந்த ஆலங்கட்டி மழை பெய்ய பயந்துபோனவர்கள் தங்களை தற்காத்துக்கொண்ட கீழே ஓடினர்...

கல் மழை தரையில் விழுந்து உருகி தண்ணீராய் கரைய.. பதட்டத்தில் இருந்த சுபாஷ் போனை காதில் வைத்தபடி..

"சார்.. சரவணன் சாகல, கிருபாவ கொண்ணுட்டு அவனோட சட்டையயும் சேத்து கயிரா கட்டி அவன தூக்குல தொங்கவிட்ருக்கான்.. அதுக்கப்புறோம் காணாமபோய்ருக்கான்... இதான் நடந்திருக்கும். " என்று சொல்லிக்கொண்டு வானத்தை பார்த்தபடி நின்றுகொண்டான்.

நடந்தவற்றை பார்த்தும் கேட்டும் இருந்த அருண்..,
"அப்போ அந்த சரவணன் எங்க போய்ருப்பான்.. என்ன ஆகிருப்பான்...? " என்று கேட்க,

"தெரியல.. ஆனா வக்கீல் ஒருவிஷயம் சொன்னாரு.. நடந்த இந்த விஷயம் வெளிய தெரியகூடாதுன்னும். தப்பிச்சிப்போன சரவணன் டவுனுக்குள்ள இருக்க வாய்ப்பிருக்குன்னும்.. அவன தேடி கொஞ்சம் போலீஸ் மஃப்டில இருக்காங்கன்னும் சொன்னாரு" என்று சொல்லிவிட்டு அமைதியானான்.

பளிச்சித்த வானம் மஞ்சள் சிவப்பு நிறத்திற்கு மாறியிருந்தது... நேரம் பார்த்தான்... ஆறு மணியை நெருங்கி கொண்டிருந்தது. அணிந்திருந்த

ஷூவை கழற்றிவிட்டு முகம் கழுவியவன் நேராக ரூமிற்குள் சென்று படுத்துக்கொண்டான்...
எண்ணங்கள் வழக்கம்போல அவனுடன் வழக்காட தொடங்கியது...

"எங்க போய்ருப்பான்.. யார் அவன காப்பாத்திருப்பா.. எதுக்கா இருக்கும்.. காப்பாத்தலனா அந்த ஆளு ஏன் கிருபாவ காப்பாத்தாம போகனும்.. சரவணனுக்கு மட்டும் தெரிஞ்ச உண்ம ஏதாச்சோம் இருக்குமா..? இப்போ உயியோட இருந்திருந்தா எங்க இருக்கனும் அவன்..?" போன்ற உலரல்கள் உருவாக தொடங்கியிருந்தன.

"இப்போ அவன் எதுக்கு அவனால என்ன யூஸ் சுபாஷ்..? " என்று தொலைந்துபோன சரவணனை பற்றி அருணிடம் விவாதித்துக்கொண்டிருக்க தனது கேள்வியை முன்வைத்தான் கௌதம்.

"அவன் அந்த அளவுக்கு தப்பு எதுவும் செய்யல கௌதம்.. நடந்த கொலைகள மறச்சிருக்கான்.. அவ்ளோதான். அவங்கிட்ட கேக்கவேண்டிய கேள்வி வார்டன் கிருபா ஏன் திடீர்னு தற்கொல செஞ்சிகிட்டு இருக்கனும்.. இல்லாட்டி யாரு அவர கொண்ணுருக்கனும்.. உன்ன யாரு தப்பிக்க வச்சா.. ? அவ்ளோதான் என்னோட கேள்வியா இருக்கும்." என்று முடித்தான் சுபாஷ்.

சட்டென்று அப்பாவிடம் இருந்து அழைப்பு வர செல்போனை எடுத்துக்கொண்டு மீண்டும் மாடிப்படி ஏறினான்..
கல்மழையால் பெய்த ஈரம் இன்னும் காயாமல் இருந்தது..

"சொல்லுங்கப்பா?"

"ஒன்னு இல்ல ஹாஸ்டல்ல ஜோசப் ஒக்காந்துட்டு இருக்கான்.. யாருக்கு வெயிட் பண்றான்னு தெரியல.. அதான் போன் பண்ணேன். "

"அவன் அந்த பியூன பாக்க வந்திருப்பான்.. ஏன் இன்னும் அந்தாளு ஹாஸ்டல் போகலயா.. ஹெட்லைட் போட்றதுக்காச்சோம் போவாறே? "

"ரெண்டு மூனு நாளா வர்றதில்லன்னு நான்தான் சொன்னனே.. மறந்திட்டியா..?"

"அட ஆமாம்.. மறந்துட்டேன். செரி விடுங்க கொஞ்ச நேரம் பாத்துட்டு அவனே வீட்டுக்கு போய்டுவான்.. நீங்க வேலய பாருங்க..! "

"ஹிம்.. செரி ஒடம்ப பாத்துக்கோ...! "

"அப்போறோம் ப்பா.. கேக்குறேன் ஆனா கோவப்படாம பதில் சொல்லுங்க..?" என்று சற்று யோசித்தவன்.. பின் தைரியத்தோடு,

"சந்திரபோஸ் எப்பிடி செத்துபோனான்னு சொல்லுங்க..? " என்றான்.

"அவரோட சாவு ஒரு மர்மம்.. இன்னும் யாராலயும் அவரோட மரணத்த தெளிவுபடுத்தல.. கண்டிப்பா ஏதோ ஒரு மூலையில உயிரோடத்தான் இருப்பாரு" என்று சொல்ல,

"ப்பா அந்த சந்திரபோஸ் இல்ல... என்னோட அண்ணன் எப்பிடி செத்துப்போனான் சொல்லுங்க..? " என்றான்.

ஒரு அமைதி..

"ஏன் இந்தநேரத்துல அந்த கேள்வி.. இவ்ளோநாள் இல்லாம எதுக்கு தேவயில்லாத கேள்வி... தெரிஞ்சி என்ன செய்யபோற நீ..? " என்று விரக்தியாகவும் கோவமாகவும் கேட்டார் ராமச்சந்திரன்.

"இல்லப்பா இது தெரிஞ்சே ஆவனும்..
எனக்கு பயமா இருக்கு சொல்லுங்க..?"

"நல்லவிதமா சொன்னா புரிஞ்சிக்கமாட்டியா.. ஏன் பழய அடியெல்லாம் மறந்திட்டியா.. மறுபடியும் எல்லாத்தையும் ஞாபகப்படுத்தனுமா உனக்கு...? " என்று கோவமாக கேட்க..
சட்டென்று போனை ஆஃப் செய்தான் சுபாஷ்.

இருளுடன் சேர்ந்து பனியும் பெய்ய தொடங்கியிருந்தது..
நகரத்தின் தெரு விளக்குகளும் நெடுஞ்சாலை விளக்குகளும் எரியத்தொடங்கின.. இருக்கமாக முகத்தை வைத்திருந்தவன் செல்போனை ஆன் செய்வதும் ஆஃப் செய்வதுமாக இருந்தான்...
ஒரு கற்பனை உலகத்தில் மாட்டிக்கொண்டது போன்ற உணர்ந்தான்..

அரியநாச்சியின் பின்கதைகளை கேட்கவும் அதைபற்றி தெரிந்துகொள்ளவும் ஆர்வமாக இருந்தான்.. ஆறுமுகம் அவரைப்பற்றி சொன்ன விஷயங்கள் நினைவிற்கு வந்து சென்றது..!

"ஆறுமுகந்தான் மொதன்மொதல்ல அந்த அரியநாச்சிய பத்தி சொன்னாரு.. இப்போ அவரயே ஆள காணோம்னு சொல்றாங்க.. என்னதான் நடந்திருக்கும் அந்த நைட்ல.. பிரியா பாத்தத சொன்னா ஆனா தெளிவா

சொல்லல.. ஹிம்.. ஆகமொத்தோம் இதெல்லாத்துக்கும் மொதல்ல வந்து நிக்குறது இந்த ஜாதிதான்.." என்று மனதிற்குள் குமுறிக்கொண்டான்.

தொடரும்...

பகுதி (7)

அவளுக்கு என்னதான் வேண்டும்?

அடர்ந்த இரவு.. கண்கள் இருளை நோக்கி பிரயாணப்பட தூக்கம் என்ற ஊரில் அந்த இருள் சுபாஷை இறக்கிவிட்டிருந்தது.
இருளில் ஒரு குறுகிய ஒலி. எங்கேயோ கேட்ட அந்த சத்தம் காதை துளைத்தது.. யாரோ ஊஞ்சலாடும் அதே சத்தம்.. இல்லை யாரோ கயிற்றில் தொங்குகிற சத்தம். அந்த சத்தம் தொடர்ந்து வந்து பின் நின்றது. பெரிதாக எதையும் பொருட்படுத்தாமல் தூக்கத்திலேயே குறியாக இருந்தான்.

விடிந்தது,
தெளிவற்ற வானம்.. செல்போனை எடுத்துக்கொண்டு மாடியை அடைந்தான்.. இன்னமும் உறங்கிக்கொண்டிருந்த நகரம்.. மங்கிய வானம் அதில் புகை கோலமிட்டிருந்த பனிப்பொழிவு.. அதை ரசித்தபடி ஈரமான தடுப்பு சுவர்களில் கைவைத்து சாய்ந்துகொண்டான்..

மதுவிற்கு அழைப்பு விட்டான்..
"மது..? "

"சொல்லுடா..!"

"அதுக்கப்புறோம் அந்த சாமியார பாக்க போனியா இல்லயா? "

"இல்ல.. கொஞ்சநாளா ஆளயே காணோம்.. அங்க போற எல்லாரும் அந்தமாதிரிதான் சொல்றாங்க"

"ஆச்சரியமா இருக்கே அதிர்ச்சியாவும் இருக்கு.. எங்க போய்ருப்பாரு அவரு? "

"பக்கத்து ஊருக்கு போயிருக்கலாம்.. செரியா தெரியல..? "

"ஹிம்.. சரி நீ கொஞ்சம் பாத்து இருந்துக்கோ..

"செரிடா அப்போ வேலைக்கு கெளம்பு... சாயங்காலம் நானே போன் பண்றேன்.. செரியா.. லவ் யூ..! " என்றவள் இணைப்பை துண்டித்துக்கொண்டாள்.

வேலைக்கு செல்லும் வழியில் மின்னல் வெட்டிய இடத்தை காண நேர.., "இன்னும் இத மறக்கலயா.. வேகமா நட, நேரமாச்சி " என்று அருண் பதட்டப்பட்ட.. சிரித்தபடி அந்த இடத்தை கடந்து சென்றான் சுபாஷ்

ஆனால் அவனின் சிரித்த முகத்திற்கு பின்புறம் ஒரு தெளிவுபடுத்தப்பட்ட மர்மம் ஒளிந்துகொண்டிருந்தது..
அது ஒரு முதல் எச்சரிக்கை..
மின்னல் வெட்டிய அன்றையநாள் சுபாஷூம் அருணும் இனிமேல் தேவயில்லாத அந்த கனவுகள் பிரச்சனையில் தலையிடப்போவதில்லை என்பதை சொல்லிக்கொண்டு வர அந்த மின்னல் வெட்டியது.. அது ஒருவகை கடுமையான பயத்தையும் எதற்கோ இது அடித்தளம் என்ற உணர்வையும் அவனுக்குள் விதைத்து சென்றிருந்தது..

இரண்டாவது எச்சரிக்கை சமீபத்தியது..
அதை அருண் சொல்லி முடித்தபிறகே உறுதிசெய்துகொண்டான்...
ஒரு வாரத்திற்கு முன் மதுவுடன் சண்டை போட்டபோதும். இந்த பிரச்சனைகளில் இனி தலையிடப்போவதில்லை என்று சொல்ல அடர்ந்த அந்த மூடுபனி ஒரு வெள்ளை உருவம் கொண்டு அவனை படிகட்டுகளில் தள்ளிவிட்டு இரத்தக்காயம் உண்டாக்கியது..

ஆனால் மூன்றாவது எச்சரிக்கையின் பிரதிபலனும் அதன் ஆபத்தும் மிகப்பெரியதாக இருக்கும் அதில் எந்தவித சந்தேகமும் இல்லை. இந்த பிரச்சினைகளின் முடிவே இதற்கு காரணம்.. இல்லையென்றால் தன் உயிரை விட நேரிடும் என ஆணித்தரமாக நம்பியவன் நடையை மெதுவாக்கிக்கொண்டான்.

நடக்கும் எல்லா விஷயங்களும் ஏதோ ஒரு வகையில் அர்த்தமுடையதாய் தான் முடிகின்றது. சமூகத்தின் பார்வையில் அவை நல்லதா அல்லது கெட்டதா என தீர்மானிக்கபடுகின்றது.. உடலின் எலும்புகள் கூசும் அளவிற்கு நடக்கும் நிகழ்வுகளின் காரணம் அதைபோன்று வேறெங்கும் பார்த்திடாத ஒன்றாகவும், அசாதாரண நிகழ்வாகவும் இருக்கும்.
நடைமுறை சமூகத்திடம் இருந்து வேறுபட்ட நிகழ்வுகள் நிச்சயம் யோசிக்கவேண்டிய விஷயங்கள் தான்.

இன்னமும் புத்தி இல்லாதவன் என்றும் மனநலம் பாதிக்கப்பட்டவன் என்றும் மட்டுந்தான் சுபாஷை முத்திரை குத்தவில்லை.. பெரும்பாலும்

நடப்பவற்றை தமக்குள்ளேயே பூட்டிவைப்பதாலும் அவ்வளவாக யாரிமும் நடக்கும் விஷயங்களை பகிர்ந்துகொள்ளாமல் இருந்தாலும் ஒரு தர்சார்பு வட்டத்தில் தலைவலி முழுக்கவும் வாங்கிக்கொண்டு நின்றிருந்தான்.. அருண் முதற்கொண்டு ஒருசிலர் அவன் சொல்வதை நம்பினாலும் அவர்களும் ஒரு கட்டத்திற்குமேல் இதற்கான தீர்வை தேடி ஓட முயலவில்லை.. முக்கிய காரணம் அந்த பிரச்சைனைகள் மற்றும் கனவுகளின் குழப்பமான கூற்றுகள் தான்.

ப்ரியாவின் திருமணத்திற்கு சரியாக எட்டு நாட்கள் இருந்தது.. வடிவேலுவை பற்றி இன்னமும் சரியான செய்தி கிடைக்கவில்லை. அவற்றை நினைத்தவன், இவ்வளவு தூரம் கஷ்டப்பட்டது கண்டிப்பாக வீணாகக்கூடாது என நினைத்தபடி மெலிதாக சிரித்தபடி,

"நானே இந்த பிரச்சனையில இருந்து வெளிய வர நெனச்சாலும் முடியாது.. எனக்கு தெரியும் இந்த மூனாவது வார்னிங் ரொம்ப பெரிசுன்னு.. நடக்குறது நடக்கட்டும்..! " என்று நிமிர்ந்து மேலே வானத்தை பார்த்தபடி நடந்து கம்பெனியை அடைந்தான்.

வேலை விட்டு வர மூன்றுக்கும் மேற்பட்ட மிஸ்ட் கால்ஸ்.. எல்லாம் ஜோசப்பிடமிருந்து. ஏழு மணி.. பத்து மணி.. ஒரு மணி.. மீண்டும் மூன்று மணி.. என்று சரியாக கால இடைவெளியில் அந்த மிஸ்ட் கால்கள் இருந்தன. பதட்டத்தோடு அவன் போன் செய்ய நாட் ரீச்சபில் என்று வந்தது.. மீண்டும் முயற்சிக்கும் முன்னரே.

"என்ன விஷயமா அவனுக்கு போன் பண்ண.. சொல்லு நானாச்சோம் ட்ரை பண்றேன்..? "

"பியூனோட ஆக்டிவிட்டீஸ் கொஞ்சம் சரியில்லயாம் ஊர்ல எல்லாரும் பேசிக்குறாங்க.. அதான் அவனோட நடத்தய இன்னோருதடவ பாக்க சொல்லி ஜோசப்கிட்ட ரெண்டுநாள் முன்னாடி சொல்லிருந்தேன்.. நேத்து ஹாஸ்டலுக்கு வந்ததா அப்பா போன் பண்ணிருந்தாரு.. மேய்பீ அதுக்காகத்தான் போன் பண்ணிருக்கனும்" என்றான்.

காற்றின் வேகம் இதமாக இருந்தது..
ஈரப்பதம் காற்றில் எங்கும் ஒட்டிக்கொள்ள குளிர்ச்சி நகரம் முழுக்க பரவத்தொடங்கிய மாலை நேரம் அது.. நேரம் நான்கு மணியை கடந்திருக்க பொருமையாக அருணிடம் பேசிக்கொண்டிருந்த சுபாஷ் கைகளில் இருந்த செல்போன் ஒலித்தது.. ஜோசப் அழைப்பிற்கு காத்திருந்தான்.. ஆனால் எதிர்பார்த்தது நடக்கவில்லை.. அழைப்பு மதுமிதாவிடமிருந்து..

"என்ன மதி.. ராஜேஷ் அம்மாவ வீட்ல போய் பாத்தியா.. எப்புடி இருக்காங்க? "

"நேத்துதான் போய் பாத்தேன்.. ஏதோ ஒரு போட்டோவ பாத்து அழுதுட்டு இருந்தாங்க.. அது என்ன போட்டோன்னு தெரியல..? "

"ஏன் செரியா பாக்கலயா நீ அந்த போட்டோவ?"

"ப்ச் இல்ல நான் வீட்டுக்குள்ள நொழஞ்ச ஒடனே அத எடுத்து மறச்சிட்டாங்க.. நானும் பெருசா கண்டுக்கல.. ஒருவேள ராஜேஷ் போட்டோவா இருக்கும்..

அப்போறோம் ஒரு வாரத்துல ப்ரியாவுக்கு கல்யாணம்.. கூடவே அந்த தர்மனுக்கு ஏதோ தோஷமோ, கண்டமோ இருக்குறதா சொல்லிருக்காங்க.. அவ்வளோதான் விஷயம் " என்றாள் மது. விவரத்தை அருணிடம் பகிர,

"இப்போ என்ன பண்றது? " என்ற கேள்வி அவனிடமிருந்து.

"திவாரக உளவுபாக்க அனுப்பனும்.." என்று முடிக்க ஜோசப்பிடம் இருந்து அழைப்பு, எடுத்து பேச ஆரம்பித்தான்..

"சொல்றா ஜோ..? "

"சாயந்தரம் ஹாஸ்டல் போய் கொஞ்சநேரம் அங்கயே ஒக்காந்துட்டு இருந்தேன்.. அதுக்கப்புறோந்தான் ஆறுமுகம் வந்தாரு. நல்லாதான் பேசிட்டு இருந்தாரு.. ஆனா திடீர்னு விசித்திரமா வானத்த பாத்து பேச ஆரம்பிச்சிட்டாரு.. உங்க வீட்ட பாத்தேன்.. உங்கப்பா யார்கூடவோ போன்ல பேசிட்டு இருந்தாரு. கொஞ்நேரம் ஒக்காந்து அத பாத்துட்டு அவரு என்ன பாக்கும்போது கை காட்னேன்.. அவரு கவனிக்கல. அப்புறோம் கொஞ்ச நேரத்துல நானும் கெளம்பிட்டேன்..! " என்று முடித்தான் ஜோசப்.

"செரி மச்சி.. நான் சொன்னமாதிரி எதாச்சோ மோதிரமோ இல்லாட்டி தழும்போ அவர்கிட்ட இருந்திச்சா..? "

"அதெல்லாம் எதுவுமே இல்ல.. நல்லா பாத்துட்டேன்.. மொகம் மட்டும் எப்பவுமே இல்லாத அளவுக்கு கொஞ்சம் வெளிறிப்போய் இருந்திச்சி... மத்தபடி எல்லாம் சாதாரணமாத்தான் இருந்தாரு..!"

"செரி மச்சி.. இன்னு நாலுநாள்தான்.. வந்துட்றேன்.. போன வைக்குறேன்..! " என்றவன் இணைப்பை துண்டித்துக்கொண்டான். ஏமாற்றமாய் அறைக்குள் புகுந்தவன் அமைதியாக சில நிமிடங்களை கழித்தான்.. அறைக்கு வெளியே காற்று பலமாக அடிக்கத்தொடங்கியிருந்தது. வெறுமனே செல்போனை நோண்டியவன் நேற்று அப்பாவிடம் இருந்து வந்த அழைப்பு நேரத்தை பார்த்தான்... ஆறு முப்பது..

"அப்பாவ பாத்தேன் அவரு யார்கூடவோ பேசிட்டு இருந்தாரு.. !" என்று ஜோசப் சிறிது நேரத்திற்கு முன் சொன்னது ஞாபகம் வந்தது.. அதே சமயம் நேற்று ராமச்சந்திரன் போன் செய்து பேசுகையில் ஜோசப் விடுதி முகப்பில் தனியாக இருப்பதாய் சொன்னதும் ஞாபகம் வந்தது.. இதில் எது உண்மை என புரியாமல் குழம்பியவன் மீண்டும் ஜோசப்பிற்கு போன் செய்தான்..

"ஜோசப்.. நேத்து பியுனுக்காக எவ்லோ நேரம் வெயிட் பண்ண.. எப்போ பேசிட்டு எழுந்து கெளம்புன? "

"அதான் சொன்னனே.. ஒரு ஆறுல இருந்து ஆறு முப்பது வரைக்கும் பேசிருப்பேன்.. அப்போறோம் ஆறுமுகம் கெளம்பிட்டாரு.. நானும் கெளம்பிட்டேன்..!"

"சரியா சொல்லு மச்சி.. நீங்க ரெண்டு பேர் பேசுனத எங்க அப்பா வீட்ல இருந்து பாத்துட்டு இருந்தாரா..? "

"ஆமா பேசுனத பாத்துட்டுதான் இருந்தாரு.. அதுக்கப்புறோம் போன் பண்ணி யார்கிட்டயோ பேசுனாரு..! "

"யார்கிட்டயோ இல்ல ஏன்கிட்டதான்.. ஜோசப் தனியா ஒக்காந்துட்டு இருக்கான்னு சொன்னாரு.. ?"

"தனியாவா.. நான் பீயுன்கூட ஒக்காந்துட்டு இருந்தது அவருக்கு தெரியலயா?"

"ஹேய் ஜோ.. இந்தமாதிரி எனக்கும் நடந்திருக்கு.. இதே பதிலத்தான் அவரும் சொல்றாரு.. ஆனா இதுல எது உண்மன்னு தெரியல.. ரொம்ப பயமா இருக்கு..! " என்றவன் ஒரு சந்தேகத்திற்காக ராமச்சந்திரனை தொடர்புகொண்டு மீண்டும் நடந்த நிகழ்வை பற்றி கேட்டான்..

"கண்டிப்பா அன்னைக்கு ஜோசப் தனியாத்தான் இருந்தான் " என்று அவர் அடித்துச்சொல்ல குழப்பத்தோடு இணைப்பை கட் செய்தான்.

இதைப்போன்ற ஒரு நிகழ்வை ஒன்றிரண்டு வாரங்களுக்கு முன்பு அவன் எதிர்கொண்டிருந்தான். அப்போதும் ராமச்சந்திரன் இதில் தொடர்பில் இருந்தார்.. ஆனால் இப்போது ஜோசப். இல்லையென்றால் அப்பாவின் பார்வையில் உண்மை இருக்கின்றது என்று வைத்துக்கொண்டால் கூட.. கண்களுக்கு தெரியாத அந்த உருவம் எங்களிடம் பேசவும்.. தொடர்புகொள்ளவும் காரணம் என்ன.. புரியாத புதிர்தான்.. என்று மனதில் சொல்லிக்கொண்டான்.

மங்களான மூடுபனியின் எல்லாம் மந்தமாகவும் தெளிவில்லாமலும் அசதியையும் சோர்வையும் அவனுக்கு கொடுத்துச்சென்றது. சோர்வு அவனை தூங்குமாறு வற்புறுத்தியது.. தூங்கினான். அருணும் கௌதமும் அவனை பெரிதாக தொல்லை செய்யாமல் சமையல் வேலைகளை பார்க்க தொடங்கியிருந்தனர்.

இருள் சூழ்ந்திருந்த அந்த பரப்பில் ஒரு சில கனவுகளில் பிரதிபலிப்பில் பிறந்ததுபோல ஒரு காட்சி. வழக்கப்பட்டது.. ஏற்கனவே பார்த்தது என்பதால் பெரிதாக பயமும் படபடப்பும் இப்போது இல்லை. திறந்த கண்களுக்கு முன்பு தொங்கிக்கொண்டிருந்த ஒரு உடல்.. அதன் பாதங்களில் ஒழு தழும்பு.. ஒரு விரலில் பச்சை கல்பதித்த மோதிரம்.. ஆனால் இப்போது அது கட்டை விரலில். சன்னமாக எரிந்துக்கொண்டிருந்த கம்பியின் மின்விளக்குகள் விட்டு விட்டு எரிந்தன... கண்களை சிறிது நேரம் மூடினான்.. பின்னர் திறந்துபார்க்க கும்மிருட்டு. இருள் பழக்கப்பட்டதுதான்.. ஆனாலும் பயமாக இருந்தது. சடாரென்று அவனுக்கு எதிரே ஒரு ஒளி மிக பிராகாசமாக அவனை நோக்கி அடித்தது.. கண்டிப்பாக அது மின்விளக்கு இல்லை.. உற்று பார்க்க.. அது ஒரு டார்ச் லைட். படுத்திருந்த அவனுக்குமேல் தொங்கிக்கொண்டிருந்த அந்த உடல் காற்றில் வேகமாக ஆடத்தொடங்கியது..

"க்ரீச்.. க்ரீச்... க்ரீச்.. " என்று கம்பத்தில் கட்டியிருந்த கயிறு அந்த இரும்பு கம்பத்துடன் சேர்ந்து சத்தம் போட.. இறந்த உடல் பொத்தென்று அவன் மேல் விழுந்து, அரண்டுபோய் எழுந்தான். சுவர்கடிகாரம் எட்டு என்று அவனை பார்த்து இளித்தது.. எழுந்தவன் ரூமை விட்டு வெளியேற.. பக்கத்து ரூம் மூர்த்தியுடன் சேர்ந்து இருவரும் பேசிக்கொண்டிருந்தனர்.. மெதுவாக சிரித்தவன் அவர்களை அடைந்தான்.. பின்னர் சகஜமாக பேசினான்..

"ஆறுமுகத்துக்கு மொத்தம் ரெண்டு கொழந்தைங்க.. ஒன்னு பையன் இன்னோன்னு பொண்ணு.. பையனோட கையில ஒரு அடி பட்ருந்திச்சி.. தையலும் போட்டிருந்தாங்க.. இது எப்ப நடந்ததுன்னு

அக்காகிட்ட கேக்க ஒரு மாசத்துக்கு மேல ஆகுது.. இவங்கப்பன்தான் குடிக்க காசு தறலேன்னு.. குடிச்சி முடிச்ச பிராந்தி பாட்டில ஒடச்சி கைய அறுத்துட்டான் படுபாவி.. புள்ளைக்கு பயங்கய ரத்தமா போச்சின்னு சொல்லிடு அழுதாங்க.. பொண்ணோட கட்டவெரல்ல ஒரு பச்சகலர் மோதிரம் இருந்திச்சி... அதுவும் அவங்க அப்பாத்தான் கொஞ்சநாளைக்கு முன்னாடி வாங்குனதா சொல்றாங்க... இந்த விஷயத்த சொல்லத்தான் போன் பண்ணேன்...! " என்று ஜோசப் முடிக்க.. சுபாஷிற்கு என்ன செய்வதென்று தெரியாமல் நின்றான்..

"ஜோ.. ஜோசப்.. இதெல்லாம் உண்மையா? " என நடுக்கத்தோடு கேட்க..

"நா ஏன்டா இந்தநேரத்துல போன் பண்ணி பொய் சொல்லப்போறேன்.. இதான் நடந்தது..! " என்றான்.

எங்கும் ஈரக்காற்றின் வாசம்.. தூக்கம் வராமல் புரண்டு புரண்டு படுத்தான். ஜோசப் சொன்ன தழும்பும் பச்சை கல் பதித்த மோதிரமும் கண்முன் வந்து சென்றது...

"என்ன ஆகப்போகுது அந்த ரெண்டு கொழந்தைங்களும். ஒருவேள தூக்குல தொங்கபோகுதா.. இல்ல வேற எதாச்சோமா நடக்குமா.. அப்பிடி நடந்தா அத யாரு பண்ணுவா.. எதுக்கு பண்ணனும்... பியூன் ஏன் இந்த நெலைமைக்கு வந்தாரு.. புரியலயே. அப்போ கனவுல தூக்குல தொங்குனமாதிரி இருந்தது யாரு.. " என புலம்பிக்கொண்டிருக்க அறைக்கு வெளியே பளிச்சித்த தெரு மின்விளக்கு விட்டு விட்டு எரிய தொடங்கியிருந்தது.

விடிந்தது.. வழக்கம்போல வேலைக்கு சென்று வர மேற்கு சூரியனின் சிவந்த பொழுது,

"என்னடா கீழ வர்லயா.. ரூமுக்கு வந்த ஒடனே போன்தான் உனக்கு எல்லாமே.. இல்ல? " என்றான் அருண்.

அவனை நோக்கி திரும்பியவன் "திவாகர் கிட்ட இருந்து ஒரு முக்கியமான தகவல் தெரிஞ்சிருக்கு..?" என்றான்.

"என்ன தகவல்..? "

"என்ன கொலசெய்யபாத்த அந்த லாரி ட்ரைவர் டீடெயில் கண்டுபுடிச்சிட்டாராம்..

அந்த லாரி கூலிப்பட கும்பல் உபயோகப்படுத்துற வண்டியாம்.. கூலிப்படைய வச்சிதான் அன்னைக்கு என்ன காலிபண்ண பாத்தாரு அந்த சக்கரவர்த்தி..! "

"அடப்பாவி.. அப்போறோம் ஒரு பெரிய கும்பல் வேற டவுனுக்குள்ள வந்திருக்கான்டா சுபாஷு.. போன வாரத்துல நேகா ஆப்பீஸ்க்கு போனோமே அப்போகூட அது விஷயமாதான் ஒரு ஆர்டிகல் எழுதிட்டு இருந்தா.. ஞாபகம் இருக்கா..? "

"ஆமா ஞாபகம் இருக்கு.."

வானம் இருண்டு கிடந்தது.. வழக்கமாய் மெல்லிய தூரல் போல பனி ஏற்கனவே பரவியிருந்தது. மாடியின் தடுப்புசுவர்களில் பதிந்திருந்த ஈரம் அதை உறுதிசெய்தது.. சகஜமான போக்குவரத்து.. நகரத்தை தனித்துவமாய் காட்டிய ஆரஞ்சு நிற மின்விளக்குகள்.. வானத்தில் ஒன்றிரண்டு நட்சத்திரங்கள் கூட பலிச்சித்தன.. நீண்ட நாட்களுக்கு பிறகு அவைகளை பார்ப்பது ஒரு ஆனந்தமாக தெரிந்தது.. நட்சத்திரங்கள் நேகாவை நினைப்பூட்டியது..

தூங்கிய சில நேரங்கள் ஆன நிலையில் ஒரு சத்தம். படுத்திருந்த சுபாஷை அது உச்சிகொட்டவைக்க தூக்கம் கலைந்தது ஆனால் கண்களை திறக்கவில்லை..

"டப்... டப்.. " என அந்த சத்தம் மீண்டும் எழுப்ப மெதுவாக கண்களை திறந்தான்.. எதிர்புறத்திலிருந்த பச்சை நிற அறை ஜன்னல்கள் காற்றில் அங்கும் இங்குமாக அடித்துக்கொண்டிருந்தன... ஜன்னலுக்கு வெளியே தெரிந்த தெருவிளக்கு வெளிச்சத்தில் மழைநீர் துளிகள் தீப்பொறி போன்று சிதறியபடி தெறித்துக்கொண்டிருக்க எழுந்தவன் ஜன்னல் திசையை நோக்கி முன்னேறி மெதுவாக வெளியே நோட்டமிட்டான். பரவலான மழை சற்று இறைச்சலோடு பெய்துகொண்டிருந்தது.. ஆரஞ்சு நிற மின்விளக்கு அவனுக்கு எதிர்புறத்தில் பிரகாசமாக தெரிய அது அவனுக்கு விடுதி ஞாபகத்தை நினைப்பூட்டியது... அறை ஜன்னல்களை மூட முற்பட சட்டென்று ஒரு உருவம் ஜன்னலுக்கு வெளியே!

அதிர்ந்தவன் கைகளை வேகமாக உள் இழுத்துக்கொண்டான்... அறை ஜன்னல்களுக்கு மிக அருகில் நின்ற அந்த உருவத்தின் தலையிலிருந்து ரத்தம் கசிந்தபடி இருந்தது.. முகங்களில் ஏராளமான காயங்கள்.. சுபாஷை பார்த்து ஒரு குறுஞ்சிரிப்பை அது வெளிக்காட்டியது. வானத்திலிருந்து ஒரு மின்னல் சடாரென வெட்ட அந்த பிரகாசத்தில் அந்த உருவம் தெளிவாக தெரிந்தது.. அது விபத்தில் இறந்துபோன மனநலம் பாத்திக்கபட்ட

முதியவர்தான். அதிர்ந்தான்.. ஆனால் எதிரில் நின்ற அந்த உருவம் எதுவும் பேசாமல் சிரித்தபடி நின்றுகொண்டிருந்தது..

அது ஜன்னலின் வழியே தன் இரு கைகளையும் நீட்டியது.. அழுகிய கோரமான அந்த கைகள் இதற்கு முன்பு எங்கேயோ பார்த்தது போன்று ஞாபகம்.. விடுதியின் முப்பத்தி மூன்றாம் நம்பர் அறை ஜன்னல்கள் வழியே நீட்டிய கைகள்தான் சட்டென்று அவனுக்கு நினைவிற்கு வந்தது. அரண்டவன் அந்த உருவத்தையே பார்க்க.. அறைக்குள் நீட்டிய அந்த கைகள் அவனை பிடிக்க நீளத்தொடங்கியது...

பயந்தவன் பின்னிட்டான்.. அறையின் ஒருபுற சுவரினை அடைந்தவன்.. சுற்று முற்றும் பார்த்தான்.. கீழே படுத்திருந்த மற்ற இருவரையும் கூப்பிட வாயிலிருந்து வார்த்தைகள் வரவில்லை.. சத்தமாக கத்தினான்.. வெறும் காற்று மட்டும்தான் பதிலாக..!

நீண்டு வளர்ந்த அந்த கைகள் அவன் கழுத்தை பிடிக்க முயற்சி செய்ய.. பயத்தில் கண்களை மூடினான்... மீண்டும் ஏதோ ஒரு சத்தம்.. இறுக்கமாக மூடியிருந்த கண்களை பளிச்சென திறக்க தரையில் போர்வையை போர்த்தியபடி படுத்திருந்தான்.

"வழக்கமான கனவுதான் ஏன் கவலபட்ற..." என மனதிற்கு ஆறுதல் சொன்ன மறுகணம் எதிரிபுற ஜன்னல்கள் காற்றில் அங்கும் இங்கும் அடித்துக்கொள்ள தொடங்கியது..

எழுந்து உட்கார்ந்துகொண்டான்.. தொண்டைக்குழிக்குள் ஏதோ ஒன்று சிக்கியுள்ளது போன்ற நினைப்பு. ஜன்னல்களின் ஆட்டம் அதிகரிக்க சட்டென்று எழுந்து.. மெதுவாக கிட்டே சென்றவன் வெளியில் நோட்டமிட்டான். அதிர்ச்சி.. மழை இல்லை.. வெறும் காற்று மட்டுந்தான். புதிதாய் உணர்ந்தவன் சற்றுநேரம் அப்படியே பார்த்திருந்தான்.. வானத்தில் மின்னல் வேகமாக கையெழுத்து போட்டுச்சென்றது.. பலமான காற்று அவனை உறையவைக்க எதிரில் நின்றுகொண்டிருந்த மின் கம்பத்தை பார்த்தான்.. அது வழக்கம்போல தன் வேலையை செய்திருக்க சொல்லிவைத்தார்போல அதன் மின்விளக்குகள் விட்டு விட்டு எரிய தொடங்கின... அவன் கண்கள் மீண்டும் பதட்டத்தை தமதாக்கிக்கொண்டு விரிந்தன.. சுற்றுமுற்றும் பார்த்தவன் ஒரு நொடிப்பொழுதில் இரண்டு ஜன்னல்களையும் சாத்திவிட்டு படுக்கையே அடைந்து இறுக்க போர்த்தியவாரு படுத்துக்கொண்டான்.

விடிந்தது..,

"அருணு.. இந்த சரவணன் எங்கதான்டா போயிருப்பான் ஒரே மர்மமா இருக்குல்ல..? " என்று கேட்க,

"ஹிம் எங்கபோய் செத்து தொலஞ்சானோ பாவி.. இருக்குற ஒரே பிரேக் த்ரோ அவந்தான்.. இரு இரு ஏற்கனவே போலீஸ் கஸ்டடியில இருந்து தப்பிச்சு வந்திருக்கான்.. அப்போ மறுபடியும் போலீஸ் ஸ்டேஷனுக்கோ ஜெயிலுக்கோ போனா இவன் உயிருக்கு உத்திரவாதம் இருக்காது.. போலீஸ்க்கு பயந்தவன் கண்டிப்பா வெளியவர கொஞ்சம் நேரம் எடுத்துப்பான்..!" என்றான் அருண்.

"இன்னைக்கு வியாழகெழமயா... ஊருக்கு போக இன்னு ரெண்டுநாள் இருக்கு... யாராச்சோம் ஒருத்தர் க்ளூவோ இல்ல வேற எதாச்சோம் குடுத்தா கூட நல்லாருக்கும்ல..?..

..அந்த பைத்தியகாரன் திரும்பவும் என்னோட கனவுல வந்தான்டா நேத்து? " என்று முந்தையநாள் சம்பவத்தை சொன்னான்.

"அவரப்பத்தி ஹாஸ்பிட்டல் போகனும்னு சொல்லிருந்த மறந்துட்டியா? "

"அங்கதான் போய்கிட்டு இருக்கோம்.. " என்று சொல்லிக்கொண்டு நடக்க ஆரம்பித்தான். இருவரும் நேராக அரசு மருத்துவமனை அடைந்து ஓய்வு இருக்கைகளை பற்றிக்கொண்டனர்.

போர்டிகோவில் யாரும் இல்லை.. அங்கிருந்து எழுந்து மருத்துவமனை பின்புறம் செல்ல அதிர்ச்சி. பிணவறையை பார்த்தபடி அந்த கிழவி உட்கார்ந்திருந்தாள்.. அவளை நெருங்கிய இருவரும்.. ஒருவர் முகத்தை ஒருவர் பார்த்தபடி இருந்துவிட்டு, சுபாஷ் ஆரம்பித்தான்..

"பாட்டி.. எறந்துபோன அந்த பைத்தியத்த பத்தி உங்களுக்கு எதாச்சோம் தெரியுமா...?"

கண்களை அவனை நோக்கி ஏறெடுத்த அந்த கிழவி.. " எதுவும் தெரியாது..!" என இரு கைகளையும் விரித்து காட்டியது.

"அவர உங்களுக்கு எப்புடி தெரியும்..? " என்று கேட்க அது ஒருசில சைகைகளை கைகளாள் காண்பிக்க அவை புரியும் விதத்தில் இல்லை.

"அந்த கெழவி இந்த ஊருல இருக்கும்போது ஒரு பத்து பதினஞ்சி வருஷத்துக்கு முன்னாடிதான் அவரு இங்க வந்ததா சொல்றாங்க...! " ஒரு குரல் சுபாஷின் பின்னாலிருந்து வந்தது.

திடுக்கிட்டு திரும்ப ஒரு பெண்.. வயது எப்படியும் நாற்பதை தாண்டிதான் இருக்கவேண்டும்.

"நீங்க யாரு..?"

"இந்த ஹாஸ்பிட்டல் பக்கத்துலதான் உடல் ஊனமுற்றோர்கான ஹாஸ்டலும் இருக்கு. அங்காதான் இருக்கேன்.. இவங்களும் எங்க ஹாஸ்டல்லதான் இருக்காங்க.. அந்த பைத்தியகாரர் செத்ததுல இருந்து கொஞ்சநாளா என்னமோ மாதிரி இருக்காங்க..? "

"ஹாஸ்டல்ல இருக்காங்கன்னு சொல்றீங்க அப்போறோம் ஏன்...? "

"ஏன் பிச்ச எடுக்க அனுப்புறீங்கன்னு கேக்குறீங்களா.. உண்மைய சொல்லப்போனா நாங்க எவ்வளவோ சொல்லி பாத்துட்டோம் இவங்கதான் கேக்கமாட்றாங்க..

..இந்த அம்மா இங்க இருக்கும்போதுதான் அந்த செத்துபோனவரு வந்திருக்காங்க.. ஒரு பத்து பதினஞ்சி வருஷம் இருக்கும்னு சொல்றாங்க..? "

"மேம் உங்களுக்கு அந்த எறந்துபோனவர பத்தி எதாவது தெரியுமா..? "

"அவர அடிக்கடி இவங்க கூட பாப்பேன்.. ஆனா மனநலம் பாதிக்கபட்டவர்ன்றதால அவர ஹாஸ்டல்ல சேக்க முடியல.. ஹாஸ்பிட்டல்ல ஹெல்ப் கேட்டோம் அவங்க முடியாதுன்னு சொல்லிட்டாங்க..
அப்போறோம் அவர் எறந்து மறுநாள்தான் இவங்க எங்கிட்ட சொன்னாங்க.. அவ்ளோதான் தெரியும்..!"

"மேம் அவரு எந்த ஊருன்னு கொஞ்சம் கேட்டு சொல்லுங்களேன்..? " என்று அருண் கேட்க..

"தெரியிலயாம்பா.. அவரு வந்த வருஷமும் தெரியலயாம்.. ஆனா வந்து ஒரு பத்து பதினஞ்சி வருஷம் மேல இருக்குமாம்"

"பாட்டி.. எறந்துபோனவரோட பேராச்சோம் தெரியுமா..?" என கேட்க..
அவளது கண்கள் விரிந்தது.. பின் தனது இடது கையை காண்பித்தபடி எதையோ சொல்வதுபோல இருந்தது..

"மேம்.. என்ன சொல்றாங்க..? "

"இது எனக்கே தெரியல தம்பி.. ஏதோ கையில பச்ச குத்திருக்கமாதிரி காட்ராங்க.. ஆனா இவங்களாள எதயும் படிக்கமுடியாது அதனால அந்த பேர அவங்களால சொல்ல முடியல போல..? "

"ஹிம்.. செரி மேம் நாங்க வரோம்.. இவங்கள பாத்துக்கோங்க.. " என்று சொல்லிவிட்டு இருவரும் நடையை கட்டினர்.. உட்கார்ந்திருந்த அந்த கிழவி திரும்பி அந்த இருவரையும் ஏக்கத்துடன் பார்த்தவள் பின் மீண்டும் அந்த பிணவறையை வெறித்து பார்க்க தொடங்கினாள்...

மாடியின் தடுப்பு சுவர்களில் ஏறி உட்கார்ந்திருந்தவன் தனது செல்போனையே பார்த்துக்கொண்டிருந்தான்...
யாரோ ஒருவருடைய அழைப்புக்காக காத்திருக்க.. அந்த அழைப்பும் வந்தது..

"ஹிம் சொல்லுங்க நேகா உங்க போன் காலுக்குதான் வெய்ட்டிங்..? "

"கூடுமானவரைக்கும் பேசி வச்சிருக்கேன்.. கண்டிப்பா கல்யாத்த தடுத்து நிறுத்திடலாம்.. ஆமா எப்ப கல்யாணம்..? "

"அடுத்தவாரம் வியாழகிழம"

"அதுக்கு இடையில நெறயநாள் பாக்கி இருக்கு.. கவலப்படவேண்டாம் சுபாஷ்.. என்ன ஒன்னு ப்ரியா கொஞ்சம் ஸ்ட்ராங்கா இருக்கனும்... அவகிட்ட பேசிட்டீங்களா? "

"இல்ல நேகா.. அவள காண்டேக்ட் பண்ண முடியல போனும் ஸ்விச் ஆஃப்னு வருது எப்ப ட்ரை பண்ணாலும்.. "

"அவளோட தம்பிக்கு..? "

"இல்ல.. அவங்கிட்ட பேசியும் ரொம்பநாள் ஆயிருக்கும்... எதுக்கும் நான் விசாரிச்சி பாக்குறேன். ?"

"சொல்லாத.. கண்டிப்பா இந்த விஷயத்துல கொஞ்சம் ஸ்ட்ராங்கா இருந்தாத்தான்.. இல்லாட்டி கேஸ் நம்ம மேல திரும்பவும் வாய்ப்பிருக்கு.. புரியுதா நான் என்ன சொல்ல வரேன்னு..?"

"புரியுது.. நான் பாத்துக்குறேன்.. விவரம் தெரிஞ்சிகிட்டு நான் போன் பண்றேன்..?"
என்று சொல்லிக்கொண்டு இணைப்பை துண்டித்தான்.

"என்ன ப்ளான் போட்ருக்கீங்க.. கம்பெனி விட்டு வந்த உடனே மாடிக்கு வந்துட்ற...?" என வரும்பேதே புலம்பியபடி வந்தான் அருண். கூடவே கௌதமும்.

"வடிவேலுவ கடத்திவச்சிட்டு ப்ரியாவ தர்மன் ப்ளாக்மெயில் பண்ணுவான்னு நெனைக்குறேன்.. அதனாலத்தான் அவ பயப்புட்றா, மதுவும் அவளோட ப்ரெண்ட வேவுபாக்க அனுப்பிருக்கா.. நாம திவாகர அனுப்பிருக்கோம், என்ன நடக்குதுன்னு பாப்போம் "என்றான் சுபாஷ்.

நேரம் கடந்துகொண்டிருந்தது..
இரவுநேர பனியும் படரத்தொடங்கியிருந்தது. ஒருசில நிமிடங்களிலேயே செல்போன் தன் ஓய்வுநிலையை குலைத்துக்கொண்டு ஒலிக்க ஆரம்பிக்க அழைப்பது ஜோசப்தான் என்று தெரிந்து பேச ஆரம்பித்தான்,

"பகல் முழுக்க பியூன தேடுனேன்டா.. ஆளே கெடைக்கல இப்பதான் வீட்டுக்கு வந்திருக்காரு.. குடிச்சிருக்காரா இல்லையான்னு தெரியல எங்க வீட்ட தாண்டிதான் இப்ப போனாரு.. நானும் கூட போய்ட்டு இருக்கேன். விவரம் தெரிஞ்சிட்டு போன் பண்றேன்..! " என்றவன் போனை அமர்த்தினான்.

மீண்டும் ஒருமுறை திவாகருக்கு போன் செய்ய பிசி என்று விடையளித்தது.. போனை கட்செய்த மறுகணம் திவாகர் போன் செய்தார்.

"இங்க பிரியாவ பத்தியும் தர்மன பத்தியும் ஒரு சின்ன தகவல் கெடச்சிருக்கு. அது என்னனா.. ப்ரியாவோட குடும்பத்துல இருக்க ஏதோ விடை தெரியாத சாபம்.. அத எடுக்கத்தான் இந்த கல்யாணம் நடக்குறதா நெருங்குனவங்ககிட்ட விசாரிக்கும்போது சொன்னாங்க..? " என்றார். அந்த விடை தெரியாத சாபம் அரிமா என்றும் சுபாஷ் அறிந்திருந்தான்.

".. ஆமா சரியான குடி, ஒன்னும் பேசி பதில் வாங்குற நெலமையில அந்த மனுசன் இல்ல, அக்கா திட்டி தீக்கவே வேற வழியில்லாம மறுபடியும் ஹாஸ்டலுக்குள்ள போய் ஒக்காந்துகிட்டாரு.. எந்த கேள்விக்கும் பதில் இல்ல.. ஆனா பொலம்புறதெல்லாம் உங்க வீட்ட பாத்துத்தான் " என்றிருந்தான் ஜோசப்.

..சாதியல் மறைந்ததாக வெளிப்படையாகவும், நாகரிக உச்சத்தின் மாற்றங்கள் என்று சொல்லப்பட்டாலுமே அது ஏதோ ஒரு விதத்தில் தலைதூக்கி நின்றுகொண்டுதான் இருக்கிறது.

மனிதனின் நரம்புகளில் நிரம்பி வழியும் ரத்த அணுக்கள் போன்று ஒருசில அருவருக்கத்தக்க உயிர்களுக்கு சாதி என்பதும் அந்த சதைப்பாங்கான நரம்புகளை போன்றதுதான்.. மார்தட்டிக்கொள்ளும் இந்தமாதிரியான விஷக்காளான்கள் அவர்களாய் திருந்தும்வரை எவர் வந்தாலும் திருத்த இயலாது என்பதே தற்போதைய நிதர்சனம்.

"ஆவி அன்றே கொல்லும்..! "

நடந்தது எல்லாம் விபத்து போல தெரிந்தாலும் கொலைகளிலும் அந்த மரணங்களிலும் இருந்த ஒரு அழுத்தம் அரியநாச்சி உடையது.. அவர்களை பற்றிய எண்ணமும் சந்தேகமும் இடைவிடாமல் சுபாஷை துளைக்கும்.. காரணம்.. ஆரம்பம் முதல் அவனை பின்தொடர்வது அந்த அழுகிய வெள்ளை உருவம்...

கிணற்றில் விழுந்து மூச்சு முட்டி இறந்த அந்த உடல் சிலமணி நேரங்கள் தண்ணீரிலேயே இருந்து காற்றடைத்து ஊதி பெரிதாகி.. தோல்கள் தண்ணீரில் இருந்த மீன்களால் கடித்து தின்னப்பட்டு சிதைக்கப்பட்டு வெள்ளைத்தோல் மேனி பழுப்பு நிறமாக மாறி அழுகி பின் புதைக்கப்பட்டிருந்தது.. அரியநாச்சியின் அருவதோற்றத்திற்கு அதுவே காரணம்.

உறைந்துபோய் கிடந்த வழுவழுப்பான தரைத்தளம் குளிர்ச்சியை படுக்கைக்கு கிடத்தியது.. போர்த்தியிருந்த பெட்ஷீட்டும் சற்று குளிர்ச்சியாக இருக்க தூக்கத்தில் புலம்பியபடி கண்களை மெதுவாக திறந்தான்..

அதிர்ச்சி.. அறை கதவு திறந்திருந்தது. எங்கோ ஓர் இடத்தில் எரிந்த வெள்ளை நிற மின் விளக்கு வெளிச்சத்தின் ஒளி லேசாக அறையினுள் பிரதிபலித்துக்கொண்டிருந்தது.. விளக்கு வெளிச்சத்தில் வெளியே பொழியும் மப்பும் மந்தாரமுமான பனி தெளிவாக தெரிய.. பக்கத்து மின்கம்பத்தின் மின்விளக்கு முழுவதுமாக அணைந்து மீண்டும் அவனுக்கு கண்ணாம்பூச்சி விளையாட்டு காட்டியது.. மெதுவாக சென்று வெளியே நோட்டமிட்டான்..

வெறுமையோடு சேர்ந்து "க்ரீச் க்ரீச் க்ரீச்.. " என்று விளக்கு பூச்சிகள் சத்தம் போட்டுக்கொண்டிருந்தன.. வேகமாக கதவை மூடியவன் வந்து

படுத்துக்கொண்டான்.. மேஜையில் சார்ஜரில் இருந்த செல்போனை விடுவித்தவன் நேரம் பார்த்தான்.. மூன்றை நெருங்கிக்கொண்டிருந்தது...

விடிந்தது..

"இந்த ஏரியா இன்ஸ்பெக்டர் கொஞ்சம் நல்லவர்தான் சுபாஷ் நெறய கேள்விபட்ருக்கேன்.. அவர்கிட்ட உங்க விஷயத்த சொல்லிபாக்கலாமா..?" கௌதம் நம்பிக்கையான தொடக்கத்தை கொடுத்திருந்தான்.

"ஊர் விஷயத்த டவுன் போலீஸ்கிட்ட சொல்லி என்ன ஆகபோகுது கௌதம்.. ஏரியா பிரச்சனய பாக்கவே இவங்களுக்கு நேரம் இருக்காது.. இதுல எப்பிடி.. பேசாம வாங்க..! " என்று சொல்ல கௌதம் அமைதியானான்..

இயந்திரத்தோடு மள்ளுக்கட்டிவிட்டு வேலை முடிந்து வெளியேற.. நடந்தவைகளை அருணிடமும் கௌதமிடமும் சொல்லியபடி நடந்தான்..
அந்த மருத்துவமனையில் இருந்த கிழவி அவனுக்கு எதிரில் நிற்க சற்று திடுக்கிட்டான்.. இரு கைகளையும் நீட்டியவள் பிச்சை கேட்க..

"ஹிம்.. அன்னைக்கு நீ போனாபோதுன்னு பிச்ச போட்ட இப்ப உன்னயே புடிச்சிகிச்சி பாத்தியா இந்த கெழவி..? " என்றான் அருண்.

சுருக்கங்கள் நிறைந்த அந்த முகம் பரிதாபத்தின் உச்சியை உணர்த்தியது....
பாக்கெட்டில் இருந்த ஒருசில சில்லரைகளை அப்படியே கொடுத்துவிட்டு அந்த இடம் விட்டு நகர்ந்தான். அறையை அடைந்தவன் செல்போனை எடுக்க மதுவிடம் இருந்து மிஸ்ட்கால்கள்.. ஜோசப்பிடம் இருந்து எந்த அழைப்பும் வரவில்லை. அவன் கடலுக்கு சென்றிருப்பது நினைவிற்கு வந்தது..

நேரம் கடந்துகொண்டிருந்த அதே சமயம் மந்தாரமான மூடுபனி அந்த இடத்தையும் நகரத்தையும் ஆக்கிரமிக்க தொடங்கியது..மனதிற்குள் ஒரு பயம்.. அது திடீரென்று அவனுள் ஆழமாய் தொற்றிக்கொண்டது போல உணர்ந்தான்.. உடலின் வெப்பத்தை அது உறையவைத்துக்கொண்டது.

"இந்த க்ளைமேட் நல்லா இருக்குல்ல? " என்ற ஒரு குரல். குரல் வந்த திசை நோக்கி திரும்ப.. பக்கத்து அறை மூர்த்தி மாடியின் முகப்பில் நின்றிருந்தான்.

"நீதான் இந்த க்ளைமேட்ட மெச்சிக்கனும்.. எவ்ளோ பயமா இருக்கு தெரியுமா..? " என்றான்.

"நான் ஒடம்பு சரியில்லாம ஊருக்கு போறதுக்கு முந்தையநாள் உன்ன தேடி ரெண்டுபேர் வந்தாங்க சுபாஷ் " என்று ஒரு மர்மத்தை சொல்ல ஆரம்பித்திருந்தான் மூர்த்தி.

தொடரும்...

பகுதி **(8)**

நினைத்தது நடந்தது!

"..ஆமா ரெண்டுபேரு உன்ன பத்தி விசாரிச்சிட்டு போனாங்க, எனக்கு அவனபத்தி எந்த விஷயமும் தெரியாதுன்னு சொல்லிட்டேன்" என்ற மூர்த்தியின் வார்த்தைகள் சற்று அதிர்வையும் கலக்கத்தையும் கொடுத்தது.

"ஒருவேள அந்த ப்யூனும் தர்மனும் வந்திருப்பாங்களா.. இதுவும் அந்த தர்மனோட வேலயாத்தான் இருக்கும்.. என்ன வேவுபாக்க ஆள் அனுப்பிருக்கலாம் " என்று மனதிற்குள் நினைத்துக்கொண்டான்.

"எதாச்சோம் பிரச்சனயா சுபாஷ்? " மூர்த்தி சற்று பரபரப்பாக கேட்க தர்மனை பற்றியும் தான் கடந்துவந்த சம்பவங்களை பற்றியும் சொல்லி முடித்தான்.

"ஹிம்.. அப்போ இந்த தர்மன தூக்கிட்டா எல்லா பிரச்சனையும் முடிஞ்சிடுமா...? "

"அப்பிடிதான்னு நெனைக்குறேன்... என்னால நிச்சயமா சொல்ல முடியாது.."

"கவல வேணாம் சுபாஷ்.. எல்லாம் நல்லபடியா நடக்கும்...! என்று மூர்த்தி சொல்ல பின்னர் இருவரும் அவரவர் அறையை அடைந்தனர்.

சட்டென்று ஒரு மிஸ்ட் கால்.. இரண்டு ரிங்கில் கட்டானது. ஏற்கனவே அந்த நம்பரிலிருந்து இரண்டுமுறை அழைப்பு வந்திருந்தது. தேடலில் மூழ்க அதிர்ச்சி..
அது கொலைமுயற்சி செய்யபோவாதாய் மிரட்டிய அதே எண். அந்த எண்ணிற்கு முயற்சித்தான்.. ஒரு ரிங்கில் அட்டர்ன் செய்த யாரோ ஒருவர் பேசினார்..

"உயிருக்கு ஆபத்து.. எத்தன தடவ சொல்றது.. இனிமே போன் பண்ணமாட்டேன்.... முடிஞ்சா தப்பிச்சிக்கோ" என்று சொல்ல அந்த இணைப்பு துண்டிக்கப்பட்டது.

குழப்பத்தின் உச்சிக்கு சென்றவன்.. மீண்டும் முயற்சித்தான்...
ஸ்விச் ஆஃப் என்று பதில் வந்தது.
தூக்கம் வராமல் முழித்தபடி அமர்ந்திருந்தான்.. பயமும் குழப்பமும் மீண்டும் அதிகரிக்க தொடங்கியிருந்தது.
அறை மின்விளக்கை அணைத்துவிட்டு தூங்க முற்பட்டான், பியூன் ஆறுமுகத்தை பற்றிய நினைவுகள்..

"இவனுக்கு கண்டிப்பா எது உண்ம.. இந்த கொலையில காரணமான யாருன்னு நல்லாவே தெரிஞ்சிருக்கு, அத வெளிய சொன்னா கொண்ணுடுவாங்கன்னு பயந்து சாவுறான்.. என்னோட வீட்டபாத்து என்ன எதுக்கு தேடனும் " ராத்திரியில் புலம்பியபடி இருந்தான்..

எழுந்துபோய் பேக்கிலிருந்து தன்னுடைய நோட்டை எடுத்தவன் படுக்கையில் அமர்ந்துகொண்டான்.. ஒவ்வொரு பக்கங்களாக திருப்பி நடந்தவைகளை ஒருகணம் நினைவிற்கு கொண்டுவந்தான்.. கடைசியாக விபத்தில் இறந்துபோன மனநலம் பாதிக்கப்பட்டவரின் கிறுக்கல் நிறைந்த பக்கம்.. கடைசியாக எழுதிய தூக்கு கயிர் கனவு வந்த பக்கத்தை திருப்பினான்.. அதிலும் இரத்தக்கறை படிந்திருந்தது..
கிழமைகள் அச்சடிக்கப்பட்ட அந்த நோட்டின் மூலையை எதேர்ச்சையாக பார்க்க "சாட்" என்று இருந்தது..

"சாட்.. சனிக்கிழம... நாளைக்குதான்..
ஒருவேள..? " என்று இழுத்தவன்.. கடைசியாக வந்த கால் ரெக்கார்டரை பிலே செய்தான்...

"உயிருக்கு ஆபத்து.. எத்தனதடவ சொல்றது.. இனிமே போன் பண்ணமாட்டேன்.. முடிஞ்சா தப்பிச்சிக்கோ! "

என்று இருக்க.. "ஹிம்.. உயிருக்கு ஆபத்து.. இவன் ஏன் நமக்கு இந்த எச்சரிக்கய குடுக்கனும்.. ?" என்று யோசிக்க.. நோட்டில் அந்த பக்கத்தில் இருந்த இரத்த கறை அவனுள் குழப்பத்தை கிளப்பியது. காலண்டரில் தேதி வெள்ளி என்று இருக்க அதை நெருங்கிப்போய் தேதியை கிழித்தான்.. சனிக்கிழமை!

பச்சை கல் மோதிரம்.. தழும்பு.. இவை மீண்டும் மனதிற்குள் ஓடியது..
செல்போனை எடுத்து ஜோசப்பிற்கு போன் செய்தான்.. நாட் ரீச்சபில் என வர.. பிறகு அப்பாவிற்கு போன் செய்தான்.. பதில் இல்லை.

நிலமையை புரிந்தவனாகவும் ஏதோ ஒரு மனம் விரும்பா நிகழ்வு நடக்கவிருப்பதாகவும் நினைத்துக்கொண்டவன்.. நேரம் தாமதிக்காமல் படுத்திருந்த அருணை எழுப்பினான். அவனும் சுனங்களுடன் எழுந்திரிக்க சுபாஷ் கத்திய கத்தில் கௌதமும் எழுந்துகொண்டான்..

"இந்த டைம்ல ஊருக்கு பஸ் இருக்குமா?"

"இந்த நேரத்துலயா எதுக்கு..? "

"அதுக்குலாம் நேரம் இல்ல கேக்குறதுக்கு பதில் சொல்லு..? " என்று சுபாஷ் கேட்க அருண் கௌதமை பார்த்தான்..

"நாலரைக்கு ஒரு பஸ் இருக்கு.. அத விட்டா காலைல ஒம்போது மணிக்குதான்..! " என்றான் கௌதம்.

"ப்ச்.. விஷயத்த சொல்லு என்னாச்சி.. ஏன் இப்ப இதெல்லாம் கேக்குற ஊருக்கு போறியா..? " என அருண் கேட்டுக்கொண்டிருக்க சுபாஷ் எழுந்து பரபரப்பாக கிளம்ப ஆரம்பித்தான்.

முகம் கழுவிக்கொண்டு துணி மாற்ற..
கௌதமிடம் சொல்லிக்கொண்டு ரூமை விட்டு வெளியேறி பஸ் ஸ்டாண்ட் நோக்கி நடக்க ஆரம்பித்தான்.. அவனுக்கு பின்னால் குழப்பமாக சுபாஷை கூப்பிட்டுக்கொண்டே வந்த அருண் அவனை நெருங்கி
"இவ்ளோ கேக்குறனே சொல்றானா பாரு..? " என முறைத்தபடி மீண்டும் கேட்க.. பேக்கிலிருந்து நோட்டை எடுத்து அருணிடம் நீட்டினான்.

"தூக்கு மரம்.. பச்ச கல்லு மோதிரம்.. தழும்பு.. சக்கரவர்த்தி குரல்....
என்னடா இது.. இத ஏன் மறுபடியும் காட்டுற? "

"ஹிம்.. அந்த ரத்தகறைய பாரு.. அப்பிடியே அத எழுதுன கிழமைய பாரு.. " என்று சுபாஷ் சொல்ல.. அருணும் மூலையில் இருந்த கிழமையை பார்த்துவிட்டு சுபாஷை பார்த்தான்.

"மச்சி.. இதெல்லாம் எனக்கு நம்பணுமா இல்ல எல்லாம் கண்கட்டி வித்தயான்னுலாம் தெரியாது.. ஆனா யாரோ ஒருத்தர் இத ஏதோ ஒருவிதத்துல எச்சரிக்க செய்றாங்க அதுமட்டும் நிஜம்.. ஒரு ரெண்டுநாள் முன்னாடி ஜோசப் போன்பண்ணி பேசும்போது பியூனோட ரெண்டு கொழந்தைங்ககிட்டயும் இந்த ரெண்டு அடையாளத்த பாத்ததா சொன்னான்.. ஆனா மறுநாள் எந்த ஒரு அசம்பாவிதமும் நடக்கல.. அது கொஞ்சம் மர்மமாவே இருந்திச்சி.. அதனால அந்த நாளும் மறுநாளும்

ஜோசப்ப அங்கயே இருக்கசொன்னேன்.. என்ன நடக்குதுன்னு பாக்க சொன்னேன்.. ஆனா பயப்புட்றமாதிரி எதுவும் நடக்கல.."

"அதுக்கும்.. இப்ப நடக்குறதுக்கும் என்ன சம்மந்தம்.. இப்ப என்னாக போது..? "

"இருள் கனவு.. சனிக்கிழம.. கண்காணிக்கவும் இப்ப ஜோசப் இல்ல கடலுக்கு போய்ட்டான்.. இதுநாள் வரைக்கும் நடந்த இருளான கனவுகள் எல்லாம் நம்ம கடந்திடிச்சி. ஆனா இத தடுக்க வாய்ப்பு இருக்கு "

"இருக்குன்னு சொல்லாதடா இருந்திச்சி.. இட்ஸ் ஆல்மோஸ்ட் விடிஞ்சே போச்சி.. இதுக்குமேல போய் என்ன செய்யபோற நீ.. ! "

நடந்தவன் சட்டென்று நின்றான்.. " ஹிம்.. இட்ஸ் ஆல்மோஸ்ட் ஓவர்தான்.. ஆனா கொஞ்சமாச்சோம் ட்ரை பண்ணலாம்ல.. " என்று சொல்லிவிட்டு மீண்டும் நடக்க ஆரம்பித்தான்..

காலை பனி இரக்கமில்லாமல் கொட்டிக்கொண்டிருந்தது..

"சுபா.. நீ என்னவோ அவசரபட்றியோன்னு தோனுதுடா.. இது நடக்க வாய்ப்பிருக்கா..?"

"என்னடா அருண் லூசுமாதிரி பேசுற.. நீயுந்தான கூட நடக்குறதெல்லாம் பாத்துகிட்டு இருக்க.. அப்போறோம் ஏன் இந்தமாதிரி கேக்குற.. நேத்து நைட் மறுபடியும் அதே நம்பர்ல இருந்து ஒரு மிஸ்ட்கால்.. மறுபடியும் போன்பண்ணி பேசுன அதே குரல்.. எங்கயோ கேட்ட குரல்தான்.. உன் உயிருக்கு ஆபத்து.. எத்தனதடவ சொல்றது.. நான் கெளம்புறேன்னு சொல்லிட்டு கட் பண்ணிடான்"

"செரி இப்போ என்ன ஆவப்போது யார் சாவப்போறா.. கொழப்பாம உன்னால சொல்ல முடியுமா..? "

"தெரியல.. " என்று சொல்ல பஸ்ஸ்டாண்டை நெருங்கினான். நேரம் பார்த்தான் நான்கு இருபத்தி ஐந்து..
உடல் குளிர்ச்சியில் சிலிர்த்தது..
அமைதியாக நின்றுகொண்டிருந்த அருணை பார்த்தான். பேக்கிலிருந்து நோட்டை எடுத்தவன்,

"இந்தா மச்சி.. உண்மையாவே என்ன காப்பாத்தனும்னு நெனச்சா. இதுவரைக்கும் வந்த வெள்ளை கனவுகள நீ கண்டுபிடிச்சி

வை.. நாம வந்து அதெல்லாம் பாத்துக்குலாம்... எப்பிடியும் இன்னைக்கு நைட் கௌம்பி எட்டு மணிக்குலாம் வந்துடுவேன்.. அப்போறோம் என்ன..! " என்று நோட்டை நீட்ட அருணும் வாங்கிக்கொண்டான்...

ஒரு பெரிய ஹாரன் சத்தத்துடன் ஊருக்கு போகும் முதல் பேருந்து வந்து நின்றது..
சிறிது நேரத்தில் பஸ் கிளம்ப அருணை திரும்பி பார்த்தவாரே பின் இருக்கையில் சரிந்தவன் நினைவுகளை கிளறியபடி பயணத்தை தொடர்ந்தான்..
பாக்கெட்டுக்குள் இருந்த போனை எடுத்த அருண் யாரிடமோ பேசியபடி ரூமை நோக்கி நடக்க ஆரம்பித்தான்..

நடக்கவிருக்கும் தற்கொலையை தடுத்து நிறுத்த முடியாமலும் போகலாம்.. ஆனால் அது யார் என்பதை ஓரளவிற்கு யூகித்துவைத்திருந்தான்.. நடப்பது எதுவும் வாழ்வியலுக்கும் எதார்த்தத்துக்கும் ஒன்றிப்போகாத ஒன்று.. ஆனாலும் அவைகளை நம்பவேண்டிய சூழ்நிலையில் சுபாஷும்... நம்மவைக்கவேண்டிய முனைப்பில் பகல் இரவு கனவுகளும் போட்டி போட்டுக்கொண்டிருந்தன.

குளிர்காற்று விஷக்காற்று போல பலமாக அடிக்க பனியின்மீது இருந்த கோவத்தை பேருந்தின் ஜன்னல்கள் மீது காட்டினான்.. எப்படிபார்த்தாலும் குளிர் ஏதோ ஒரு மூலை முடுக்குகளில் நுழைந்து அவன் நாசியை குளிய்ச்சியால் துளைத்தது.. தழும்பும் மோதிரமும் கொண்டு மிக எளிமையாக கொலையாளியை கனவுகள் காட்டிக்கொடுக்காது என்று தாமதமாக உணர்ந்தான்.. காற்றில் கயிற்றில் ஆடிய அந்த உடல் ஒரு ஆண் உடல்.

பரிட்சையங்கள் அவனை நன்கு பட்டை தீட்டியிருந்தது.. அனுபவங்கள் லேசாக சுய அறிவையும் சந்தர்ப தேவைகளையும் எதிர்கால நிகழ்வுகளையும் யூகிக்க செய்திருந்தது.. கிடைத்த தடயங்களும் நடக்கப்போகும் திருப்பத்தையும் அதிர்ச்சியான விளைவுகளையும் கணக்கிட்டிருந்தது..

அரைதூக்கத்தில் இருந்தவன் கண்கள் தூங்குவதற்கு இனங்கவில்லை.. வெறிச்சோடிய சாலையில் பேருந்து பீரிட்டுக்கொண்டு சென்றது..
எதிரே வந்த கண்டக்டரிடம் கை நடுங்க காசை கொடுத்து டிக்கெட் வாங்கினான். மூச்சுக்காற்று சூடாக வெளியேற கடந்த நினைவுகள் மீண்டும். பியூன் ஆறுமுகத்தை பற்றி ஆரம்பம் முதல் நினைக்க தொடங்கினான்..

தெளிவற்ற அதே சமயம் வெள்ளந்தியான ஒரு ஆள்.. சகஜமும் சகோதரத்துவமும் கொண்டவர்.. சமீபத்திய பழக்கம் என்று சொல்லமுடியாது.. கிட்டதட்ட நான்கு வருடங்களுக்கு மேல் தெரியும்..
கனவில் ஏதோ ஒரு அடையாளம் தெரியாத உருவத்தை பார்த்து ஆறுமுகம் ஓடியிருந்தார்.. அந்த உருவம் யார் என்பதே இப்போதைய கேள்வி..
மனதில் தோன்றும் அந்த ஒருவனாக இருந்தாலும் பார்த்தவன் வாயால் உண்மையை வெளிக்கொணருவதே திருப்தியை தரும். மேலும் தன்னை போலவே அவனது வீட்டிலிருந்து வெளிவந்த அந்த உருவம் யார் என்பதும் இன்றுவரை விடை தெரியாத மர்மம்தான்.. ஒருவேளை அது கனவில் வரும் இறந்துபோன அண்ணன் சந்திரபோஸாக இருக்குமோ என்றும் நினைத்துக்கொண்டான்.

"சந்தேகம் வந்த அன்னைக்கே அந்தாள புடிச்சி ஸ்டேஷன்ல வச்சிருந்தா இவ்ளோ தூரம் அவஸ்தபட தேவயில்ல.. இல்ல, இந்தாளயும் லாக்கப்ல வச்சிருந்தா அப்போறோம் வார்டன் மாதிரிதான் இவரும் கயித்துல தொங்கியிருக்கனும்.."

..கண்களை திறக்க பேருந்து ஏதோ ஒரு டீ கடையில் நின்றுகொண்டிருப்பது போல தெரிய சோம்பல் முறித்தபடி டீ குடிக்க ஆரம்பித்தான்..

டீ கடைக்கு சற்று தள்ளி அந்தவாரத்து செய்தி புத்தகங்களும் க்ரைம் புத்தகங்களும் விற்பனைக்கு ஆயத்தபடுத்திக்கொண்டிருக்க..
நேகா வேலைபார்க்கும் சத்தியம் பத்திரிக்கையும் இருந்தது. "கூலிப்படையின் கூட்டணியில் காவல்துறையா? " என்று பரபரப்பான தலைப்பில் அந்த பத்திரிக்கை தொடங்க அதை பார்த்தவன் வாங்கி பேக்குக்குள் சொறுகினான்.

சிறிது நேரத்திற்கு பிறகு பேருந்து தன் பயணத்தை தொடர்ந்தது..
கண்களை மூடியவன் மீண்டும் கண்களை திறக்க எங்கும் கருநீலமயம்..
கடல் நீரும் வானமும் கும்மிருட்டான நீலத்தோடு பிரகாசித்தன.. அடர்ந்த அந்த மூடுபனி மேலும் அந்த சூழலை பிரகாசக்குலைச்சலாக காண்பித்தது..

"உயிருக்கு ஆபத்து.. எத்தன தடவயோ சொல்லிட்டேன்.. " என அரைகுறையாக ஆறுமுகம் சொல்வதுபோல காதில் கேட்டுக்கொண்டிருந்தது.. ஜோசப்பிற்கு மீண்டும் முயற்சி செய்தான்.. இரவு சொன்ன பதிலயே அந்த போன் எதிரொலித்தது. அப்பாவிற்கு போன் செய்ய போன் அழைப்பு பாதியில் கட்டானது.

குழம்பினான்.. பதட்டப்பட்டான்..

ஊர் பஸ் ஸ்டாண்டை அடைந்தவன் சட்டென்று கீழே இறங்கி வேகமாக நடக்க ஆரம்பித்தான்... கையிலிருந்த கடிகார நேரம் அப்போது சரியாக ஏழு!

ஜோசப் வீடு இருந்த தெரு வழியாக நடக்க ஆரம்பித்தான்.. எந்த அதிர்வலைகளும் இல்லாமல் வெறிச்சோடி இருந்தது.. பியுன் ஆறுமுகம் வீட்டை அடைந்து நோட்டமிட வீடு திறந்த நிலையில் இருந்தது. கிட்டே சென்றவன் உள்ளே நோக்கியபடி கூப்பிட்டான்.. எந்த பதிலும் வரவில்லை. பரபரப்பு ஆட்கொள்ள தொடங்கியது. செருப்பு கால்களுடன் உள்ளே சென்றான்.. யாரும் இருப்பது போன்றே தெரியவில்லை. எல்லா அறைகளும் திறந்தே கிடந்தன.. ஆறுமுகத்தின் மகன் மட்டும் தூங்கியபடி இருக்க அதிர்ச்சியில் கிட்டே சென்றவன் அவனை நன்றாக பார்த்துவிட்டு இடது கையில் ஒரு தையல் போட்ட அடையாளத்தை கவனித்தான்.. மூக்கிற்கு நேராக விரல்களை வைத்துப்பார்க்க... உயிர் இருந்தது. பொருமையாக மூச்சிழுத்து விட்டுக்கொண்டவன் சற்று நிம்மதியோடு தன்னுடைய வீட்டை நோக்கி நடக்க ஆரம்பித்தான்.

நடந்து தெருமுனையை அடைய அதிர்ச்சி காத்திருந்தது. விடுதியின் முன்பு ஒரு மாதத்திற்கு முன்பு பார்த்தவாறே கூட்டம் நிரம்பி காணப்பட்டது.. தன்னை அறியாமல் ஓடினான். கூட்டத்தை விளக்கிக்கொண்டு விடுதியின் இரும்பு கதவுகளை பிடித்தபடி உள்ளே எட்டி பார்த்தான்.. கண்கள் பிதுங்கிய நிலையில் விடுதின் முகப்பு மின் கம்பத்தில் கயிற்றால் தூக்கிடப்பட்டு கிடந்த பியூன் ஆறுமுகம்..
அவர் கால்களை பிடித்து கதறி அழுதபடி அவர் மனைவியும் மகளும்.

விரக்தியும் மிரட்சியும் பயமும் நடுக்கமும் ஒரே நேரத்தில் சுபாஷை தாக்க.. கண்களும் வாயும் அதிர்ச்சியை முன்மொழிந்தன.. இரும்பு கம்பிகளை பிடித்த கரங்கள் அதனை இறுக்கமாக நெருக்கின.. கதவுகள் பூட்டப்பட்டிருக்க விடுதியினுள் இரண்டு மூன்று காவல் துறையினரும், அவர்களுடன் பேசியபடி சுபாஷின் அப்பா ராமச்சந்திரனும் இருந்தார்.. அதிர்ச்சியோடு இப்போது குழப்பமும் சேர்ந்துகொண்டது.

இறந்த உடலை கைப்பற்றியவர்கள் வெள்ளை நிற துணியால் போர்த்தியபடி வெளியே எடுத்துவர அவரது இடதுகை விரலில் பச்சை கல் பதித்த மோதிரம் பளிச்சித்தது. கண நேரத்தில் அங்கிருந்து ஆம்புலன்ஸ் கிளம்ப வெளியேறிய காவல்துறையினரும் சுபாஷின் அப்பாவிடம் எதையோ கடகடவென சொல்லிவிட்டு நடந்தனர்.. கூட்டம் பரிதாப பேச்சுக்களையும் ஏச்சுக்கலையும் தாறுமாறாக வீசியபடி அங்கிருந்து கடந்து சென்றது..

காவல்துறையிடம் பேசிவிட்டு திரும்ப எதிரே சுபாஷ் நிற்பதை கண்டார் ராமச்சந்திரன். வார்த்தைகள் எதுவும் இருவரிடமும் வரவில்லை.. கண்களால் தன்னை பின் தொடருமாரு சொல்லிவிட்டு நகர சுபாஷும் வீட்டை அடைந்தான்.. ராதாம்பாள் வீட்டின் வெளிப்புறம் நின்றபடி பார்த்து நடுங்கி உள்ளே பூஜை அறையில் உட்கார்ந்திருக்க.. பேக்கை தொப்பென்று போட்டுவிட்டு முகம் கழுவச்சென்றான்.

முகம் கழுவிவிட்டு கண்ணாடியில் முகம் பார்க்க.. என்றோ ஒருநாள் தன் முகம் ஆறுமுகத்தின் முகமாக மாறியிருந்த ஞாபகம் சட்டென்று வந்து மறைந்தது..
சோகமும் தூக்கமும் கலந்த அந்த முகம் பார்க்க அவனுக்கே ஒவ்வாமையாக இருந்தது..

வீட்டில் இருப்பவர்களிடம் எதுவும் பேசி தொல்லைசெய்ய விரும்பாமல் கதவை தாழ் போட்டுக்கொண்டு படுத்தான். திறந்துகிடந்த ஜன்னல் வழியாக வெறியே பார்த்தான்.. அறுந்த தூக்கு கயிறு மட்டும் தொங்கிக்கொண்டிருந்தது.
எரிச்சலுடன் ஜன்னல்களை மூடிக்கொண்டவன் படுத்து தூங்கினான். தொண்டையை அடைத்த துக்கத்தை முந்தித்தள்ளிக்கொண்டு தூக்கம் வென்றாலும்.. மூளைக்குள் ஒரு முரண்பாடு. இருளான தூக்கத்தில் பொத்தென்று அவன் மேல் விழுந்த அந்த கயிற்றில் தொங்கிய உடல்... சட்டென்று எழுந்தவன் விரைந்து வீட்டின் ஹாலிற்கு சென்றான். அம்மா மட்டும் சோகமாக உட்கார்ந்திருக்ககூட சென்று அமர்ந்துகொண்டவன்..

"என்னாச்சுமா... அப்பா எங்க? " என்றான்.

"போலீஸ் ஸ்டேஷன் வரைக்கும் போய்ருக்காரு.. அந்த பியூன் செத்துபோய் தொங்குனத அவருதான் மொதல்ல பாத்தாரு..! "

"என்னதான் பிரச்சனையாம் அவருக்கு ஏன் இந்தமாதிரி பண்ணிகிட்டாரு..? "

"தெரிலடா.. கொஞ்சநாளா குடும்ப பிரச்சன ஓடிகிட்டு இருந்ததா அக்கம் பக்கம் சொல்லிக்குது.. அந்த விரக்தியில இந்தமாதிரி செஞ்சிகிட்டான் படுபாவி..
புள்ளைங்கள பத்தியாச்சோம் கொஞ்சம் நெனச்சிருக்கலாம்.. ஹிம் என்ன நடக்குதுன்னு தெரியல போ.. அவரு பதட்டமா என்ன கூப்புடும்போது மணி ஆறு இருக்கும்.. நைட் முழுக்க இங்கதான் குடிச்சிட்டு விழுந்து கெடந்தான்.. அதுக்கப்புறோம் காலைல பாத்தா இந்த நெலம..!" என்று சொல்லிவிட்டு அமைதியானார்.

வீட்டை விட்டு வெளியேறிய சுபாஷ் விடுதியை மீண்டும் நோட்டமிட்டான்..
அந்த தூக்கு கயிறு மீண்டும் யாருடைய வருகைக்காகவோ காத்திருப்பது போன்று தெரிந்தது.. ஓடிப்போய் அப்படியே தானும் கயிற்றை மாட்டிக்கொண்டு தொங்கிவிடலாமா என்றுகூட நினைத்தான்.

" நான்கூட காத்துல ஏதோ துணி ஆடுதுன்னு நெனச்சி உத்துபாக்க யாரோ தூக்குல தொங்கிட்டு இருந்தாங்க. அம்மாவ கூப்பிட்றதுக்கு முன்னாடி போலீஸ்க்கு போன் பண்ணி கூப்ட்டேன்.. அப்போறோம் நானும் அவங்களும் ஹாஸ்டல் உள்ளபோய் பாத்தோம்.. நான் நெனைக்கவே இல்ல அது ஆறுமுகமா இருக்கும்னு.. கொஞ்ச நேரத்துலயே கூட்டம் கூடிடுச்சி..! "

"ப்பா.. என்கிட்டயோ இல்ல உங்கக்கிட்டயோ கடைசியா எதாச்சோம் பேச ட்ரை பண்ணாரா? "

"இல்ல.. குடிபோதையில இருந்ததால எனக்கு அவன்கூட பேசவும் விருப்பம் இல்ல.. இதுக்கு முன்னகூட நெறைய அட்வைஸ் பண்ணிருக்கேன்.. அவன் கேக்குறமாதிரி தெரியல. என்ன பண்றது அவன் விதி அவ்ளோதான்னு போகவேண்டியதுதான்.. !"

"ப்பா.. இன்னு அந்த தர்மன்தான் இன்ஸ்பெக்டரா இருக்கானா..? "

"ஆமா அவருதான் இருக்காரு.. மறுபடியும் போலீஸ் ஸ்டேஷன் போகவேண்டி வரும்னு நெனைக்குறேன்.!"

"செரி அப்பிடி போறமாதிரி இருந்தா என்னயும் கூட்டிட்டு போங்க நானும் வரேன்..!" என்று சொன்னவன் தன்னுடைய அறைக்கு போக முயன்றான்.

"சுபாஷ்..?" என்று சத்தமாக கூப்பிட நின்றவன்..

"என்னப்பா..?" என்றான்

"நாளைக்கு வீடு காலிபண்றோம்..! உங்கிட்ட எப்பவோ சொல்லிருக்கேன்னு நெனைக்குறேன்.. அதான் உன்னோட ஸ்கூலுக்கு பக்கத்து தெருலதான். உன்னோட ஹெட்மாஸ்டர் தாமஸ்தான் அந்த வீட்டக்கூட காட்டுனாரு.. இன்னைக்கு மதியம் போய்ட்டு அதபத்தி வீட்டுகாரங்ககிட்ட பேசிட்டு வரேன்.. நாலைக்கு எப்படியும் கௌம்பிடலாம்..!" என்றவர் மீண்டும் வீட்டை விட்டு வெளியேறினார்.

சிலமணி நேரம் கழித்து விடுதியை நோட்டமிட்டான்.. மின்விளக்கு கம்பத்தில் காகம் ஒன்று வந்து அமர்ந்துகொண்டு தன் அளகால் மின்கம்பத்தை தேய்த்துகொண்டிருந்தது..

தனிமை ஒரு மனிதனை எந்த ஆழத்திற்கும் இறக்கி பார்த்துவிடும்..
கூடுமானவரை எதிர்மறை எண்ணங்களையே உருவாக்கும் அந்த தனிமையை ஒழிக்க பலரும் பல வகைகளில் தங்கள் நேரத்தை செலவிடவேண்டும்.. தன்னந்தனிமை மன அழுத்தத்தையும்.. தன்னை தானே மாய்த்துவிடும் எண்ணத்தையும் தூண்டும். தோற்றுப்போன விரக்தி சுபாஷின் மனதில் மீண்டும் கிளர்ச்சி விட தொடங்கியிருந்தது.. கிட்டதட்ட மூன்று முறை அவனுக்கு எச்சரித்தும் கூட அவனால் அந்த மரணத்தை தடுத்து நிறுத்த முடியவில்லை.

காலை உணவை முடித்தவன் செல்போனை எடுத்தான். யாரிடமாவது பேசவேண்டும் என்று அங்கலாய்த்தான்.. மதுதான் ஞாபகத்திற்கு வந்து நின்றாள்.
அவளிடம் நடந்தவற்றை சொல்லி சில ஆறுதல் வார்த்தைகளை வாங்கிக்கொண்டான். படுக்கை அறையை தவிர வேறு எங்கும் போக மனம் ஏற்கவில்லை.. கூட சுத்துவதற்கும் பேசுவதற்கும் இப்போது அருணும் ஜோசப்பும் பக்கத்தில் இல்லை.. காபி டம்ளரை எடுத்துக்கொண்டு வந்து படுக்கையில் உட்கார்ந்தார் ராதா..

"அந்த ப்ரியா பொண்ணுக்கு கல்யாணம் ஆகப்போகுதாம். அதுவும் அந்த இன்ஸ்பெக்டர் தர்மன் கூட..?" என்றான் சட்டென்று

"என்னடா சொல்ற.. இன்ஸ்பெக்டர் கூடயா ஏன் திடீர்னு.. இதபத்திலாம் ப்ரியா சொல்லவே இல்ல பாத்தியா? "

"ஹிம்.. ஆமா அந்த இன்ஸ்பெக்டர்தான் ப்ரியா அம்மாவோட தம்பியாம்.. அவருக்காதான் ஆரம்பத்துல ப்ரியாவ கல்யாணம் பண்ணி தர்றதா இருந்திச்சாமாம்.. ராஜேஷால எல்லாம் போச்சின்னு சொல்லிக்குறாங்க.! "

"ஓகோ கத இப்பிடி போகுதா.. ஹிம் இதே மாதிரிதான் அன்னைக்கும் நடந்திச்சி.. ஆனா யாருமே எதிர்பாக்காதமாதிரி ஒரு சம்பவம், எல்லாம் நேரம்..?"

"என்னமா சொல்ற.. யாரபத்தி சொல்ற நீ..? " என்றான் சுபாஷ்.

"அது வேற கத.. இப்ப காய்ச்சல் எப்பிடி இருக்கு.. கொறஞ்சதா இல்லயா கொறயாட்டி சொல்லு ஹாஸ்பிட்டல் போய்ட்டு வந்திடலாம்..? என்று பேச்சை மாற்றினார் ராதா.

"ஹான்.. கொறஞ்சிருக்கு நீ அந்த விஷயத்த சொல்லு..! "

"அது ஒன்னு இல்ல ஒரு பழய விஷயம்.. இப்ப நடந்தமாதிரியே ஒரு சம்பவம்.. ஆனா உனக்கு தெரிஞ்சிருக்கவும் வாய்ப்பிருக்கு. இந்தமாதிரிதான் செத்துபோன சக்கரவர்த்தியோட தங்கச்சி ஒருத்தி இருந்தா.. அவளும் இதேமாதிரி சாதி விட்டு சாதி கல்யாணம் பண்ணிகிட்டதால வீட்ல ஒரே சண்ட.. அவசர அவசரமா கல்யாணம் செஞ்சிவைக்க பாக்க அந்த கல்யாணத்தல இஷ்டம் இல்லாம கடைசீல கெணத்துல குதிச்சி தற்கொல பண்ணிகிட்டா பாவம் !" என பழைய கதையில் புதிய உயிரோட்டத்தை பாய்ச்சி சொல்லி முடித்தார் ராதா.

"ஓகோ அம்மா அந்த அரியநாச்சிய பத்திதான் பேசிட்டு இருக்காங்க.! " என மனதிற்குள் சொல்லிக்கொண்டான்.

"ச்சே எவ்வளோ கேள்விங்க இருந்திச்சி இந்த பியுன பாத்து கேக்க.. எதுவுமே கண்டுபிடிக்குறதுக்குள்ள இப்பிடி போய் சேந்துட்டானே கடவுளே..? "

"அவன் ஏன் சக்கரவர்த்திமாதிரி செய்யனும்.. ஒருவேளை சக்கரவர்த்தியோட ஆவி இவர் ஒடம்புல புகுந்திருக்குமோ. ஆனா இந்தமாதிரி யோசிக்குறதுல அர்த்தமே இல்லயே.. ஏன்னா அந்த பியூன் ஒடம்புல எதுக்கு சக்கரவர்த்தி ஆவி புகுறனும்.. இல்லாட்டி நம்மகிட்ட ஒரு முக்கியமான விஷயம் சொல்லவந்து அத சொல்லாம தடுக்க வேற யாராச்சோம் அடிச்சி கொண்ணு தொங்கவிட்டுருப்பாங்களோ.. " என்று கேள்விகளையும் பதில்களையும்
அவனே கேட்டு சொல்லிக்கொண்டான்.

சரியாக ஜன்னலுக்கு நேராக விடுதியின் முகப்பு விளக்கு தெரிந்தது..
பகல் விளக்கு இரவு நேர எரியாத விளக்காக அவன் கண்களுக்கு தெரிய..
இப்போது அவன் கண்களுக்கு மட்டும் இரவு நேரமாகி அந்த எரியா விளக்கு விட்டுவிட்டு எரிந்துகொண்டிருந்தது.. நடந்த சம்பவங்கள் கண்ணாடி போல அவனுக்கு எதிர் காட்சியாக வந்துகொண்டிருந்தது..

சக்கரவர்த்தியின் ஆரம்பகால நிகழ்வுகளை கிளறிய நாள் அது.. சாதிவெறியின் தொடக்கபஅபுள்ளியை பியூன் ஆறுமுகம்

வெளிச்சபடுத்திய தினம் அவன் கண்களுக்கு முன்பாக தெரிந்தது.. முகப்பு விளக்கை போட்டுவிட்டு ஹாஸ்டல் விட்டு வெளியேற எதிர்பட்ட ஆறுமுகத்திடம் மன்னிப்பு கேட்க அவரும் நடந்தவைகளை சொல்லி இருந்தார்.. அதேசமயம் அரியநாச்சியை பற்றி முதலில் ஆரம்பித்ததும் ஆறுமுகம் தான்.

"ஏம்பா எங்கபோய்ட்டு வந்தீங்க கையில என்ன பத்திரிக்கயா..? " என்று சொல்லிக்கொண்டு வெளியே அமர்ந்திருந்த அப்பாவிடமிருந்து பத்திரிக்கையை வாங்கினான்..

'தர்மன் வெட்ஸ் ப்ரியா' என்று இருக்க அதை படித்தவன் ராமச்சந்திரனை பார்த்தான்..

"எங்கப்பா போய்ருந்தீங்க போலீஸ் ஸ்டேஷனுக்கா.. போகும்போது கூட்டிட்டு போங்கன்னு சொன்னேன்ல ஏன் விட்டுட்டு போனிங்க.. செரி ஸ்டேஷன்ல வேற என்ன சொன்னாங்க. அந்த தர்மன் ஏதாச்சோம் சொன்னாரா.? " என்று கேட்க. ராமச்சந்திரன் நெற்றிச்சுருங்களில் இருந்து வடிந்த வியர்வையும் அவர் பார்வையும் சற்று அச்சத்தை கொடுத்தது..

"உனக்கும் அந்த தர்மனுக்கும் எதாவது பிரச்சயனா.. இதுக்கு முன்னாடி..? " என்று கேட்க.. திடுக்கிட்டவன்,

"அப்டியெல்லாம் இல்லயே.. ஏம்பா என்ன கேட்டாரு அவரு..?" என்றான்.

"என்னத்த... உனக்கும் உன் பையனுக்கும் வேற வேலயே இல்லயாய்யா.. எப்ப பாத்தாலும் எதயாச்சோம் ஒரு பொணத்த கண்டுபுடிச்சி வந்து நிக்குறீங்கன்னு கேட்டான்.. சார் வீட்டுக்கு வெளிய வந்து பாத்தேன்.. பாத்த ஒடனே இந்தமாதிரி ஒரு சம்பவம் சும்மாவா இருக்க சொல்றீங்க.. ரொம்ப பயங்கரமா வேற இருந்திச்சி. அதான் போலீஸ்க்கு போன் பண்ணேன்னேன்! உன் பையன ஒழுங்கா பாத்துக்க.. தேவயில்லாத விஷயத்தல மூக்க நொழைக்கவேண்டாம்னு சொல்லி வை.. முக்கியமா உங்களோட இடம் தெரிஞ்சி மோதசொல்லு எப்போமே எல்லா விஷயமும் நல்லவிதமா நடக்காதுன்னு கொஞ்சம் கண்டிப்பா சொல்ல எனக்கு அந்தாளு என்ன சொல்றான்னே புரியாம போச்சி.. நானும் பதிலுக்கு இதெல்லாம் எதுக்கு சார் ஏங்கிட்ட சொல்றீங்க. அவன் என்ன தப்பு பண்ணான்னு கேட்க, அத உன் புள்ளகிட்டயே கேளுன்னு சொல்லிட்டு.. ஒரு நோட்டுல கையெழுத்து வாங்கிட்டு இந்த பத்தகரிக்கைய கொடுத்து அனுப்புனான் " என்றவர் பத்திரிக்கையை வாங்கி படிக்க ஆரம்பித்தார்,

"லேட் சத்தியமூர்த்தியின் பேத்தியும் லேட் சக்கரவர்த்தியின் புதல்வியும் ஆன ப்ரியா எனும் கண்ணிகை..! ஓகோ சத்தியமூர்த்தி பேத்தியா இவ.. இது அன்னைக்கே சரியா தெரியாம போச்சே அதான் தர்மனுக்கு ஓம்மேல கோவமா"

"ஏம்பா அவளோட தாத்தாவ உங்களுக்கு ஏற்கனவே தெரியுமா..?"

"கொஞ்சம் தெரியும்.. அவரும் ஊர்தலைவரா இருந்தவருதான்.
அவரு போன ஒடனே அவன் புள்ள சக்கரவர்த்தி வந்தான்... "

"என்ன செய்றது இப்ப..? "

"நீ என்ன செய்யபோர.. ப்ரியாவுக்கு இந்த கல்யாணத்துல விருப்பம் இருக்கோ இல்லயோ அதெல்லாம் நம்ம பிரச்சன இல்ல.. அவ உண்டு அவளோட சொந்தம் உண்டு.. இனிமே இந்த விஷயத்துல தலையிடாம ஒதுங்கி இரு.. அதான் நல்லது உனக்கும் எங்களுக்கும்.."

"ஹிம்.. செரி!" என்று தலையை தொங்கபோட்டவன் படுக்கை அறையை அடைந்தான்.. நேகா நியாபகம் வர முதலில் மெசேஜ் செய்தான்.. பேக்கில் இருந்த சத்தியம் பத்திரிக்கையை எடுத்தவன் மேலோட்டமாக படிக்க ஆரம்பித்தான்..

"எப்போதும் இல்லாத அளவிற்கு நகரத்தில் கூலிப்படைகள் ஊடுருவல் ஏன்.. எதற்கு தலை நகரம் கொலை நகரமாக மாறுகின்றதா.. பட்டா கத்திகளின் பயங்கரம் இனியும் தொடர வாய்ப்புள்ளதா அல்லது காக்கிகளின் கறைகள் வெளுக்க கூலிகளின் ஜோலிகள் என்கவுன்டரில் முடிக்கப்படுமா..? " என்று விருவிருப்பாக
தொடங்கியிருந்தது.. புன்முறுவலுடன் அதை படித்துக்கொண்டிருந்தவனுக்கு நேகாவிடம் இருந்து அழைப்பு..

"அங்க என்னதான் நடக்குது சுபாஷ்.. மறுபடியும் அதே ஹாஸ்டல்ல ஒரு தற்கொல.. இதத்தான் உன்னோட கனவும் விரும்புச்சில்ல? "

"ஆமா.. நான் இந்தமுறயும் கோட்ட விட்டுட்டேன் நேகா.. இப்ப அடுத்து என்ன பண்ணனும்னு மட்டும் சொல்லுங்க. நீ ஒரு க்ரைம் ரிப்போர்டர்.. சோ ஒரு போலீஸ் எப்புடி இன்வஸ்டிகேஷன் பண்ணுவாங்கன்னு உங்களுக்கு கொஞ்சம் தெரிஞ்சிருக்கலாம்"

"ஓக்கே.. தற்கொல நடந்த எடத்துல எதாச்சோம் தடயம் இருக்கான்னு பாரு.. கண்டிப்பா நமக்கு உபயோகபட்றமாதிரி எதாவது ஒன்னாச்சோம் இருக்கும்.
அன்ட் சுபாஷ்.. எந்த பொருளுமே உபயோகபடாத பொருள் இல்ல... புரியுதா? " என்று நேகா கடைசியாக அழுத்தி சொல்ல..

"ஹிம் புரியுது.. கேட் வேற பூட்டியிருக்கு.. மதில் ஏறி குதிச்சிதான் போகனும்...! " என்று அலுத்துக்கொண்டான்.

"என்னவோ பண்ணு ஆனா மாட்டிக்காத.. அன்ட் சுபாஷ் இன்னோரு விஷயம் சொல்லனும்.. சாயந்தரம் நாலு, அஞ்சி மணிக்கு ஒருத்தர் போன் பண்ணுவாரு.. மறக்காம அட்டன் பண்ணி பேசிடு செரியா.? "

"யாரு அவரு.. எதுக்கு எனக்கு போன் பண்ணப்போறாரு..? "

"அது சஸ்பென்ஸா இருக்கட்டும்.. ஆனா மறக்காம போன் அட்டன் பண்ணு.. வச்சிட்றேன்!" என்று சொல்லிவிட்டு இணைப்பை துண்டித்தாள்.

நோட்டை எடுத்து எழுதிவைத்த கனவுகளை மீண்டும் ஒருதரம் பார்த்தான்.. சரவணன் இன்னமும் மர்மமாகவே இருந்தான். சந்திரபோஸ் இன்னமும் கேள்விக்குறியாக இருக்க ஆலமரத்து கிழவன் நிலமை என்ன ஆனதென்றே தெரியவில்லை. மதுவிடம் கேட்க மனம் ஒப்புதல் தெரிவிக்க.. சர்ச்சில் நேரடியாகவே இதைபற்றி பேசிக்கொள்ளலாம் என்றது மூளை.

"என்ன சுபாஷ்.. தூக்கமா இல்ல கம்பெனில இருந்தீங்களா..?" திவாகரின் அழைப்பை எடுத்தவனுக்கு ஒரு கேள்வி,

"ஆமா ப்ரோ நீங்க எங்க இருக்கீங்க.. நம்ம விஷயம் என்னாச்சி? "

"நீங்க எப்போ ஊருக்கு கெளம்பி வரீங்க.. அத சொல்லுங்க.. இத நேர்லதான் பேசனும் அதுக்காகதான் சொல்றேன்..! "

"செரி நாளைக்கு காலைல ஒம்போது மணிக்கெல்லாம் நீங்க சொல்ற எடத்துல இருப்பேன்.. " என்றபடி இணைப்பை கட் செய்தார்.

டிசம்பர் மாதம் ஆரம்பித்திருந்ததால் கிருஸ்மஸ் விழா சற்று கலை கட்டியிருந்தது.. சர்ச்சை சுற்றியிருந்த மரங்களில் ஸ்டார்களும் வண்ண விளக்குகளும் அலங்கரிக்கப்பட்டு இருந்தன.. சர்சிற்கு உள்ளே வேலைகள் நடந்துகொண்டிருந்ததால் வெளியே இருந்த படிகட்டில் உட்கார்ந்தான்..

நான்குமணி மணியோசை பலமாக அடிக்க சட்டென்று முதுகெலும்பு நிமிர்ந்தது.. வேகமாக வந்த ஸ்கூட்டி அவனுக்கு நேராக நிற்க..

"என்ன சார் கன்னத்துல கை வச்சிட்டு இருக்கீங்க.. ?" என்றாள்.

வெயில் தன் வெப்பத்தை தளர்ந்தியிருந்தது.. அந்த புல்வெளி மனம் விட்டு பேசுவதற்கும் அவளை ரசிப்பதற்கும் வசதியாக இருந்தது.. அங்கங்கு சிறிய கூட்டங்கள் சூழ்ந்திருக்க ஒரு பெரிய பூங்கா போன்று அந்த இடம் இருந்தது. அதற்கு நேர் எதிரில் சர்ச்சின் இடதுபுறம்!

இருவரும் நடந்ததையும் நடப்பதையும் பேசிக்கொண்டிருக்க வானத்தின் மையத்தில் ஒரு இடி சத்தம்..
இருவரும் பார்வையை மேல்நோக்கினர்..

"டவுன்ல ஒரு ரிப்போட்டர்கிட்ட பேசிருக்கேன்.. அவளால முடிஞ்சா கண்டிப்பா எதாவது செய்யமுடியும்..! "

"யாரு நேகாவா.. ரிப்போட்டரால என்னடா பண்ணமுடியும் முடிஞ்சா மேகஸின்ல இத ஒரு நியூசா போடமுடியும்.. ஆனா அதிரடியா எதாச்சோம் செய்யனும்ல..? "

"பாத்துக்கலாம்.. சினிமாட்டிக்கா என்னவேணாலும் பேசலாம் ஆனா ரியாலிட்டின்னு ஒன்னு இருக்குள்ள அதுப்படிதான் எதயும் பண்ணணும் இல்லாட்டி ஃபேன்டசியா எதாவது நடந்ததான் உண்டு.. அதுவும் கனவுல தான் நடக்கும்..! " என்று சொல்ல சுபாஷின் செல்போன் ஒலித்தது...
எடுத்து பார்த்தான் புதிய எண்ணிலிருந்து அழைப்பு..

"ஹலோ யாரு..? "

"ஹலோ... நான் செழியன் சவுத் டவுன் இன்ஸ்பெக்டர்.. சுபாஷா " என்று ஒரு கனமான குரல்.

திடுக்கிட்டவன் பதட்டத்தோடே " ஆ.. ஆமா சார்.. என்ன விஷயம்..? " என்றான்.

"நட்சத்திரா போன் பண்ணி விஷயத்த சொன்னாங்க அதான் என்ன அறிமுகப்படுத்திக்கலாம்னு..!"

"ஓகோ.. ரொம்ப நல்லது சார்.. என்ன உதவி தேவப்படுது இப்போ உங்களுக்கு..?"

"அத நான்தான் சுபாஷ் உங்ககிட்ட கேக்கனும்.. ஏதோ ஊர்ல பிரச்சனைன்னு சொன்னாங்க.. எந்தமாதிரி பிரச்சன.. ?"

"சார் அத போன்ல பேசுனா அவ்ளோ நல்லா இருக்காது.. நான் டவுனுக்கு வந்த ஒடனே நேர்ல வந்து பேசட்டா.? "

"ஓக்கே.. எதுவா இருந்தாலும் சொல்லுங்க.. ஏன்னா இங்க எல்லா போலீஸூம் கெட்டவங்க இல்ல, நா வச்சிட்றேன் " என்று சொன்னவர் இணைப்பை கட் செய்தார்.

"ஏதோ சொன்னியே ஒரு ரிப்போர்டரால என்ன பண்ண முடியும்னு.. பாத்தல்ல..! "

"செரி செரி நல்லது நடந்தா நல்லது.. வேற என்ன சொல்ல. வீட்டுக்கு போலாமா..? "

"அதுக்குள்ளயா.. கொஞ்ச நேரம் இருந்திட்டுபோயேன் "

"உங்க வீட்டுக்கு போலாமா.. ரொம்ப நாள் ஆனமாதிரி இருக்கு.. அம்மாவ பாக்கனும் அப்பாவ பாக்கனும்... " என்று மது அடம்பிடிக்க வீட்டிற்கு அழைத்துச்சென்றான்.

இருவரும் வீட்டினுள் நுழைய கண்ணாடி துண்டுகள் தரையில் உடைந்து சிதறியிருந்தது.. அம்மாவும் அப்போதுதான் உடைந்த கண்ணாடிகளை பொருக்க ஆரம்பித்திருந்தார். பதட்டமான இருவரும்.."என்னாச்சிம்மா..?" என்று கேட்க,

மதுவை பார்த்து மெலிதாக புன்னகைத்த ராதா கண்களில் வடிந்த கண்ணீரை இருவருக்கும் தெரியாமல் துடைத்துக்கொண்டார்.

கேட்க கேள்விக்கு பதிலலிக்காமல் வீட்டை காலி செய்யும் முனைப்பில் சுபாஷை ஈடுபடுத்தினார் ராதா.
வீட்டிலிருந்தவர்கள் ஆளுக்கொரு வேலை செய்ய.. நேரமும் கடந்தது.

பனி பரவலாக பெய்ய தொடங்கியிருந்தது.. இருள் மிச்சமிருந்த ஒளியையும் முழுங்கிக்கொண்டிருக்க, மதுவை பைக்கில் பின்தொடர்ந்தவன் சாலை பிரிவு ஒன்றில் நின்றான். பாக்கெட்டில் இருந்து சாக்லேட்டை எடுத்து மதுவிற்கு நீட்டி அதிர்ச்சி கொடுத்தான்..

"ஏய்.. இன்னு இத மறக்கலயா. நீவேற அவசர அவசரமாக வெளிய கூட்டிட்டு வந்துட்டியா.. சாப்டுற எண்ணமே மறந்துபோச்சி... " என்றவள் சாக்லேட்டை பிரித்து ருசிபார்த்தாள்...

அவளையே குருகுருவென்று சுபாஷ் பார்க்க.. "என்னடா அப்பிடி பாக்குற.. வேணுமா " என்றாள்.

வேணும்.. என அவனும் தலையசைக்க மற்றொரு சாக்லேட்டை எடுத்து நீட்டினாள்.

"அது வேணாம் நீ சாப்டுட்டு இருக்கியே அதான் வேணும்..!"

"இதுவா டேய் எச்சி பண்ணிட்டேன்டா.. !"

"பெரவால்ல..! "

"ச்சி.. இது வேணாம் நீ புது சாக்கியே சாப்டு இந்தா !" என்று அவள் நீட்ட அவளை நெருங்கியவன்
அவள் கன்னங்களை இருகரங்களாலும் பிடித்துக்கொண்டான்.. மதுவின் கண்கள் பூரிப்பாகவும் ஆச்சரியமாகவும் அவனை பார்க்க அவன் உள்ளங்கை வெப்பம் குளிருக்கு இதமாக அவள் கண்களை மூடவைத்தது..

அவள் உதட்டில் முத்தம் செய்து ருசித்தவன்..
"அந்த சாக்லேட்ல கூட இவ்லோ இனிப்பு இருக்காது தெரியுமாடி பூன.. " என்றான்.

சுயநினைவை அடைந்தவளின் கன்னங்கள் இரண்டும் வெட்கத்தில் சிவந்துபோயிருந்தன.. வாயிலிருந்து வார்த்தைகள் எதுவும் வராமல் இருக்க, தன் ஸ்கூட்டியை ஸ்டார்ட் செய்து அங்கிருந்து கிளம்பினாள்..

"ஏய்.. எதாச்சோ சொல்லிட்டு போடி !" என்று அவன் கத்த அதை காதில் போட்டுக்கொள்ளாமல் அந்த பனிவிழும் இரவில் சட்டென்று காணாமல்போனாள்.

இதயம் இளகியதாய் உணர்ந்தான்..
அலாதியான காதலும் அவர்கள் இருவருக்குமான இத்தனைநாள் பிரிவோ, எதுவென்று தெளிவாக சொல்ல முடியாத ஒன்று மனதில் பட்டென்று உறைக்க சுபாஷின் முத்தம் பலிச்சென மதுவின் இதழ்களில் விழுந்து உச்சி கொட்டியது.. வெட்கத்தை மட்டும் அவனுக்கு பிரதிபலிப்பாக தந்துவிட்டு அங்கிருந்து வேகமாக கிளம்பியிருந்தாள் மது. சுபாஷிற்கு அப்போது

நினைவில் இருந்த அனைத்து சோர்வுகளையும் சோகங்களையும் முழுங்கி ஏப்பம் விட்டதுபோல தெரிய நீண்ட பெருமூச்சி விட்டான்.

டவுன் பேருந்து அவனை கடந்துசெல்ல பஸ் ஸ்டாண்டில் அருணுடன் அமர்ந்துகொண்டு நடந்ததை சொல்லி முடிக்க அதிர்ச்சியில் பேச்சு மூச்சில்லாமல் இருந்தான் அருண். பைக் கவரில் இருந்த நோட்டை எடுத்து அவன் முன் வைத்தவன் எழுதிய கடைசி பக்கத்தை திருப்பினான்.. நடந்த கனவை வட்டமடித்து காட்டி,

"இப்ப நம்புறீயா..? என்றான்.

"செரி விடு.. என்ன பண்ண இந்த விஷயமும் நடந்து தொலச்சிடுச்சி.. இனி நடக்கபோறத பாரு.. அப்போறோம் இந்த நோட்ல தழும்பு.. அந்த பச்ச கல்லு மோதிரம் இதபத்திலாம் சொல்லிருக்க.. அது எங்க வந்திச்சி..?"

"அவரோட பசங்க ரெண்டு பேர்கிட்டயும் இத பாத்ததா ஜோசப் சொன்னான்..! "

"எல்லா விஷயத்தயும் கேர்லெஸா விட்டதே ஜோசப்தான்னு சொல்லுவேன்.. இப்ப எங்க இருக்கான் அவன்.. விஷயம் எதுவும் அவனுக்கு தெரியுமா தெரியாதா.?"

"இல்ல நேத்து நைட்ல இருந்தே ட்ரை பண்றேன்.. கடலுக்கு போயிருக்கதால போன் நாட் ரீச்சபில்னு வருது.. சனிக்கிழம நைட் வந்திடுவேன்னு சொல்லிருந்தான்.. பாக்கலாம் வந்த ஒடனே நான் எத்தன மிஸ்ட்கால் குடுத்தனோ அதெல்லாம் பாத்துட்டு போன் பண்ணுவான்.. "

"போஸ்ட்மாட்டம் முடிஞ்சி பாடி வந்திச்சா இல்லயா..? "

"இப்பதான் கொஞ்ச நேரத்துக்கு முன்னாடி வந்திச்சின்னு இன்பர்மேஷன். அப்போறோம் இன்னைக்கு வீடு மாத்துறோண்டா அருண் "

"எப்பிடியோ.. இனி அந்த ஹாஸ்டல் கனவு.. மொட்டமாடி கனவு.. தென்னமர கனவு.. ஹெட் லைட் கனவு தூக்கு மாட்டிகிட்டு சாவுற கனவு இதெல்லாம் வராதுல்ல..? " மெலிதாக சிரித்துக்கொண்டார் அருண்.

"வர்றத யாராலயும் தடுக்க முடியாது அது தெரியும்ல... எது வரனுமோ அது வரட்டுமே என்ன தப்பு.. " என்று சொன்னவன் பைக்கை அருண் வீட்டு முன்பாக நிறுத்தினான்..

"சாவுர காலம் தெரிஞ்சா வாழுற நாள் நரகம்.. கேள்விபட்ருக்கீயா..?" என்றவன் அங்கிருந்து அவனை விட்டு நடந்து சென்றான். எதையோ யோசித்தபடி இருந்தவன் பிறகு அங்கிருந்து வீட்டை அடைந்தான்.

சாப்பிட்டவன் பின் படுக்கச்சென்றான்..
நன்றாக தூங்கிக்கொண்டிருக்க யாரோ ஒரு பெண்ணின் அழுகுரல்.. ஆனால் புதிதாக இருந்தது. கண்கள் சட்டென்று திறந்துகொள்ள அவன் தேடலும் தொடங்கியது.. மூடிய ஜன்னல்கள் மூடியபடியே இருந்தன. நிசப்தமான நிலையை அது தட்டி எழுப்பும் வகையில் இருந்தது... போர்த்திய போர்வையை விலக்க பரவியிருந்த குளிர் அவனை ஒட்டிக்கொண்டது.. செல்போன் நேரம் பதினொன்று.. டார்ச் லைட்டை அடித்துக்கொண்டு அறை கதவுகளை திறந்தான். அழுகுரல் சத்தம் அதிகமானது, மெதுவாக வெளியேற அதிர்ச்சி.. வீட்டு வாசல்படியில் ஒரு உருவம் உட்கார்ந்து அழுதுகொண்டிருந்தது.

இதயத்துடிப்பு மீண்டும் இயல்பு நிலை தவறி தாறுமாராக அடிக்க அந்த உருவத்தை பார்த்தவன் எதிர்புற அறையை பார்த்தான்.. இருளான அந்த பகுதியிலும் அறைக்கு உள்ளேயும் எதுவும் சரியாக தெரியவில்லை. முகப்பில் வெளியே பிரகாசித்த நிலவு வெளிச்சம் வீட்டு ஹாலிலும் சற்று எதிரொலித்து கருமையை துரத்த போராடிக்கொண்டிருந்தது.. அந்த உருவத்தை நோக்கி மீண்டும் பார்வையை திருப்பினான்.. சினுங்கிக்கொண்டிருந்த அந்த உருவத்தை நெருங்கவும் பயமாக இருந்தது. அழுதுகொண்டும் எதையோ முனகிக்கொண்டும் அது இருக்க..

"ம்மா...? " என்றான்.

சினுங்கள்களையும் முனகல்களையும் நிறுத்திய அந்த உருவம் திரும்பாமல் அப்படியே இருந்தது..

"என்ன இது கூப்டா ஒடனே திரும்புவாங்களே.. ஏன் இன்னும் திரும்பாம இருக்காங்க.. ஒருவேள நம்ம அம்மாவா இருக்காதா. கதவு தெறந்துவேற கெடக்கு.. யாரா இருக்கும் இது.. " என்று குழம்பியவன்.. மீண்டும் ஒருமுறை..

"அம்மா.. ?" என்றான்.

வாசல்படியிலிருந்து .."ஹான்.. !" என்று எதிர் பதில் வர இழுத்த மூச்சுக்காற்றை வேகமாக விட்டுவிட்டு வாசல்படியை அடைந்தான்..

"என்னமா இந்த நேரத்துல இங்க என்ன பண்றீங்க ஏன் அழுவுறீங்க.. உள்ள வாங்க வந்து படுங்க.. " என்று முதுகுப்புறமாக இருந்து கூப்பிட எந்த பதிலும் வரவில்லை.. கலைந்த தலைமுடி அந்த உருவத்தின் முகப்பை நன்றாக மூடியிருந்தது..

"ஏம்மா தலமுடியலாம் இந்தமாதிரி கலச்சிவிட்ருக்க.. எழுந்திரிச்சி வாம்மா.. ஏன் இந்தநேரத்துல ஒப்பாரி வச்சிட்டு இருக்க..! " என்று மீண்டும் கூப்பிட..

"நீ போ.. நான் வர்ல..? " என்று பதிலலித்தது..

சற்று பயந்தவன் "இரு அப்பாவ கூட்டிட்டு வரேன்.. அப்பதான் நீ அடங்குவ.. " என்றபடி எதிர்புற படுக்கை அறையை அடைந்தான் கதவு திறந்திருக்க கும்மிருட்டிற்கு வெளியே நின்றபடி..

"ப்பா.. ப்பா.. எந்திரிச்சி வாப்பா.. அம்மா அழுதுட்டு கெடக்கு..!" என்று சத்தமாக சொன்னான்.. எந்த பதிலும் வரவில்லை.. உள்ளே போகவும் பயமாக இருக்க.. மீண்டும் அந்த உருவம் அழ ஆரம்பித்தது..

"ம்மா.. ஏம்மா அழுவுற.. அப்பா எதுவும் அடிச்சாரா..? " என சோர்வான குரலில் பேசினான். அழுதுகொண்டே தன் கைகளை விடுதியை நோக்கி நீட்டியது அந்த உருவம்.. பயந்துபோனவன் லேசாக பின்வாங்க அழுதுகொண்டிருந்த அந்த உருவம் தன் தலையை லேசாக திருப்ப தொடங்கியது..

உடல் விடுதியை நோக்கியவாரே இருக்க தலையை மட்டும் முழுவதுமாக திருப்பிக்கொண்டிருந்தது.. மிரண்டவன் பின்வாங்கினான். எதிர்புற கதவை திறந்துகொண்டு ஒரு உருவம் அவனை நோக்கி வர அதை கண்டவன்.. "ம்மா... " என்று கத்த ஆரம்பித்தான்.. எதிரில் தென்பட்ட அந்த உருவம் அவனை நெருங்கி அவன் வாயை பொத்திக்கொண்டது..

"டேய் ஏன்டா கத்துற.. என்னாச்சி..? " என்று கேட்டபடி பக்கத்து லைட் ஸ்விச்சை போட்டது.. அரண்டுபோனவன் அந்த உருவத்தை ஏறிட்டு பார்க்க அது அம்மா ராதாம்பாள்.. மூச்சிறைக்க பதட்டத்தோடே வாசலை பார்க்க எதுவும் இல்லை.. வெளியே சென்று சுற்றிலும் ஆராய்ந்தான்.. எதுவும் இல்லை.. பனி பரவலாக பெய்துகொண்டிருந்தது.. சட்டென்று உள்ளே நுழைந்து..

"ம்மா.. ம்மா.. யாரோ தலய விரிச்சி போட்டுகிட்டு ஒக்காந்து அழுதுட்டு இருந்தாங்கம்மா.. நம்புமா..? " என்று சொல்ல,

"தலய விரிச்சி போட்டுட்டா.. நம்ம வீட்டு முன்னாடியா.. யாருடா? " என்றார் ராதா.

நடந்ததை சுபாஷ் சொல்லிக்கொண்டிருக்கும்போதே மின்சாரம் துண்டிக்கப்பட்டு மின்விளக்கு அனைந்தது.. அரண்டான்.

"ம்மா.. கைய விட்றாதம்மா... " என்று சொல்லியவன் ராதாவின் இரு கைகளையும் இருக்கமாக பிடித்துக்கொண்டான்..

"சரிடா.. நான் எங்கயும் போவல இங்கதான் இருக்கேன் பயப்படாத.. " என்று சமாதானம் செய்தாலும் சுபாஷின் பயம் அடங்கவில்லை அதற்கேற்றார் போல.. முகப்பு கதவு வேகமாக காற்றில் மூடிக்கொண்டது...

"ம்மா.. ம்மா.. பயமா இருக்குமா.. ப்பா.. ப்பா.. எழுந்து வாப்பா.. ம்மா அவர கூப்புடும்மா...? " என்று பயத்தில் கத்த..
சுபாஷ் பிடித்திருந்த ராதாவின் இருக்கமான கைகள் அவனை நன்கு பலமாக இருக்க ஆரம்பித்தது.. கைவிரல்களின் நகங்கள் அவன் கையை துளைக்க..

"ஆ.... ஐயோ.. ம்மா வலிக்குதும்மா.. கைய விடும்மா.. ?" என்று கத்தினான்..

"இப்பதான கைய விடாதன்னு சொன்ன இப்ப விட்டுடுன்னு சொல்ற..! " என்று அந்த குரல் சுபாஷை பயமுறுத்தியது.. இருள் சூழ்ந்த அந்த பகுதியில் அம்மா என்று நம்பி கையை குடுத்திருந்த அந்த உருவம் சரியாக தெரியவில்லை.. படபடப்பு நொடிக்கு நொடி அதிகரிக்க..

"ஐயோ.. கடவுளே.. யாரு இது? " என்று வலியால் துடித்தபடி கேட்டான்.. மூடிக்கிடந்த அதன் கண்கள் திறந்தார் போல ஒரு வெளிச்சம்.. ஒளி எதிரிலே பாய்ந்து கண்களை கூசியது.. அதன் வாய்களை திறக்க கூரிய இரண்டு பற்கள் வெண்மையாய் பலிச்சித்தது. வாயை திறந்து அவனை விழுங்க கிட்டே வர.. சுபாஷ் பயந்து கத்திக்கொண்டு கண்களை மூடினான்.. அதேசமயம் கண்களை கனவிலிருந்து விழித்துக்கொண்டான்.. எங்கும் இருள்.. சற்று புழுக்கம் வேறு சேர்ந்திருந்தது. எழுந்திரிக்க விருப்பமும் இல்லை.. பயமும் இன்னமும் குறையவில்லை.. திறந்த கண்கள் திறந்தபடி இருக்க ஒரு குரல் கேட்டது. கண்டிப்பாக கனவு இல்லை என்று தெரியும்.. மறுபடியும் அந்த சத்தம் கேட்க படுத்தபடி அதை உண்ணித்து கேட்டான்..

அதே அழுகுரல்.. ஆனால் பரிட்சயப்பட்டது. இருந்தாலும் குழப்பமும் பயமும் அதிகரித்திருந்தது.. மிகவும் மெல்லியதாக அந்த சத்தம் கேட்க

கண்களை அறை கதவுகளை நோக்கி திருப்பினான்.. கும்மிருட்டு. அறை ஜன்னல்கள் வழியாக வந்த நிலவொலி படுக்கையில் நெடுக்க கோடிழுத்திருந்தது. சத்தம் தொடர்ச்சியாக வர இரு கைகளையும் கிள்ளி பார்த்தான்.. கண்டிப்பாக கனவு இல்லை என்று உணர்ந்தவன் அறை கதவுகளை நெருங்கினான்.. வெறுமனே சாத்தியிருந்த கதவை திறந்து அரை முகத்தை மெதுவாக வெளியே நீட்ட.. சட்டென இதயம் நின்றது போன்ற உணர்வு.. தலையை உள் இழுத்துக்கொண்டவன் அப்படியே சுவற்று மூளையில் சரிந்து உட்கார்ந்தான்..

"ஐயோ.. கனவுல வந்தது மாதிரியே யாரோ வெளிய இருக்காங்களே.. யாரா இருக்கும்.. கனவுல வந்தது மொதல்ல யாரு.. யாரா இருக்கும்.. ஆண்டவா ஏன்டா எனக்கு மட்டும் இந்த வியாதிய கொடுத்த?" என மனதிற்குள் புலம்பியவன் மெதுவாக எழுந்தான்.. மீண்டும் அறை கதவுகளை மெதுவாக திறந்து அரை முகத்தை வெளியே நீட்டி நோட்டமிட்டான்.. வெளியே பிரகாசித்த நிலவின் வெளிச்சம் வீட்டு வாசல்படியை தாண்டி வெளிச்சம் கொடுத்தது.. விம்மல்கள் மட்டும் அந்த உருவத்திடம் வர.. வாய் திறந்து கூப்பிடவும் பயந்தான்...

நேரம் கடந்துகொண்டிருந்தது.. சும்மாவே இருக்கவும் முடியவில்லை பயமும் அவனை நெருக்க..

"யாரு..? " என்று சொல்லிவிட்டு அறையினுள் புகுந்து அறை கதவை சட்டென்று மூடினான்.. படபடப்பு அதிகரிக்க பின் அதை குறைத்துக்கொண்டான்..
வெளியில் கேட்ட விம்மல் அமைதல் அடைந்தது போன்று தெரிய.. சில நொடிகளில்..

"சுபாஷ்..? " என்ற குரல் அவனை அடைந்தது..

"அட.. அம்மா.. " என நினைத்து கதவை திறக்க முற்பட.. மீண்டும் வந்த கனவே அவன்முன் நின்றது..

"உண்மயாவே அம்மாதானா.. இல்லாட்டி வேற யாரு.. எதுக்கும் இன்னொரு தடவ கூப்பிட்டும்..! " என காத்திருக்க

வெளியிலிருந்து. " சுபாஷ் வாடா..? " என்று கேட்டது.. பயத்தை விடுத்து கதவை திறந்து எட்டி பார்த்தான்.. தலைவிரி கோலத்தில் அம்மா ராதா நிலவொளி பிரகாசத்தில் பலிச்சென தெரிந்தார். இயல்பு நிலையை அடைந்தவன் அம்மாவை நெருங்கி அமர்ந்துகொண்டான்..

"ஏம்மா அழுவுறமாதிரி சத்தம் கேட்டுச்சி.. நீதானா அது..? "

"ஆமா..! "

"ஆமாவா.. ஏன் இந்த நேரத்துல அழுவுற.. என்னாச்சி.. அந்த கையில என்ன மரச்சி வச்சிட்டு இருக்க காட்டு..? " என்று கேட்க..
இடதுகையில் இருந்த ஒரு பேப்பரை எடுத்து நீட்டினார் ராதா..

"என்னம்மா இது..? " என்று சொல்லி அந்த மடித்த பேப்பரை பிரிக்க அது ஒரு புகைப்படம்.. அதுவும் கருப்பு வெள்ளை சாயலில் இருந்தது.. புகைப்படத்தில் இருந்த முகம் சரியாக தெரியாததால் அதை நிலவொளி வெளிச்சம் பார்த்தபடி காண்பிக்க அதிர்ச்சி.. அந்த உருவம் பார்ப்பதற்கு அவனது சாயலிலேயே இருந்த சந்திரபோஸ்.

"ஏன்.. திடீர்னு இத பாத்து அழுவுற.. அண்ணன் ஞாபகம் வந்திடுச்சா..? "

"வீடு காலிபண்ணி துணியெல்லாத்தையும் பேக் பண்ணிட்டு இருந்தேன்.. அப்பாக்கு தெரியாம இந்த போட்டோவ இவ்ளோ நாளு ஒளிச்சி வச்சிட்டிருந்தேன்.. இன்னைக்குன்னு பாத்து அவர் கண்ணுல பட்டுடிச்சி.. என்ன ஏதுன்னு கேக்காம நடு வீட்ல போட்டு ஒடச்சிட்டாரு.. நீயும் மதுவும் வரும்போது ஒடஞ்சி கெடந்திச்சில்ல கண்ணாடி துண்டுங்க அது இந்த போட்டோவோட ஃப்ரேம்தான்..! "

"ஏம்மா அப்பாவுக்கு அவ்ளோ கோவம் சந்திரபோஸ் மேல.. உனக்கே என்ன கோவமுன்னு தெரியாதா.. என்னதான் என்ன கொலபண்ண ட்ரை பண்ணிருந்தாலும்.. நான் இன்னும் உயிரோடதான் இருக்கேன்.. அப்போறோம் ஏன்..? "

"அத நீதான் கேக்கனும் நான் கேட்டா அடிதான் விழும்.. உன்னோட மறதிக்கும் சந்திரபோஸ்தான் காரணம்னு கடுப்புல இருக்காரு போல..! "

"ம்மா.. இதெல்லாம் கண்டிப்பா ஒரு பெரிய காரணமா இருக்காது.. என்ன காரணம்னு சொல்லுங்க..!"

"மூத்தவன் ஞாபகம் வந்திச்சி என் பொலம்பல யார் கேப்பான்னு ஒக்காந்து அழுதேன். நான் காலம் முழுக்க இப்படியே அழுதுட்டு கூட போறேன்.. என்ன தொல்ல பண்ணாத..! " என்று கோவமாக பேசினார்..

"நானும் உன் புள்ளதாம்மா.. மறந்திட்டியா.. என்ன விஷயம்னு ஏங்கிட்ட சொல்லகூடாதா..? "

"மறைக்க எதுவும் இல்ல சுபாஷ்.. போய் தூங்கு..!" என்று சொல்லிவிட்டு அங்கிருந்து நகர..

"ம்மா.. நாளபின்ன எனக்கு ஆதாரமா எதாவது சிக்கிச்சின்னா கண்டிப்பா அதுக்கு பதில் சொல்லியாவனும் மறந்துடாத..? " என்று சொல்ல பின்னிட்டு வந்து சுபாஷ் கையிலிருந்த சந்திரபோஸின் புகைப்படத்தை வாங்கிக்கொண்டு படுக்கை அறையை அடைந்தார் ராதா.. நிலவொளியில் நின்றுகொண்டிருந்தவன் ஏக்கமான பார்வையை திரும்பினான்.. எதிரே அந்த கொலைகார விடுதி பயமுறுத்த தொடங்கியது.. பரவலான பனி சக்கரவர்த்தியையும் ஆறுமுகத்தையும் நியாபகபடுத்த வேகமாக தன்னுடைய படுக்கை அறையை அடைந்தவன் போர்வையை போர்த்தியபடி படுத்துக்கொண்டான்.. கிச்சனில் இருந்து ஒரு வெள்ளை நிற பூனை வெளியேறி விடுதியின் புதருக்குள் சென்று மறைந்தது..

விடிந்தது..

விடுதியை நோட்டமிட்டான்.. காலை பனி அந்த பாழும் விடுதியை மங்களாக காட்டியது. கைகளை இருக்க கட்டியபடி நின்றவன் விடுதியின் சுவற்று விளிம்பில் ஏதோ இருப்பதை கண்டான்..
இரவில் கண்டிருந்த வெள்ளை பூனை விடுதி மதில்மேல் ஏறி தூங்கியபடி இருந்தது. குளித்துமுடித்து வந்தவன் செல்போனை எடுக்க ஜோசப்பிடம் இருந்து இரண்டு மிஸ்ட்கால்கள்.. அவனுக்கு தொடர்புகொண்டான்..
உடனே அட்டர்ன் செய்தவன்,

"ஜோ.. அன்னைக்கு உங்கிட்ட எவ்வளோ படிச்சி படிச்சி சொன்னேன்.. எதாவது ஆயிடபோதுடா.. கொஞ்சம் பாத்துக்கோடான்னு.. எவ்ளோ கேர்லெஸா இருந்திட்ட நீ.. இப்ப பாரு நெனச்சமாதிரியும் கனவுல வந்தமாதிரியும் வந்து நிக்குது.. இதுக்கு என்னடா செய்யபோறோம்.. ஊர்ல எனக்கு தெரிஞ்ச வேற யாருமே நம்பிக்க இல்லாதவங்களும், இந்த விஷயத்த சொன்னா சிரிச்சிட்டு போறவங்களுமாதான் இருக்காங்கன்னு இத ஊங்கிட்ட சொன்னேன்.. ஏன்னா ஆரம்பத்துல இருந்தே கூட இருக்குறது நீதான்.. ஏன்டா இந்தமாதிரி சாதாரணமா நெனச்சி விட்டுட்ட..." என இடைவெளி விடாமல் சொல்லி முடித்தான் சுபாஷ்.

பேச்சு மூச்சில்லாமல் ஆகிப்போன ஜோசப்.. "தப்புதான் மச்சி.. இந்தமாதிரி ஆகும்னு யாருமே நெனச்சிருக்கமாட்டாங்க. அதே சமயம் எனக்கு ஆறுமுகம் சாவாருன்னு நெனைக்கல.. அவங்க பசங்களதான் நீ பாத்துக்க சொன்ன அதனால அவங்களுக்கு எதுவும் ஆகிடகூடாதுன்னுதான் ரெண்டுபேர அவங்க வீட்டுக்கு எதிர்வீட்டுல சொல்லி வச்சிருந்தேன்..

என்னதான் இருந்தாலும் நானும் கொஞ்சம் கேர்லஸா இருந்திருக்க கூடாதுதான்.. மன்னிச்சிடு.! " என்று அவன் தரப்பு நியாயத்தை சொல்லி முடித்தான்.

"ப்ரியா ஊரு வரைக்கும் போகவேண்டி இருக்குடா.. வரியா! "

"எறந்துபோன ஆறுமுகம் அண்ணண பத்துமணிக்கு அடக்கம் பண்ணபோறதா பேசிக்குறாங்க.. அவருக்கு ஒரு மால போட்டுட்டு கௌம்பலாம்.. நீயும் இங்க வந்தின்னா நாம சேந்து போறதுக்கு கரெக்டா இருக்கும் என்ன சொல்ற"

"செரி.. இரு அப்பா வர்றமாதிரி இருந்தா அவரயும் கூட்டிட்டு வரேன்.. " என்று சொல்லிவிட்டு அப்பா ராமச்சந்திரனயும் கூட்டிக்கொண்டு உயிரிழந்த ஆறுமுகம் வீட்டை நெருங்கினர்.

இரவு கனவில் வந்த அதே ஒப்பாரி சத்தம் பலமாக எதிரொலித்தது.. தலைவிரி கோலமாக இருந்த ஆறுமுகத்தின் மனைவி அழுது.. தேம்பிக்கிடந்த கன்னங்கள் என பாவமாக இருந்தார்,

"ஐயோ.. எல்லாத்துக்கும் அந்த ஹாஸ்டலே எமனா முடிஞ்சிடுச்சே.. அத நம்பி இருந்து இப்பிடி சீரழிஞ்சிட்டியே கடவுளே..? " என அவர் அழுது புலம்பி எழுந்து நின்று கைகளை விடுதி இருந்த திசை நோக்கி திருப்ப.. இரவில் அந்த கோர உருவம் விடுதியை நோக்கி கைகாட்டியது நினைவில் வந்து அதிர்ச்சியளித்தது.. அழுதுகொண்டிருந்த அந்த உருவம் மெதுவாக தன் பார்வையை சுபாஷ் நோக்கி திருப்பியது.. அடுத்து என்ன நடக்கபோகுமென்று யூகித்திருந்தான்.. அது நடந்திடக்கூடாது எனவும் வேண்டிக்கொண்டான்..

மனித உயிர்கள் உலகத்தின் ஆகச்சிறந்த படைப்புகள்.. அவை வாழ்வதற்கும் சாவதற்கும் நிச்சயம் ஒரு காரணம் இந்த பூமியில் இருக்கும்.. வண்மமும் பகையும் பொறாமையும் சம்பாதித்த ஒருவனுக்கு நிச்சயம் மரணம் என்ற பரிசு விரைவிலேயே கிடைத்துவிடுகின்றது..
இல்லையென்றால்கூட தன்நிலை அறியும் வெகுஜனங்கள் தனக்குத்தானே இதைப்போல தற்கொலை செய்து உலகை விட்டு பிரிந்து அமைதியையும் விட்டு ஆவியாக வானத்தில் வாழ்கின்றன. அமைதியை தேடிக்கொள்கின்றோம் என்ற நோக்கம் அவர்களை ஒரு மாய வலைபோல தற்கொலையும் அதற்கு ஒரு தீர்வு என்று தூண்டச்செய்கின்றது. இதற்கு தனிமையும் சூழ்நிலையும் உதவியாளர்கள்..

சுபாஷும் அவனது அப்பாவும் இறந்த ஆறுமுகம் உடலுக்கு மாலை போட்டுவிட்டு அங்கிருந்து நகர்ந்து ஒரு மரத்தின் நிழலில் நின்றனர். நேரம் கடந்திருக்க அப்பாவின் ஒப்புதலுடன் திவாகரின் ஊருக்கு செல்ல ஜோசப்பும் சுபாஷும் திட்டமிட்டிருந்தனர்.. அருணிற்கு தொடர்புகொண்டு அவனையும் தங்களது பயணத்தில் இணைத்துக்கொள்ள மூவரும் சில நிமிடங்களில் திவாகரின் வீட்டை அடைந்தனர்.

காற்றோட்டமான மொட்டை மாடியில் தென்னங்கீற்றால் செய்யப்பட்ட குடிசையில் நால்வரும் அமர்ந்துகொள்ள,

"சொல்லுங்க திவா.. என்ன முக்கிய விஷயம்..? " என்று டீ குடுத்தபடியே கேட்டான் சுபாஷ்.

"இது என்னோட ஊருதான்.. நான் இங்கதான் பொறந்து வளந்தேன்... நாங்க இந்தமாதிரி ஒதுக்குபுறத்துல இருக்க என்ன காரணம்னு உங்களுக்கு இப்ப தெரிஞ்சிருக்கும்.. தாழ்த்தப்பட்டவன்னு அவங்களே ஒரு முத்திர குத்தி அவங்களுக்குன்னு ஒரு பக்கத்தையும் மத்தவங்க ஊருக்கு ஒதுங்குப்புறத்துலயும் தொறத்தி விட்டுட்டாங்க.. சரி விஷயத்துக்கு வருவோம்.. என்னதான் ஒதுக்குப்புறத்துல இருந்தாலுமே மக்களோட மக்களா பழக்கம் தொடர்ந்திட்டுதான் இருக்கு.. ஊர் தலைவர் பொண்ணு கல்யாணத்த கொஞ்சம ஆடம்பரமா நடத்த பொண்ணு வீட்டு சொந்தகாரங்க முடிவு பண்ணிருக்காங்க.. அதனால என்னவோ வேல செய்யுற ஆளுங்கள பெருசா பொருட்படுத்திக்க மாட்டாங்க.. அதனால என்னயும் மதுவோட ப்ரெண்ட் கயவ்விழியயும் கூட அவ்வளோவா கண்டுக்கல.. யாகம் ஒன்னு நடத்தபோறதா மொதல்ல சொன்னாங்க.. ஆனா அதுக்கு அப்போறோம் இன்னோரு விஷயம் தெரியவந்திச்சி.. அது தர்மனுக்கு ஒரு மரணகண்டம் இருக்குறதாவும் அதுக்கு ப்ரியாவ கட்டுணாதான் அதுல இருந்து தப்பிப்பான்னு நெருக்கமானவங்க சொன்னாங்க..! ப்ரியாவோட குடும்பத்துல ஒரு பொண்ணு கெணத்துல விழுந்து எறந்துட்டதாவும் அந்த பொண்ணோட ஆவிதான் அவங்க தாத்தாதவையும் அப்பாவையும் கொலபண்ணிட்டு இப்ப தர்மனயும் கொலசெய்யப்போறதாவும் அதுக்காகத்தான் ப்ரியாவ கட்டிவச்சிட்டா அந்த ஆன்மாவோட பழிவாங்குற வெறி கொறயும்னும் முன்னனி ஜோசியக்காரங்களும் மந்திரவாதிகளும் சொன்னாங்களாம்.. அப்போறோம் அந்த கெணத்துல விழுந்து எறந்துபோன பொண்ணு பேர கேக்க.. அவரும் என்னமோ சொன்னாரு....? "

"அரியநாச்சி? "

"ஹான் ஆமா.. அதுதான். அதோட கொட்டம் அடங்கனுனா அவ வீட்டு பொண்ண கல்யாணம் பண்ணிகிட்டாதான் இந்த கண்டத்துல இருந்து தப்பிக்க முடியும்னு சொன்னாரு..!" என்று முடித்தார் திவாகர்.

தொடரும்...

பகுதி (9)

முடிந்தது தொடக்கம்

வெயில் அதிகரிக்க தொடங்கியிருந்தது..
அதனோடு சேர்ந்து சற்று குளிர்காற்றும் தவழ்ந்துகொண்டிருக்க மொட்டை மாடியில் தென்னங்கீற்று குடிசையில் உட்கார்ந்து பேச இதமாக இருந்தது.. சூழ்நிலை இதமாக இருந்தாலும் நடந்த சம்பவங்கள் அதிர்ச்சியையும் திகிலையும் தந்துகொண்டிருந்தது..

ஒரு நம்பத்தகுந்த உண்மை ஆனால் ஆரம்பத்தில் அதை சுபாஷ் மூடநம்பிக்கை என்று ஒதுக்கியிருந்தாலும் இப்போது அது நம்பிக்கைபெற்றது.. சாஸ்திரம் சம்பிரதாயம் என்று சக்கரவர்த்தியிடம் கடைசியாக நக்கலாக பேசியிருந்த அதுவே இப்போது ஒரு பெரிய இடியாக அவன் முன் நின்றது. அரியநாச்சியின் அவ்வப்போதைய பயமுறுத்தலும் அத்துமீரல்களும் ப்ரியாவை காப்பாற்ற தூண்டிய அழுத்தங்களே என புரிந்துகொண்டான்.

"கல்யாண கூட்டத்துல ப்ரியாவோட தம்பின்னு யாராச்சோ கேள்விபட்டிங்களா.. அவன எங்கயாச்சோம் கடத்தி வச்சிருக்கவும் வாய்ப்பிருக்கு.. அவன் பேரு வடிவேல்..! "

"ஆமா பேர கேள்விப்பட்டேன் வந்திருந்த கூட்டத்துல நெறயபேரு வடிவேல் எங்கன்னு கேக்க ஒன்னு ரெண்டு தடியனுங்க அத பேசி கவர்பண்ணி இங்க இருக்கான் அங்க இருக்கான்னு சொல்லிட்டு இருந்தானுங்க..!" என்று சொல்லிவிட்டு சுபாஷை பார்த்த திவாகர்,

"செரி சுபாஷ் என்ன ப்ளான் இப்ப நான் என்ன பண்ணணும்..? " என்றார்.

"உஃப்.. டவுன் போஷீஸ்கிட்ட இதுவிஷயமா பேசவேண்டி இருக்கு.. ப்ரெஸ் சைட்ல இருந்து நேகான்னு ஒரு பொண்ணு இதுக்கெல்லாம் உதவி செய்வா..! அட் த சேம் டைம்.. சென்டிமன்ட் வச்சி நல்லா விளயாட்டு காட்டுவானுங்க.. அதனால மொதல்ல வடிவேல் எங்க இருக்கான்னு கண்டுபுடிச்சாலும்.. அந்த பயத்துலதான் ப்ரியா இப்பவரைக்கும் பொலம்பிட்டு இருப்பா, அதுக்கு முன்னாடி வடிவேல் மொபைல் நம்பர்

லொகேஷன் தெரிஞ்சாவனும்.. இல்லாட்டிக்கூட வேற ஒரு எடத்துல அவன வச்சிருக்க வாய்ப்பிருக்கு. பகல்ல வேணாம், நைட்ல போங்க அதான் சரியான சமயம் பதுங்குறதுக்கு.. நாங்களும் எங்களுக்கு தெரிஞ்ச விதத்துல பாத்துக்குறோம்..! "

"ஹிம்.. செரி சுபாஷ் இன்னைக்கு நைட்டுகுள்ள வடிவேல் எங்க இருக்கான்னு கண்டுபுடிக்குறோம்.. அப்போறோம் அந்த பியுன் எறந்ததுல எதாவது மர்மம் இருக்குமா..? " என்று கடைசியாக திடுக்கிட்டு கேட்க..

"இருக்கலாம்.. அதயுந்தான் கண்டுபுடிக்கனும்.. அத அப்போறோம் பேசிக்கலாம்..! " என்றவன்.

"செரி திவா அப்ப நாங்க கெளம்புறோம்.. இன்னோரு நாளைக்கு வரோம் "என்று சொல்லிவிட்டு எழுந்து மூவரும் அங்கிருந்து கிளம்பினர்.

புதிய வீட்டிற்கு பொருட்களை எடுத்துச்செல்ல ஒத்தாசைக்கு மற்ற இருவரையும் பழைய வீட்டிற்கு கூட்டி வந்திருந்தான் சுபாஷ். அதன்படி வீட்டிலிருந்த பொருட்களை டெம்ப்போவிற்கு கடத்த ஆரம்பித்தனர்.
கடைசியாக தன்னுடைய அறையில் இருந்த ஸ்லாப்பிலிருந்து பழைய பொருட்களை எடுத்து கீழே போட தொடங்கினான்.. தூசிமயமான அந்த இடத்தை கைகளால் காற்றில் அலச பழைய ஆல்பம் ஒன்று அகப்பட்டது.

முகம் தெரியாத யாரோ ஒருவரின் திருமண ஆல்பம்.. நன்றாக துடைத்தவன் ஒவ்வொன்றாக பார்த்தான். சுவாரசியமாக இருக்க அதை பார்த்தவன் மேலும் புகைபடங்களை தள்ளினான்.. மொத்தமாக பார்த்து முடித்தவன் பின்பு அதை ஒரு ஓரமாக வைத்துவிட்டு மேலும் மீதமிருந்த பொருட்களை சுத்தம் செய்தான்.. ஒரு டைரி!

ஆச்சரியத்துடன் எடுத்தவன்.. அது தான் பிறந்த எட்டு வருடம் கழித்து வாங்கியிருந்த டைரி என்று அந்த வருடத்தை பார்த்ததும் தெரிந்துகொண்டான்.. நன்றாக துடைத்துவிட்டு முதல் பக்கத்தை திருப்பினான்.. இன்க் பென்னில் ராதா ராமச்சந்திரன் என்று எழுதியிருந்தது.

"ஓகோ.. அம்மாவோடதா? " என்று சொல்லிக்கொண்டவன் பக்கங்களை திருப்பினான்.. எழுத்துகள் அழிந்தநிலையில் இருந்தது

"என்ன.. எல்லா பக்கத்தையும் இன்க் பென்ல எழுதிருக்காங்க? " என்று சலித்துப்போய் அதை தரையில் வீச அது ஒரு மூலைக்கு பறந்தது.. பின்னர் மற்ற பொருட்களை கடகடவென்று எடுத்து சுத்தபடுத்தியவன் ஆல்பத்தை மற்றும் தனியாக

வைத்துக்கொண்டான்.. டைரியை வெளியே தூக்கி எறிய நினைத்தவன் பின்பு அதை ஏதோ ஒரு நினைப்பில் தன் பேக்கிலேயே வைத்துக்கொண்டான்.

"ஆமா யாரோட மேரேஜ் ஆல்பம்மா இது.. யாருமே தெரிஞ்சவங்க மாதிரி தெரியல..? " ஆவலாக கேட்டான்,

"அது பக்கத்து ஊருல ஒரு சொந்தம் இருந்திச்சி.. அதான் ப்ரியா ஊர்ல.. அங்கிருந்து வந்திருக்கும் வேற ஒன்னு இல்ல.. நானும் அப்பாவும் கூட இருப்போமே பாக்கலயா..? " என்றபடி ஆல்பம் பக்கங்களை திருப்ப..

"ம்மா ஒரு நிமிஷம் இரு. இது யாரு..? " என்று யாரையோ கை காண்பித்தான்

"இவருதான் அந்த ஊர்ல அப்ப இருந்த தலைவர்.. சத்தியமூர்த்தி. அவரோட பையன்தான் இப்ப கொஞ்ச நாள் முன்னாடி செத்துபோனாரே சக்கரவர்த்தி அவரு.. அவர் பொண்ணுதான் ப்ரியா. டவுட் தெளிவாய்டுச்சா..! "
என்று ராதா சொல்ல.. அந்த புகைபடத்தையே உற்று பார்த்தான்..
அந்த போட்டோ பார்ப்பதற்கு இறந்த சக்கரவர்த்தி போன்றே தெரிந்தது ..

"ம்மா ஆனா பாக்க செத்துபோன சக்கரவர்த்தி மாதிரியே இருக்காருல்ல..?"

"அப்பாவ மாதிரிதான்டா புள்ளயும் இருப்பான்.. இப்ப நீங்க ரெண்டுபேரும் இல்லயா அந்தமாதிரிதான்.." குறும்புத்தனத்தோடு பதில் வந்தது.

"அப்போ இந்த போட்டோ எப்ப எடுத்ததும்மா.. நான் அப்ப பொறந்துட்டேனா..?"

"நீ பொறந்து ஒரு எட்டு இல்லாட்டி ஒம்போது வயசுல எடுத்த போட்டோ இது.." என்று அந்த ஆல்பத்தை மீண்டும் திருப்ப தொடங்கினார்..

"தோ.. கெடச்சிடுச்சி..! " என்று ஒரு புகைபடத்தை காட்ட அதில் மணமக்களின் இருபுறமும் ராதாவும் ராமச்சந்திரனும் இருக்க ராதா கையில் ஒரு சிறுவன்..

"தோ கையில இருக்கியே இதான் நீ.. சந்திரபோஸ் பொறந்து ரொம்ப வருஷம் கழிச்சி நீ பொறந்த.. "

"அப்போ சந்திரபோஸ் எங்க இருந்தான்.. கல்யாணத்துக்கு வர்லயா அவன்..? "

"வந்திருந்தான்.. ஆனா ஏதோ ஒரு சின்ன சண்ட.. அதனால போட்டோல நிக்கல !"

"அப்போ அவனுக்கு என்ன வயசு..? "

"அவனுக்கு ஒரு பதினஞ்சி பதினாரு இருக்கும்" என்றவர் மேலும் படங்களை திருப்பினார்.. ஒருசில புகைப்படங்கள் விடுபட்டிருந்தன.. திருப்பிய ஏதோ ஒரு புகைப்படத்தை கண்டு குழம்பியவன்..

"ம்மா ம்மா.. நிறுத்து..? " என்றான்.

மணப்பென் மீது கைபோட்டுக்கொண்டு பக்கவாட்டில் யாரோ ஒருவரை பார்த்து சிரித்தபடி ஒரு பெண்.. சிவப்பு நிற தாவணி.. வெள்ளை நிற மாராப்பு.. பின்னந்தலையில் வைத்திருந்த மல்லிகை சரத்தின் நீளம் முன்புறம் நீண்டிருந்தது. சிறிய சிவப்பு பொட்டு அவள் நெற்றிக்கும் முகத்திற்கும் அழகூட்டியது.. சிரித்த அவளின் முகம் பக்கவாட்டில் கேமரா ப்ரேமில் முகம் தெரியாத ஒருவரை பார்த்தபடி இருக்க சுபாஷிற்கு வியர்வை நெற்றியை துளைத்துக்கொண்டு பிறந்தது..

"ம்மா.. இந்த அக்கா யாரு..? " என்றான்.

ஒரு சிறிய அமைதி ராதாவிடம் நிகழ,

"இவதான் அரியநாச்சி" என்று சொல்லி எழுந்தவர் படுக்கை அறைக்கு சென்றார்.

நேரம் நான்கு மணியை கடந்திருந்தது. புதிய வீட்டில் அத்தனை பொருட்களையும் அடுக்கிவிட்டு அனைவரும் ஓய்வெடுத்தனர்.. புதிய வீட்டில் பால் காய்ச்சிய ராதா அதை அனைவருக்கும் பரிமாற வீட்டின் முற்றத்தை மூவரும் அடைந்தனர்.. அங்கிருந்து மூவர் படித்த உயர்நிலை பள்ளியும் அதை தாண்டி சர்ச்சின் கோபுரமும் நன்றாக தெரிந்தது.

"வீடு நல்லாருக்குடா.. இன்னையோட அந்த வீட்ல இருந்து விடுதல அப்பிடிதான..? "

"ஹிம் ஆமா.. புது வீடு கண்டிப்பா இன்னைக்கு தூக்கம் வராது.. சமையல் பொருளெல்லாம் அங்க இருக்குறதால இன்னைக்கு நைட் அங்கதான் இருக்கனும்.. கடைசி நாள். " என்று முடிக்க அவனது செல்போனுக்கு ஒரு அழைப்பு வந்துகொண்டிருந்தது..

எடுத்துபார்த்தான்.. ஒருவாரத்திற்கு முன் எச்சரித்த அதே எண். சற்று திடுக்கிட்டவன் பின் அட்டன் செய்து பேச ஆரம்பித்தான்..

"ஹலோ யாரு..?"

"உயிருக்கு ஆபத்துன்னு எத்தனதடவ சொன்னேன் கேட்டியா.. இப்ப பாரு உன்னால ஒருத்தன் செத்துபோய்ட்டான்..
யார்மேலயும் பழி போடாத.. இந்த கொலைக்கு நீதான் காரணம் சுபாஷ்....." என்று சொன்ன அந்த குரல் தன் தொடர்பை துண்டித்துக்கொண்டது..

"சுபாஷ்.. யாருடா.. " என அருணும் ஜோசப்பும் கேட்க அவர்கள் கேள்விகளை காதில் போட்டுக்கொள்ளாமல்..
பேச்சுமூச்சில்லாமல் நின்றவன் வானத்தை நோக்கி தன் முகத்தை ஏறிட்டான். அந்த முகம் தெரியாத மர்ம குரல் கடைசியாக சொன்ன வார்த்தைகள் அவனில் நெருப்பை வாரி கொட்டியது போன்று உணர்ந்தான்..

"உன்னால இப்ப ஒரு அப்பாவி செத்துபோய்ட்டான்... " என்ற அந்த குரல் சுபாஷின் இதயக்கூட்டிற்குள் எதிரொலித்தது.

"ஜோ.. பியுன் சாவுக்கு நானும் ஒரு காரணம்னு சொல்றான்.. அதான் ஒன்னும் புரியல..! "

"நீயா... நீ என்னடா பன்ன.. ?"

"அரியநாச்சி பத்தி மொதல்ல எங்கிட்ட சொன்னதே அவருதான்.. பயங்கர போதையில இருந்தாரு அப்போ.. ஆனா கொஞ்சநாள் கழிச்சி அதயே திரும்ப கேக்க.. அந்தமாதிரி ஒருவிஷயத்த நான் சொல்லவே இல்லயேடான்னு சொல்லி வாக்குவாதம் பண்ணாரு.. " என்று முடிக்க..

பால்கனிக்கு வந்துகொண்டிருந்த ராதா..
"டேய் சுபாஷ்.. பழய வீட்ல லைட்டு வேற போடனும்.. அப்பிடியே அங்கயே சாப்டுட்டு நைட் இருந்துட்டு காலைல வரலாம்.. வரும்போது வீட்ல லைட் போட்டுட்டு வா" என்று அங்கிருந்து கிளம்பினார் ராதா.

"செரி அதபத்தி நீ ஃபீல் பண்ணிக்காத.. இந்த மரணத்துக்கு உனக்கு பங்கு இருக்குன்னு சொல்லிருக்கான்னா கண்டிப்பா நமக்கு தெரிஞ்ச ஒருத்தந்தான் அது.. இந்த நம்பர நீங்க செக் பண்ணும்போது எந்த லொகேஷன்ல காட்டிச்சி..? " என்று ஜோசப் கேட்க,

"டவுன்ல செக் பண்ணோம்.. அங்கதான் லாஸ்ட்டா டீ ஆக்டிவ் ஆகியிருந்துச்சி.. !" என்றான் சுபாஷ்.

"அப்போ அவன் உங்கள டவுன்ல தேடிட்டோ இல்லா நோட்டம் விட்டுகிட்டோ இருக்கான்னு அர்த்தம்.."

"செரி எது எப்புடியோ.. இப்ப இருந்த ஒரு உயிரான ஆதாரமும் செத்துபோச்சி.. இனி எந்த ப்ரயோஜனமும் இல்ல.. இனி என்ன பண்றது..?"

"அவங்க வீட்டுக்கு போய் கொஞ்சம் விசாரிச்சா எதாச்சோம் தெரியும்ல..? " என்று அருண் கேட்க..

"இப்பதான் அடக்கம் பண்ணிட்டு வந்து அந்த சோகத்தகூட விடாம அப்படியே இருப்பாங்க.. இப்பப்போய் இதபத்திலாம் கேக்கசொல்றியா.. கொஞ்சநாள் போவட்டும் பாத்துக்கலாம்..?"

"கொஞ்ச நாள்னா எத்தனநாள்.. இன்னு மூனுநாள்தான் இருக்கு ப்ரியா கல்யாணத்துக்கு.. ?"

"அதுக்கும் இதுக்கும் சம்மந்தம் இல்ல.. அத எப்புடி தடுக்குறதுன்னு ப்ளான் இருக்கு.. இப்ப வடிவேல கண்டுபுடிச்சிட்டா அதுக்கு ஒரு நம்பிக்கையும் வந்துடும்..!"

"செரி.. அப்போ நைட்டு போன் பண்ணு.. நான் வரேன்..? " என்று ஜோ சொல்லிவிட்டு கிளம்ப.. அருணும்,

"செரி மச்சி.. அப்பிடியே நானும் கெளம்புறேன்.. காலைல இருந்து ஆள காணோம்னு அப்பா திட்டிகிட்டு இருப்பாரு..?" என அவனும் கடக்க முயன்றான்..

"டேய்.. புது வீட்ல இப்புடி அம்போன்னு விட்டுட்டு போவாதீங்கடா பயமா இருக்கு.. இரு நானும் வரேன்.. !" என்று சொல்லிக்கொண்டு வீட்டின் ஹாலில் மின்விளக்கை போட்டுவிட்டு மூவரும் வெளியேறினர்.

எதிரே இருள் சூழ்ந்திருந்த அந்த விடுதி அன்றைய நாளில் சற்று அதிகமாகவே கலக்கத்தை உண்டுபண்ணியது.. தடையங்கள் ஏதும் உள்ளதா என்று காலையில் நேகா சொன்னதுபோன்ற உணர்வு. பயம் இருந்தாலுமே அதை செய்யவேண்டியது அவனுக்கு ஒரு கடமையாகப்பட்டது.

பதினோரு மணியை நெருங்க.. பறந்த அந்த இரவில் டார்ச் லைட்டுடன் வெளியேறினான். விடுதியின் தடுப்புச்சுவர்களை ஒரே தாவில் தாவிக்குதித்தான்.. புதருக்குள் இருந்து எதோ ஒன்று ஓடுவதுபோல தெரிய டார்ச்சை அதைநோக்கி அடித்தான்.. சத்தம் அதற்குள் முடக்கப்பட்டது. மெதுவாக விடுதியின் வராண்டாவை நோக்கி நகர்ந்தான்.. சிமெண்ட் பூசிய தரைத்தளம் வந்தது.. நின்ற இடத்திலிருந்து மேலே பார்க்க மூன்றடுக்கு மாடியின் விளிம்பு பகுதி..
அங்கிருந்து அந்த சிமெண்ட் தளத்திற்கு குதித்தபடி விழுந்தாள் நிச்சயம் காப்பாற்ற வாய்ப்பில்லாத ஒரு மரணம் நிகழும். ராஜேஷின் மரணத்தை ஒருகணம் நினைத்தவன்.. முகப்பு மின்கம்பம் நோக்கி நடந்தான்.. விடுதியின் இரும்பு கேட்டுக்கு பக்கம் யாரோ நடமாடுவதுபோன்று ஒரு சத்தம்.. சட்டென்று டார்ச்சை அனைத்தான்.. நின்ற இடத்திலிருந்து அசையாமலிருக்க விடுதியை தான்டிய ரோட்டுபுரத்தில் வேகமாக கடந்தது ஒரு மோட்டார் பைக்.. இழுத்த மூச்சை விடுவித்தான்.

புதர்மண்டிக்கிடந்த செடிகள் பனித்துளி போர்த்தியிருந்ததால் குளிர்ச்சியாகவும் ஈரமாகவும் அவனை நனைக்க அவற்றை கடந்துசென்றான்.. முழுவதுமாக ஒளி மழுங்கிக்கிடந்த மின்விளக்கு.. தொங்கிய இறந்துபோன ஆறுமுகத்தால் அந்த டா வடிவ கம்பி சற்று வளைந்து நெளிந்திருந்தது.. கீழே தரைப்பகுதியை தேடலானான்.. ஒருசில சிகரெட் துண்டுகளின் மிச்சத்தை தவிர எதுவுமில்லை. வராண்டாவை நோட்டமிட குடித்துவைத்திருந்த நசுங்கிய பிளாஸ்டிக் க்ளாஸ்.. ஒரு காலியான பிராந்தி பாட்டில்.. ஒரு நெளிந்த வாட்டர் கேன். அதை கையில் எடுக்காமல் அப்படியே நோட்டமிட்டான்.. சந்தேகத்திற்குறிய எந்த தடயங்களும் கிடைக்கவில்லை. உள்ளே விடுதிக்குள் பார்த்தான்.. இருள் உட்கார்ந்திருந்தது.

"எப்போதும் திறந்தநிலையில் இருக்கும் விடுதிக்குள் யார் வேண்டுமானாலும் உள்ளே வந்து ஓய்வெடுத்துவிட்டு இந்த சிகரெட் துண்டுகளை பிடித்து போட்டுட்டு போய்ருக்கலாம்.." வெறுமையோடு அங்கிருந்து நகர்ந்தான்..

"மியாவ்..." என்று பூனை கத்தும் சத்தம் அவன் காதில் தொணிக்க சட்டென்று நின்று திரும்பினான்.. மின்கம்பத்தை நெருங்கி கம்பத்தில் தன் உடலை வைத்து உரசியபடி ஒரு பூனை.. அதே வெள்ளை பூனை.

அதிர்ந்தான்.. ஒரு அடி முன்னேறினான்.. ஆனாலும் அந்த பூனை பயப்படுவதுபோன்று தெரியவில்லை..

கம்பத்து மின்விளக்கு ஒருகணம் பலிச்சித்து அணைந்தது.. பயந்துபோய் பின்வாங்கினான். அங்கிருந்து ஓடிவிட மனம் பதட்டப்பட்டது.. அசையாமல் அங்கேயே அணைந்த மின் விளக்கை பார்க்க.. அதனிடம் எந்தவித அசைவும் இல்லை. மின்கம்பத்தை நெருங்க பூனை மெதுவாக அவனை பார்த்தபடி ஏதோ அவனிடம் மிகவும் பழக்கப்பட்ட ஒன்றுபோல பயமில்லாமல் அங்கிருந்து நகர்ந்தது..

மின்கம்பத்தில் பிரகாசமாய் எதிரொலித்த பாலிதீன் கவர். அதை பிரித்தான்.. பிராந்தி பாட்டிலின் மேல் இருக்கும் ஸ்டிக்கர்.. அதில் லேசாக உறைந்தநிலையில் ரத்தமும் இருந்தது. அதை எடுத்து பத்திரப்படுத்திக்கொண்டு அங்கிருந்து பின்னிட்டு நகர.. பின்னால் இருந்த மின்விளக்கு மீண்டும் விட்டு விட்டு எரிந்து பயமுறுத்தியது. சில கணங்களில் தடுப்பு சுவர்களை ஏறிப்பிடிக்க கால் இடறி ஒரு சிராய்ப்பு.. ரத்தம் கசிந்தது. கைகளால் அதை துடைத்துக்கொண்டு வீட்டினுள் சென்று கதவை மூடிக்கொண்டான்.

காயத்திற்கு மருந்துபோட்டுக்கொண்டு பிராந்தி பாட்டில் ஸ்டிக்கரை எடுத்தவன் வெளிச்சத்தில் அதை பார்க்க பாதி இரத்தம் தோய்ந்து காய்ந்து கிடந்தது..

"யாரோட ரத்தமா இருக்கும் இது.. ஆறுமுகத்தோடதா.." என்று நினைத்துக்கொண்டு அதை பத்திரப்படுத்தினான்.. காலில் பட்ட காயம் அவ்வளவு எளிதாக அவனை தூங்கவிடவில்லை.. வலி குறையாமல் தொடர.. கண்களை மட்டும் மூடிக்கொண்டு அமைதியாய் இருந்தான்.

அந்த இரவு அந்த வீட்டின் கடைசி இரவு என்பதை உணர்ந்தான்.. கொலைகார விடுதியை மீண்டும் நினைக்கும்போதெல்லாம் ஜன்னலை திறந்து முகப்பு பகுதியை பார்த்து மின்விளக்கு எரிகின்றதா இல்லையா என்று இனி பார்க்கதேவையில்லை. மெலிதாக புன்னகைத்தான்.. அந்த இரவில் எல்லாவித பிரச்சனைகளையும் தீர்த்து அங்கேயே போட்டு எரித்துவிட்டு செல்ல மனம் ஏங்கியது.. ஆனால் எந்த ஒரு விஷயமும் முழுதாக கிடைக்காமலிருக்க கோவமடைந்தவன் அறை விளக்கை போட்டுக்கொண்டான்.. கனவுகளை எழுதிய நோட்டை எடுத்தவன் அதை திறந்தான்.. எதிலிருந்து ஆரம்பிப்பது என்று சரியாக தெரியவில்லை.. ஆலமரத்தான் மீது கொஞ்சம் அதிகம் நம்பிக்கை இருக்க அந்த பக்கத்தை எடுத்தான்.. பின்னர் கண்டுபிடித்த அந்த ஐந்துபேர் எழுதிய பக்கத்தை எடுத்தான்.. எழுதிய பெயர்களை மீண்டும் பார்த்தான்..

"அரிமா.. அவங்க அண்ணன் சக்கரவர்த்தி.. ராஜி.. பாண்டியன் பாட்டி லாஸ்ட்டா வார்டன்.. சொன்னமாதிரியே அந்த அஞ்சு பேரு கெடச்சி

இவ்ளோநாள் ஆகுது.. ஆனா ஏன் எதுக்கும் தீர்வு கெடைக்கல? ஒருவேள கண்டுபுடிச்ச பேருங்க எல்லாம் கரெக்டா.. இல்ல மறுபடியும் தப்பு பண்ணுறோமா. ச்சே அப்பிடி தப்பா எழுதுன பேரதான் அந்த பைத்திரகாரர் கண்டுபிடிச்சிட்டாரே... அப்போ உண்மயாவே யார மிஸ் பண்றோம்.." என கடந்த நினைவுகளை மீண்டும் குழப்ப ஆரம்பித்தான்..

"அரிமா.. இவங்க ஆரம்பத்துல இருந்தே இந்த கதைக்கு ரொம்ப முக்கியமானவங்க, ரெண்டாவதா சக்கரவர்த்தி.. இவனுக்கும் இந்த அஞ்சுபேருக்கும் கண்டிப்பா சம்மந்தம் இருக்குன்னும், இவனோட மச்சான் வார்டன் கிருபா.. இவன் கனவுல வந்தான் அதேசமயம் இந்த கொலைகளுக்கு ஒரு முக்கிய காரணம் கிருபாதான் அதனால இந்த லிஸ்ட்ல இவனும் இருக்கான், ராஜேஷ்.. என்னோட தொடக்கப்புள்ளியே இவந்தான்.. லாஸ்ட்டா பாண்டியனோட பாட்டி.. இவங்க பேரு கூட தெரியாது ஆனா லிஸ்ட்டுக்குள்ள வந்துட்டாங்க. ஏன்.. மேல இருக்க நாளு பேருக்கும் ஏதோ ஒருவிதத்துல தொடர்பு இருக்கு.. ஆனா இந்த பாட்டிக்கும் இவங்களுக்கும்தான் எந்த தொடர்பும் இல்ல.. அப்போ இந்த நாளு பேருக்கும் தொடர்பில்லாத இவங்க இந்த லிஸ்ட்ல இருக்க கூடாது.. னஅப்போ வேற யாரு அந்த அஞ்சாவது ஆளு..? " என்று தனக்கு தானே சொல்லிக்கொண்டான். முந்தைய பகலில் ஜோசப்பிடம் சுபாஷ் பேசிய அந்த தொடர்பியலும் முக்கோணவியலும் அவனுக்கு திரும்ப ஞாபகம் வர இந்த தீர்வில் விடாபிடியானான்..

ஏதோ ஒருவகையில் இரண்டு நபர்கள் அல்லது மூன்று நபர்கள் இந்த விஷயங்களில் தொடர்புபட்டிருப்பது..
மேற்கண்ட பட்டியலில் அரிமாவை ராஜேஷும் வார்டனும் அரியவில்லை என்றாலும் சக்கரவர்த்திக்கு நன்றாக தெரிந்திருந்தது.. அதே போல ராஜேஷையும் வார்டனையும் கூட சக்கரவர்த்திக்கு தெரிந்திருந்தது.. இந்த நான்கு பேர்களில் பொதுவாக அதாவது எல்லாருக்கும் தெரிந்த நபராக இருப்பவர் சக்கரவர்த்தி..

"அப்போ.. அரிமாவுக்கும் சக்கரவர்த்திக்கும் தெரிஞ்ச யாரோ ஒருத்தர்தான் இந்த லிஸ்ட்ல கடைசி ஆளு.. இது எல்லாத்துக்கும் ஒரு தொடர்புபடுத்தியா சக்கரவர்த்தி மூனாவது ஆளா இருக்கனும்.. யாரு அந்த கடைசி ஆளு..?" என்று சொல்லிக்கொண்டு கடைசியாக தனது பிரச்சனைக்கான தெளிவான கேள்வியை கண்டுபிடித்தான்.

முடிந்த கனவுகளை கருப்பு மையால் கிருக்கி தள்ளினான்.. இரவு கனவுகள் பெரும்பாலும் முடிந்திருக்க அதை ஒரு மூர்கத்தோடும் இயலாமையோடும் கிருக்கினான்.. இரத்த எழுத்துக்கள் கருப்பு போர்த்தப்பட்டது.. ஒன்றிரண்டு வெள்ளை கனவுகளை கிருக்க மனமில்லை.. நோட்டை மூடி பேக்குக்குள்

வைத்தான்.. இழப்புகள் இன்று முதல் போவட்டும்.. ஆனால் வருகைகளுக்கும் நன்மைகளுக்கும் கணக்கு பார்க்கக்கூடாது என்று நினைத்தான் போல. கண்டுபிடிக்கப்போகும் அந்த நபர் எப்படியும் உயிரோடு இருக்க வாய்ப்பில்லை.. அதே சமயம் நிச்சயம் சக்கரவர்த்தியை தெரிந்திருக்க வேண்டும் சக்கரவர்த்திக்கும் அவரை தெரிந்திருக்கவேண்டும்.. ஆனால் அதில் மேலும் ஒரு நிபந்தனையை உருவாக்கினான்.. அந்த நபரை அல்லது அந்த நபருக்கு ராஜேஷையும் வார்டனையும் தெரிந்திருக்க கூடாது என்று. கண்டுபிடிக்க ஒருசில நாட்கள் மட்டுமே போதுமானது என்று மகிழ்ந்தவன் மின்விளக்கை அனைத்துவிட்டு கண்களை மூட இருளுடன் சேர்ந்து தூக்கமும் இதமாக வந்தது.

விடிந்தது..
மீதமிருக்கும் பொருட்களை புதிய வீட்டிற்கு மாற்றவேண்டிய வேலைகள் இருந்தன.. திவாகரிடமிருந்து அழைப்பு வர உடனடியாக அட்டன் செய்து ஆர்வமாய் கேள்விகளை அடுக்க..,

"யாருன்னு தெரியாமயே அவசரபட்டா எப்புடி தம்பி.. டவுன்ல இருந்துகிட்டே உளவு வேலபாக்குறது எனக்கென்ன தெரியானுன்னு நெனச்சிட்டு இருக்கியா..? " என்று வந்த குரல் அவனை நடுங்கவைத்தது.

"யாரு.. தர்மனா?"

"ஆமா இன்ஸ்பெக்டர் தர்மராஜ்தான் பேசுறேன்.. பயமே இல்லாம பண்ண வீடு வரைக்கும் இவன அனுப்பிருக்க.. இவனும் பயமே இல்லாம வந்துருக்கான்.. எவ்லோ திமிரு இருக்கும் உங்களுக்கு..? " என்று திமிர் அவனது வார்த்தைகளில் தத்தளித்தது. பதிலேதும் பேசாமல் சற்று நடுக்கத்தோடு காதில் வைத்த செல்போனை எடுக்காமல் அப்படியே வைத்திருந்தவன்,

"ஏதோ தெரியாம பண்ணிட்டோம்.. அவர விட்ருங்க சார்.. இனிமே இந்தமாதிரி நடக்காது..! " என்றான்.

"டேய் நீ யாரு.. இதுவரைக்கும் என்ன பண்ணிருக்கன்னு நானும் பாத்துட்டுதான இருக்கேன். அவ்ளோ சாதாரணமா எனக்கு ஒன்னும் தெரியாதது மாதிரி மழுப்புறியேடா கண்ணா.. இந்த பிரச்சனையோட தொடக்கத்துல இருந்து நானும் உன்ன ஃபாலோ பண்ணிட்டு இருங்கேன்.. எதையும் மறைக்க முடியாது சுபாஷ்..." என்று தொடர..

"செரி.. இப்ப என்ன பண்ணலாம்.. "

என்று வெளிப்படையாய் கேட்டான்.

"இந்த கல்யாணத்த நிறுத்துறதுதான உன்னோட ப்ளான்.. அது நடக்கக்கூடாது.. அதபத்தி நெனைச்சிட்டு இருக்காத.. உன்ன நெனச்சிருந்தா எப்பவோ கொண்ணுருக்கலாம்.. ஆனா நான் செய்யல.. இப்ப நெனச்சாக்கூட இத செஞ்சிமுடிக்கலாம்.. ஆனா எனக்கு இப்போ அது தேவபடாது ஏன்னா அதவிட முக்கியமான வேலயெல்லாம் இருக்கு. நீ கல்யாணம் முடியுற வரைக்கும் எதுவுமே செய்யாம இரு போதும்.. இந்த கல்யாணம் நடந்தே ஆவனும்.. எனக்கு தெரியும் இதுல ப்ரியாவுக்கு சம்மதம் இல்லைன்னு ஆனா எனக்கு அது தேவயில்லாத வேல " என்றான் தர்மன்.

"என்னால எந்த பிரச்சினையும் வராது.. ஆனா உங்கள நான் எப்படி நம்புறது..?

"நம்பித்தான் ஆவனும் அது உன்னோட தலயெழுத்து முதல வாய்ல மாட்டுன மான் காலு.. அத விட்றதா வேணாமான்னு நாந்தான் முடிவு பண்ணனும் செரியா.. " என்றவன் இணைப்பை கட் செய்தான்.

"ட்ரீங்.. ட்ரீங்.. "

"சொல்றா சுபாஷ்..! "

"அப்டியே லைன்ல இரு.. ஜோசப்ப கணெக்ட் பண்றேன்..! " என்று சொல்லிவிட்டு ஜோசப்பையும் இணைத்தான்..

"சொல்றா சுபாஷ்.. என்ன விஷயம்? "

"ஹிம்.. கொஞ்சம் பொருமையா கேளுங்க.. எனக்கு இந்த விஷயத்த தனியாவோ இல்ல யாராச்சோம் ஒருத்தர மட்டும் கூட வச்சிகிட்டு பண்ண விருப்பம் இல்ல. தொடக்கத்துல இருந்து மூனு நம்மல தொடருது.. அதனால நல்லதோ கெட்டதோ மூனுபேருக்கும் தெரியுறமாதிரி சொல்லலாம் செயல்படுத்தலாம் புரியுதா..!

..திவாகர் நம்பர்ல இருந்துதான் போன் வந்திச்சி.. ஆனா பேசினது திவா இல்ல.. தர்மன்..! " என்று நடந்தவற்றை சொல்லி முடித்தான்.

"இப்ப வடிவேலுவே எங்க இருக்கான்னு தேடி கண்டுபுடிச்சாக்கூட திவாவ காரணம் காட்டி இந்த கல்யாணத்த அவன் நடத்திட்டா என்ன பண்றது சுபாஷ்..? " என்றான் அருண்..

"சுபாஷ்.. அப்போ அப்பிடிபாத்தா.. வடிவேலு அந்த பண்ண வீட்லதான் இருக்கனுமா..? " என்று ஜோசப்பும் கேள்வி அடுக்க..

"நீங்க கேக்குற எல்லாத்துக்கும் எங்கிட்ட பதில் இருக்கு.. ஆனா செயல்பாடு இல்ல.. அருண் சொல்றது உண்மதான்.. வடிவேல் கெடச்சாகூட திவாவ காரணம் காட்டி தர்மன் கல்யாணத்த முடிச்சிக்குவான்.. ஆனா வடிவேலு எங்க இருக்கான்னு நாம கண்டுபுடிக்கனும்.. பண்ண வீட்ல வடிவேல் இருக்குறதா சொன்னது பொய்.. ஏன்னா அது நம்மல புடிக்க வச்சிருந்த ஒரு பொறிதான்.. ஒளிச்சிவச்ச எடத்த அவ்வளோ ஈசியா யாருகிட்டயும் தர்மன் சொல்ல வாய்ப்பில்ல.. தேடனும் ஆனா அதவிட முக்கியமான விஷயம் என்னன்னா.. திவாகர உயிரோட காப்பாதுதுற கடம நமக்கிருக்கு.. ஏன்னா காரியம் முடிஞ்ச ஒடனே அவன் என்னபண்ணுவான்னு யாருக்கும் தெரியாது.. ஏதாச்சோம் ஒன்ன எழக்கவேண்டிய சூழ்நில நமக்கு வரும்.. யார எழக்கபோறோம்னு தெரியல.. அது ப்ரியாவா இல்ல திவாகரா.. கடவுளுக்குத்தான் வெளிச்சம்.."

மருத்துவமனை செல்லவேண்டும் என்று மனம் சொல்லிக்கொண்டது.. முடிவெடுத்தவுடன் சட்டென்று மனம் மாறுவதற்குள் கிளம்பினான்.. தெரிந்த நபர்களும் சிலர் இருக்க சற்று கவலையில்லாமல் இருந்தான்.. மருத்துவமனை அடைந்து ஆறுமுகத்தை உடற்கூறு செய்த டாக்டரை சந்தித்தான்..
ராஜேஷுக்கு உடர்கூறு செய்த அதே டாக்டர் தான்..

"ஐயோயோ இந்தாளுகிட்ட கேட்டா எதாச்சோம் ரெஃபரன்ஸ் கேப்பாரே என்ன செய்றது.. ?" என்று நினைத்தவன் டாக்டரிடம் சென்று இறந்துபோன ஆறுமுகத்தின் உடற்கூறு பற்றி கேட்டான்.. நம்பிக்கை இல்லை.. ஆனாலும் வேறு வழியும் இல்லை.. ஆச்சரியமான நிகழ்வு ஒன்று நடந்தது.

மருத்துவரும் ஆறுமுகத்தின் உடற்கூறு பிரதிகளை அவனிடம் நீட்ட அந்த பக்கங்களை புரட்டினான்..

"அடிபட்ட காயம் எதுவும் இல்லை.. முழு
குடிபோதையில் தற்கொலை. என்றே முடிவுகள் இருந்தன "

"அடி எதுவும் படலேன்னா அந்த பிராந்தி ஸ்டிக்கர்ல இருக்க ரத்தம் யாரோடதா இருக்கும்..? " என்று யோசித்தவன் பாக்கெட்டில் இருந்த அந்த பிராந்தி ஸ்டிக்கரை எடுத்து டாக்டரிடம் நீட்டினான்..

"டாக்டர்.. இந்த ஸ்டிக்கர்ல இருக்க ப்லட்டு பத்தி விவரம் தெரியனும் கண்டுபிடிக்க முடியுமா..? "

"ப்லட்டு ரொம்ப ட்ரை ஆய்ட்டு இருக்கு.. ஆனாலும் பனியில திக்கா இருந்திருக்கு. கண்டுபிடிக்க வாய்ப்பிருக்கு.. அதுக்கும் மேல போய்ருந்தா ரத்தத்துல இருக்க அந்த செல்ஸ் எல்லாமே செத்துபோயிருக்கும் கண்டுபுடிக்குறதும் கஷ்டம்.. என்னமோ நான் ட்ரை பண்ணி பாக்குறேன்..! " என்றார்.

மதிய உணவை முடித்துவிட்டு குட்டி தூக்கம் ஒன்றை போட.. டவுனுக்கு போகும் கடைசி பேருந்து இருட்டில் நின்றுகொண்டு ஒலி எழுப்புவதை போன்று கேட்டது. விருட்டென்று எழுந்தான்.. சுவர்கடிகாரத்தை தேடினான்.. எங்கும் இல்லை. புது வீடு என்பதை பின்னர் கருத்தில் கொண்டான். செல்போனில் நேரம் மாலை நான்கு. எழுந்து கிளம்பினான்.

திவாகரின் நினைவு வரும்போதெல்லாம் அவரது தங்கை மீனாவின் நினைவும் சட்டென்று வந்து சென்றது.. மதுமிதாவை அவளது துணைக்காக அனுப்ப திட்டமிட்டு, நேரம் தாழ்த்தாமல் அவளுக்கு தொடர்புகொண்டு விஷயத்தை சொல்லி முடித்தான்.

இருள்சூழ பனியும் அந்த பயணத்தில் வழங்கமாக கொட்ட தொடங்கியிருந்தது..
தெளிந்த தண்ணீரில் கருப்பான கலவை ஊற்றியதுபோன்று தெரிய விருட்டென கண்களை திறந்தான்.. திடுக்கென்று ஒரு போன்கால்.. ஜோசப் என்று நினைக்க அது மீண்டும் ஒரு பெயர் தெரியாத எண்..

அதைப்போன்ற அழைப்புகள் வந்தால் வயிற்றுக்குள் புளியை கறைப்பது போன்று ஒரு உணர்வு.. நீண்டநேர யோசனைக்கு பிறகு கால் அட்டர்ன் செய்ய..

"சுபாஷ்.. எங்க இருக்கீங்க..? " என்ற மிடுக்கான குரல்.

"யாரு? "

"அட நாந்தான் டவுன் இன்ஸ்பெக்டர் செழியன்."

"சொல்லுங்க சார்.. நாளைக்கு காலையில பத்துமணிக்கு வரேன்.. எங்க வரனும்னு சொல்லுங்க..? "

"ஸ்டேஷனுக்கு வாங்க எதிர்ல இருக்க ரெஸ்ட்டோரன்ட்ல ஒக்காந்து பேசலாம். உங்க நேகாவும் வருவாங்க.. செரியா..? "

"ஹிம் ஒக்கே சார்.. !" என்று சொல்ல இணைப்பு "ஓக்கே.. " என்று சொல்லி பீப் ஒலியுடன் துண்டானது.

நடந்த உண்மைகளையும் சம்பவங்களையும் சொல்லலாமா வேண்டாமா என்று யோசித்தான்..
பேசாமல் ஒரு துப்பாக்கியை இரவல் வாங்கி தர்மனை போட்டுதள்ளிவிட்டு ஜெயிலுக்கு போய்விடலாமா என்று கூட யோசித்தான்.. எதுவும் நடைமுறையில் சேராதுதான் எதாவது ஒரு அற்புதமோ அதிசயமோ நடக்கவேண்டும்.. ஆனால் நாம் வாழ்வது பூமி என்று நொடிப்பொழுதில் நினைத்துக்கொண்டான்.

நெற்றிச்சுருக்கங்கள் உருவாக அதில் இரட்டை விரல்களால் கைவைத்து வருடியபடியே யோசித்தான்.. மூளை நரம்புகளில் ஏதோ ஒரு நெருடல்.
எதிரிலிருந்தும்.. அவன் இருந்த பேருந்திலிருந்தும்.. பேருந்தின் பின்புறத்திலிருந்தும் அனைவரும் ஒலி எழுப்ப, இருந்த தூக்க கலக்கம் சுத்தமாக தெளிந்தது.. ஐந்து வாகனங்கள் தள்ளி ஒரு பெரிய விபத்து.. அதிர்ச்சி. விபத்து நடந்து அந்த இடத்திலிருந்து நெருப்பு வந்துகொண்டிருந்தது.. சற்று அலரல்களும் கூச்சலும் கேட்க பேருந்திலிருந்து இறங்கிய ஒருசிலர் விபத்து பகுதியை நெருங்கினர்.. இருள் சூழ்ந்திருக்க போக்குவரத்து நெரிசலின் வாகனங்களின் சிவப்பு நிற பின்புற விளக்குகள் பலிச்சித்து ஒரு பெரிய ஆபத்துபோல சுபாஷ் கண்களுக்கு கடத்தின..

"ஆல் அவுட்டுனுதான் நெனைக்குறேன்.. எப்புடியும் கொஞ்ச நேரத்துல ட்ராபிக் கிளியர் பண்ணிடுவாங்க ஒன்னும் பிரச்சன இல்ல....! " என்று ஒருவர் சொல்லிக்கொள்ளும் குரல் கேட்டது.

மீண்டும் கண்களை மூடிக்கொண்டு தூங்கினான்.. போக்குவரத்து அதிகமாக குழும உச்சிகொட்டிக்கொண்டு நேரம் பார்த்தான்.. ஆறும ணியை கடந்திருந்தது.
பேருந்து இயக்கத்தில் இருந்து அணைய சற்று இரைச்சல் குறைந்ததுபோன்று இருந்தது.. பேருந்தின் ஜன்னல்களை திறந்தான்.. காற்று வெற்றிடத்தை நிரப்ப பாய்ந்து வந்து வேகமாக அவன் முகத்தை தழுவிற்று.. பக்கத்தில் இருந்த ஒரு காரை எதேர்ச்சையாக நோட்டமிட்டான்.. வெள்ளை நிற காருக்குள் சிவப்பு புடவை கட்டியபடி ஒரு அழகான திருமணம் முடித்த பெண்.. ஆல்பத்தில் இருந்த அரியநாச்சி ஞாபகம் வந்தது. போட்டோவில் பார்த்த அந்த சிவப்பு நிற துப்பட்டாவும்

எவறையோ பார்த்து வெட்கப்பட்டு சிரித்த அவர் முகம் இன்னமும் ஞாபகத்தில் இருக்க..

"யார பாத்து சிரிச்சிருப்பாங்க.. ?" என்று நினைத்தான்.. வெளியே வானத்தில் ஒரு இடி கடந்திற்று.. திடுக்கிட்டு நிமிர்ந்து மேலே வானத்தை பார்த்தான்.. வானம் இருள் கோலம் கொண்டிருந்தது.. அவ்வப்போது ஒரு சிறிய மின்னல் வானத்தை கடந்து பிரகாசிக்க வானமும் அதோடு சேர்ந்து ஒளிர்ந்தது. அவர்களுக்கு எதிர்புறமாக கடந்தது ஒரு வேகமான ஆம்புலன்ஸ்..

வெளியில் இருந்தவர்கள் முழுவதும் அந்த ஆம்புலன்ஸ்ஸை பார்க்க பிறகு பேருந்து மெல்ல மெல்ல கிளம்ப ஆரம்பித்தது. பயணம் தூக்கத்தோடு தொடர.. சீரான வேகத்தில் பேருந்தும் நகர்ந்துகொண்டிருந்தது. தூக்கத்தில் இருந்தவனின் காதில் யாரோ பேசும் சத்தம்,

"தம்பி.. அந்த ஆக்சிடன்ட் என்னாச்சி.. பஸ்ஸுல இருந்ததால ஒன்னுமே தெரியல..? " என யாரோ ஒரு வயதான நபரின் குரல்..

"தெரில தாத்தா போய் பாக்கும்போது ரெண்டு காருக்கு ஆக்சிடன்ட் ஆனாமாதிரி இருந்திச்சி.. ஒரு பைக்காரனுக்குதான் பயங்கய அடி... எதிர்ல வந்த வேகத்துல பைக்ல வந்தவன் கார்மேல மோதியிருக்கனும்.. இல்லாட்டி சேம்சைட்ல வந்த கார ஓவர்டேக் பண்ணப்போய் ஆக்சிடன் பண்ணிருக்கனும்.. உயிர் பொழைக்குறது கஷ்டம்தான்" என்று அந்த இளம் வயது குரல் கேட்க சட்டென்று முழித்துக்கொண்டான்.

டவுனை அடைந்தவுடன் வேகமாக அறையை நோக்கி நடக்க ஆரம்பித்தனர்..
அறையை அடைய அங்கு ஏற்கனவே கௌதம் படுத்து தூங்கிக்கொண்டிருந்தான். இரவு உணவை முடித்துக்கொண்டு ஒரு சிறிய தூக்கம் போட்டபின்னர் மூவரும் கம்பெனிக்கு கிளம்பி வெளியேற அவர்களோடு மூர்த்தியும் தொற்றிக்கொண்டான்.

குளிர்காற்றில் ஈரத்தோடு சேர்ந்த ஒரு ரிங்காரமும் தொணித்தது. நடந்துகொண்டு நடந்தவைகளை மூர்த்தியிடம் சொல்ல.. அவனிடம் இருந்து பதில் எதுவும் வரவில்லை..

ஒரு நீண்ட யோசனைக்குப்பிறகு...
"சுபாஷ் இப்ப என்னதான் செய்யப்போற?" என்றான்.

"எல்லார்கிட்ட இருந்தும் இந்த கேள்விதான் எனக்கு பதிலா வருது.. ஏன்? "

"தெரியல சுபாஷ் ஏன்னா இதுக்கெல்லாம் பதில் உங்கிட்டதான் இருக்கு.. நீ சொல்ற விஷயங்கள் எல்லாம் நடைமுறையில இருந்து சுத்தமா மாறிப்போன ஒன்னாத்தான் இருக்கு..! "

"கடவுளே விடைன்னு இருக்கேன்.. பாக்கலாம் வா.. !" என்று சொல்லி கம்பெனியை அடைந்தனர்.

உணவு இடைவேளையில் அமைதியாக சாப்பிட்டபின் யூனிட்டை நோக்கி அருணுடன் நடக்கத்தொடங்கினான்.
பிறை நிலா தெரிந்தது.. வெளிச்சம் பெரிதாக இல்லை.. இருந்தாலும் கம்பெனியின் கார்டன் பராமரிப்பு சிறப்பாக இருந்ததால் செழிப்பாக வளர்ந்திருந்த மேல்நாட்டு செடிகளிலும் மரங்களிலும் ஒவ்வொரு சோலார் மின்விளக்குகள் ஒளிர்ந்தது.. கருமையான தார்சாலை சற்று பிரகாசமாக இருக்க வழக்கமாக சாலைக்கு மையத்தில் இருந்த வெள்ளை கோட்டில் நடந்துகொண்டு வந்தான் சுபாஷ்..

"ப்ச்.. டேய் ஒன்னு இந்தப்பக்கம் வா இல்லாட்டி அந்தபக்கம் போ ரெண்டுத்துக்கும் நடுவுல வர ஏன் ஏதாச்சோம் வேண்டுதாலா." என அருண் அலுத்துக்கொண்டான்.

"இப்போ இந்த நெலமைலதான் இருக்கேன் நானும்.. நான் யாருக்கு உதவி பண்றது... திவாகருக்கா இல்ல ப்ரியாவுக்கா..? "

"அதான் நேத்து பேசிவச்சமாதிரிதான் திவாகருக்கே உதவி செய்யலாம்.. காரணம் அவருதான் எந்த ஒரு கேள்வியும் கேக்காம சொன்ன ஒடனே உதவிக்கு ஒத்துகிட்டாரு.. அப்பதான் மீனாவையும் பாத்துக்க முடியும். !"

"எனக்கும் அதுதான் சரியா பட்டுச்சி நேத்து வரைக்கும்.. ஆனா..? "

"ஆனா இப்ப முடிவ மாத்திகிட்டியா.. ?"

"ஹிம் ஆமா ப்ரியாவதான் காப்பாத்தனும்..! "

"திவாகரோட நெலமைய நெனச்சி பாத்தியாடா.."

"திவாகர காப்பாத்திட்டா எல்லாம் முடிஞ்சிடும்னு நெனைக்குறியா.. ?"

"முடியுதோ இல்லயோ அதுக்கு ஒரு உயிர நாம காப்பாத்துறோம்ல..? "

"ஹிம் ஒரு உயிர காப்பாத்திடுவ அதுக்கப்புறோம் ஒரு உயிர் போகும்.. அது நாந்தான்" என்று சுபாஷ் முற்றுப்புள்ளி வைக்க அருண் அதிர்ந்தான்..

"டேய் என்னடா சொல்ற நீ எதுக்கு சாவனும் உன்னபோய் யாரு கொல்லுவா அந்த தர்மன நெனச்சி இந்தமாதிரி சொல்றியா.?"

"இல்ல மச்சி ஒருவேள தர்மன நாம காப்பாத்த இந்த கல்யாணத்த நடத்துனாலும் அந்த அரியநாச்சி கொண்ணுடுவா...! " என்று புதிர் போட்டான்.

"அவ எதுக்கு உன்ன கொல்லனும்.. எனக்கு ஒன்னும் புரியல. "

"தெரியல.. ஆனா இது என்னோட கடைசி மற்றும் மூனாவது வார்னிங்.. இந்தமுற கண்டிப்பா பிரச்சினைல இருந்து வெளியேற நெனச்சாவே நான் காலி.. கண்டிப்பா என்ன கொண்ணுடுவா..? "

"மூனாவது முறயா.. எப்புடி..
அப்போ ஏற்கனவே ரெண்டுவாட்டி இந்தமாதிரி நடந்திருக்கா..?" என்று அதிர்ச்சி குறையாமல் அருண் கேட்க..

"ஹிம் ஆமா.. ஒவ்வொரு வார்னிங் முன்னாடியும் ஒரு ஆக்சிடன்ட் சீன் வந்துபோகும். நாம மொதல்தடவ ஊருக்கு இங்கிருந்து போகும்போது ஒரு பைக் ஆக்சிடன்ட்.. அப்ப ஒருவிஷயம் சொன்ன ஞாபகம் இருக்கா?"

"ஞாபகம் இருக்கு.. எந்த பெரிய பிரச்சனையிலும் வலுக்கட்டாயமா போய் மூக்க நொழச்சா இதான் ஆகும்னு.. !"

"ஹிம்.. அத சந்தைக்கு போகும்போது நானும் ஞாபகபடுத்தி இனி எந்த பிரச்சனைக்கும் போவகூடாதுன்னு சொல்லிட்டு வரும்போது முதல் ஆக்சிடன்ட்.. வானத்துல மின்னல் வெட்ட இடி இடிக்க மழ பெய்ய ஆரம்பிச்சிது.. அதான் முதல் வார்னிங்.. நம்ம ரெண்டு பேருக்கும் நடுவுல மின்னல் வெட்டிச்சி..!"என்று அதிர்ச்சியோடு சொன்னவன் மேலும் தொடர்ந்தான்.

"அதேமாதிரி ரெண்டாவது வார்னிங் கம்பெனில.. லேப் இன்சார்ஜ் சூர்யகுமாருக்கு ஒரு ஆக்சிடன்ட்னு ரெண்டு மூனு நாளா வரல.. பைக்காரன் இடிச்சிட்டான்னு சொன்னாரு.. அன்னைக்கு காலைல மது கிட்ட ரொம்ப கோவமா இனிமே இந்த பிரச்சனையில மூக்கு நொழைக்க போறதில்ல, ப்ரியாவுக்கு கல்யாணம் ஆனா எனக்கென்ன எப்படியோ போவட்டும்னு

சொல்லி முடிக்க ஒரு பெரிய மூடுபனி அருவம் மாதிரி உருவாகி என்ன கீழ தள்ளிவிட்டுச்சி.. அன்னைக்கு நீயும் கௌதமும் என்ன தூக்கிவிட்டிங்களே ஞாபகம் இருக்கா..? " என்று சுபாஷ் சொல்ல அருண் வாயடைத்துப்போய் நின்றான்..

"மச்சி அப்போ அந்த மூனாவது வார்னிங்.. இன்னைக்கு நைட் நாம வரும்போது நடந்த அந்த ஆக்சிடன்ட்தான...? " என்று கேள்வி எழுப்ப சுபாஷ் அமைதியாய் அந்த ரோட்டின் நடு மையத்தில் நின்றுகொண்டிருக்க.. கருமையான வானம் அவனுக்கு மட்டும் அடர் சிவப்பாய் தெரிந்தது. வானத்தை பார்த்துக்கொண்டிருந்தவனை சுயநினைவிற்கு கொண்டுவந்தவன் பிரச்சினைக்கான தீர்வை தேடச்சொன்னான் அருண்,

"நாளைக்கு இன்ஸ்பெக்டர் செழியன பாக்க போலாம்.. நடந்தத சொல்லலாம் அவரோட கருத்து என்னன்னு கேட்டுக்கலாம்.. !" என்றான்.

நகரத்தின் ஒரு பிரிவு போலீஸ் ஸ்டேஷனை அடைந்த இருவரும் உள்ளே சென்றனர்.
"இன்னு அவரு வரல கொஞ்சம் வெளிய வெயிட் பண்ணுங்க..! " என்று கான்ஸ்டபிள் கட்டை குரலில் ஆணையிட அங்கிருந்த வெளியேறி காத்திருப்பு இருக்கைகளை ஆக்கிரமித்து அமர்ந்தனர்.

கண்கள் இரண்டும் இன்னமும் தூக்கத்தை எதிர்பார்த்தது.. அரைமயக்கமாக உட்கார்ந்திருக்க புல்லட் சத்தம் கேட்டு முழித்தான். தர்மனை போன்றே அதே தோரணையில் முறுக்கிய மீசையுடன் மிடுக்கான ஒரு போலீஸ் அதிகாரி இறங்கி ஸ்டேஷன் நோக்கி நடந்துவர.. உட்கார்ந்திருந்த இருவரும் எழுந்துகொண்டனர். ஸ்டேஷனுக்குள் சென்ற இருவரும் தங்களை அறிமுகம் செய்துகொள்ள..

"ஒரு சின்ன இன்வஸ்டிகேஷன் நடந்துட்டு இருக்கு இன்னும் ஒரு பத்து நிமிஷம் வெளிய வெயிட் பன்னுங்க ப்ளீஸ்.. " என்றார் செழியன். அதேசமயம் நேகாவும் தனது ஸ்கூட்டியில் வந்துசேர நால்வரும் பக்கத்தில் இருந்த ரெஸ்ட்டாரென்ட் ஒன்றிற்கு சென்றனர்.

நடந்த பிரச்சினைகளை பேசி முடித்தவன் ,
"சிம்பில்தான் சார்.. ஊர்ல தர்மராஜ்னு ஒரு இன்ஸ்பெக்டர் இருக்காரு.. அவரு வலுக்கட்டாயமா அந்த பொண்ண கல்யாணம் பண்ணிக்கபோறாரு.. அத தடுக்கனும் அது நடக்ககூடாது..! " என்று முடித்தான்.

"ஆரம்பத்துல கேக்கும்போது ரொம்ப ஈசியா இருந்தது.. ஆனா இப்ப ரொம்ப காம்ப்லிகேட்டடா இருக்கு.. என்ன செய்ய?"

"ப்ச்.. வடிவேலுவ கண்டுபுடிச்சாலும் திவாக காப்பாத்த இந்த கல்யாணத்த நடத்தவிடனும் அதான் தர்மனோட ப்ளான். " என்று அருண் சொல்ல.. தர்மன் பேசியிருந்த வாய்ஸ் ரெக்காடை தனது செல்போனிலிருந்து எடுத்து செழியனுக்கு போட்டு காண்பித்தான் சுபாஷ்.

"ஹிம் ரெண்டு பேரயும் காப்பாத்த ஒரு வழி இருக்கு.. ?" என்று திடுக்கிட்டார் செழியன். பேச்சை நிறுத்திவிட்டு செழியன் திசை நோக்கி திரும்பிய மூவரும் அவரையே பார்த்தபடி இருந்தனர்..

"கொஞ்சம் போலீஸ கூட்டிட்டு நைட் டைம்ல பண்ணவீட்ட ரவுண்டப் பண்ணோம்னா சுத்தி இருக்கவங்க தப்பிச்சி ஓட ட்ரை பண்ணுவாங்க.. இல்லனா அட்டாக் பண்ண ட்ரை பண்ணுவாங்க. இது ஒரு எதிர்பாக்காத அட்டாக் அதனால அவங்களுக்கு இது தெரிஞ்சிருக்க வாய்ப்பில்ல.. நாம செய்யபோற இந்த அதிரடி தாக்குதல அவங்க கண்டிப்பா எதிர்பாக்கமாட்டாங்க.. சுலபமா திவாகர காப்பாத்திடலாம்..! "

"புரியுது.. ஆனா இதெல்லாம் எப்ப செய்யுறது. அதேசமயம் நடந்த விஷயங்கள் எல்லாம் தர்மனுக்கு தெரியக்கூடாது.. அந்த நைட்லயே நாம வடிவேலுவயும் காப்பாத்தியாகனும்.. அவன் இருக்க எடமும் தெரியாது. இந்த கல்யாணம் நடத்தியே தீர தர்மன் ரொம்ப தீர்மானமா இருக்கான்.. எந்த எடத்துலயும் அவங்க ஆளுங்க இருக்கலாம்.. " என்று சொன்ன சுபாஷ்,

"எங்க ரெண்டுபேரயுமே அவன் பாலோ பண்றதா ஒரு வேகத்துல தர்மன் நேத்து சொல்லிட்டான்.. " என்றான்.

"அப்பிடியா.. யாரு? "

"தெரியல.. ஆனா திவாகர கடத்திவச்சிட்டு அவன் போன்ல இருந்தே சொல்லும்போது.. உன்ன டவுன்லயும் பாலோ பண்ணிட்டுதான் இருக்கேன்னு சொன்னான். "

"ஹிம் இந்த பிரச்சன வேற போய்ட்டு இருக்கா.. அத அப்போரோம் பாத்துக்கலாம் அவன புடிக்குறது ஒரு விஷயம் இல்ல.. ஆனா அவன புடிச்ச ஒடனே அவங்கிட்ட இருந்து எந்த இன்பர்மேஷனும் போகலன்னா தர்மன் அலார்ட் ஆய்டுவான்.. அதனால ரொம்ப கிட்டக்க போய் அவன புடிச்சிக்கலாம்..! "

"சார் ஒருவேள நாங்க இப்ப உங்கக்கூட பேசிட்டு இருக்குறதயும் அவன் பாக்கலாம்.. பாத்துட்டு தர்மனுக்கு இன்பார்மேஷன் ஷேர் பண்ணலாம்ல?" என்று அருண் கேட்க,

"ஒருவேள அந்தமாதிரி ஒரு விஷயம் நடந்து தர்மன்கிட்ட இருந்து எனக்கு போன் வந்தா அந்த உளவாளிய கண்டுபுடிக்க ரொம்பவே ஈசியா இருக்கும்.. போன்ல பேசுற தர்மன நான் எதாச்சோம் பொய்சொல்லி சமாலிச்சிக்கிறேன்..! ஒருவேள உங்களுக்கு போன் வந்தா நேகாவோட லவ்வர அறிமுகம் செஞ்சிவைக்க கூப்டிருந்தாங்க.. அதனாலதான் அவரோட அவ்ளோநேரம் பேசவேண்டி ஆகிடுச்சின்னு சொல்லு கண்டிப்பா சந்தேகம் வராது..! " என்று நேகா சொல்லிமுடிக்க அருண் திடுக்கிட்டு நேகாவை பார்த்தான்.. சுபாஷும்தான்.

"ஹாஹா என்னதான் இருந்தாலும் இதான நெஜமாவபோகுது..! " என்று சொன்ன செழியன் நேகாவை பார்த்து கண்ணடித்தார். நேகாவும் பதிலுக்கு அவரை பார்த்து சிரிக்க.. "இருவருக்குமான நெருக்கம் உட்கார்ந்திருந்த அருணுக்கும் சுபாஷுக்கும் நன்றாக புரிந்தது.

"செரி சுபாஷ்.. நீங்க கெளம்புங்க வடிவேல் நம்பர செக் பண்ணிட்டு உனக்கு போன் பண்றேன்.. என்ன இருந்தாலும் இன்னைக்குள்ள முடிவு பண்ணி களத்துல எறங்கனும் புரியுதா.. " என செழியன் சொல்ல தலையசைத்தபடி அங்கிருந்து இருவரும் எழுந்துகொண்டனர்.

வெளியேற முற்பட ரெஸ்ட்ராரென்டின் முதல் இருக்கையில் இருந்தவர் தவரவிட்ட கர்சிப்பை எடுத்து அந்த நபரிடம் கொடுத்த அருண் சுபாஷுடன் வெளியேறினான்.. பின் நடக்க ஆரம்பித்தனர்.. இருவரும் கூடுமானவரை பேசிக்கொள்ளவில்லை.

டவுன் சாலையை கடந்து விரைப்பான முகத்துடன் வந்த அருண்.

"மச்சி.. " என்று கூப்பிட்டான்..

"என்னடா? "

"பின்னாடி ஒருத்தன் கேப் போட்டுட்டு ப்ளாக் டீசர்ட்ல வரானே அவன பாரு.. வேகமா திரும்பாம கேஷுவலா மெதுவா திரும்பி பாரு.." என அருண் முனக..

மெதுவாக வானத்தை பார்த்தபடி பின்னால் திரும்பினான். தொப்பி அணிந்த கருப்பு சட்டை போட்ட ஒருவன் கர்சிப்பில் முகத்தை

கட்டியபடியும் அவர்களுக்கு பின்னால் செல்போன் பெசியபடி நடந்து வந்துகொண்டிருந்தான். முகம் சரியாக தெரியவில்லை. அவ்வளவு சந்தேகப்படும் வகையிலும் அவன் இல்லை.

"டேய் ஏன்டா.. சாதாரணமாத்தான வர்றான்.. இவனா இருக்குமோன்னு சந்தேகப்பட்றியா?"

"ஹிம் ஆமா அவன அந்த ஹோட்டல்லயும் பாத்தேன்.. ஆனா இவன அடிக்கடி பாக்குறமாதிரி ஒரு எண்ணம், இப்ப நம்ம பின்னாடியும் வந்துட்டு இருக்கான் அதான் ஒருவேள தர்மன் சொன்ன உளவாளி இவனா இருக்குமோன்னு..?"

"கொஞ்சம் பொரு சாயங்காலம் வரைக்கும் பாக்கலாம்.. ஒருவேள நமக்கோ இல்ல செழியனுக்கோ தர்மன் கிட்ட இருந்து கால் வந்தா ஒடனே இவனயே புடிச்சிடலாம்.. செரியா? "

"ஹிம் செரி இப்ப நான் ஒரு ப்ளான் பண்றேன்.. அதுபடி நடந்துக்கோ..? " என திட்டமாய் அருண் சொல்ல.. மெதுவாக அருணை பார்த்தான்.

"ஒருவேள இவனா.. இருந்தா எப்புடி இவன புடிக்கிறது.. அதான் இவன் எங்க இருக்கான் என்ன பண்றான்னு பாத்து கடைசியா எங்க ஸ்டே பண்ணிருக்கான்னு தெரிஞ்சிகிட்டா இவன புடிக்க கரெக்டா இருக்கும். அவன் உன்னதான் பாலோ பண்றான். தர்மனுக்கு நீ எங்க போற என்ன பண்ற அதான் அவனுக்கு தேவயான தகவல். அதனால நான் பிரிஞ்சி வேற எங்கயோ போறமாதிரி போறேன்.. உன்ன அவன் பாலோ பண்ணுவான்.. நான் அவன பாலோ பண்றேன்.. இதோ ரெண்டு ரோடு பிரியுது.. ஒன்னு மூர்த்தி கம்பெனிக்கு போர வழி அதுல நான் பிரிஞ்சி போறேன்.. நீ அவன பாக்காதமாதிரியே நடந்து ரூமுக்கு போய்டு..! " என்று சொல்லிக்கொண்டு அங்கிருந்து பிரிந்தான் அருண்.

சில மணிநேர ஓய்விற்கு பிறகு
டேபில் மேலிருந்த அவனது செல்போன் ஒளிக்க அதை அட்டன் செய்து பேசியவனுக்கு அதிர்ச்சி.. நினைத்ததை போன்று தர்மராஜ்தான். சற்று தைரியத்தை வரவைத்தபடி சொல்லப்போகும் பொய்யை மனதிற்குள் ஆயத்தப்படுத்தினான்..

"ஒரு கேள்விதான்.. அதுக்கு சரியா பதில் சொல்லிட்டா நல்லது. எதுக்கு டவுன் போலிஸ் செழியன பாத்து பேசுன. கத எதுவும் சொல்லவந்தா கண்டிப்பா திவாகர் உயிரோட இருக்கமாட்டான் ஜாக்கிரத..? " என்றான் தர்மன்.

"கண்டிப்பா எந்த உள்நோக்கத்தோடயும் போகல.. நேகா எங்க ஃப்ரெண்ட், அவளுக்கும் செழியனுக்கும் என்கேஜ்மென்ட் ஃபிக்ஸ் ஆயிருக்கு அது விஷயமாதான் இன்ட்ரோ குடுக்க கூட்டிட்டுபோனா...! " என்று சொல்லவும் சட்டென்று இணைப்பு துண்டானது.

எழுந்து முகம் கழுவிக்கொண்டு மேல்மாடியை அடைய மூர்த்தி தனியாக யாரிடமோ பேசியபடி நின்றிருந்தான்.. வெயில் தனியாமல் தகித்துக்கொண்டிருந்தது. சைகை காண்பிக்க அவனிடம் இருந்து முறையான பதில் வரவில்லை..

சில நிமிடங்களுக்கு பிறகு அவனிடம் வந்தவனிடம் சமீபத்திய விஷயங்களை பேசி முடித்தான்.

"நாந்தான் அன்னைக்கே எதாச்சோம் உதவி வேணும்னா கேளுங்கன்னு சொன்னனே மறந்துட்டியா சுபாஷ். அட்லீஸ்ட் இப்போ நான் என்ன பண்ணணும் அதயாச்சோம் சொல்லுங்களேன்..? " என்றான் மூர்த்தி.

"கொஞ்சம் ஆளுங்க வேணும்..? "

"ஆளுங்களா.. எல்லாரும் ஊர்ல இருக்காங்களே.. எப்ப வேணும் ஒடனே வேணுமா? "

"ஆமா.. நாளைக்கு வேணும்..! "

"ஹிம் செரி நான் ஊருக்கு போன்பண்ணி கேட்டு சொல்றேன்.." என்றவன் வேகமாக கீழே ஓடினான்.
மூர்த்தியிடம் இருந்து வேறு எதாவது ஒரு சாக்குபோக்கு பதிலாக வருமென்று சுபாஷ் நினைத்தான்.. ஆனால் நடந்தது வேறு. இன்ஸ்பெக்டர் செழியனிடம் இருந்து அழைப்பு வர அட்டன் செய்தான்,

"நெனச்சமாதிரி தர்மன் போன் பண்ணானா..? நாம பேசிவச்சமாதிரிதான சொன்ன.. எதுவும் சந்தேகம் வரலயே? "

"இல்ல சார்.. சொன்னத நம்பிட்டான். வடிவேலு நம்பர் குடுத்தனே செக் பண்ணீங்களா..? "

"ஆக்சுவலா அதுக்குதான் போன் பண்ணேன்.. வடிவேலுவோட சிம்கார்ட் இவ்ளோநாளா டிஆக்டிவ்ல இருந்திச்சி அதனால அதோட பழய லொகேஷன்ல காட்டிச்சி, ஆனா ஊருக்கு வெளிய கொஞ்ச நேரத்துக்கு

முன்னாடி அந்த சிம்கார்ட் ஆக்டிவேட் ஆகி மறுபடியும் ஆஃப் ஆகிருக்கு. அந்த நேரத்துல அவனோட சிம்கார்ட் சரியா சத்தியமூர்த்தி வில்லா அப்பிடின்ற எடத்துல ஆஃப் ஆகிருக்கு.. ஆச்சரியம் என்னன்னா ஒரு பதினஞ்சி இருவது நாளா ஆக்டிவ்வல இல்லாத சிம்கார்ட் இப்ப ஆக்டிவாகி ஆஃப் ஆகிருக்கு.. நம்ம இன்வஸ்டிகேஷன் வேற யாருக்காச்சோம் தெரிஞ்சிருக்க வாய்ப்பிருக்கா இல்ல இதுவும் ஒரு ட்ராக்கா..? "

"இல்ல சார்.. சத்தியமூர்த்தி வில்லான்றது ப்ரியாவோட தாத்தா பேர்.. செத்துபோன சக்கரவர்த்தியோட அப்பா.. அங்கதான் இந்த கல்யாணமும் நடக்கபோகுது..! "

"நல்லது. சுபாஷ் நீ நெனச்சமாதிரியே நாம எதிர்பாத்தமாதிரியே வடிவேலு இருக்க இடமும் தெரிஞ்சிடுச்சி.. இனி என்ன பண்ணனும்னு நாளைக்கு காலைல சொல்றேன்.. !"

"சார்.. இன்னோரு குட் நியூஸ்.. ?"

"என்ன சுபாஷ்..? "

"மறந்துட்டீங்களா நமக்கு தர்மன் கிட்ட இருந்து ஒருவேள போன் வந்தா எங்கள யாரோ பாலோ பண்ணி இன்பார்மேஷன அவனுக்கு சொல்றதா சொன்னீங்கல்ல, அந்த உளவாளி யாருன்னு நாளைக்கு தெரிஞ்சிடும்.. அருண் ரொம்ப சிம்பிலாவே அத கண்டுபுடிச்சிட்டான்.. அவனுக்கே தெரியாம அருண பாலோ பண்ணவச்சிருக்கேன்.. "

"டேய் நீங்கள்ளாம் போலீஸ்ல இருக்கவேண்டிய ஆளுங்கடா.. என்னவோ.. எதுக்கும் கொஞ்சம் பத்திரமா இருங்க, நாளைக்கு பேசலாம் ஆனா எங்கன்னு நானே சொல்றேன் போலீஸ் ஸ்டேஷன் வரவேண்டாம்.." என்று சொல்லிவிட்டு இணைப்பை துண்டித்தார் செழியன்.

அருணிற்கு போன் செய்ய அந்த செல்போன் சத்தம் சமீபமாய் கேட்பதை உணர்ந்து திரும்ப மாடியில் ஏறி வந்துகொண்டிருந்தான் அருண். கையிலிருந்த நியூஸ் பேப்பரை சுபாஷிடம் பொத்தென்று போட்டவன்..

"செல்போன ஆஃப் பண்ணிட்டு பேப்பரோட மாவட்ட செய்திய பாரு..? " என்றான். சுபாஷ் கீழே இருந்த பேப்பரை திருப்ப நகர செய்திகள் பக்கம் வந்தது..
முகப்பிலேயே..

"நேற்று இரவு நடந்த கோரமான விபத்தில் பைக்கில் வந்த வாலிபர் மருத்துவமனை கொண்டுசெல்லும் வழியில் உயிரிழந்தார்.. " படித்துவிட்டு அருணை அன்னாந்து பார்த்தவன்,

"இது தெரிஞ்ச விஷயந்தான.. போன விஷயம் என்னாச்சி..?" என கேட்க..

"உன்ன கரெக்டா வீடு வரைக்கும்.. எனக்கு கன்பார்மா தெரியும் அவந்தான் தர்மன் அனுப்புன பாலோவர்னு.. அவன் தங்கி இருக்குற எடத்தயும் ஒருவழியா கண்டுபுடிச்சிட்டேன்" என்று பெருமூச்சி விட்டுக்கொண்டான் அருண்.

"வடிவேல் இருக்குற லொகேஷன் தெரிஞ்சாச்சி.. இனி களத்துல எறங்குளதுதான் பாக்கி.. " என்றபடி ஜோசப்பிற்கு தொடர்புகொண்டு விவரங்களை பகிர்ந்துகொண்டதோடு தன்னுடைய திட்டத்தையும் விளக்கினான். கௌதமும் அவனோடு வர, இருவரிடமும் நடக்கப்போகும் விவரங்களை மேலோட்டமாக சொன்னான்.. ஆளுக்கு ஒவ்வொரு வேலைகள் கொடுக்கப்பட அதை தகுந்த நேரத்தில் செய்ய அவர்கள் ஆயத்தமாக இருந்தனர்.

இரவானது..
பயங்கர மோசனையில் இருந்தவன் கொஞ்சமாக சாப்பிட்டுவிட்டு தூங்கினான்..

"சுபாஷ் சுபாஷ்.. டைம் ஆய்டுச்சி கம்பெனிக்கு கெளம்பலாம் வா. " என கௌதம் எழுப்ப சட்டென எழுந்து கிளம்பினான். அனைவரிடமும் ஒரு மௌனம் நிலவியது..
தேவையில்லாததை யாரும் பேசிக்கொள்ளவில்லை அடுத்தநாள் கூத்திற்கு அனைவரும் ஆவலோடு காத்திருந்தனர். காரிருள் வேளை.. வழக்கமான பனி அவர்களை நனைக்க அதை பெரிதாக பொருட்படுத்தாமல் நடந்து கம்பெனியை அடைந்தனர்.
நம்பிக்கை அதிகமாக இருந்தாலும் அதைவிட்டால் வேறு வழியும் இல்லை.. வேலைக்கு கூட ஏன் செல்லவேண்டும் பேசாமல் வீட்டில் இருந்தபடி இருக்கின்ற திட்டத்தை பெரிதுபடுத்தலாமா என்றுகூட யோசித்தான்,

தங்களை நோட்டம் பார்க்கும் உளவாளியை சரியாக நாளை இரவு பிடிக்கவேண்டும்.. அதே சமயம் திவாகரை காப்பாற்றும் நேரத்தில் வடிவேலுவையும் காப்பாற்றவேண்டும்.. எல்லாவற்றையும் நினைக்க தலைவலி தொற்றிக்கொண்டது..

"ஜோசப்புக்கு நல்ல வேலயா குடுத்துட்ட.. அவன் தனியா இத சமாலிப்பானா..? " ஓய்வு வேளையில் அவனிடம் கேட்டான் அருண்..

"இல்ல.. நம்ம காலேஜ்ல படிச்ச பசங்ககிட்ட வாட்சாப் க்ரூப்ல சொல்லிருக்கேன்.. அந்த குரூப்ல இருக்குறவங்க அதிகபட்சம் ப்ரியாவோட க்ளாஸ்மேட்ஸ்தான்.. நானும் எதுக்கு இந்த குரூப்ல இருக்கோம்னு கொஞ்சம் ஃபீல் பண்ணேன் இப்பதான் ஒரு நல்லவேலய அது செய்யபோது.. அவங்க ஜோசப்புக்கு ஹெல்ப் பண்ணுவாங்க..! இத நாளைக்கே சொல்லலாம்னு இருந்தேன் "

"வேற என்ன ப்ளான்லாம் வச்சிருக்க எனக்கு தெரியாம? " என்று அருண் கேட்க,

"சஸ்பென்ஸ் " என்றான்.

"டேய் டேய்.. சஸ்பென்ஸ் தவர வேற எதுவேணாலும் பண்ணிட்டுபோ.. அதுமட்டும் வேணாம்..? "

"ஹாஹா.. முடியாது, வேணுனா நான் க்ளூ தரேன்.. நீயே கண்டுபுடிச்சிக்கோ.. வர்றவங்க கருப்பா இருப்பாங்க.. அவங்க இந்த சீசன்ல மட்டுந்தான் வருவாங்க.. முக்கியமான இந்த மந்தாரம் சேர்ந்த மூடுபனிதான் அவங்க போர்வை..! கண்டிப்பா உன்னால கண்டுபுடிக்கமுடியும்.. " என்று சொல்லிவிட்டு எழுந்தான் சுபாஷ்..

தேய்பிறை நிலவு வானத்தில் ஒளிந்தது.. எப்படியும் இன்னும் இரண்டு நாட்களில் அம்மாவாசையாக கூட இருக்கலாம்.. வானத்தை ஏறிட்டவன் அதை பார்த்தபடி தாற்சாலையின் மையத்தில் வழக்கம்போல வெள்ளை கோட்டில் நடந்துசென்றான்..

"செரி அதவிடு.. உன்னோட கருப்பர் கூட்டம் எங்க இருக்காங்க... அதபத்தி செழியனுக்கு சொல்லிட்டியா.. ?"

"இல்ல நாளைக்குதான் சொல்லனும்.. கொஞ்சம் சென்சிடிவான விஷயம் அதனால நாளைக்கே சொல்லிக்கலாம்னு விட்டுட்டேன்.. அருணு ஃபாலோ பண்ணி போனியே தர்மனோட உளவாளி அவன புடிக்க ஆள் வேணுமே.."

"வரும்போது கௌதம்கிட்ட இதபத்தி பேசிட்டேன்... பத்தலன்னா மூர்த்தியயும் ராஜேஷயும் கூப்டுக்கலாம்.. நான் உங்கூட வரணுமா நாளைக்கு..? "

"வேணாம்.. நீ அந்த கருப்பு தொப்பிகாரன புடிக்க இங்க இருக்கனும்.. தர்மன திசதிருப்ப நான் வேற எதாச்சோம் ஐடியா பண்ணிக்கிறேன்.. மத்தத நாளைக்கு காலைல சொல்றேன்..!" என்று சொல்லிக்கொண்டான்.

கம்பெனியை விட்டு இருவரும் வெளியேற.. ஒருகணம் கண்களை மூடிக்கொண்டு வானத்தை பார்த்தபடி யாரையோ வேண்டினான்.

"எந்த சாமிய வேண்டுன..? " என பக்கத்தில் இருந்து அருண் கேட்க
சிரிப்பை பதிலாக தந்துவிட்டு நடக்க ஆரம்பித்தான்..

"மத்த விஷயம் எல்லாம் ஓக்கேவா? " குழப்பம் நிறைந்த கேள்வி ஜோசப்பிடம் இருந்து ஒளித்தது.

"ஈவ்னிங் சொல்றேன், மத்த விஷயங்கள கொஞ்சம் பாத்துக்கோ.. தர்மனோட நடவடிக்கய கொஞ்சம் கவனிச்சிட்டு இரு கூடியசீக்கிரம் போன் பண்றேன்.. வச்சிட்றேன்..! " என சொல்லிக்கொண்டு இணைப்பை துண்டித்தான்.

போன்பேசிக்கொண்டே மாடிக்கு வந்த மூர்த்தி சுபாஷிடம் எதையோ சொல்ல, அது சற்று ஆறுதலாகவும் நம்பிக்கையை பலப்படுத்துவதாகவும் இருந்தது.
காலை உணவை சாப்பிட்டுவிட்டு தூங்க ஆரம்பித்தனர்..

ஒரு நிம்மதியும் தைரியமும் கிடைத்தவனாய் சுபாஷ் கண்களை மூட இருள் அவனை உறக்க உலகத்திற்கு அழைத்துச்சென்றது.. இருளான அந்த பரப்பில் வழக்கமான வெண்மை சூழ சத்தென்று சிவப்பு நிறம் அந்த திரையில் விழுந்து தெரித்தது.. அந்த சிவப்பு நிறம் பயணத்தின்போது விபத்துபகுதியில் இருந்த ஒரு சிவப்பு நிற புடவை கட்டிய பெண்ணாக மாறியது.. சிறிது சிறிதாக அந்த உருவம் அரியநாச்சியாக உருவெடுக்க.. டேபிலில் இருந்த செல்போன் ஓய்வை குலைத்துக்கொண்டு சினுங்கியது. படக்கென்று கண்விழித்தவன் செல்போனை எடுக்க செழியனிடம் இருந்து அழைப்பு..

"எல்லாம் ரெடி... மஃப்டி போலீஸ் பத்துபேர் ரெடிபண்ணிருக்கேன்.. அதேமாதிரி கம்யூனிகேஷன் தடுக்க செல்போன் ஜாமர்ஸ் இருக்கு.."

"பத்துபேர் பத்தாது.. அதனால ஒரு சின்ன ப்ளான்..! அதபத்தி நைட்டு சொல்றேன்.. நீங்க மத்தவங்களுக்கு ஃபார்வர்ட் பண்ணிடுங்க நான் வச்சிட்றேன்..! " என இணைப்பை கட்செய்ய நேரம் மாலை ஒருமணி.

அறையில் இருந்த அனைவரும் தூக்க நிலையிலேயே இருக்க அறை ஜன்னல்களின் பச்சை நிற வெளிச்சம் அந்த அறை முழுக்க பரவியிருந்தது.. ஒருசில மணிநேர தூக்கத்திற்கு பிறகு எழுந்தவன் முகம் கழுவினான்.. பேக்கில் குறிப்பிட்ட பொருட்களை மட்டும் எடுத்துக்கொண்டவன் அருணையும் கிளம்பச்செய்தான்.. மொட்டைமாடியை அடைந்தான்.. வெட்டவெளி வானம் ஏற்கனவே அவனுக்கு காத்திருந்தது.

"சுபாஷ் டைம் ஆச்சி.. சீக்கிரம்..? " என அருண் கூப்பிட கீழே சென்றவன்..

"செரி மச்சி நீ நம்ம பசங்களோட அந்த வீட்ட சுத்தி தயாரா இரு.. நேரம் மணி மூனு புரியுதா.. " என்று அவனிடம் சொல்லிக்கொண்டு கிளம்பினான். போகும்போதே அப்பாவிற்கு போன் செய்தவன் ஏதோ ஒன்றை சொல்ல.. பின் அவசரமாக கட்செய்தான். பஸ்ஸில் ஏறி அமர்ந்துகொள்ள மூர்த்தியிடம் இருந்து அழைப்பு..

"சொல்லு மூர்த்தி அவங்க எங்க இருக்காங்களாம்..!"

"இப்பதான் கெளம்பிருக்காங்க.. இன்னைக்கு நைட் கோயிலுக்கு வந்துடுவாங்க.. நான் உன்னபத்தி சொல்லிருக்கேன்.. மத்தத நீ பாத்துக்கோ..! " என்று முடிக்க பேருந்து மெதுவாக நகர்ந்தது. கையிலிருந்த கடிகாரநேரம் மாலை ஆறுமணியை நெருங்கிக்கொண்டிருந்தது.

கண்களை மூடி திறக்க பாதிதூரத்தை கடந்திருந்த பேருந்து டீகடையில் நிறுத்தம் கண்டிருந்தது.. அப்பாவிடம் இருந்து மிஸ்ட்கால் வந்திருக்க அவரை தொடர்புகொண்டான்

"சொல்லுப்பா..? "

"எதுக்கு அம்மாவுக்கு ஒடம்பு சரியில்லாதமாதிரி நடிக்கசொன்ன..? "

"பக்கத்து வீட்ல இருந்து குமார் அண்ணன் வந்து விவரம் கேட்டாறா?"

"ஆமா கேட்டான்.. பையன வரசொல்லிருக்கேன்னு சொன்னேன்.. செரின்னு போய்ட்டான் ஏன்..?"

"வந்து சொல்றேன்... !" என சொல்லிவிட்டு பதில் எதுவும் சொல்லாமல் கட் செய்ய, அடுத்த அரைமணி நேரத்தில் தர்மனிடம் இருந்து அழைப்பு..

"ஏன் இப்ப ஊருக்கு போய்ட்டிருக்க..?"

"அம்மாவுக்கு ஒடம்புக்கு முடியலயாம் சார்.. அதான் ஒரு பார்வ பாத்துட்டு வரலாம்னு போறேன் வேற எதுவும் இல்ல..! "

"ஹிம்.. வேற எதுவும் கனவுல கூட நெனைக்காத.. இன்னு ஒரேநாள்.. நல்லபடியா முடியனும்" என்று சொல்லிக்கொண்டு இணைப்பு கட்டானது. அந்த ரகசிய உளவாளி தான் ஊருக்கு செல்வதையும் தர்மனிடம் சொல்லியியுக்க வாய்பிருந்ததை அறிந்துகொண்டவன் அதற்கேற்றார் போல ராமச்சந்திரனுக்கு போன் செய்து விவரத்தை அறிவித்திருந்தான்.

பயணம் முடிவுக்கு வர வேகமாக வீட்டை அடைந்தவன் இருவரிடமும் பெரிதாக பேசிக்கொள்ளாமல் சாப்பிட்டுவிட்டு ஓய்வெடுத்தான். அலாரம் இரண்டு மணிக்கு அடிக்க எழுந்து முகத்தை கழவியபடி வீட்டினுள் நுழைந்தான்.. அவனுக்கு எதிர்பட்ட ராமச்சந்திரன் முறைத்தபடி பார்க்க..

"சொல்றேன்.. இந்த விஷயம் வெற்றிகரமா நடந்துட்டா கண்டிப்பா என்ன நடந்ததோ அத சொல்றேன்.. !" என மெதுவாக சொன்னான்.

"என்ன கல்யாணத்த நிறுத்தபோறியா.. எதுக்கு இந்த தேவயில்லாத வேல.. அந்த தர்மன பத்தி உனக்கு தெரியாம இன்னு நெரயவே இருக்கு.."

"தெரியும்.. நான் இத முடிச்சிட்டுவரேன்.. தடுக்காதீங்க.. " என்று சொல்ல ராமச்சந்திரன் அதன்பிறகு எதுவும் கேட்கவில்லை.

ஊர் எல்லையில் இருந்த உடைந்த கோயில் ஒன்றை நெருங்க மூர்த்தி அனுப்பியிருந்த கருப்பு துணி போர்த்திய ஒரு கூட்டம் எழுந்துகொண்டது.. தன்னை அறிமுகப்படுத்திக்கொண்டவன் சரியாக மூன்றுமணிக்கு மேல் ஊருக்குள் செல்வோம் என சொல்லியபடி அவர்களோடு படுத்துக்கொண்டான்..

மூன்றுமணி ஆக அனைவரும் ஊருக்குள் புகுந்தனர்.. பண்ணைவீட்டை நெருங்க அங்கே ஏற்கனவே ரோந்தில் இருந்த காவலர்களிடம் ஒவ்வொருவராக தன்னை அறிமுகம் செய்துகொண்டான்.
நேரம் நான்குமணியை கடந்திருக்க பண்ணைவீட்டை நோட்டமிட்டனர்.. ஆள்நடமாட்டம் பெரிதாக இல்லை வெளியே இரண்டு

நபர்களை சிகரெட் பிடித்தபடி இருக்க.. மூர்த்தி அனுப்பிய ஆட்கள் கருப்பு சட்டையும் கருப்பு வேட்டியுமாக தலையில் சும்மாடுடன் "சாமி சரணம்" கூவிக்கொண்டே பண்ணைவீட்டை நெருங்கினர்.

காவலர் ஒருவர் வீட்டின் பக்கத்து சுவற்றில் செல்போன் ஜாமரை ஆன்செய்தார்.. சாமிகள் சத்தம் கேட்க பண்ணை வீட்டில் இருந்த அடியாட்கள் முழித்துக்கொண்டு சத்தம் கேட்டு வெளியே வர போலீஸ் அனைவரையும் சுற்றி வளைத்தது. அவர்கள் சுதாரிப்பதற்குள் சுபாஷ் உள் அறைக்குள் நுழைந்தான்..

திவாகர் கட்டப்பட்ட நிலையில் இருக்க வாய் திறக்கமுடியாத அளவு டேப்பால் ஒட்டியிருந்தது. திவாகர் மயக்கநிலையில் இருக்க அறைக்குள் புகுந்த ஒரு போலீஸ் அதிகாரி அவனின் கட்டுகளை அவிழ்த்தார். இரண்டு அடியாட்கள் சுதாரித்துக்கொண்டு தர்மனுக்கு போன் செய்ய முயற்சிக்க ஏமாற்றம்.. கண நேரத்தில் விஷயங்கள் நடந்துமுடிய.. ஜோசப்பிற்கு போன் செய்தான்.. போகவில்லை..

"சுபாஷ்.. ஜாமர் இருக்கு.. கொஞ்சம் தூரம்போய் போன் பண்ணு..! " என்று ஒருவர் மெதுவாக அவன் காதில் விழும்படி சொல்ல.. புரிந்துகொண்டு வேகமாக பக்கத்து தெருவிற்கு ஓடினான்.

ஒருசில கணங்களில் ஜோசப்பிடம் இருந்து அழைப்பு..

"ஹலோ சொல்லுடா.. என்ன நெலவரம்..?"

"என்மேல சந்தேகம் வர்ல.. பசங்களயும் பாத்துட்டேன்.. ஆனா வடிவேல் எங்க இருக்கான்னு தெரிலயே..? "

"ப்ரியாவ எங்க அடச்சி வச்சிருந்தாங்களோ அங்கதான் அவனும் இருப்பான்.. வீட்டோட தாழ்வாரத்துக்குள்ள ஒரு படிகட்டு போவும் அங்கபோய் பாரு..! தர்மன் அங்க இல்லயா..? "

"இப்பதான் வெளிய போய்ருக்கான்.. யாருக்கோ போன் பண்ணான் போன் ரீச் ஆவலபோல.. அதான் கெளம்பி போனான்.. "

"அவன் இங்கதான் வந்திட்டு இருப்பான்.. இங்க எல்லாம் ஓக்கே திவாகர் சேஃப்.. இப்ப வேல உங்கிட்டதான் இருக்கு.. !" என்று சொல்ல புல்லட் சத்தம் கேட்டுக்கொண்டிருந்தது.. கண்டிப்பாக தர்மன்தான் என நினைத்தவன் பக்கத்து மரத்தடிக்கு போய் மறைந்தான்..

கீழே பக்கவாட்டில் நீண்டிருந்த ஒரு பெரிய இரும்பு கம்பி தென்பட்டது.. அதை எடுத்தான்.. பைக் சத்தம் நெருங்க அடிப்பதற்கு லேசாக எட்டிபார்த்தான்.. துரதிஷ்டவசமாக அது தர்மன் இல்லை.. திடீரென்று அவனுக்கு பின்னால் யாரோ தலையில் பலமாக அடிப்பதுபோன்று இருக்க அப்படியே தரையில் சரிந்தான்.. கண் விழிகளை திறக்க முடியவில்லை.. எங்கும் இருள் நிரம்பியிருந்தது.

தலையில் வைத்த கைகளை கண்களுக்கு நேராக நீட்டி திறந்துபார்க்க கனவில் வெள்ளை நிற திறையில் விழுந்த சிவப்பு வண்ணம் போல இரத்தம் வழிந்தது.. இருள் சூழ்ந்த அந்த முகம் தன்னை அடையாளப்படுத்திக்கொள்ள கீழே குனிய

அது தர்மராஜ்!

இருள் நிறைந்த ஒரு கிணற்றுக்குள் கடந்தகால நினைவுகளோடு விழுந்துகொண்டே கண்களை மூடிக்கொண்டான்.. ஒரு ஆழ்ந்த தூக்கம் போல அந்த மயக்கம் தெரிந்தது..
கண்களை மெதுவாக திறந்தான்.. அந்த அறையில் எங்கும் வெள்ளை நிற பெயிண்ட் அடித்திருந்தது.. மருந்துகளின் வாசம் பலமாக இருக்க எழுந்திருக்க முற்பட்டான்.. முடியவில்லை.

முதுகுத்தண்டில் பலமான அடிபோல இருந்தது.. நாக்கு வறண்டு தண்ணீருக்கு ஏங்க சிரமப்பட்டு எழுந்து உட்கார்ந்தான். சுவர்கடிகாரத்தின் சத்தம் அவனுக்கு வலதுபுறத்திலிருந்து கேட்க அந்த திசை திரும்பினான்.. நேரம் எட்டு!

கதவு திறப்பது போல சத்தம் கேட்க அந்த திசை சட்டென்று திரும்பினான்.. ராமச்சந்திரனும் அருணும் உள்ளே நுழைந்தனர்.. பின்னாலேயே வந்த ஒரு நர்ச் வேகமாக வந்து.. "ஸ்டெய்ன் பண்ணாதிங்க.. படுங்க.. " என்று சொல்லி அவனை கட்டாயப்படுத்தினார். பெட்டில் படுத்துக்கொள்ள அப்பாவிடம் எதையோ பேச முயற்சிசெய்தான். வாயிலிருந்து வார்த்தைகள் வரவில்லை மாறாக தலை பலமாக வலித்தது.

"ப்ச் பேசகூடாது.. அமைதியா இருங்க.. " என்று சொன்ன அந்த நர்ஸ் ராமச்சந்திரனிடம் " டாக்டர கூப்டு வரேன் அவன்கிட்ட பேசாதீங்க ரெண்டுபேரும்.. " என சொல்லிவிட்டு அறையிலிருந்து வெளியேறினார்.

சுபாஷ் கிட்டே நெருங்கிய இருவரும் அமைதி காக்க..
"கல்யாணம் நின்னுச்சா..? " என சிரமப்பட்டு பேசினான் சுபாஷ்.

இருவரும் அமைதியை தொடர..
சற்று சத்தமாக.. "நின்னுச்சா இல்லயா..?" என்றான். அருண் மட்டும் தன் கையை அவனுக்கு மட்டும் தெரிவதுபோல் வெற்றிக்குறியீடு செய்தான். பெருமூச்சி விட்டவன் படுக்கையில் சரிந்தபடி தன் கழுதித்திற்கு ஓய்வு கொடுத்தான்.

சற்றுநேரத்தில் உள்ளே வந்த மருத்துவர் சுபாஷை பரிசோதித்துவிட்டு "எல்லாம் க்யூர் ஆய்டிச்சி. இன்னைக்கு மதியமே கூட டிஸ்சார்ஜ் பண்ணி வீட்டுக்கு கூட்டிட்டுபோங்க.." என்று சொல்லிவிட்டு வெளியேறினார்.

..நேரம் என்னவென்று தெரியவில்லை, படுத்திருந்தவனை எழுப்பிய அவனது அப்பா அவனை கூட்டிக்கொண்டு மருத்துவமனையின் முகப்பு பகுதியை அடைந்தார்.. ரிசப்ஷன் ஹாலின் சுவற்றில் மாட்டியிருந்த காலண்டர் இருவத்தி ஒன்று என்ற தேதியை காட்ட அதிர்ந்துபோனான்..

"என்னப்பா ரெண்டுநாளாவா இருக்கேன்.. என்னாச்சி.? " என்றான்.

"சொல்றேன்.. வீட்டுக்கு போலாம் மொதல்ல. " என சொல்லி மருத்துவமனை வளாகம் கடந்து வீதிக்கு வந்தார்.. ஆட்டோ ஒன்றை கூட்டிக்கொண்டு வந்த அருண் அப்பாவையும் மகனையும் ஏற்றிக்கொள்ள பின்னர் வீட்டை அடைந்தனர். வீட்டில் ஏற்கனவே ப்ரியாவும் வடிவேலுவும் இருக்க சந்தோஷமடைந்தவன் அவர்களை பார்த்து சிரித்தான்..

கண்கலங்கிய முகத்தோடு இருந்த ராதா சோர்வாக மூவரையும் உள்ளே அனுமதிக்க சுபாஷிடம் சிறிதுநேரம் பேசினார்.. நேரம் ஒன்றை கடந்திருந்தது..

'எல்லாம் அறகொறயா செஞ்சமாதிரிதான் இருந்திச்சி.. விஷயம் தெரிஞ்சி தர்மன் பண்ணவீட்டுக்கு வந்துட்டு இருந்தான்.. அப்போறோம் என்ன அடிச்சிபோட்டான். அதுக்கப்புறோம் என்ன நடந்திச்சி..? வடிவேலுவ ஜோசப் காப்பாதிருப்பானான்னு தெரியல.. நீ அந்த கருப்பு தொப்பிக்காரன புடிச்சிங்களா... தர்மன் இப்போ எங்க இருக்கான்.. திவாகர் இப்போ எப்புடி இருக்காரு! " என்று கேள்விகளை அடுக்க..

"பொரும பொரும.. சொல்றேன்.. இங்க என்ன நடந்திச்சின்னு தெரியாது கல்யாணம் நின்னுடுச்சின்னு மட்டும் தெரியும்.. அங்க அந்த பையன புடிச்சி விசாரிச்சோம்.. அவனும் தர்மந்தான் அனுப்புனதா உண்மையலாம் சொல்லிட்டான் இப்போக்கூட நம்ப ரூம்ல நம்ம கண்ட்ரோல்லதான்

இருக்கான் கவலபடாத..! அப்போறோம்.. தோ இவங்க ரெண்டு பேரும் இப்ப உயிரோடதான் இருக்காங்க " என்று பிரியாவையும் வடிவேலையும் கை காண்பித்தான் அருண்.

"தர்மனுக்கு என்ன ஆச்சின்னும் எங்க இருக்கான்னும் இன்னு வெவரம் வரல..! "

"ஜோசப் எங்க போனான்.. அவன கேட்டாதான் தெரியும்.. அன்னைக்கு என்ன நடந்திச்சின்னு.. " என்றவன் போனை எடுத்து ஜோசப்பை தொடர்புகொள்ள செல்போனை ஒலி சமீபமாய் கேட்டது.. கதவை அருண் திறக்க வெளியே ஜோசப் நின்றுகொண்டிருந்தான். உள்ளே வந்தவுடன் நலம் விசாரிக்க..

"ப்ச் அது இருக்கட்டும் அன்னைக்கு என்ன ஆச்சி.. தர்மன் எங்க இப்போ..? " என கோவமாக கேட்டான்.

பெருமூச்சி விட்டவன்
"உங்கிட்ட இருந்து வந்த கால் கட்டானதும் நீ சொன்னமாதிரி ரெண்டுமூனு பசங்களோட சேந்து தரைக்கு கீழ இருந்த அந்த ரூமுக்கு போனோம்.. சொன்னமாதிரியே அந்த ரூம்ல வாய் கைகால் கட்டிபோட்ட நிலையில வடிவேலு இருந்தான்.. அவன அங்க இருந்து கூட்டிட்டு மேல வர நேகா வந்துட்டா. கொஞ்சம் பத்திரிக்ககாரங்களும் போலீஸும் வந்தாங்க.. ஆனா வீட்டுல இருந்து கெளம்புன தர்மன ஆளயே காணோம்.. கூட்டம் எல்லாம் கலஞ்சிபோக வடிவேலுவ கூட்டிட்டு ஹாஸ்பிட்டல் போய்ட்டோம். தர்மன போலீஸ் ஸ்டேஷன் கூட்டிட்டுபோனதா சொல்றாங்க.. அதபத்தி எதுவும் தெரியல.. !" என்றான்.

பெற்றோர்களிடம் பெரிதாக சந்தோஷம் இல்லை.. இன்னமும் அவர்கள் முகத்தில் பயம் சூழ்ந்திருந்தது..

"ப்பா அம்மாவ கூட்டிட்டு கொஞ்சம் வெளிய போய் இருங்கப்பா.. கொஞ்சம் பேசனும்..? "

"ஏன் இதுவரைக்கும் தனியா இருந்து புடுங்குனது பத்தாதா.. இந்த அடியில உயிர் போயிருந்தா நாங்க என்னடா செஞ்சிருப்போம். கொஞ்சநாச்சோம் எங்களபத்தி கவலபட்டியா.. யாரயோ காப்பாத்த ஓடிட்டு இருக்க உன்மேல கொஞ்சமாச்சோம் அக்கற இருக்காடா..?" என்று கோவமாக கேள்விகளை முன்வைத்தார் ராமச்சந்திரன்.

"..யார காப்பாத்தி என்ன பண்ணபோற.. எங்களுக்கு இருந்தது ரெண்டு புள்ளைங்க அதுவும் ஒன்னு அல்பாயுசுல போய் தொலஞ்சிருச்சி.. இந்த ஒன்ன எப்புடியோ காப்பாத்தி வச்சிருக்கோம்.. உன்னயும் பறிகுடுத்துட்டு எங்கள அனாதயா நிக்கசொல்றீயா.." என்று கோவத்திற்கும் கத்தினார் ராமச்சந்திரன்.

சுபாஷ் அமைதியாய் இருக்க அவர் மேலும் தொடர்ந்தார்..
"இதெல்லாம் ஜென்ம சனி மாதிரி எங்கள சுத்திட்டு இருக்கு..! " என ப்ரியாவையும் வடிவேலுவையும் பார்த்து சொன்னவர்..

"இவங்க யாரு.. இவங்கள ஏன் காப்பாத்தபோய் உயிர விடப்போகனும்.. யாரு எக்கேடு கெட்டுப்போனா இவனுக்கு என்ன..? " என்று சொல்ல ப்ரியாவும் வடிவேலுவும் மெதுவாக அறையை விட்டு வெளியேறினர்.

மூச்சுக்காற்றை பலமாக வாங்கி எறிந்தான். படுக்கை அசௌகர்யமாக இருந்தது. முதுகு அதீத ஓய்வினால் வலியை உண்டாக்கியது. திறந்துகிடந்த ஜன்னல்களுக்கு வெளியே பார்த்தான்.. வானம் சூரியனோடு சேர்ந்து வெளியே தங்க நிறமாய் கொளுத்தியபடி இருக்க.. பழைய வீடு நினைப்பில் விடுதியை எதிர்பார்த்திருந்தான்.. ஏமாற்றம்.

தர்மனின் அந்த ஜென்மசாபம் அரியநாச்சிதான் என்பது சுபாஷிற்கும் மற்ற இரு நண்பர்களுக்கும் மட்டுமே தெரிந்த ஒன்று. எழுந்து அறையை விட்டு வெளியேற ப்ரியாவையும் வடிவேலுவையும் தெருவில் நின்றபடி நோட்டமிட்டுக்கொண்டிருந்தனர்..

தனக்கு எதிர்பட்ட ராமச்சந்திரனை பார்த்து "ப்ச் ஏம்பா அந்தமாதிரி பேசுனீங்க அவங்க ரெண்டுபேரு முன்னாடி.. ?" என்று கோவமாக சுபாஷ் கேட்க.. குற்ற உணர்ச்சியாய் ஒரு பார்வை பார்த்து அவரிடமிருந்து வந்தது.

உளவாளி கருப்பு தொப்பிக்காரனை தன்னிடம் ஒப்படைக்குமாறு செழியனிடமிருந்து அழைப்பு வரவே நகரத்திற்கு தொடர்புகொண்டான்,

"ஹலோ.. அவன் அங்கதான் இருக்கானா.. கருப்பு தொப்பிகாரன்? "

"ஆமா.. கட்டிபோட்ருக்கோம். ராஜேஷும் பாலாவும் இப்ப ஷிப்டுக்கு கெளம்பபோறாங்க.. இவன இப்ப என்ன செய்யட்டும்? " என்றான் கௌதம்.

"நீங்க நாலுபேரும் பத்திரமா கூட்டிட்டுபோய் டவுன் ஸ்டேஷன் இன்ஸ்பெக்டர் செழியன் அனுப்புனாருன்னு சொல்லி விட்டுட்டு வாங்க.. மத்தத அவங்க பாத்துக்குவாங்க" என்றவன் இணைப்பை கட் செய்துகொண்டான்.

அவனுக்கு எதிரே நின்றிருந்த ராமச்சந்திரனும் ராதாவும் கேள்வி முகமாய், "ஏன்டா இப்புடி பண்ற.. இதெல்லாம் செய்யசொல்லி யாரு சொல்றா.. இதுக்கான தேவையெல்லாம் யார் செய்றா.. நீ மரியாதயா சொல்லு எங்களுக்கு தெரிஞ்சே ஆவனும் சொல்லு..? " என்றனர்.

"எங்கிட்ட இருந்து உண்ம வரனும்னா உங்ககிட்ட இருந்து ஒரு உண்மய நான் எதிர்பாக்குறேன்.. வருமா"

"என்ன உண்ம..? "

"அண்ணன் ஏன் செத்தான் எதுக்காக செத்தான் அத சொல்லுங்க நான் இந்த உண்மய சொல்றேன்..? "

"டேய் கிருக்கு புடிச்சவனே.. உன்ன அந்த மாடியில இருந்து தள்ளிவிட முயற்சி பண்ணி அவனே அங்க இருந்து விழுந்து செத்துபோய்ட்டான்.. இதான் ஸ்கூல் நிர்வாகம் சொல்லிச்சி அதத்தவர வேற எதுவும் எங்களுக்கு தெரியாது.. இதுல மறைக்க எதுவும் இல்ல.. அவனோட பழக்கம் நடந்துக்குற முற எல்லாமே எங்களுக்கு தெரியும்.. அதனாலதான் இதெல்லாம் உண்மயா இருக்குமோன்னு நம்புனோம்.. " என்று கோவமாக பொறிந்த ராமச்சந்திரன் பேசிய வேகத்தில் எழுந்து வெளியேறினார்.
அம்மாவிடம் இருந்து அழ தயாரான கண்களை மட்டுமே பார்க்கமுடிந்தது.. பின்பு அவரும் ஒரு கோவமான பார்வையை அவனைநோக்கி வீசிவிட்டு தன்னுடைய அறையை நோக்கி நடந்தார் குழப்பம் குடிகொண்டது. எழுந்தவன் வீட்டை விட்டு வெளியேறி ரோட்டை அடைந்தான். தெருவின் விளிம்பில் ஏமாற்றமாய் ஜோசப்பும் அருணும் வந்துகொண்டிருந்தனர்..

"உஃப்.. ஒருவழியா கல்யாணம் நின்னுடுச்சி, இனி நீ நிம்மதியா இருக்கலாம்ல? " என்றான் அருண்.

"கனவுல நடந்த விஷயங்கள் இன்னமும் மிச்சமாவே இருக்கு.. அதுக்கு என்ன பதிலா இருக்கும்.. அப்போ பிரச்சன முடியலன்னுதான அர்த்தம்..? " என்று கேள்விகளை தொடர ஜோசப் மீண்டும் குருக்கிட்டான்..

"சுபாஷ்.. எப்போமே போலீஸ்காரங்க இன்னோரு போலீஸ்காரங்கள என்க்வைரி டார்சர் பண்ணமாட்டாங்க.. முக்கியமா போலீஸோட பேருக்கு கலங்கம் வரவைக்கவோ அத வெளிய தெரியபடுத்தவோ மாட்டாங்க. அதிகபட்சம் வேல போகும் வேற எதுவும் நடந்திடாது.. சப்போஸ் அவன் வெளிய வந்தான்னா.. நம்மள சும்மா விடமாட்டான் பாத்துக்கோ.! " என்று முடித்தான்.

குழம்பியபடி இருந்தவன் இருவரையும் பார்த்து..
"கல்யாணத்த நிறுத்தும்னு இருந்திச்சி நிறுத்திட்டோம்.. இப்ப எல்லாம் அந்த அரியநாச்சி கையிலதான் இருக்கு.. நடக்குறது நடக்கட்டும் இனி எதபாத்தும் பயந்து ஓட்றமாதிரி நான் இல்ல.. இனி ரத்தம் சிந்தபோறதும் இல்ல " என்றான்.

"சுபாஷ் ரத்தம்னு சொன்ன ஒடனேதான் ஞாபகம் வருது.. அந்த ரத்தம் படிஞ்ச ஸ்டிக்கர ஹாஸ்பிட்டல்ல குடுத்தியே என்ன ஆச்சி.. அதபத்தி எதாச்சோம் தெரிஞ்சிதா..? "என்று அருண் கேட்க,

திடுக்கிட்டவன் "ஆமா.. அதவேற செக் பண்ணணும்.. நீ டவுனுக்கு கெளம்பளயா அருணு..? " என்றான்.

"இன்னும் ரெண்டு நாள்ல ஸ்கூல் ஃபங்கஷன் வேற வருது, அதான் அதுலயும் கலந்துகிட்டு போகலாம்னு " என்று சொல்ல பின்னர் இருவரும் அங்கிருந்து கிளம்பினர்.

வீட்டு வெளிப்புறத்தில் உட்கார்ந்திருந்தவன் வடிவேலுவின் நம்பரை தொடர்புகொண்டான்.. ஸ்விச் ஆஃப் என்று வர சலித்துப்போய் மொட்டைமாடியை அடைந்தான். பழைய வீட்டை போலவே அந்த வீட்டின் மாடியும் ஒரு சிறிய ஓய்வெடுக்கும் அறையை கொண்டிருந்தது. அந்த மரக்கதவை திறக்க அதிர்ந்தான்..

அக்காவும் தம்பியும் அறையில் சாய்ந்தபடி ஓய்வெடுத்துக்கொண்டிருந்தனர்..
ப்ரியாவும் வடிவேலுவும் தூங்கிக்கொண்டிருப்பதை பார்த்து ஒருபக்கம் அதிர்ந்தாலும் மறுபக்கம் சந்தோஷமாய் இருந்தான்..

"சாரி சுபாஷ்.. என்னாலதான.. எங்களாலதான உனக்கு இவ்ளோவும் நடந்திச்சி.. அதான் கீழ ரூம்ல இருக்க புடிக்காம மேல வந்துட்டோம்..! " என்றாள் ப்ரியா சற்று சோர்வாக.

"அதெல்லாம் ஒன்னும் கெடயாது.. எல்லா ப்ரச்சனையும் முடிஞ்சு.. அப்பாகூட அப்பிடி பேசுனதுக்கு வருத்தப்பட்டாரு, கீழ வாங்க சாப்புடலாம்?" என்று அவர்களை கீழே அழைத்துக்கொண்டு போனான்.

இரவானது..
ப்ரியா அம்மாவுடன் படுத்துக்கொள்ள.. வடிவேலு சுபாஷின் அறையில் படுத்துக்கொண்டான்.
மழை பெய்யாமல் ஏமாற்றம் கொடுத்த மேகங்கள் வானத்தில் கலையாமல் அப்படியே இருந்தன, ஹாஸ்பிட்டல் போக நினைத்திருந்தவன் மறந்துவிட.. அதை நினைத்து உச்சிகொட்டிக்கொண்டான். வெளியில் பனி வெகுவாக படர்ந்திருந்தது.. ஜன்னல்களை மூடியவனை நினைவுகள் மூழ்கடிக்க தவறவில்லை. தர்மன் அடித்த அடி பலமாகவும் ஒரு ஆழ்ந்த தூக்கத்திற்கு அழைத்துக்கொண்டு சென்றிருந்தது.. தூக்கத்தில் மூழ்கினான்.

பகலும் இரவும் அல்லாத அந்திசாயும் நேரம்.. யாரையோ கைபிடித்து இழுத்து செல்லும் சுபாஷ் "இல்ல நான் வர்ல, அது பேய் மரம்.. அங்க இப்ப கெழவன் இல்ல.. நான் அங்க வரல விட்டுடு..! என்று சொல்லியபடி யாரோ ஒரு பெண் குரல் பழக்கப்பட்டதுபோல இருந்ததால் திரும்பினான்.

"மது.. வா அந்த மரத்துகிட்ட.. கொஞ்சம் பேசனும்" என விடாபிடியாய் அவளை இழுத்துக்கொண்டு முன்னேறினான் சுபாஷ். ஆலமரத்தை நெருங்க அதன் விழுதுகள் அங்கும் இங்கும் ஆடி.. இருவரையும் வரவேற்க மரத்திற்கு கீழே ஒரு கருப்பு உருவம்!

மெதுவாக திரும்பிய அது அவனை பார்த்து "எவ்ளோ அழகா கொட்டுது பாத்தியா சுபாஷ் இந்த கொலகார மூடுபனி.. ஹாஹாஹா " என்று சிரிக்க அந்த சத்தம் சன்னமாக அவனின் தலைக்குள்ளும் எதிரொலித்தது.

திடுக்கிட்டு எழுந்தான்.. இருள் சூழ்ந்திருந்த அந்த பரப்பு சற்று திகிலை வரவைத்தது. அறை ஜன்னல்களை திறந்தான்.. கருநீல வானம், சன்னமாக விடியல் வெளிச்சத்தை தந்தது. எதிரில் இருந்த அந்த பில்டிங் அவனை ஒருகணம் நடுநடுங்கவைத்தது.. கண்களை நன்றாக துவட்டிக்கொண்டு பார்க்க, அது பழைய வீட்டின் எதிர்புற விடுதிதான் என்று உறுதியாய் தெரிந்தது.

இடதுபுறம் இருந்து ஏதோ சத்தம் கேட்க உரையவைக்கும் பனியில் நகரமுடியாமல் வடிந்த வியர்வையை துடைத்தபடி திரும்பினான்.. பக்கத்தில் படுத்திருந்த வடிவேலு அங்கு இல்லை.. எதிர்புற சுவற்றில் எந்தமாற்றமும் இல்லை. கனவில் கண்ட ஒரு சத்தம் மீண்டும் எதிரொலித்தது.. அது.. "க்ரீச்.. க்ரீச்.. " என தொடர நிச்சயம் இரும்பு கம்பியில்

தொங்கும் கயிறுசத்தம் என தெளிவுபடுத்திக்கொண்டான்.. இப்போது சுபாஷின் பார்வை மேலே எழும்ப முயன்றது.. மெதுவாக நிமிர்ந்து மேலே நோட்டமிட்டான்.. மின்விசிறி ரக்கையில் தூக்கில் தொங்கியபடி இருந்த அந்த பிணம் அவன் பார்வைக்கேற்ப மெதுவாக திருப்பியது. முகத்தை பார்த்தான்.. இருள்.. அவனது கைகள் தன்னால் பக்கத்தில் இருந்த டேபிலுக்கு சென்று செல்போனை எடுத்தது.. டார்ச் லைட் ஆன் செய்தவன் அந்த தொங்கிக்கொண்டிருந்த பிணத்தை நோக்கி அடிக்க மூடிய அந்த கண்கள் சட்டென்று திறந்து அவனுக்கு அதிர்ச்சியளித்தது..

பிளந்த வாயில் தொங்கியபடி இருந்த அந்த நாக்கு.. கைகளில் பலிச்சித்த பச்சை நிற மோதிரம்.. பிதுங்கிய கண்கள்.. இறந்துபோன பிணம் இப்போது துடிக்க ஆரம்பித்தது.. அதிர்ச்சியில் செய்வதறியாது திகைத்தவன் பேசாமல் எழுந்துபோய் ஒரு மூலையில் அமர்ந்தான்.
சில நொடிகள் துடித்த அந்த உயிர் பின் மீண்டும் பிணமாக தொங்கியது.. மெதுவாக சுற்றியபடி இருந்த அது சுபாஷின் திசை நோக்கி நின்றது.. பொத்தென்று மேலிருந்த மின்விசிறியிலிருந்து நழுவி கீழே தரையில் விழுந்தது. விழுந்த அந்த உடல் தன் தலையை நிமிர்த்தி சுபாஷை பார்க்க மிரட்சியில் என்ன செய்வதென தெரிமாமல் விழி பிதுங்கினான். சுவற்றை வருடும் அவனின் நகங்களில் சுண்ணாம்புத்துகள்கள் ஒட்டிக்கொண்டன. அந்த உடல் மெதுவாக அவனை சிரித்தபடி நெருங்க அதிர்ச்சியில் கண்களை மூடிக்கொண்டு கூப்பாடு போட்டான்..

"ண்ணா...." என்று வேகமாக கத்திய யாரோ ஒருவன்..

"எழுந்திரிங்க.. என்னாச்சி ஏன் கத்துறீங்க இப்போ..? " என்று எழுப்ப.. இருக்க மூடியிருந்த தன் கண்களை திறந்தான்.. எதிரில் அரை தூக்கத்தில் எழுந்து உட்கார்ந்தபடி வடிவேலு..

சட்டென்று எழுந்தவன் சுற்று முற்றும் பார்த்தான் புதியவீட்டில்தான் படுத்திருந்தான்.. அறை ஜன்னல்களை திறக்க விடியல் தொடங்குவதை நினைவூட்டும் வகையில் அதே கருநீலநிற வானம்!

விடிந்தது..
பைக்கை ஸ்டார்ட் செய்து நேராக அரசு மருத்துவமனைக்கு சென்றான்.. இரத்தமாதிரி கொடுத்த டாக்டரை பார்க்க.. அவரும் அதிர்ச்சியோடு,

"தலையில என்ன கட்டு..? " என்றார்.

"நேத்து ஒரு ஆக்சிடன்ட். அன்னைக்கு குடுத்த அந்த ப்ளட் யாரோடதுன்னு கேட்டு தெரிஞ்சிட்டுபோலாம்னு வந்தேன் டாக்டர் வேற எதுவும் இல்ல..! " என்றான்.

"அட ஆமாம்பா. அத அன்னைக்கே செக் பண்ணி எந்த ப்ளட் க்ரூப்புன்னு கண்டுபுடிச்சிட்டேன் உன் போன்நம்பர் இல்ல.. அதான் உன்ன கான்டேக்ட் பண்ணமுடியல.. ஒரு நிமிஷம் இரு..! " என்றவர் இரும்பு பீரோவை திறந்து எதையோ தேடினார். பின்னர் ஒரு பைலை எடுத்தவர் அதை திறக்க சுபாஷ் கொடுத்த அந்த பிராந்தி பாட்டில் ஸ்டிக்கர் ஒட்டப்பட்ட பக்கம் வந்தது..

"சுபாஷ்.. இந்த ப்ளட் க்ருப் ஓ பாசிட்டீவ்.. ஆனா கண்டிப்பா தற்கொல பண்ணிகிட்ட ஆறுமுகம் ப்ளட் கெடயாது.. அவனோடது அவரோடது பீ பாசிடிவ். அதுவரைக்குந்தான் இதுல கண்டுபுடிக்கமுடியும்.. " என்றவர் அந்த பைலை மூடி மீண்டும் பீரோவில் வைக்க,

"யாரு அந்த ஓ பாசிட்டிவ்?" என்று குழம்பியபடி நின்றிருந்தான் சுபாஷ்.

தொடரும்..

பகுதி (10)

அந்த விபத்தின் செக்கச்சிவப்பு

சிவந்த செவ்வந்திகள் அந்த மருத்துவமனையின் பக்கவாட்டில் பூத்திருந்தன.. காலை பனியின் தனிந்த நீர்கோர்வைகள் ஒவ்வொன்றாக வழிந்துகொண்டிருக்க மருத்துவரிடம் இருந்து தேவையான விடைகளை வாங்கிக்கொண்டு வெளியேறினான் சுபாஷ்.. வானம் வெயிலிலிருந்து தனிந்தார்போல் ஒரு உணர்வு. வாசலிலேயே உட்கார்ந்திருந்த ஜோசப் அவனை கண்டதும் எழுந்திரிக்க பின் இருவரும் வீட்டிற்கு உள்ளே சென்றனர்.

"என்னடா சுபாஷ் ஏன் சோகமா இருக்க..?"

"ப்ச் ஹாஸ்பிட்டல் போய்ருந்தேன் நான் என்ன நெனச்சனோ அதுக்கு எதிராதான் நடந்திருக்கு. தூக்குல தொங்கிகெடந்த ஆறுமுகம் விட்டுட்டுபோன கடைசி க்ளூவும் ஏமாற்றம்" என்று கடுப்பாக சொன்னான்.

"உனக்கு யார்மேல சந்தேகம் இருக்கா?"

"எங்கிட்ட உண்மய சொன்னதாலதான் அவரு தெனமும் கஷ்டபட்றதா சொல்லியிருந்தாரு.. அப்போ அந்த உண்மைக்கு சொந்தமானவங்கதான் கொன்னுருக்கனும்.. இல்லன்னா அதுல பாதிக்கப்பட்டவங்களா இருக்கும். மறுபடியும் தர்மன் மேலதான் சந்தேகம் வருது.. இவ்ளோ விஷயங்கள குடுக்குற அந்த அரியநாச்சியே அவன கொல்லலாமே எதுக்கு எனக்கு தெரியவச்சி கொல்லுது அதான் ஒன்னும் புரியமாட்டிங்குது..! "

"ஹிம் தர்மனோட ப்ளட் குரூப்ப செக் பண்ணிட்டா இத கண்டுபுடிக்கலாம்ல.."

"செழியனோட கஸ்டடிலதான் தர்மன் இருக்கான் சோ அவருக்கு போன்பண்ணி கேட்டுக்கலாம் அதுக்கு முன்னாடி ஆறுமுகம் வீட்டுக்கு போய் நடந்ததப்பத்தி கேக்கனும்..? தர்மனுக்கு சம்மந்தபட்ட எதாவது கெடைக்கலாம்ல என்ன சொல்ற..? "

"செரி வா போலாம்!" என்று சொல்லிக்கொண்டு ஜோசப் எழுந்தான்..

இருவரும் ஆறுமுகம் வீட்டை அடைய.. வெளியே திண்ணையில் ஒரு குழந்தை விளையாடியபடி இருந்தது..

"இவந்தான்டா ரக்ஷன்.. அவரோட ரெண்டாவது பையன்" என்று ஜோசப் சொல்ல அவனுக்கு பாக்கெட்டில் இருந்து சாக்லேட்டை நீட்டினான்..

உடனே உள்ளிருந்து..
"யாரு..? " என்ற கேள்வியுடன் ஆறுமுகத்தின் மனைவி வெளிப்பட்டார். ஆறுதலுக்கு சில வார்த்தைகளை சொல்லிவிட்டு ஆறுமுகத்திடம் கேட்கவேண்டி இருந்த கேள்விகளை எடுத்து வீசினான்.. உதவிகரமான பதில்கள் வராததால் ஏமாற்றமும் மனதின் வலியும் அதிகமாக அங்கிருந்து நடந்து மீண்டும் ஜோசப்பின் வீட்டை அடைந்தான்.

"விடுடா நடக்குறதுதான் நடக்கும் நம்ம என்ன பண்றது.. இப்ப என்ன மனசுல பாரம் அதிகமா இருக்குன்னு ஃபீல் பண்றீயா.. போட்டிங் போலாமா? " என்றான் ஜோசப்.

"போட்டிங்கா.. மழ வரமாதிரி இருக்குடா.?"

"அதெல்லாம் சும்மா பயங்காட்டதான்.. நீ கெளம்பிவா ஒரு ரெண்டுமணிநேரம் கடல்ல சுத்துவோம்.. மனசுல இருக்க வலி கொறஞ்சிரும்..! " என்று சொல்ல, தனது விட்டிற்கு வந்திருந்த மதுவையும் ப்ரியா, வடிவேலுவையும் கடற்கரைக்கு வரச்சொல்லியிருந்தான்.

சுபாஷும் ஜோசப்பும் கடற்கரையை நெருங்க.. அங்கு ஏற்கனவே படகோட்டி ஒருவர் காத்திருந்தார்.

"ஜோசப்.. அது நம்ம ஆரோக்யம் தான..? "

"ஆமா.. நான் போய் பக்கத்துல இருக்க கடையில ப்ரியாணி வாங்கிட்டுவந்துட்றேன்.. " என்றபடி அங்கிருந்து ஓடினான் ஜோசப்.

வானம் கடலில் விழுந்தார்போல தெரிந்தது.. அலைகளில் சத்தம் சற்று அதிகமாக இருக்க அதற்கேற்றார்போல காற்றும் ஈரப்பதத்தை தெளித்து சென்றது.. மழை கோர்த்த மேகங்கள் வானத்தில் கூடாரம் போட்டிருந்தது.. படகில் அமர்ந்திருந்த ஆரோக்யம் சுபாஷை பார்த்து..
"நல்லா இருக்கியா..? " என்று சைகை காண்பிக்க அவனும்.

"நல்லா இருக்கேன்.. நீங்க எப்படி இருக்கீங்க...? " என்று கேட்டேன். அவரிடம் இருந்து ஒரு சுமூகமான பதில் வர பின் இருவரும் அமைதியாயினர்.. அவரது ஊமை பாஷை டவுனில் இறந்துபோன அந்த மனநலம் பாதிக்கபட்டவர்களை நினைவூட்டியது..
அந்த கிழவியும் வாய்பேச முடியாதவள்.. இறந்துபோன அந்த ஊமை பேசிய எந்த வார்த்தைகளும் சுபாஷை தவிற வேறு யாருக்கும் கேட்கவில்லை.. விபத்து நடந்து காரில் கொண்டுபோகும்போது கூட அவரிடமிருந்து எந்த வார்த்தைகளும் வெளிப்படவில்லை.

ஸ்கூட்டி சத்தம் கேட்டது.. சத்தம் வந்த திசை திருப்ப மூவரும் ஒரே ஸ்கூட்டியில் வந்துகொண்டிருந்தனர்.. கடல் மணலில் மது ஓட்ட முயற்சிக்க சுபாஷை நெருங்கும் தருவாயில் மணலில் மாட்டிய வாகனத்தின் சக்கரத்தால் நிலை தடுமாறி மூவரும் கீழே விழுந்தனர்.
படகில் உட்கார்ந்திருந்த சுபாஷ் சிரிக்க கூட இருந்த ஆரோக்யமும் சிரிக்க ஆரம்பித்தார். பின்னர் அங்கிருந்து நடந்துசென்று இருவரையும் தூக்கிவிட வடிவேலு தானாக எழுந்துகொண்டான்..

"என்ன சிரிப்பு வேண்டி கெடக்கு.. எனக்கு எதாச்சோம் அடிபட்டிருந்தா உனக்கு தெரியும்...?" என்று விளையாட்டாக திமிரினாள் மது..
தூரத்திலிருந்து வந்துகொண்டிருந்த ஜோசப் அவர்களை பார்த்து கையசைக்க..

"தோ வாங்கிட்டு வந்துட்டான்.. லேடிஸ் எல்லாரும் மொதல்ல போட்ல ஏறி ஒக்காருங்க..! " என்றான் சுபாஷ். ப்ரியாவும் மதுவும் ஏறி உட்கார்ந்துகொள்ள.. போட்டை கடலுக்குள் தள்ளியபடி ஆண்கள் ஏறி அமர்ந்துகொண்டனர்.

சூடாக வாங்கிவந்த உணவு பொட்டளங்களை அனைவரும் சாப்பிட ஆரம்பித்திருக்க நடுங்கும் கடல் குளிரில் அனைவரும் சகஜமாக பேசிக்கொண்டிருந்தனர். ப்ரியாவிடம் தீவிரமாக பேசிக்கொண்டும் கடலை ரசித்துக்கொண்டிருந்த மதுவை கூப்பிட..

"என்னாடா..?" என்றாள்.

"அந்த ஆலமரத்துக்கு மறுபடியும் போனீயா.. அந்த ஆலமரத்து கெழவன பத்தி இப்ப தெரியனுமே...? " என்று அதிர்ச்சியோடு கேட்டான்.

"அதான் போனவாரத்துல சொன்னனே இப்ப அந்த ஆளு அங்க இல்ல.. வேற ஊருக்கு போய்ருக்கறாம்..?" என்றாள்.

படகு மிதமான வேகத்தில் சென்றுகொண்டிருந்தது.. வானமும் நேரம் போக போக இருட்டிக்கொண்டு வந்தது.. வானத்தில் ஒரு விளிம்பில் இடி இடிக்க பார்வையை அங்கு செலுத்தியவன் ஜோசப்பை பார்த்தான்..

"ஜோ.. போட்ட திருப்பலாமா.. மழ வரமாதிரி இருக்கு ரொம்பதூரம் உள்ள வந்துட்டோம் போல..? " என்று சற்று பதட்டமாக கேட்டான்.

"பயப்படாத சுபாஷ் மழ வர இன்னும் டைம் இருக்கு.. டைமுக்குள்ள கரைக்கு போய்டலாம்..! "

"அட அவன் அப்புடிதான் ண்ணா எல்லாத்துக்கும் பயப்படுவான்..! " என்று எதிரில் உட்கார்ந்திருந்த மது கிண்டல் செய்ய பலமான முறைப்பை அவளை நோக்கி வீசிக்கொண்டு மீண்டும் வாக்குவாதத்தில் இறங்க ப்ரியாவின் பார்வை படகை ஓட்டிக்கொண்டு வந்த ஆரோக்யத்தை நோக்கி இருந்தது..

"என்னாச்சி ப்ரியா.. ஏன் அவரயே பாக்குற..?" என்று கேட்டான் ஜோசப்.

சண்டைபோட்டவர்களும் அமைதியாக..
"வந்ததுல இருந்தே எதுவும் பேசமாட்றாரு. அதான்.. ஆமா யாரு இவரு உங்க சொந்தமா..? " என்று அவள் கேட்க..

"அவர்பேரு ஆரோக்யம்.. பிறவியில இருந்தே வாய்பேச முடியாதாம் பாவம்.. " என்று முந்திக்கொண்டான் சுபாஷ். ஆரோக்யத்தை பார்த்துக்கொண்டிருந்தவளின் கண்கள் சட்டென்று கண்ணீர் கொப்பளிக்க ஆரம்பித்தது.

அதிர்ச்சியான சுபாஷும் மதுவும்..

"ஏய்... எதுக்கு இப்ப அழுவுற..? " என்று கேட்க அவளிடம் எந்த பதிலும் வரவில்லை. படகினை செலுத்திக்கொண்டிருந்தவர் திரும்பி நடப்பவற்றை கவனித்தார்.. ப்ரியாவின் பார்வை தம்பக்கம் இருப்பதை கவனித்தவர் மெலிதாக சிரித்தார்.

அவளோ மீண்டும் மௌனமாக அழ ஆரம்பித்தாள்..

"ஹேய்.. எதுக்கு அழுவுற.. என்னாச்சி இப்ப..? " என்று மது கேட்க பதில் எதுவும் பேசாமல் கண்களை துடைத்தவள்,

"எங்க அத்தைக்கு கூட பேச்சி வராது.. பாவம்..! " என்று மௌனமாக சொன்னாள். திடுக்கிட்டு திரும்பிய சுபாஷ்..

"எந்த அத்தைக்கு..? " என்று கேட்க

"அரியநாச்சி..! " என மெலிதான குரலில் சொன்னவள் அதன்பின் எதுவும் பேசவில்லை! அரியநாச்சி எந்த நிலையிலும் தன்நிலை மாறவில்லை என்று அப்போது உணர்ந்தான் சுபாஷ்.. கனவிலும் நிஜத்திலும் பேச வாய்ப்புகள் இருந்தும் ஒருவார்த்தைகூட பேசாததன் காரணம் அவனுக்கு இப்போது நன்றாக புரிந்தது. பாண்டியன் பாட்டியின் உடம்பில் ஊறிக்கிடந்த அரியநாச்சி, சுபாஷின் நிலையை உணர்த்தி ஒருவழியாக பாண்டியன் கொலையை கண்டுபிடிக்க உதவி செய்திருந்தார்.. இறந்துபோன பாட்டியின் கண்ணீருக்கு அரியநாச்சி செய்த உதவி என நினைத்தான். அதுதான் உண்மையும் கூட.. பாண்டியன் பாட்டியின் சிவந்த அந்த நெற்றி பொட்டு எதையோ தீவிரமாக தேடும் ஆவி அரிமாவின் குறியீடாக சமீபத்திய சிவப்பு சம்பவங்கள் உறுதிபடுத்தியது.

"அந்த சிவப்பு தாவணிக்காரி யாரப்பாத்து அந்த சிரிப்ப சிரிச்சிருப்பா.. என்று யோசிக்க வானத்திலிருந்து மேலும் ஒரு இடி சத்தம்.. கரையை அடைந்த உடனேயே மழைவர ஆரம்பிக்க அவசரமாக ஜோசப்பிடமும் ஆரோக்கியமிடமும் நன்றி சொல்லிவிட்டு அங்கிருந்து கிளம்பினர்..

வீட்டிலிருந்து மூவரும் மழை ஓய்ந்தபிறகு தங்களது ஊருக்கு செல்ல ஆயத்தப்பட அவர்களை பத்திரமாக இருக்கும்படி சுபாஷ் எச்சரித்தான். பின்னர் செழியனுக்கு தொடர்புகொண்டவன் தர்மன் விசாரணை நிலவரத்தை அறிந்துகொண்டு உளவாளியை பற்றி கேட்க தொடங்கினான்,

"அவனவச்சிதான் மீதி இன்வஸ்டிகேஷன் போகபோகுது.. அவன இன்னும் விசாரிக்கல.. இனிமேதான் விசாரிக்கனும். நான் விவரத்த தெரிஞ்சிட்டு போன் பண்றேன்"
என்று சொல்ல அந்த தொடர்பு துண்டானது.

இரவானது.. தனது கனவு நோட்டை எடுத்தவன் கடைசியாக வந்த கனவினை தேடினான்.. கிடைத்தது.

"அடுத்து என்ன நடக்கும்.. அந்த சரவணண அடியோட மறந்துட்டோம். அவனும் எங்க போனான்னே தெரியல.. இந்த தர்மனோட சாவு எப்புடி இருக்கும்? அவன் எப்போ சாவான்னு ஆவலா இருக்கு.. அரியநாச்சிதான் கண்டிப்பா இந்த கொலைக்கும் காரணமா இருக்கபோறாங்க.. ஆனா

எப்புடி" என்று மனதை குழப்பியபடி தூங்க ஆரம்பித்தான். தூக்கத்தில் சிரமமும் தலைவலியும் அதிகரிக்கத்தொடங்கியிருக்க,
மண்டைக்குள் திடீரென்று யாரோ அழுவும் சத்தம்!

அதேதான்.. அதே கோரமான வக்கிரமான ஒரு அழுகுரல். எப்போதோ மதுமிதாவிடம் போனில் பேசியபோது கேட்ட அழுகுரல்.. தொடர்ச்சியாக அந்த அழுகை ஒரு மரண ஓலத்தின் அடையாளமாக தெரிய தூக்கமில்லாமல் தவித்தவனை எழுந்திரிக்க செய்தது. வழக்கமான இருள்தான், இருந்தாலும் பயமில்லாமல் அறை மின்விளக்கை ஆன் செய்தான்.. மூடியிருந்த ஜன்னல்கள் அப்படியேதான் இருந்தது.. பேக்கிலிருந்து கனவு நோட்டை எடுத்தான்.. ஒவ்வொரு பக்கங்களாக திருப்பிக்கொண்டிருக்க.. ஆலமரத்து கிழவர் சொன்ன,
"ஐவர்" பக்கம் வந்தது..

"வர்ற கோவத்துக்கு நோட்ட ரெண்டா கிழிச்சிட்லான்னு இருக்கு.. அந்த கெழவனும் ஆள காணோம் எங்க போயிருப்பாரு அவரு.. " என்று உச்சிக்கொட்டிக்கொண்டவன் பக்கங்களை திருப்பியபடி இருந்தான்.

விடிந்தது..

"சுபாஷ் நேத்து அவனோட ரத்தமாதிரிய செக் பண்ண சொல்லியிருந்த இல்ல, அவனோட ப்ளட் க்ரூப் ஏ பாசிடிவ் " என்று செழியன் சொல்ல.. புதிதாக ஒரு குழப்பம் உருவெடுப்பதை கண்டுகொண்டான்.

"சுபாஷ் கண்டத போட்டு கொழப்பிக்காத. விசாரண நல்லபடியா போய்ட்டு இருக்கு இன்னைக்கு எப்புடியும் முழுசா முடிஞ்சிரும்.. சாயந்தரம் போன் பண்றேன்..! " என்று சொல்லிவிட்டு போனை கட் செய்தார் செழியன்.

ஒருவேளை அன்றைய இரவு கடையில் இருந்து வாங்கும்போது இந்த ரத்தமாதிரி தொற்றிக்கொண்டு வந்திருக்கும் என்று நம்பினான். நேகாவிற்கு போன் செய்ய முயற்சிசெய்யும் முன்னரே மதுவிடமிருந்து அழைப்பு.. ஆர்வமாக அ' டன் செய்ய மதுவின் மூச்சிறைப்பு சத்தம்.

"ஏய் பொரும பொரும.. என்னாச்சி ஏன் இப்புடி மூச்சு வாங்குது..? "

"சுபாஷ்... ஊர் எல்லையில ஆலமரம் இருந்திச்சில்ல.. அங்க.. " என்று இழுத்தவள்,

"ஆலமரத்து கெழவர் செத்துட்டாறாம்.. ஊர் ஜனம் முழுசா அங்க போய்ட்டு இருக்காங்க.. அதுக்குதான் போன் பண்ணேன்...!" என மதுமிதா சொல்லி முடிக்க

விரிந்த கண்களுடன்.. "ஆலமரத்து கெழவர் செத்துடாறா.. எப்ப மது எப்ப நடந்திச்சி ..?" என்று அதிர்ச்சியாய் கேட்டான் சுபாஷ்..

"தெரியல.. ஊருக்குள்ள எப்ப வந்தாருன்னும் தெரியல.. எப்ப எறந்துபோனாருன்னும் தெரியல.. நாங்க அங்கதான் போய்ட்டு இருக்கோம்.. நீவேணுடா வா செரியா..? " என்று முடித்தவள் இணைப்பையும் துண்டித்தாள்.

அதிர்ச்சிகரமான ஒன்றுதான். கேள்விகள் எத்தனையோ இருக்க அதற்கு எந்தவித புரிதலுடன் கூடிய பதில்களை தராமல் பாதியில் விட்டுவிட்டு ஓடி ஒளிந்துகொண்ட உலகம் போல சுபாஷ் வெறுமையாய் நின்றான். செல்போன் ஹாலில் கிடந்த தலையணையின் மீது விழுந்ததால் சேதாரம் எதுவும் இல்லாமல் பிழைத்துக்கொண்டது.
தலையில் கட்டியிருந்த பழைய கட்டினை அவிழ்க்கும் நேரம் வந்ததென வீட்டிற்குள் நுழைந்த ராமச்சந்திரன் சொல்லிக்கொண்டார். நேற்றையநாளில் மழையில் நனைந்ததற்கான வசைபாடல்களும் வரிசையாக வந்துகொண்டிருந்தது.. காதில் எதுவும் பெரிதாக ஏறவில்லை.. நின்ற இடத்தை விட்டு நகராமல் இருந்தான்.

வசைபாடல் பாடிக்கொண்டிருந்த ராமச்சந்திரன் திசை சட்டென்று திரும்பியவன் "ப்பா.. பக்கத்து ஊரு ஆலமரத்து கெழவர் செத்துபோய்டதா மது போன் பண்ணா.. நான் போய் பாத்துட்டு வரேன்..! " என்றான்.

"செரி போய்டு வா அதுக்கு முன்னாடி ஹாஸ்பிட்டல் போய் கட்ட பிரிச்சி புது கட்ட போட்டுட்டு போ.." என்றார் ராமச்சந்திரன். வீட்டிலிருந்து கிளம்பியவன் சிகிச்சை பெற்ற தனியார் மருத்துவமனையில் புதிய கட்டை போட்டுக்கொள்ள பின் வேகமாக மதுவின் ஊர்நோக்கி சென்றான்..

"ஐவர் சூழ் ஐயன் வாழ்.. " அந்த மந்திரம் சுபாஷ் மனதில் பாட்டாக படித்துக்கொண்டிருந்தது.. ஊர் எல்லையிலிருந்து இடதுபுறம் இருந்த ஒரு கரடுமுரடான ரோடு ஆலமரத்தை அடைய எளிமையான வழியாய் எப்போதோ மது சொன்னதுபோன்று உணர்வு.. ஆலமரத்தை அடைந்தான்.

ஊர்மக்கள் பெரும்பாலும் அங்குதான் நிரம்பியிருந்தனர். மாலையும் தோரணைகளும் எங்கும் குவியலாக இருக்க ஊதுவத்திகளின் வாசம் புகையை கிளப்பியது.. கூடவே வயதான கிழவிகளின் அழுகையும்

ஓலங்களும் அந்த இடத்தை சூழ்ந்து தூரத்தில் இருந்து கேட்க அது சன்னமாக ஒலித்தது.. ஊதுவத்திகள் புகையில் மூழ்கியிருந்த அந்த இடத்தில் கண்கள் தெரிந்த முகங்களை துழாவியது.. பதில் எளிதில் கிடைக்கவில்லை. ஒளி மழுங்கிய அந்த இடத்தின் மரண ஓலங்களும் வானத்தை ஏறிட்டபடி இருந்த ராதாம்பாளும் உடனே ஞாபகத்திற்கு வர.. சந்திரபோஸும் நினைவிற்கு வந்துசேர்ந்தான். கண்டிப்பாக விவரம் தெரிந்த ஒரு நபர் இந்த கேள்விகளுக்கு பதிலலிக்க வேண்டும்தான்.. ஆனால் அந்த நபரை எங்கு சென்று கண்டுபிடிப்பது... புலம்பல்கள் மீண்டும் தலைக்குள் துளிர்விட பின்னாலிருந்த ஒரு கை பலமாக உலுக்கியது.. சட்டென்று திரும்ப ப்ரியா!

அவளிடம் நடந்தவற்றை பற்றி பேசிக்கொண்டிருந்தவன்,

"அங்கபாரு ஒருவழியா மதுவும் வடிவேலும் மேல வந்துட்டு இருக்காங்க.. அங்க பாரேன்?" என்று சொல்ல பக்கத்தில் உட்கார்ந்திருந்தவளிடம் எந்த பதிலும் வரவில்லை.. அவள் திசை நோக்கி திரும்ப ப்ரியா நேராக குழுமியிருந்த கூட்டத்தை பார்த்தபடி இருந்தாள்.

"ஹேய்.. ப்ரியா என்னாச்சி..? " என்று சுபாஷ் கேட்க மெதுவாக திரும்பினாள்.. முகம் பிரகாசமாக பனியில் வெளிறியதுபோன்று தெரிந்தது.. அவளின் அந்த கண்கள் யாரயோ குறிப்பிடுவதுபோல தெரிய..

அதிர்ந்தவன்..

"ப்ரி.. ப்ரியா.. ப்ரியா என்னாச்சி..! " என்று கேட்டுக்கொண்டு அங்கிருந்து எழுந்தான். எதுவும் பேசாமல் இருந்தவள்.. சட்டென நினைவு திரும்பியதுபோல தலையில் கை வைத்தவள் எதுவும் தெரியாதவளை போல நடந்துகொண்டாள்.

"அரியநாச்சி மாதிரி நடந்துகிட்டனா? " என்று ஒரு வார்த்தையில் அவள் முடிக்க..
பதட்டம் களைய அவளை ஏறிட்டான். ப்ரியாவின் சாயல் கிட்டதட்ட போட்டோவில் பார்த்த அரிமா போன்றே இருந்தது..

"ஆமா.. உனக்கெப்புடி தெரியும்.. யார் இந்தமாதிரி சொன்னா? "

"எங்க அம்மாதான் என்ன அடிக்கடி சொல்லும்... பாக்க உங்க அத்த மாதிரியே இருக்கடின்னு.. எங்க அம்மாவுக்கு எங்க அத்தய ரெம்பவே புடிக்கும்..! " என ஒரு மெல்லிய புன்னகையுடன் சொல்ல மதுவும் வடிவேலுவும் அவர்கள் நின்றுகொண்டிருந்த இடம் அடைந்தனர்.

இறந்துபோன அந்த கிழவர் உடல் தென்னங்கீற்றால் உருவாக்கப்பட்ட பாயில் கிடத்தப்பட்டிருந்தது.. சுருக்கம் நிறைந்த அந்த முகம் வயது முதிர்ச்சியால் துவண்டிருந்தது.. ஆலமரத்தின் பயம்காட்டும் விழுதுகள் அவரின் நீண்ட அழுக்கான அந்த தாடியை பிரதிபலித்தது.. நரம்புகள் நலிவடைந்த அந்த சதைகளை கடந்து வெளிப்பட்டது.. பூமாலை போட்டுவிட்டு அங்கிருந்து வெளியேற.. பின் வயதுமுதிர்வே அவரின் மரணத்திற்கு காரணம் என ஒருசில விவரங்கள் கிடைத்தது. ஊரின் பெரும்பான்மையான மக்கள் அவருக்கு அஞ்சலி செலுத்திக்கொண்டிருக்க.. பெரிய வீட்டுகாரர்களும் அவருக்கு இறுதி மரியாதை செலுத்தினர்..

நேரம் விரைவாக கடந்தது..
சாயந்தர வேளையில் அங்கிருந்த அனைவரிடமும் விடைபெற்றுக்கொண்டு சுபாஷ் மீண்டும் வீட்டை நோக்கி புறப்பட்டான். சிவந்த சூரியன் அவனுக்கு எதிர் திசையில் அஸ்தமனம் ஆகிக்கொண்டிருக்க அந்த மறைவு ஆலமரத்தானின் இறப்பை நினைவூட்டியது.. ஏதோ அசௌகர்யமாக உணர்ந்தான். பைக்கின் வேகத்தை குறைத்தபடி யோசித்தான்.. அந்தகாரம் படிப்படியாக அந்த வானத்தை ஆளத்தொடங்கியது..

குழம்பிய மனம் இயற்கையின் உதவி தேடி நிலைகொண்டது.. இயற்கை அந்த கடவுளிடம் கோரிக்கை வைத்துவிட எதாவது ஒரு அதிசயம் நடக்காதா என்று ஏங்குபவர்கள் பலர். இறுக்கமான மனம் ஒரே சிந்தனையில் நிலைகொண்டு பயணம் மேர்கொள்ள.. அவனுக்கு பிடிக்காத இரவும் பனியும் படர ஆரம்பித்திருந்தது. எதிர்காற்றின் ஈரம் உடலினுள் ஊடுறுவி குளிர்ச்சியையும் நெருடலையும் தந்துகொண்டிருக்க வானத்தை ஏறிட்டான். நேரம் ஆறுமணியை கடந்திருக்க வீட்டை அடைந்தவன் இருக்கையில் அமர்ந்தான்.

"வந்திட்டியாடா.. குளிச்சியா? " என்று அப்பாவின் குரல்.

"ஹிம் ஊர்லயே குளிச்சிட்டுதான் வந்தேன்..! " என்று சொன்னவன் ராமச்சந்திரனின் வலதுகையை பார்க்க விரலில் அடிபட்டு அதில் ஒரு சிறிய பேண்டேஜ் ஒட்டப்பட்டிருந்தது..

"என்னப்பா அது.. என்னாச்சி? "

"இப்பதான் பாக்குறியா.. வீடு காலிபண்ணோமே அப்ப கண்ணாடி ஒடஞ்சி கையில பட்டுடிச்சி"

"ஓகோ.. சந்திரபோஸோட பெரிய போட்டோவ ஒடைக்கும்போது பட்ட அடியா.. " என்று மனதிற்குள் நினைத்துக்கொண்டான்.

உறங்கிக்கொண்டிருந்தவனை எழுப்பிய ராதா பதறிக்கொண்டிருந்த அவனது செல்போனை நீட்டினார்,
ஹெட்மாஸ்டர் தாமஸ்ஸிடம் இருந்து அழைப்பு.. யோசனைக்கு பிறகு அட்டன் செய்தான்,

"எதுக்கு போன் பண்ணேன்னு உனக்கே தெரியும் சுபாஷ்.. கூடுமானவரைக்கும் எல்லார்கிட்டயும் சொல்லிட்டேன். நாளைக்கு ஒன்பதுமணிக்கு பங்ஷன் தொடங்கும்.. அப்பவே வந்துடுங்க..! " மறக்காம நீங்க வந்து இருந்துட்டு போங்க.. செரியா..!" என்று சொல்லிக்கொண்டு அந்த இணைப்பு துண்டானது.

விடிந்தது..
மனதை வேறு எந்த நினைவுகளோடும் அந்த நல்ல காலைவேளையில் போட்டு குழப்பிக்கொள்ளாமல் புத்துணர்ச்சியோடு கிளம்பினான்.
அருணிற்கும் ஜோசப்பிற்கும் போன் செய்ய அவர்கள் ஏற்கனவே கிளம்பிவிட்டதாக பதிலலித்தனர்.
சிறிதுநேர காத்திருப்புக்கு பின் அருணும் ஜோசப்பும் அவனோடு இணைந்துகொள்ள.. பள்ளியினுள் பிரவேசித்தனர்.

பழைய வகுப்பறைகள்.. பெஞ்சுகள்.. மரங்கள்.. பள்ளியின் தடுப்பு சுவர்கள் எல்லாம் அவர்களை வரவேற்றது..
பள்ளி நினைவுகளை மனம் எந்தவித பாரபட்சமின்றி மூளைக்கு கடத்தியது..
பூரிப்புகளும் புன்சிரிப்புகளும் அதிகமானது.. வண்ண வண்ண தோரணங்கள்.. பூக்களின் அலங்காரங்கள் என பார்ப்பதற்கு திருவிழா போல தெரிந்தது.

பழைய மாணவர்களுக்கென சிறப்பாக இருக்கைகள் இருக்க அனைவரும் அங்கு சென்று அமர்ந்துகொண்டனர்.. பழைய நண்பர்கள் தங்களை அறிமுகம் செய்துகொள்ள அந்த இடம் சற்று கலகலப்பாக இருந்தது. சமீபகால மனதின் அழுத்தமும் வலியும் பயமும் லேசாக கறைந்ததை போன்று உணர்ந்தான். கேளிக்கைகளும்.. கும்மாலமும் ஒருசேர நடக்க.. அவற்றை முன்னாலிருந்த புதிய மாணவர்களும் சிரித்தபடி ரசித்தனர். நேரம் ஒன்பதை கடந்திருக்க விழா தொடங்கியது.. ஆரம்பத்திலேயே பழைய மாணவர்களை வரவேற்ற தாமஸ் பின் மற்றவர்களை வரவேற்று விழாவை தொடங்கினார்..

விழாவை சந்தோஷமாய் ரசித்துக்கொண்டிருந்த சுபாஷின் காதுகளில் ஒரு காற்றின் குரல் தொணிக்க சட்டென்று திடுக்கிட்டான்.
பக்கத்தில் இருந்த அருணை பார்க்க..
ஒரு புன்முறுவலுடன் அருண் விழாவை ரசித்துக்கொண்டிருந்தான்..

"டேய்.. என்ன கூப்டியா.. காதுகிட்ட வந்து கூப்டமாதிரி இருந்திச்சி.. ?"

"பக்கத்துலதான இருக்க.. காதுகிட்ட வந்த நான் ஏன் கூப்புடனும்.. பின்னால யார்கிட்டயாச்சோம் கேளு..! " என்று சொல்ல பின்னால் திரும்பினான்..
கார்த்தி என்ற பழைய பள்ளி நண்பன்!

"கார்த்தி கூப்டியா என்ன..? " என்று கேட்க அவனும் இல்லை என்றான்.
குழப்பம் கலைய மீண்டும் விழாவில் கவணம் செலுத்தினான்...

ஏதோ ஒரு பெயர் தெரியாத நாடகம் விழாவில் அரங்கேற்றப்பட்டு கொண்டிருந்தது. சில நிமிடங்கள் கழிந்திருக்க.. அந்த காற்றின் குரல் மீண்டும் சுபாஷை நெருங்கி அவனை கூப்பிட்டது. இந்தமுறை பட்டென்று திரும்ப பின்னால் யாரும் இல்லை.. பழைய மரங்களும் பள்ளியின் சீரமைக்கப்படாத ஒரு பழைய பில்டிங் மட்டும் தனியாக தெரிந்தது..
அந்த இடம் பார்பதற்கு சற்று பயத்தை ஏற்படுத்த பார்வையை மீண்டும் நாடகத்தில் செலுத்தினான்..

மூன்றாவது முறையாக அந்த காற்றின் குரல் அவன் செவிகளை தொட அங்கிருந்து மெதுவாக எழுந்துகொண்டான்.

"மச்சி கொஞ்சம் இரு.. நா வந்துட்றேன்..!" என இருபுறமும் இருந்த நண்பர்களிடம் சொன்னவன் எழுந்து பின்னால் இருந்த பழைய பாழடைந்த வகுப்பு கட்டிடத்தை நோக்கி நடந்தான். அது ஆள் நடமாட்டம் இல்லாமல் வெறுமையாய் இருந்தது. பழைய கட்டிடத்தின் முகப்பில் இயற்பியல் ஆய்வுக்கூடம் என்று எழுதியிருக்க.. நினைவுகள் மீண்டும் அவனை மூழ்கடித்தது. அதற்கு பக்கத்தில் இருந்த பாழடைந்த கட்டிடம் மூன்று அடுக்குகளை கொண்டிருந்தது.. ஈரத்தில் ஊறிப்போய் எப்போதுவேண்டுமானாலும் விழும் சூழலில் அந்த கட்டிடங்கள் இருக்க மூன்று அடுக்குகளிலும் இரண்டு இரண்டு ஜன்னல்கள் தெரிந்தது. பத்தாவது முதல் பன்னிரெண்டாவது வரையிலான பழைய பள்ளி கட்டிடம்.. புதிய கட்டிடம் கட்டப்பட்டு திறந்ததால் கேட்பாரற்று கிடப்பதாய், அருண் கொஞ்சம் நாட்கள் முன்பு சொன்ன ஞாபகம். கட்டிட வெடிப்புகளில்

ஊறிய நீர்பாங்குகளில் வளர்ந்திருந்த சின்ன சின்ன செடிகள் மெலிதாக பச்சை நிற இலையை விரித்திருந்தன..

அந்த பழைய கட்டிடம் எதையோ ஒன்றை சொல்ல விரும்புவதாக அவனுக்குள் ஒரு சிறிய எண்ணம்.. அதையே பார்த்துக்கொண்டிருக்க, இருள் சூழ்ந்த ஜன்னல்களின் வழியாக அந்த காற்றின் குரல் கேட்டுக்கொண்டிருந்தது.. மெதுவாக தன் கால்களை நகற்றினான்.. புதர்மண்டிக்கிடந்த அந்த இடத்தை மிதித்தபடி நடந்தவன் சற்று நிமிர்ந்து கட்டிடத்தின் உச்சியை பார்த்தான்.. யாரோ நிற்பதுபோன்று ஒரு பிரம்மை..

"யாரது.. ?" என்று தன்னை அறியாமல் கத்த, மேலே நின்றுகொண்டிருந்த அந்த உருவம் எந்த பதிலும் பேசவில்லை.
முதலில் அது ஆளா அல்லது எதாவது பொம்மையா என்று மங்களான தன் கண்களை நன்றாக இரு கரங்களாலும் கசக்கினான்.. பின்னர் மாடி விளிம்பை ஏறிட்டான்.. அது பொம்மை போன்று தோன்றவில்லை.. ஒரு மங்களான தெளிவற்ற உருவம்.

பழைய கட்டிடத்துக்குள் நுழைந்தான்.. எங்கும் கருமையும் ஒட்டடையுமாக இருந்தது. பத்தாவது எ என்று இருந்த வகுப்புக்கு நேராக ஒரு படிகட்டு செல்ல அதில் வேகமாக ஏறினான்..

"இதெல்லாம் எதுக்கு இன்னு அப்புடியே விட்ருக்காங்க.. எல்லாத்தையும் சுத்தம் செய்ய எவ்ளோ நேரம் ஆவப்போது.. " என்று உச்சிக்கொட்டிக்கொண்டவன் சட்டையில் படிந்த தூசியை தட்டிவிட்டு விரைந்து மேலே சென்றான்.. முதல் தளத்தை அடைய சற்று பயமும் தொற்றிக்கொண்டது.. யாரும் இல்லாத அந்த பால்கனிகள் பாழடைந்த பேய் பங்களா போன்று பல திரைப்படங்களில் பார்த்த அனுபவங்களை அவனுக்கு தந்தது. முன்னேறும் வேகத்தை பாதியாக குறைத்தான்.. பதினொன்றாம் வகுப்பு இரண்டு இரண்டு வகுப்புகளாக மொத்தம் நான்கு வகுப்புகள் இருந்தது. இரண்டாம் தளத்திற்கு செல்ல கட்டிடத்தின் மையம் செல்லவேண்டும்.. மெதுவாக நடந்தான்.. மேலே இரண்டாம் தளத்திற்கு செல்லும் மாடிப்படிகள் மழைநீரில் கருப்பு நிற சகதியாய் கிடந்தது.. ஒட்டடைகளும் தூசிப்படலமும் தடுப்பு சுவர்களில் கிறுக்கல்கள் போட்டிருந்தது.. கீழே கிடந்த ஒரு குச்சியை எடுத்தவன் தூசியையும் ஒட்டடைகளையும் களைந்து முன்னேறினான்.. இரண்டாம் தளம் வந்து நின்றவனுக்கு சட்டென்று தலையில் கொட்டியதுபோல ஒரு எண்ணம்..

ஏன் இத்தனை அவசரம்.. இது எதற்கான தேடல்.. யாரை காப்பாற்ற இப்போது ஓடிக்கொண்டிருக்கிறோம்.. என்று கேட்க.. ஒரு நம்பதகுந்த அதேசமயம் காரணமில்லாமல் எதற்கோ ஓடுவதுபோன்ற உணர்வும். சரியாக பண்ணிரண்டாம் வகுப்பு வரிசையில் நின்றுகொண்டிருந்தான்.. எங்கும் மழைநீர் தேங்கி அழுக்கு படிந்து சேறெனவும் எலிகள் மற்றும் பறவைகளின் கழிவுகளாகவும் இருக்க துர்நாற்றம் வீசியது.. அந்த தளத்தின் மையத்திற்கு மெதுவாக வந்தவன் மொட்டை மாடியை அடையும் படிகட்டுகளை பார்த்தான்.. முழுவதும் தூசியும் சிலந்தி வலைகளுமாக நிரம்பி கிடந்த குச்சியை பார்த்தவன் ஒருகணம் எதையோ நினைத்து அதிர்ந்துபோனான்,

"மாடிக்கு ஒருத்தன் வரனும்னா கண்டிப்பா இந்த தூசி துப்பட்ட எல்லாத்தையும் கடந்துதான் வந்திருக்கனும்.. நாம வரும்போது பழய ஒட்டடைங்க அப்பிடியேதான் இருந்திச்சா.. இதெல்லாத்தையும் தாண்டி இவன் எப்படி மொட்டமாடிக்கு வந்திருப்பான்.. !" என்று குழப்பமம் நடுக்கமும் நிறைந்தவன் நின்ற இடத்திலிருந்து நகரவில்லை..

பெரும்பாலும் மாடியை அடைந்திருந்ததால்.. மாடிக்கு மேல் இருந்து அந்த காற்றின் மொழி மீண்டும் அவன் காதுகளில் தொணித்தது, சற்று சத்தமாக.எந்த தைரியத்தில் இவ்வளவு தூரம் வந்துவிட்டேன் என தனக்குள் சொல்லிக்கொண்டவன் மாடியின் முகப்பு பகுதிக்கு மெதுவாக தன் கால்தடங்களை பதித்து முன்னேறினான்..
முகப்பு பகுதி சற்று வெளிச்சம் ஊடுறுவியபடி பிரகாசமாக இருந்தது..
இனியும் எதற்கு யோசனை என்று சொல்லிக்கொண்டவன் வேகமாக முன்னேறி வெளிச்சத்தை கிழித்துக்கொண்டு திறந்த அந்த மொட்டைமாடியை அடைந்தான்.. பின் நேராக மாடியின் விளிம்புகளை நோட்டமிட்டான். நினைத்ததை போன்று யாரும் இல்லை. மாடிக்கு வருவதற்கான அந்த உந்துதல் என்னவென்று அவனுக்கு தெரியவில்லை..இடம் அபத்தமாக இருந்தது.. சுற்றிலும் இருந்த திறந்த பரப்புகளை கண்கள் எவரேனும் இருக்கின்றனரா என்று துழாவியது.. ஒரு பெரிய கேள்விக்குறி மட்டுமே அதற்கு விடையாக அமைய திறந்துகிடந்த அந்த வெட்டவெளி வானத்தை ஒருகணம் ஏறிட்டான்.

மாடியிலிருந்து எட்டி கீழே பார்க்க இடிந்த நிலையில் மிச்சம் இருந்த தடுப்பு சுவர் கற்கள்.. தூரத்தில் ஆண்டுவிழாவின் சத்தம் ஒரு ஓரமாக கேட்டுக்கொண்டிருந்தது. எதிரே தெரிந்த பெரிய கிறிஸ்தவ ஆலயத்தை பார்த்தான்.. அப்படியே அதை தாண்டி மது ஊரின் பெரிய மலை உச்சி நன்றாக தெரிந்தது.. இயற்கை அழகை ரசித்துக்கொண்டிருக்க... அவனுக்கு பின்னால் மீண்டும் அந்த குரல் ஒலித்தது. திடுக்கிட்டவன்.. சட்டென்று திரும்பி

"யாரு..? " என்றான்..

எந்த பதிலும் இல்லை.

"யாருன்னு சொல்லுங்க.. எத்தன நாளைக்குதான் இந்த கண்ணாம்பூச்சி விளயாட்டு.. ஏன் இப்படி கொஞ்சம் கொஞ்சமா சித்திரவத பண்ணணும்.. !"

"யாரு.. அரியநாச்சியா.. நீங்கதான..
ஏன் என்னமட்டும் தொறத்துறீங்க.. என்ன காரணம்.. அட்லீஸ்ட் இப்பயாச்சோம் சொல்லலாமே..? " என்று முறைவைக்க எதிரிலிருந்த வந்த கடலின் உப்புகாற்றில்
வெறுமையை மட்டும் தெரிவித்துக்கொண்டிருந்தது..

"ஹிம் சொல்லமாட்டிங்களா.. நல்லது..
கல்யாணம் நின்னுபோச்சி.. எவ்ளோ செஞ்சும் உங்ககிட்ட இருந்து நிம்மதி கெடைக்கல.. கல்யாணத்த நிறுத்துனதுக்கு பதிலா தலையில பெரிய நன்றிகடன மட்டும் குடுத்துட்டு போய்டீங்க.. இன்னு ஏன் என்ன தொறத்தனும். எனக்கு புரியல..? " என்று அழுத்தம் நிறைந்த வார்த்தைகளை கொப்பளித்தவன் மேலும் தொடர்ந்தான்..

"ஒரு யோசன.. இல்ல இல்ல ஒரு தீர்வுக்காக இங்க கூட்டிட்டு வந்திருப்பீங்கன்னு எனக்கு தோனுது. இல்ல இதுதான் இந்த தீர்வுதான் என்னோட முடிவா இருக்கும்ன்னு தோணுது.. ஆமா எங்க ஆரம்பிச்சனோ அங்கயே முடிச்சிக்கிறேன்.. மாடியில இருந்து ராஜேஷ் விழுந்தான்.. அப்ப ஆரம்மிச்ச இந்த தொல்ல இப்ப நான் இங்க இருந்து கீழ விழுறதால முடிவுக்கும் வரபோகுது.. அதான உங்க நோக்கம்...! " என்று ஏதோ ஒரு புரிதல் உணர்ந்தவனாய் சுபாஷ் பேச எதிர்காற்று எந்தவித பதிலையும் அவனுக்கு தராமல் ரிங்காரம் எழுப்பியது..

"ஹிம்.. பதில் வராது..? தெரியும்.. இதுதான் என்னோட முடிவா இருந்தா இருந்துட்டுபோவட்டும்.. நல்லதுதான் எந்தவித தொல்லையும் இனி இருக்காது.. இத்தோட முடியட்டுமே.. மூனு வரைக்கும் எண்ணுறேன்.. அதுக்குள்ள எதாவது ஒரு முடிவு எனக்கு தெரிஞ்சாவனும். இல்லாட்டி மூனுன்னு சொல்லி முடிக்க நான் கண்டிப்பா கீழ விழுவேன்.. " என்று காற்றிடம் பேசியவன் பின்னால் திரும்பியவாரு..

"ஒன்னு.. !" என்று சொல்லிக்கொண்டு பின்னால் நகர்ந்தான்.. ஒரு சில நொடிகள் அதே அமைதி நீடிக்க..

"ரெண்டு...! " என்று சொல்லி மீண்டும் பின்னால் திரும்பியநிலையிலேயே நகர்ந்தான்.. மாடியின் ஆபத்தான அந்த உடைந்த தடுப்புச்சுவர்களை நெருங்க இன்னும் ஒரு அடியே மீதமிருந்தது.. சற்று இடறினாலும் எந்தவித பிடிமானங்களையும் பிடிக்க இயலாமல் மாடியிலிருந்து கீழேவிழ நேரிடும்..

திறந்த கண்களை இருக்கமாக மூடினான். எந்தவொரு அசைவும் அந்த வெற்றிடத்திலிருந்து கேட்கவில்லை..
எந்தவித சலனமும் அவனுக்கு தோன்றவில்லை.. நினைவுகளில் திரும்ப மூழ்கவும் தன்னை நம்பியிருக்கிறவர்களையும் தனக்காக வாழுந்துகொண்டிருந்தவர்களையும் ஒருகணம் அடியோடு மறந்தவன் அவர்களின் நினைவாக ஒரு சொட்டு கண்ணீரை கண்களிலிருந்து வெளிக்கொணர்ந்தான்..

இருகிய இதயம்.. மூன்று என்று சொல்ல அவன் வாயை தீவிரித்தது. நடுங்கிய உடலுடன்.. "மூன்.... " என்று வாய் திறக்க அவனது வாய் வார்த்தையை முழுமையாக உச்சரிக்கவில்லை. வாயை யாரோ இருக்க பிடித்தார்போல ஓர் உணர்வு.. வேகமாக கண்களை திறந்தான்.. வெறுமைதான்!
தன்னுடைய கேள்விகளுக்கும் கோரிக்கைகளுக்கும் ஒரு பதில் கிடைத்தார்போல மகிழ்ந்தான்.
அது ஒரு ஆகச்சிறந்த தீர்வில்லை என்றாலும் கண்டிப்பாக அவனை கொல்லும் நோக்கம் நிச்சயம் அரிமாவிடம் இல்லை என்பது அப்போதைய அநிரந்தர நிம்மதியாக சுபாஷிற்கு தெரிந்தது.

வானத்தில் ஒரு சத்தம் சட்டென்று கேட்க நிமிர்ந்து மேலே பார்த்தான்..
திறந்திருந்த வானம் வேகமாக மழை மேகங்களை ஒன்றுதிரட்டிக்கொண்டிருந்தது..
வானத்தின் மேகங்களுக்கு இடையே ஒரு சிறிய மின்னல் சட்டென்று பிராகாசித்து மறைய சுபாஷின் பார்வை வானத்தை நோட்டமிட்டபடியே இருந்தது..

"சுபாஷ்... டேய்..? "
என்ற ஒரு சத்தம் சன்னமாக கேட்டுக்கொண்டிருக்க சிந்தனைகள் அதற்கு செவிசாய்த்தது.. பிறகு அதே அதட்டல் சத்தமாக கேட்க மெதுவாக கண்களை திறந்தான். எதிரில் ஜோசப்பும் அருணும் நின்றுகொண்டு அவனை எழுப்பியபடி இருந்தனர்..

"இங்க என்னடா பண்ற? எப்ப மேல வந்த?"

"ஏன் இங்கயே படுத்து தூங்குற.. கீழ உன்ன எங்கெல்லாம் தேட்றது.. போன் பண்ணாலும் அட்டன் பண்ணல..! "

"சார் கூப்டுட்டு இருந்தாரு தெரியுமா உன்ன.. அதுவும் ரொம்பநேரமா..? " என்று தொடர்ந்து அவனிடம் கேள்விகளை அடுக்க.. அரைமயக்கமாய் அவற்றை கேட்டவன் தலையில் கைவைத்துக்கொண்டு எழுந்தான்.. இப்போது நடந்தவற்றை பற்றி பேசுவது நல்லதாக இருக்காது என்று நினைத்தவன்.. பெரிதாக பேசிக்கொள்ளாமல்,

"வாங்க கீழ போலாம்..! " என சொல்லிவிட்டு அங்கிருந்து நடந்தான்.. புரியாமல் ஒருவர் முகத்தை ஒருவர் பார்த்த அருணும் ஜோசப்பும் அவனை பின்தொடர்ந்தனர்.. பழைய கட்டிடத்திலிருந்து வெளியேறுவதை தூரத்தில் இருந்து பார்த்த பள்ளியின் தலைமை ஆசிரியர் தாமஸ்.. சற்று கலக்கத்தோடும் அதிர்ச்சியோடும் சுபாஷை பார்த்தபடி இருந்தார்.

வெளிப்படுத்தப்படாத மறைபொருள் என்று எதுவும் இல்லை.. வெளிச்சத்திற்கு வராத ரகசியம் என்றும் ஒன்றும் இல்லை.. காலநிலை மாறுபாடுகள் அவை எடுத்துக்கொள்ளும் நேர அளவுகளில் இழுபறிகள் இருந்தாலும் இவை அனைத்தும் கண்டிப்பாக ஒருநாள் வெளிச்சத்திற்கு வந்துதீரும்..

ஆண்டு விழா வெகு விமரிசையாக முடிந்திருந்தது.. பள்ளியின் இறுதி தேர்வுக்கு காத்திருந்த பன்னிரண்டாம் வகுப்பு மாணவர்கள் ஆசிரியர்களை பார்த்து பேசிக்கொண்டிருந்தனர்.. கூட்டமும் படிப்படியாக கலைய என்ன நடந்ததென்று தெரியாமல் சுபாஷ் மட்டும் ஏதோ ஒரு வகுப்பறையில் தனியாக உட்கார்ந்திருந்தான்..

பள்ளி மாணவர்களின் அந்த பரவலான இறைச்சல் சத்தம் காதுகளில் எரிச்சலாய் விழ சட்டென்று எழுந்து வெளியேற முற்பட்டான்.. அவனுக்கு முன் திடீரென வந்துநின்ற தாமஸ்
"எங்க போற இப்போ..? " என்றார்.

"அதான் ஃபங்கஷன் முடிஞ்சிருச்சே... நான் கெளம்புறேன் சார்..! "

"ஹிம்.. உன்ன தடுக்கல சுபாஷ்.. ஆனா ஒரு சந்தேகம் இருக்கு..? இவ்ளோ கூட்டத்த மீறி அந்த பழைய பில்டிங்கு எப்புடி போன.. ஏன் போன.. யாரு உன்ன கூப்பிட்டா..? " என்று கேட்க சமாலிக்க முடியாமல் நடந்தவற்றை சொல்லி முடித்தான்.

"யாரு கூப்புடபோறா.. செத்துபோன சந்திரபோஸா கூப்பிடபோறான்..? " என்று அவர் சொல்ல சுபாஷ் சற்று அதிர்ந்தான்..

"சந்திர... சந்திரபோஸ உங்களுக்கு தெரியுமா சார்..? "

"ஏன் சுபாஷ் இப்புடி கேக்குற... அப்போ உங்க அண்ணன் ஞாபகமா நீ அந்த பில்டிங்கிட்ட போகலயா.. எதேர்ச்சையாதான் போனியா..? "

"அண்ணன் ஞாபகமாவா.. அப்பிடிலாம் இல்ல. யாரோ கூப்டதாலதான் அங்க போனேன்.. இப்ப நீங்க சொல்றத பாத்தாத்தான் கொழப்பமா இருக்கு.. என்ன நடந்தது சார் அங்க? " என்று சுபாஷ் கேட்க.. நெற்றியில் வடிந்த வியர்வையை தன் கர்சிப்பால் துடைத்தவர் அங்கிருந்து எழுந்துகொண்டார்..

"சுபாஷ் நீ கௌம்பு நாம அப்போறோம் பேசலாம்..? " என்று நழுவ,

"சார்..? " என்று சத்தம் போட்டான் சுபாஷ்.
நின்றவர் திரும்பி அவனை பார்க்க..

"எதுக்கு மறைக்குறீங்க.. சொல்லுங்க என்னாச்சின்னு.. அங்கிருந்துதான் சந்திரபோஸ் விழுந்து செத்துபோனானா.. இன்னும் ஏன் மறைக்குறீங்க, நீங்களாச்சோம் இந்த உண்மய சொல்லலாமே..? " என்றான்.

சற்று நிதானித்தவர் பின்பு அவனை பார்த்து..

"செரி வா.. பசங்க கூட ஒக்காந்து சாப்டலாம். எல்லாருக்கும் இன்னைக்கு ஸ்பெஷலா சாப்பாடு செய்ய சொல்லிருக்கேன்.. சாப்டுட்டு உங்கிட்ட நடந்தத சொல்றேன்..! " என்று ஒரு மெல்லிய சிரிப்புடன் அவர் சொல்ல அவனும் அதற்கு ஆமோதித்து அந்த வகுப்பறையிலிருந்து வெளியேறினான்..

வரிசையாக நின்றிருந்த மாணவர்களுக்கு தாமஸ் உணவு வழங்கி தொடங்கிவைக்க, பின்னர் பழைய பள்ளி மாணவர்கள் உதவிசெய்யும் நோக்கத்தில் அனைவருக்கும் மதிய உணவை வழங்கினர். இறுதியாக மூவரும் ஒரே இடத்தில் அமர்ந்தபடி சாப்பிட அவர்களோடு தலைமை ஆசிரியரும் சேர்ந்துகொண்டார்.. பள்ளி மாணவர்களும் கிறிஸ்மஸ் மற்றும் புத்தாண்டு விடுமுறையை கழிக்க பள்ளியிலிருந்து விடுபட்டு அவரவர் வீட்டை நோக்கி கிளம்பிச்சென்றிருந்தனர்.

புதிய கட்டிடத்தின் தரைதள வகுப்பை ஆக்கிரமித்த சுபாஷின் நண்பர்களும் தலைமை ஆசிரியர் தாமஸும் வட்டமாக உட்கார்ந்திருக்க,

"என்ன இருந்தாலும் கேட்பது கடமையும் மிகவும் முக்கியமான விஷயமும் கூட " என்று சொல்லிக்கொண்ட சுபாஷ்.. வாய் திறந்தான்..

"சந்திரபோஸ் ரொம்பவே நல்ல பையன்.. ஒரு நல்ல மாணவன்..! " என்றவர் சுபாஷை நிமிர்ந்து பார்த்து சிரித்தபடி மேலும் தொடர்ந்தார்...

"எனக்கு அவன ஆறாவதுல இருந்துதான் தெரியும்.. உங்க அப்பா ராமச்சந்திரன் அவன இந்த ஸ்கூல்ல சேக்கும்போதே தெரிஞ்சிகிட்டேன் அவன் ரொம்ப புத்திசாலின்னு.. அப்பவே ரொம்ப அறிவார்ந்தவன்.. எல்லா பாடத்துலயும் ஃபஸ்டுதான்.. ஆனா அதெல்லாம் ஒரு எட்டாவது ஒம்பதாவது வரைக்கும்தான்.."

"ஏன் சார்.. அதுக்கப்புறோம் என்னாச்சி அவனுக்கு.. அவன் எப்போ மாடியில இருந்து விழுந்து எறந்துபோனான் அதபத்தி சொல்லுங்களேன்..? " என்று சுபாஷ் அங்களாய்க்க..

"சொல்றேன்..
அவன் கொஞ்சம் பிடிவாதக்காரன்.. ஒரு விஷயத்த வேணும்னு நெனச்சிட்டா அத வாங்கிடுவான்.. அடம்புடிச்சாவது வாங்கிடுவான்.. அது திடீர்னு வந்த குணமா இல்ல அத்தனநாள் அத மறச்சிருந்தானான்னு தெரியல..
நாள் ஆக ஆக அவனோட திறம எல்லாம் கொறஞ்சி கோவமும் பிடிவாதமும் அதிகமாச்சி.. அப்போ நீ பக்கத்துல இருக்க சின்ன ஸ்கூல்ல அஞ்சாவது படிச்சிட்டு இருந்த.. அதயும் உங்க அப்பாதான் சொல்லுவாரு.. உங்க அப்பாவ எனக்கு ஆரம்ப காலகட்டத்துல இருந்தே தெரியும்.. காரணம் அவரும் நானும் ஒன்னாதான் படிச்சோம்.
அதனால உங்க ரெண்டுபேருமேலயும் ரொம்ப கவணமா இருப்பேன்.. உன்னோட பேரு சுபாஷ்.. உங்க அண்ணன் பேரு சந்திரபோஸ்.. அதயும் உங்க அப்பாகிட்ட நாந்தான் கம்பள் பண்ணி வைக்கசொன்னேன்.. உங்க ரெண்டுபேருக்கும் அடிக்கடி சண்ட வர்றதா உங்க அப்பா எங்கிட்ட சொல்லுவாரு. நானும் உங்க அண்ணண க்ளாஸ்ல போய் பேசுவேன் வார்ன் பண்ணுவேன் ஆனா எதுக்கும் அவன் மதிக்கமாட்டான்..

அப்பிடிதான் ஒருநாள் உங்க அண்ணனுக்கு வாங்குன ஒரு வாட்ச நீ கீழபோட்டு ஒடச்சதால பயங்கர கோவமா உன்ன அவன் ரத்தகாயம் வர்ற அளவுக்கு அடிச்சதா கேள்விப்பட்டேன்."

"என்ன சார் சொல்றீங்க.. சந்திரபோஸ் அவ்ளோ கோவக்காரனா.. ஏன் அந்த கோவம்.. அவங்கிட்ட அப்போ கேட்ருக்கீங்களா..? "

"கேட்டதுக்கு சரியான பதில் வராது.. உங்க அண்ணன் சந்திரபோஸ் வளந்து பத்தாவது படிச்சிட்டு இருக்க நீ அஞ்சாவதுல இருந்த.. நாள் சரியா ஞாபகம் இல்ல ஆனா அந்த சம்பவம் வாழ்நாள்ல மறக்கமுடியாத சம்பவம்..! " என்று நிறுத்தினார் தாமஸ்.

குழப்பமாக இருந்த சுபாஷ் பக்கத்தில் இருந்த அருணையும் ஜோவையும் பார்க்க அவர்களும் பதில் தெரியாமல் விழித்தனர்..

"நேரம் மதியம் மூனு மணிக்கிட்ட இருக்கும்.. அந்தநாள் ரொம்பவே நல்லபடியா போய்கிட்டு இருந்திச்சி. இப்ப நீ ஒரு பழைய பில்டிங்ல இருந்து வந்தியே அதான் ஏ பிளாக்.. அங்கதான் பத்தாவதுல இருந்து பன்னெண்டாவது வரைக்கும் க்ளாஸ் ரூம்ஸ் இருக்கும்.. ஃபங்ஷன் நடந்திச்சில்ல ஒரு ப்ளாக் அது அப்போ பீ ப்ளாக்.. அங்க இருந்து க்ளாஸ் விசிட்டிங் வந்துட்டு இருந்தேன்.. அடுத்து ஏ ப்ளாக் போறதுக்காக வெளிய வரும்போது எதேர்ச்சையா அந்த பில்டிங் மேல பாத்தேன்.. அதிர்ச்சி.. பில்டிங்கோட தடுப்பு சுவற்றுக்கு மேல ஒரு சின்ன பையன் நின்னுட்டு இருக்குறது நல்லாவே தெரிஞ்சிது.. அதுவும் அந்த சைட் திரும்புனமாதிரி கண்டிப்பா அவனுக்கு எதிர்ல நின்னு யாரோ ஒருத்தர்கூட பேசிட்டுதான் இருக்கனும்னு நெனச்சி கொஞ்சம் வேகமா அந்த பில்டிங்க பாத்தமாதிரி போனேன்.. என்னோட பார்வை அந்த பில்டிங் மேல இருந்து திரும்பவே இல்ல. அந்த பையன ஒரு உருவம் நெருங்கிச்சி.. அதோட சைகைகள் எதுவும் சரியில்ல.. அந்த சின்னபையன தள்ளிவிட்றமாதிரியே இருந்திச்சி.. பயந்துபோன அந்த பையன் மாடியோட விளிம்புக்கு வர.. எனக்கு பயம் அதிகமாய்டுச்சி.. பீ ப்ளாக்குல இருந்து அவசரமா ஓடிவர அதுக்குள்ள அந்த சின்னபையன அந்த உருவம் அவனயும் சேத்துகிட்டு கீழ விழுந்திச்சி.. இதயதுடிப்பு நின்னுபோனமாதிரி உணர்வு..

ஆனா அந்த பில்டிங்கு கீழ ஒரு சின்ன ஸ்லாப் மாதிரி இருக்கும்.. அந்த சின்னபையன் அதுல விழுந்து மயக்கம்போட அவன தள்ளிவிட்ட அந்த பெரிய உருவம் அந்த ஸ்லாப்ப புடிச்சமாதிரி கொஞ்சநேரம் தொங்கிட்டு இருந்திச்சி..

அந்த விபத்துல இருந்து அவன எப்புடியாச்சோம் காப்பாத்தனும்னு நான் வேகமா ஓடி ஸ்கூல் ஃபயர் அலாரம அடிச்சிட்டு அந்த ஏ ப்ளாக் பில்டிங்க நெருங்குனேன்.. மேல இருந்து தொப்புனு அந்த உருவம் முகம் குப்புற விழுந்து செதரிச்சி.. விழுந்த வேகத்துல முன்னந்தலையில அடிபட்டு கொஞ்ச நேரத்துல இரத்தம் சூழ்ந்திச்சி... கீழ விழுந்த அந்த உருவம்

யாருன்னு பாக்க ஆர்வம் இருந்தாலும் அந்த உடம்ப தொட ரொம்ப பயமா இருந்திச்சி.. பசங்க கூட்டம் அதிர்ச்சியோட விபத்து பகுதிய சுத்தி வட்டம் போட்டாங்க.. எனக்கு அப்போ இருந்த மனநிலைக்கு யாரயும் தடுக்கவோ கண்டிக்கவோ மனசு வரல.. ஸ்கூல் ஸ்டாஃப்ஸ் மட்டும் கொஞ்சம் பேரு நிலமைய கட்டுப்பாட்டுக்கு கொண்டுவர முயற்சி பண்ணிட்டு இருந்தாங்க.. கொஞ்சநேரம்தான் போய்ருக்கும்.. மேல இருந்து சொட்டு சொட்டா ரத்தம் கீழ இருந்த உருவத்துமேல விழ ஆரம்பிக்க ஒரு பதட்டத்தோட மேல பாத்தேன் அந்த ரத்த துளிகள் மேல மாடிக்கு கீழ இருந்த ஸ்லாப்புல அடிபட்டு கெடக்குற சின்ன பையனோடதுதான்னு நெனச்சி வேகமா மாடிக்கு ஓடுனேன்.. ஆனா அதுக்குள்ள ஏ ப்ளாக்குல இருந்த பசங்க மாடிக்கு போய் அடிபட்டு கெடந்த பையன தூக்கிட்டு கீழ வந்துட்டு இருந்தாங்க... கொஞ்ச நேரத்துக்கு முன்னாடி இருந்த அந்த அமைதி முழுசா நாசமா போச்சி.. கீழ தரையில விழுந்து கெடந்த அந்த பையன்கிட்ட இருந்து எந்த ஒரு அசைவும் வரல.. அவனோட அந்த யூனிஃபார்ம் இந்த ஸ்கூலோட பழைய யூனிஃபார்ம் .. எனக்கு பதட்டமும் பயமும் அதிகமாக ஸ்ட்ரெக்சர்ல அந்த பையன தூக்கி வைக்க அப்போதான் அது சந்திரபோஸ்னு தெரிஞ்சி அதிச்சியானேன்... அவனோட மணிக்கட்ட புடிச்சிபாத்த ஒருத்தரு.

'இல்ல.. பையன் செத்துட்டான்' ன்னு சொல்லி ஆம்புலன்ஸ்ல அந்த உடல எடுத்துட்டு ஹாஸ்பிட்டல் கெளம்புனாங்க..

அத்தோட அந்த சின்னபையனும் ஹாஸ்பிட்டல்ல போய் சேக்கப்பட்டான்.. அவந்தான் நீ " என்று சொல்லி ஒரு பெருமூச்சை இழுத்து விட்டார் தாமஸ்.

அதிர்ச்சியிலும்.. சோகத்திலும்.. குழப்பத்திலும் ஊறிக்கிடந்த சுபாஷ் அவறை வெறித்தபடி பார்த்துக்கொண்டிருந்தான்.

"சார்... அஞ்சாவது படிச்ச சுபாஷ் எப்புடி உங்க ஸ்கூலுக்கு வந்தான்.. எப்புடி மேல மாடிக்கு போனான்.. எப்படி சந்திரபோஸ பாத்தான்.. புரியலயே ?" என்று அருண் கேட்க..

"புரியல... எனக்கும் அப்ப எதுவும் புரியல. ஏன் இவன் அந்த மொட்டமாடிக்கு போகனும்.. எதுக்கு சந்திரபோஸ பாக்கனும்.. ஏன் சந்திரபோஸ் இவன அந்த மாடியில இருந்து கீழ தள்ளிவிட முயற்சி பண்ணனும்.. எதுவும் புரியல..
இன்வஸ்டிகேஷன் ஆரம்பிக்கிரவரைக்கும்..! "

"அப்போ இது கொலையில சேருமா இல்ல விபத்துல சேருமா சார்.. போலீஸ் உங்ககிட்ட என்ன இன்வஸ்டிகேஷன் பண்ணாங்க..? " என்று

ஜோசப் ஒருபுறம் கேட்க சுபாஷ் அமைதியாய் அவர் பதிலுக்கு காத்திருந்தான்.

"முதல்கட்ட விசாரணையே மெத்தனமா இருந்து ஒரு உயிர் போக காரணமா இருந்ததா சொல்லி என்ன அரஸ்ட் பண்ணிட்டாங்க.. பக்கத்து ஸ்கூல்ல இருந்து வந்த சுபாஷ், சந்திரபோஸ பாக்கனும் நான் அவன் தம்பின்னு சொல்ல கீழ பத்தாவதுல இருந்த கொஞ்சம் பசங்க மேல இருக்க சந்திரபோஸ் க்ளாஸுக்கு வழி காமிச்சிருக்காங்க.. அவனும் மேல வந்து அண்ணன பாத்து ஏதோ பேச அப்போறோம் அவங்க ரெண்டு பேரும் மொட்டமாடிக்கு போறத கொஞ்சம் பேரு பாத்ததா வாக்குமூலம் குடுத்தாங்க..

இரண்டாம் கட்ட விசாரணையில... ஈவ்னிங் ப்ரேக் டைம் மூனுமணிக்கு முடிஞ்சி மேலபோன சுபாஷும் சந்திரபோஸும் கீழ வரவே இல்ல..
மூனுமணிக்கு மேல நடந்த க்ளாஸ்ல சந்திரபோஸ் இல்லாதத உறுதிசெய்தாரு அந்த க்ளாசுக்கு வந்த சயின்ஸ் டீச்சர் ஒருத்தவரு.. அந்த க்ளாஸ் முடியிறதுக்கு கொஞ்சநேரம் முன்னாடியே எமர்ஜென்சி அலாரம் அடிச்சிருக்கு.. அப்போ மணி சரியா மூனு முப்பது.. அதுக்குள்ள இருக்கும்னு சொன்னாங்க.. டெத் ரிப்போர்ட்லயும் அதே டைம்தான் ரெஜிஸ்டர் பண்ணாங்க.. அன்ட் க்ளாஸ்ல வந்த தம்பிகிட்ட ரொம்ப கோவமா நடந்துகிட்டதா சந்திரபோஸோட ஃப்ரெண்ட்ஸ் சொன்னாங்க.. சோ க்ளாஸ்ல எந்த சண்டையும் வேணாம்னு சொல்லிதான் அவங்க மாடிக்கு போயிருக்காங்க.

.. இந்த விபத்துல யார்மேல தப்பு இருக்குன்னு சுபாஷோட அப்பாவுக்கே தெரியும்.. அதுவும் இல்லாம நான் முன்ன சொன்னதுமாதிரிதான் இது ஒரு விபத்து.. ஒரு திட்டமிடபடாத விபத்து.. அந்த ஒரு காரணம் நான் ஜெயிலுக்கு போகாம இருக்க காரணமா இருந்திச்சி. தன்னோட மூத்த மகன் சந்திரபோஸ் ஒரு மனநலம் பாதிக்கப்பட்டவன்னு கோர்ட்ல வாதம் பண்ணி நாலுமாசமா ஜெயில்ல இருந்த என்ன காப்பாத்தி மறுபடியும் இந்த ஸ்கூல்ல உக்கார வச்சாரு.." என்று சோர்வாக முடித்தார் தாமஸ்.

"உங்கள காப்பாத்த.. என்னோட அண்ணன பைத்தியம்னு சொல்லிருக்காரா.. இது எந்தவிதத்துல நியாயம்னு தெரியலயே சார்..? "

"நியாயம் இல்லதான் சுபாஷ்.. ஆனா இங்க படிச்ச மத்த பசங்களோட எதிர்காலத்த மனசுல வச்சிட்டுதான் இந்தமாதிரி பண்ணாரு.. உண்மய சொல்லபோனா... நீ அந்த ஆக்சிடன்டுல கோமாக்கு போய்ட்டதா டாக்டர்ஸ் சொன்னாங்க.. கிட்டதட்ட மூனு அடுக்கு மாடியில இருந்து ரெண்டாவது அடுக்குல விழுந்து பின்னாடி தலையில பலமான அடி.. நான்

டெய்லியும் உன்ன ஹாஸ்பிட்டல் வந்து பாத்துட்டுதான் போவேன்.. தொடர்ந்து ஆறுமாச சிகிச்சைக்கு அப்போறோம்தான் கடவுள் கிருபையால நீ கோமால இருந்து வெளிய வந்த.. நாட்கள் போக போகத்தான் தெரிஞ்சிது.. உனக்கு பழைய நினைவுகள் எதுவும் மனசுல இல்லாததும் அதேமாதிரி கொஞ்சம் ஞாபக மறதியும் இருக்குன்னு.. கொஞ்ச நாள் போய்ட்டா எல்லாம் செரியா போகும்னு நெனச்சோம் ஆனா அதுவே நிரந்தரமா ஆகும்னு எதிர்பாக்கல.. உண்மய சொல்லபோனா..
சந்திரபோஸ்னு ஒருத்தன் உனக்கு ஒரு உடன்பிறப்பா இல்லன்னு உன்ன நம்ப வச்சோம். உன்னோட இந்த நெலமைக்கு அவந்தான் முக்கிய காரணம்னு உங்க அப்பா சந்திரபோஸ அடியோட வெறுத்தாரு.. அதுமட்டும் இல்லாம சுபாஷ்னு இருந்த உன்னோட பேர சுபாஷ் சந்திரபோஸ்னு மாத்துனாரு.. எறந்துபோன சந்திரபோஸோட பழைய பொருள் எதுவுமே உங்க வீட்ல இருக்கவிடல.. மொத்தமா தீவச்சி கொளுத்துனாரு.. அவனோட ஒரு விஷயம் கூட உன்ன நெருங்ககூடாதுன்னும் அவனோட நினைவுகள் ஒன்னுகூட ஒனக்கு தெரியகூடாதுன்னும் குறியா இருந்தாரு..
ஆச்சரியமான விஷயம் என்னன்னா நீ உங்க அண்ணன அஞ்சு வருஷத்துக்கு அடியோட மறந்துபோன..
ஆனா விதி வலியதுன்னு ஒருநாள் காட்டிச்சி.. எவ்வளவுதான் நாம மறைக்க நெனைக்குற விஷயங்கள அவங்களுக்கு தெரியாம மறச்சாலும் ஒருநாள் அது வெளிய வந்தே தீரும்.. அந்தநாள் வந்திச்சி .. நீ பதினொன்னாவது படிக்கும்போது வீட்ல உங்க அண்ணன பத்தி கேட்டு அப்பாகிட்ட அடி வாங்குனியாமே.. மறந்துபோச்சா..! "

"ஆ.. ஆமா சார். ஞாபகம் வந்திடுச்சி... அந்த கேள்விய கேக்க அப்பா மொகத்துல ஒரு பயங்கரமான கோவம். என்ன பயங்கரமா அடிச்சாரு..! "

"அந்த சம்பவத்துக்கு அப்போறோம் எனக்கு போன் பண்ணி அதபத்தி சொன்னாரு.. நானும் அத பெருசா எடுத்துக்கவேணாம் விட்ருடான்னு சொன்னேன்.. உங்க அம்மாவுக்கு எப்போமே சந்திரபோஸ் மேல அளவுகடந்த பாசம்.. எப்போமே அவன விட்டுகுடுக்கமாட்டாங்க.. அவனோட இறப்பு ராதாவ ரொம்பவே பாதிப்படைய வச்சிது.. கொஞ்சநாள்ல அந்த விஷயங்கள மறந்து பழைய நெலமைக்கு வந்தாலும் அவங்க மனசுல இருந்து சந்திரபோஸ எடுக்க முடியாது..
மொதல் கொழைந்தங்க ஒரு தாய்க்கு எப்போமே தனித்தன்மைதான்.. தனி பாசம்தான்..! "

"ஹிம்.. அதுக்கப்புறோம் என்ன நடந்திச்சி சார்.. அந்த பில்டிங் இப்புடி இருக்க காரணம் என்ன..? "

"அந்த வருஷத்தோட மாணவர் சேர்க்கை ரொம்பவே மந்தமா இருந்திச்சி... காரணம் அதுக்கு முன்னாடி நடந்த அந்த விபத்து.. உயிர்பலி.. அதுமட்டும் இல்லாம அந்த ப்ளாக்குல ஆவிகள் நடமாட்டம் இருக்குறதா ஒரு புறளிய கெளப்பி விட்டதால பசங்க எல்லாரும் வேற ப்ளாக் கட்டுங்கன்னு சொல்ல ஆரம்பிச்சாங்க..
அதெல்லாம் எந்த அமானுஷ்யமும் இங்க கெடயாது.. நீங்க எதுக்கு பயப்புடனும்னு சொல்லிபாத்தேன்.. அப்ப நீயும் இங்கதான் படிச்சிட்டு இருந்த..
வந்த கம்ப்லெயின்ட் எல்லாமே எனக்கு பர்சனலா ஃபீட்பேக் லெட்டர்ஸா வந்திச்சி.. அதனால இந்த விஷயம் என்னதான்டி போகல. சில சமயங்களில பகல்லயே அமானுஷ்ய விஷயங்கள் நடக்குறதா கொஞ்சம் ஸ்டாப்புங்களே எங்கிட்ட பர்ஸனலா சொன்னாங்க.. கொஞ்சம் பேரு வேலய மாத்திட்டு கூட போய்ருக்காங்க.. பகலவிட நைட் டைம்ல இந்த ப்ளாக்குல காவலுக்கு இருந்த செக்யூரிட்டிங்களுக்கு அமானுஷ்ய உருவங்கள் கண்ணுக்கு பட்டுருக்கு.. எனக்கும் மனசு கேக்கல.. முதல் வருஷம் கவெர்ன்மென்ட் கிட்ட இதபத்தி கேட்டேன்.. எந்த ரெஸ்பான்ஸூம் இல்ல.. அப்புறோம் நாங்களே இந்த புது பில்டிங்க கட்டி முடிச்சிட்டோம். "

"அப்போ பழைய பில்டிங்ல அமானுஷ்ய ஆட்டம் போட்டது சந்திராதான்னு நெனைக்கிறீங்களா..? " என்று சுபாஷ் கேட்க,

"ஹிம் அதிகபட்ச வாய்ப்புகள் சந்திரபோஸ் தான். காரணம் அவனோட சாவுக்கு அப்போறோந்தான் இந்தமாதிரி நிகழ்வு நடக்க ஆரம்பிச்சிச்சி..! "

"ஒருவேள அவனோட ஆன்மா அந்த பில்டிங்ல இருந்திச்சின்னா.. அது எதுக்காக இருக்கும்.. என்ன காரணமா இருக்கும் சார்.. இல்ல எதாவது நிறைவேறாத ஆச.. அப்பிடி எதாச்சோம் இருக்குமா..?" என்று ஒருவித பயத்தோடு சுபாஷ் கேட்க அருணும் ஜோசப்பும் பதட்டமாய் தாமஸின் பதிலை எதிர்பார்த்தனர்..

ஒரு நீண்ட மௌனத்திற்கு பிறகு..
"ஹிம்.. இருக்கலாம்.. இல்லைன்னா..
ஒரு இளம்வயது ஆன்மா தன்னோட பிடிச்ச எடத்த சுத்திட்டு இருக்கும்.. அதுக்கு காரணங்கள் தேவபடாது சுபாஷ்.." என்றார் தாமஸ்.

"அவனுக்கு புடிச்ச எடத்துல ஒருவேள நீங்க சொல்றமாதிரி சுத்துறதா இருந்தா இது எந்தவிதத்துல சாத்தியம்.. அதுக்கப்புறோம் எந்தவித எதிர்வினையும் அந்த ப்ளாக்ல இருந்து வரலயா.. ?"

"ஆமா.. புது பில்டிங் கட்டின ஒடனே அந்த பழைய பில்டிங்ல யாரும் கவணம் செலுத்தாததால அது பொலிவிழந்துபோச்சி.. கொஞ்ச நாளுள புல்பூண்டுன்னு வளந்து அந்த எடமே புதர் மண்டிபோச்சி.. அங்க யாரும் போக்குவரத்து வச்சிக்கிறதில்ல..
அந்த தனிமை சந்திரபோஸுக்கு ரொம்ப புடிச்சிப்போச்சி போல.. அதான் எந்த தொந்தரவும் பண்ணாம சந்தோஷமா இருக்கான்.. " என்று எங்கேயோ பார்த்தபடி தாமஸ் சொல்லி முடித்தார்.

"உங்களுக்கு இதுல உடன்பாடு இருக்கா" என்று கேட்க,

"இதுவரைக்கும் எனக்கு அமானுஷ்யத்த பத்தி கம்ப்லைன்ஸ் வந்துருக்கே தவிர ஒருநாள் கூட அந்த ப்ளாக்ல அசாதாரன விஷயம் எதயும் நான் பாத்ததில்ல.. ஆனா அத்தனபேர் சொல்லும்போது அதுல உண்ம இருக்குன்னு என்ன நானே நம்பி இத சொல்றேன்.. ஒரு கொலைவெறி தாக்குதல்ல நூலளவுல தப்பிச்ச நீ உன்ன கொல்ல வந்தவன்கிட்ட இருந்து தந்திரமா தப்பிக்க.. இயற்கையும் சூழ்நிலையும் எல்லாமே ஒரு செகண்ட்ல கைவிடப்பட்ட ஒருத்தன் தன்னோட உயிர ரொம்ப கொடூரமா விடும்போது அந்த ஆத்மாவோட அதிகபட்ச ஆசை.. வெறி.. கடமை.. என்னவா இருக்கும் சுபாஷ்..? " என்று சற்று முறைத்தபடி தாமஸ் கேட்க..
அதிர்ந்துபோனவன்.. சட்டென்று அங்கிருந்து எழுந்துகொண்டான்..
வாயிலிருந்து வார்த்தைகள் எதுவும் வரவில்லை.. அமைதியை பதிலாய் தர,

"ஹிம்.. மனசுல என்ன சுபாஷ் நெனைக்குற... நீ நெனச்சதுதான் நான் சொல்லவர்றதும்.. அவ்ளோ வெறில இருந்த சந்திரபோஸ் இன்னமும் உன்ன எதுவும் செய்யலன்னா அவன் ஏன் இந்த ஒலகத்துல இருக்கனும்.. என்ன உண்மய சொல்ல இருக்கனும்.. ஏன் உன்ன இன்னைக்கு அந்த மாடிக்கு வரவழைக்கனும்..?" என்று கேள்விகளை அவர் அடுக்க. அந்த புதிய கேள்விகள் சுபாஷ் மனதில் இதுவரை பதிந்திராத புதிய குழப்பங்களை மனதிற்குள் நிறுவியது..

"தெரில சார்..! " என்றவன் வேகமாக அந்த வகுப்பறை கதவுகளை திறந்தவன் இருண்ட பழைய கட்டிடத்தை பார்த்தபடி நடக்கத்தொடங்கினான்.

இருண்டது..,

"மாடில இருந்து கீழ விழுறமாதிரி நெறய கனவு வந்திருக்கு.. மொதல்ல அது ராஜேஷ்னுதான் நெனச்சேன் ஆனா இப்போதான் தெரியுது அது சந்திரான்னு..!"

"ஒரு விஷயம் ரொம்ப ஆழமா நம்ம மனசுல பதிஞ்சிடுச்சின்னா அதுவேதான் நம்ம கனவுல வரும்.. நாம நெனைக்குறதுக்கு தலகீழான கனவுங்க வரும். அவன் எறந்துபோன ஆரம்ப காலகட்டத்துல எனக்கு அவனோட கோரமான கனவுங்கதான் வந்திச்சி.. செரி பையன் நெனப்பாவே இருக்குனு அதெல்லாம் விட்டுட்டேன்..! இப்பகூட கனவுல அவனோட சாயல் இருந்துட்டு தான் இருக்கும்.. ஏன்னா அவன என்னால மறக்க முடியாது.. அவனோட உருவத்தயும் மன வருத்தத்தயும் எப்ப நான் மறக்குறனோ அப்பதான் என்னோட நினைவுகள்ள இருந்து அவன் காணாமபோவான்..! " என்றார் ராதா.

"அப்டின்னா.. ?"

"ஹாஹா.. சாகுற வரைக்கும் எம் மனசுல இருந்து சந்திரன தூக்கிபோட முடியாது சுபாஷ். அவன் எவ்ளோ கெட்டவனா இருந்தாலும் என்னால அவன மறந்துவாழ முடியாது.. ஏன்னா தெனமும் அவன பாத்துட்டு இருக்கேன்.. உன்னோட சாயல்ல.. நீதான் சந்திபோஸ்.. அவன் எறந்ததுக்கு வருத்தப்பட்டாலும் நீ அவனா இருக்குறதால எனக்கு அந்த வருத்தம் ஒரு கொஞ்ச நாளைக்குதான் இருந்திச்சி.. என்ன இருந்தாலும் அவன் உன்னோட அண்ணன்டா, அவன் கண்டிப்பா உன்னோட பழைய நினைவுக தூண்டிவிடத்தான் வந்திருப்பான் கண்டிப்பா உன் நிம்மதிய கலைக்க இல்ல. அதவிடு.. போனது போகுது, நடக்கவேண்டிய வேலைங்கள மட்டும் பாரு புரியுதா.. ?" என்றவர் அங்கிருந்து நகர்ந்தார்.

விடிந்தது.. திவாகர் பார்க்க வந்திருப்பதை அறிந்து எழுந்து கிளம்பி வெளியேறினான்..,

"சுபாஷ்.. அந்த பண்ண வீட்டுல என்ன கட்டிபோட்டிருந்தப்போ அந்த தர்மன் வந்து எங்கிட்ட எதயோ கேட்டுட்டு இருந்தான்.. அப்போ போன்ல பேசும்போது டவுன்ல அவங்க ரெண்டுபேரயும் கரெக்டா வாட்ச் பண்ணுடா அவனுங்க எங்க போனாலும் எங்க இருந்து வந்தாலும் எங்கிட்ட சொல்ற.. குறிப்பா அந்த சுபாஷ மட்டும் ஃபோகஸ் பண்ணுன்னு யார்கிட்டயோ சொல்லிட்டு இருந்தான். உங்கள சந்தேகப்பட்றமாதிரி யாராவது உங்கள வாட்ச் பண்ணாங்களா..? " என்று கேட்க,

"அவன அன்னைக்கே புடிச்சாச்சி திவா.. அடுத்த ரெண்டுநாள்ல போலீஸ்கிட்டயும் ஒப்படைச்சாச்சி.. இத சொல்லவா நீங்க வந்தீங்க ?" என்று சுபாஷ் சிரித்தான்.

"அதே பண்ண வீட்டுல.. என்ன கட்டிப்போட்ட ரெண்டாவதுநாள் ஒரு சம்பவம் நடந்தது.." என திவாகர் அதை சொல்ல ஆரம்பித்திருந்தார்.

தொடரும்..

பகுதி (11)

நடப்பதே நடக்கும்

ஒரு திகிலுடன் திவாகர் நடந்த மற்றொரு விஷயத்தை சொல்ல வாயடைத்துபோன சுபாஷ் ஆச்சரியமாகவும் பயத்தோடும் அதை கேட்டபடி அமர்ந்திருந்தான்..

"அந்த குரல் ஒரு பொம்பள குரல். பண்ண வீட்டுக்கு கடைசியா இருந்த ரூம்லதான் அடச்சிவச்சிருந்தாங்க.. அதுக்கு பின்னாடி இருந்துதான் அந்த அழுகுரல் வந்திட்டு இருந்திச்சி.. அது என்ன நெருங்கவும் தெருல இருந்த லைட்டுங்க ஆஃப் ஆகவும் சரியா இருந்திச்சி சுபாஷ்.."

"அப்போ நேரம் என்னவா இருக்கும் திவா.."

" மூனுல இருந்து நாலு மணிக்குள்ள இருக்கும்!"

"அந்த மூனுக்கும் நாலுக்கும் நடுவுல தான் அரிமநாச்சி செத்துபோய்ருப்பாங்க.! "என்று மனதில் சொல்லிக்கொண்டான்.

"எங்க எறந்துபோனாங்களோ அதான் அவங்க வீடு திவா.. இத கொஞ்ச நேரத்துக்கு முன்னாடிதான் தெரிஞ்சிகிட்டேன்.. செரி விடுங்க அதான் உயிருக்கு ஒன்னும் ஆகாம வந்துட்டோம்ல..! நானும் எத்தனையோ தடவ இந்தமாதிரி நிகழ்வ பாத்திருக்கேன் கண்டிப்பா உங்க நெலமய புரிஞ்சிக்க முடியுது.." என்று மெதுவான குரலில் சொன்னான் சுபாஷ்..

பின்னர் சிறிது நேரத்தில் திவாகர் அங்கிருந்து கிளம்ப தெரு மின்விளக்குகள் அவனுக்கு முன்பாக விட்டு விட்டு எரிந்து சற்று கலக்கத்தை உண்டுபண்ணியது.. நேரம் கடந்திருக்க இரவு உ ணவை முடித்துக்கொண்டு அனைவரும் தூங்கச்சென்றனர்.

ஏதோ ஒரு விசாலமான பெரிய அறை..
மரகத வாசம் அந்த அறையை நிரப்பியிருந்தது.. அது அவனுக்கு பிடித்த ஒரு வாசனையும் கூட. இறுக்கைகள் மரத்தால் செய்யப்பட்டிருந்தன.. அவற்றை தொட்டுப்பார்க்க எங்கும் குளிர்ச்சியாய் இருந்தது.. அறை முழுக்க மங்களாக தெரிய கண்களை தெளிவாக வைத்துக்கொள்ள முயற்சித்தான்

முடியவில்லை. அரை தூக்கமாய் இருந்தான்.. வாய் எதையோ முனுமுனுத்துக்கொண்டிருக்க அவனுக்கு நேர் எதிரில் ஏதோ சிறு சிறு தீபங்களாக வெள்ளை நிற திரியில் ஏற்றி வைத்திருந்தனர்.. அந்த முகப்பு பகுதி நன்கு பிரகாசமாக இருக்க.. முகப்பு சுவரில் யாரோ இரண்டு கைகளையும் விரித்தபடி இருந்தார்... கைகளிலுள் கால்களிலும் தலையிலும் ரத்தம் வழிய மிசுமிசுத்த கண்களை இரண்டு கைகளை கொண்டும் துவட்டியவன் தெளிவாக வைத்துக்கொண்டு நேராக பார்த்தான்.. இறைவன் இரக்கமற்ற மனித மிருகங்களால் இரத்த காயத்துடன் தொங்கியபடி இருப்பது தெரிந்தது.
திரியால் ஏற்றப்பட்ட தீபங்கள் என நினைத்தவை வெள்ளை மெழுகுவர்த்திகளால் ஏற்றபட்ட தீபங்கள்.. அங்கங்கு அலங்காரமும் நன்றாக பலிச்சித்தது.

கண்களை ஒருமுறை திறந்து மூட.. வெறிச்சோடிய அந்த இடத்தில் தீபங்களாக எரிந்த மெழுகுவர்த்திகள் அனைந்து அந்த இடம் முழுவதும் இருளாள் நிரம்பியிருந்தது.. எங்கும் இருள் சூழ பயமும் தொற்றிக்கொண்டது..
திடீரென்று வெளியே ஒரு சத்தம்..
"டங்.. டங்.. டங்.... " என்று ஆலயமணியின் ஓசை அவன் தூக்கத்தை கலைத்தது.. எழுந்தவன் மூடியிருந்த ஜன்னல்களை திறந்தான்.. குளிர்காற்று மேலும் அவன் அறையை நிரப்பிற்று.. வெளியே எழுந்து சென்றவன் பால்கனிக்கு சென்று நோட்டமிட்டான்.. தூரத்தில் சர்ச் கோபுரம் பிரகாசமாக ஜொலித்துக்கொண்டிருந்தது.. சிறிது நேரத்தில் பட்டாசுகளும் வானவேடிக்கைகளும் வானத்தை அலங்கரிக்க தொடங்கியது..
தூக்கம் கலைந்து ஆச்சரியமாக அவற்றை சுபாஷ் பார்க்க முதுகில் பொத்தென்று ஒரு கை அவன்மேல் பட்டு பயத்தை உண்டுபண்ணியது.. திடுக்கிட்டு திரும்ப அப்பாதான்.. கூடவே ராதாவும் பட்டாது சத்தம் கேட்டு வெளியேறியிருந்தார்.

அந்த இருட்டை முழுவதுமாக வானவேடிக்கைகள் பகல்போல் பலவண்ணம் கொண்டு பலிச்சிட வைத்தது.. நேரம் சரியாக பன்னிரெண்டு..!

விடிந்தது..
எழுந்து பிற கடமைகளை செய்ய தொடங்க ஜோசப்பிடம் இருந்து ஒரு அழைப்பு. கிருஸ்துமஸ் வாழ்த்துக்களை சொல்லிவிட்டு அவனை பார்க்க கிளம்பினான் .

"யாருடா அது செழியன்.. இந்தா போன் வருது பாரு..? " என்று செல்போனை நீட்டினார் ராதா.. அதை எடுத்து பேச சோர்வாய் பதிலலிக்க ஆரம்பித்திருந்தார் இன்ஸ்பெக்டர் செழியன்,

"எப்புடி சொல்றதுன்னுதான் சுபாஷ் ரொம்பவே யோசிச்சேன்.. போலீஸ் டிபார்ட்மென்ட் அவங்களுக்குள்ள நடக்குற தப்ப மூடி மறைக்கதான் பாப்பாங்க.. அந்த வகையில இதுவும் அந்த கேஸ் மாதிரிதான்.. என்னால முடிஞ்ச அளவு பேசிபாத்துட்டேன் முடியல..? "

"என்ன சொல்றாங்க உங்க டிபார்ட்மென்ட்ல?"

"தர்மனுக்கு பெரிய வார்னிங்.. இந்தமாதிரி இனி பண்ணா டிபார்ட்மென்ட் பேர காப்பாத்த கண்டிப்பா உன்ன சுட்டு சாவடிச்சிட்டு ஆக்சிடன்டுன்னு முடிச்சிட்டு போய்டுவோம்னு பில்டப்லாம் குடுத்தாங்க.. எனக்கு அப்பவே தெரிஞ்சிபோச்சி.. கண்டிப்பா அவன வெளிய விடபோறாங்கன்னு.. அதுக்கப்புறோம் என்ன கூப்டு காம்ப்லிமென்டா பேசிட்டு விட்டுட்டாங்க.. ஆனா ஒரு வாரத்துக்கு டவுன் ஸ்டேஷன் வந்து சைன் பண்ணணும்னு ஒரு நிபந்தனை இருக்கு.."

"சார்.. என்ன எழவு சட்டம் இதெல்லாம்.. தப்பு எவன் பண்ணாலும் சட்டம் என்ன சொல்லுதோ அதுதான இங்க எல்லாருக்கும்.. மத்தவங்களுக்கு ஒரு சட்டம் போலீஸுக்கு ஒரு சட்டமா என்ன.. ஒரு வார்னிங் போதும்னு நெனைக்குறீங்களா அவன் திருந்த.. அவன புடிச்சி குடுத்த என்னோட நெலமைய நீங்க யாருமே யோசிக்கலல்ல.."

"சுபாஷ் ஆத்திரபடாத.. உனக்கு எதுவும் ஆகாது.. அப்பிடியே நடந்தாலும் அவன நானே ஷூட் பண்ண எங்கிட்ட வாரண்டு இருக்கு..! "

"ஹான்.. என்ன அவன் எப்போ கொல்லுவான்னு அவன் பின்னால சுத்திட்டு.. என்னயும் கூட இருக்குறவங்களயும் கொண்டுட்டபெறகு அவன புடிப்பீங்க அப்புடிதான..? "

"சுபாஷ்.. ஒரு வாரம் முழுக்க டவுன் போலீஸ் ஸ்டேஷன்ல அவன் சைன் போட்டாகனும்.. வேணுணா அவங்கிட்ட உன்னபத்தி தனிப்பட்ட முறையில நான் பேசி பேக்குறனே.. என்ன தப்பாயிடபோகுது..? "

"நெலம புரியாம பேசாதீங்க சார்.. அவனோட உயிருக்கே இப்ப உத்திரவாதம் இல்ல.. எப்பிடியாச்சோம் தான் சாகுறதுக்குள்ள இதுக்கு காரணமானவங்கள கொல்லனும்ற வெறிதான் அதிகமா இருக்கும்... புரிஞ்சிக்கோங்க..! "

"அவன் உயிருக்கே உத்திரவாதம் இல்லயா.. என்ன சுபாஷ் சொல்ற.. என்ன நடக்கபோகுது.. அவன் உயிர யாரு எடுக்கபோறா..? "

"அது வேற கத.. இப்ப அவன் எங்க இருக்கான்..? "

"டவுன் ஸ்டேஷன்ல இருந்து இப்பதான் கௌம்புனான்.. ஆனா எங்க போனான்னு தெரியல.. எங்கிட்ட எந்தவித கோவமும் இல்லாதமாதிரிதான் இருந்தது..! "

"உங்கள நம்புனா தெருவுக்குதான்சார் போகனும்.. ச்சே இருந்த ஒரு நம்பிக்கையும் நீங்கதான்.. ஆனா நீங்களே இந்தமாதிரி பண்ணிட்டீங்களே..? "

"சுபாஷ்... கோவபடவேணாம்.. உனக்கோ உன்னோட குடும்பத்துக்கோ எந்த பிரச்சினையும் வராது.. அதுமட்டும் இல்லாம இது நான் எடுத்த முடிவில்ல.. அவன கோர்ட்ல ஆஜர் பண்ணி அவனுக்கு தண்டன வாங்கிகுடுக்கதான் நானும் விசாரணய ஸ்டார்ட் பண்ணிருந்தேன்.. தர்மன்மேல நெறய ப்ளாக் மார்க் இருக்கு.. அதுல இப்ப நடந்தத விட பெரிய பெரிய தப்பெல்லாம் அவன் செஞ்சிருக்கான்.. சோ இனியும் அவன சும்மா விட்டுவைக்கமாட்டாங்க.. ஒன்னு வேலய விட்டு டிஸ்மிஸ் பண்ணுவாங்க இல்லாட்டி எதாவது ஒரு ரூட்ல அவன காலி பண்ணுவாங்க.. இந்த சம்பவத்துக்கு எப்பயும்போல ஆறு மாசத்துக்கு சஸ்பென்ட்தான் பண்ணிருக்கு.. அதுவும் இது கமிஷ்னர் எடுத்த தனிப்பட்ட முடிவுதான்.. அப்புறோம் அவன எப்போ அரஸ்ட் பண்ணிட்டு வந்தோமோ அப்ப இருந்தே எதுக்கோ பயந்துட்டுதான் இருந்தான்.. ஒவ்வொரு பதிலும் பயத்தோடயும் நடுக்கத்தோடயும் இருந்திச்சி.. திடீர்னு ஸ்டக் ஆனமாதிரி பதில் சொல்லாம இருந்தாரு.. இதுல ஒருவாட்டி கூட உன்ன பத்தி பேசவே இல்ல.. "

"என்ன ப்ரோ சொல்றீங்க... என்ன ரத்தம் வர அளவுக்கு அடிச்சதே அவந்தான்.. அப்போறோம் எப்படி? அப்புறோம் அவனோட பயத்துக்கு காரணம் வேற"

"பண்ண வீட்ல இருந்த அடியாளுங்க எல்லாரயும் அரஸ்ட் பண்ணி ஏதோ ஒரு காரணத்துக்காக இதெல்லாம் செஞ்சமாதிரி வாக்குமூலம் வாங்கி அவங்கள ஜெயில்ல தள்ளியாச்சி.. அதனால இப்ப எந்த ஆள்பலமும் அவங்கிட்ட இருக்காது..! "

"அப்டின்னு நீங்கதான் நம்பிக்கனும்.. ஆகமொத்தம் உங்க ஆளு ஒருத்தன காப்பாத்தி வெளிய கொண்டாந்துட்டீங்க.. அந்த கருப்பு தொப்பிகாரன என்ன பண்ணீங்க..?"

"அட அத மறந்துட்டேன் பாத்தியா. அவன் எங்க ஆளுங்க ரெண்டு பேரோட கண்ட்ரோல்ல இருக்கான்.. தர்மனுக்கு அவன புடிச்ச விஷயம் தெரிஞ்சா அவனயும் ஒருவேள கொல்ல வாய்பிருக்கும்.. இவன் மூலமா வேற எதாவது உண்ம கெடைக்கும்னு நம்பி அவன தனியா கூட்டிட்டு போனோம்.. ஆனா அது ஒரு சொதப்பல்னுதான் சொல்லனும்..! உங்க ரெண்டுபேர மட்டும் கண்காணிக்க தர்மன் வச்சிருந்திருக்கான்.. வேற புது செய்தி எதுவும் அவன் மூலமா கெடைக்கல. இப்ப போய் அவனயும் அடிச்சி வெரட்டனும்... இல்லாட்டி எதாவது திருட்டு கேஸ்ல உள்ள தூக்கி போட்டுடவா ! "

"இருங்க இருங்க.. அவசரபட்டு அந்தவேலய பண்ணிடாதீங்க.. நான் அவன பாக்கனும்.. அதே சமயம் இவன வெளிய விட்டா மறுபடியும் கொழப்பம் உருவாக வாய்பிருக்கு..! பாக்க சின்ன பையன் மாதிரிதான் இருந்தான்.. நீங்களாச்சோம் அவன் பேரு தெரியாதுன்னு சொன்னீங்க எனக்கு அவன் மொகம்கூட எப்புடி இருக்கும்னு தெரியாது.. அருண்தான் எல்லா வேலயும் பாத்தது. தையல் பிரிக்க இன்னும் ஒருவாரம் இருக்கு.. இதுக்கு எடையில நான் டவுன் வருவேன்.. "

"செரி ஓக்கே.. " என்றவன் பின்னர் செல்போன் இணைப்பை துண்டித்தார்.

வெயில் அதிகரித்திருந்தது..
விரைவாக செயல்பட்டு ஜோசப் வீட்டை அடைந்தான்.. அங்கு ஏற்கனவே அருண் வந்து அமர்ந்துகொண்டிருக்க மேலும் ஒருசில முகமறிந்த நண்பர்களும் இருந்தனர்.. நடந்தவற்றை அந்த மகிழ்ச்சியான இடத்தில் சொல்லி அந்த இடத்தை துக்கமாய் ஆக்க அவன் விரும்பவில்லை. பிறகு பார்த்துக்கொள்ளலாம் என்று நினைத்தபடி ஜோசப் வைத்த கிருஸ்துமஸ் விருந்தில் கலந்துகொண்டான்.. சில நிமிடங்களில்
நேகாவும் விருந்தில் கலந்துகொள்ள.. மெதுவாக சுபாஷை பார்த்தபடி,

"எல்லாருக்கும் விஷயம் தெரியுமா..? " என்று மெதுவாக கேட்டாள். அவர்களின் குசுகுசுப்பை பார்த்த அருண் நடந்தவற்றை சொல்ல வற்புறுத்த,

"கட்டாய கல்யாணம், ஆள் கடத்தல் கேஸ்ல இருந்து தர்மன் ரிலீஸ் ஆய்டானாம்.. வீட்ல இருக்கும்போது செழியன் போன்பண்ணி சொன்னாரு போதுமா இதுதான் விஷயம்..! " என்று சொல்லிவிட்டு சுபாஷ் சாப்பிட தொடங்கினான்.

"இப்ப பிரச்சன என்ன மட்டும் சுத்தி நடக்க வாய்பில்ல.. அதனால எல்லாரும் கொஞ்சம் கவனமா இருங்க.. இத சொல்லத்தான் வந்தேன்..!" என்று சுபாஷ் சொல்லி முடிக்க..

"இப்ப தர்மன் எங்க இருக்கான் சுபாஷ்.. அவனால வேற என்ன பிரச்சன வர காத்திருக்கு..? " என ஜோசப் கேட்டான்.

"தெரியல ஜோசப்... ஆனா கொஞ்சம் பயந்துபோயிருப்பான் கொஞ்ச நாளைக்கு நம்ம பிரச்சனையில தலையிட வாய்ப்பில்ல.. ஆனாலும் கவணமாதான் இருக்கனும்..! "

"ஹிம் சுபாஷ் அந்த கருப்பு தொப்பிகாரன பத்தி விவரம் தெரிஞ்சுதா..? " என்று திடுக்கிட்டு கேட்டான் அருண்.

"அட அவன் ஒரு டம்மிடா.. சும்மா நம்மள சுத்திதான் வந்திருக்கான் மத்தபடி பயப்புடுற அளவுக்கு பெரிய ஆள் இல்ல.. நேகா தர்மனபத்தி நீ என்ன சொல்ற..? "

"எனக்கென்னமோ தர்மன் மறுபடியும் நம்மல அட்டாக் பண்றதுக்கு கொஞ்சநாள் எடுத்துப்பான்னு தோனுது. ஏன்னா இப்ப நம்ம பலம் தெரிஞ்சிருக்கும்.. அதே சமயம் அவன் ரொம்பவே பயந்துபோயிருக்கான்.. அவன் உயிருக்கு ஆபத்து இருக்கு.. அதனால அவனோட உயிர காப்பாத்திக்க என்ன முயற்சி எடுக்கனுமோ அதுலதான் கான்சன்ட்ரேஷன் பண்ணுவான்.."

"அவனோட உயிர காப்பாத்திக்க மறுபடியும் இருக்க துருப்பு சீட்டு ப்ரியாதான்.. அப்ப அவளதான் அட்டாக் பண்ண நெனைப்பான்... செழியன் வேற கொஞ்ச நேரத்துக்கு முன்னாடிதான் தர்மன் கெளம்புனதா சொன்னாரு.. அப்போ கண்டிப்பா மதுவோட ஊருக்குதான் அவன் கெளம்பி போயிருக்கனும்..?"

"சுபாஷ்.. கண்டிப்பா அவசர அவசரமா அவன் எந்த ஒரு வேலயும் பண்ணமாட்டான்..சோ" என்று நேகா தொடர..

"ஐயோ நேகா.. அவனுக்கு சாவ விட ஜெயிலே ரொம்ப பாதுகாப்புன்னு இப்ப புரிஞ்சிருக்கும்.. அவனோட உயிர காப்பாத்திக்க ஓடுற ஓட்டம்.. சைக்கோ மாதிரி என்னவேணாலும் செய்ய வாய்ப்பிருக்கு.. இப்ப ஓடனே ஊர்ல இருக்க ப்ரியாவ அலார்ட் பண்ணணும்..!" என்று சொல்லிக்கொண்டு ப்ரியாவிற்கு தொடர்பு கொண்டான்..

முழுமையடையாத தூக்கங்கள்.. திடுக்கிட்டு விழிக்கும் கண்கள்.. பதரவைக்கும் விஷயங்கள்.. பதைபதைக்கவைக்கும் இருள்.. அதிர்ச்சி கொடுக்கும் கனவுகள்.. இயல்பை கெடுக்கும் உருவங்கள்.. சோரம் போன வாழ்க்கை .. பரவசம் என்று ஒரு சொல்லி பெரிய மரண ஓட்டத்தில் தள்ளிவிட்டு வேடிக்கை பார்க்கும் கடவுள்.. அவ்வப்போது விந்தை காட்டும் இயற்கை.
இவை எதற்காக.. ஏன் என்னைமட்டும் குறிவைத்து நடத்தபடுகின்றது.. என்ற கேள்விகள் ஆரம்பத்திலிருந்து தனக்குள்ளேயே கேட்டு குமுறிக்கொண்டு இன்றளவும் வெறும் கேள்விக்கு விடைதேடும் பயணத்தில் மட்டுமே இருந்தான் சுபாஷ்.

நேரம் மட்டுமே அவ்வப்போது தேவைபடும் சூனியக்காரன் என்று திட்டமிட்ட சமிஞ்சைகள் மனதில் கொட்டிக்கொள்ள அவ்வப்போது நேரத்தையும்.. காரணமில்லாமல் வானத்தையும் பார்த்துக்கொண்டான்.

நேரம் மதியம் மூன்றை நெருங்கிக்கொண்டிருந்தது.. தர்மனின் முடிவு என்னவாய் இருக்கும் என்று அப்போது யூகிக்க முடியவில்லை..
செல்போனை எடுத்து அதே பதட்டத்துடன் ப்ரியாவிற்கு போன் செய்ய அவளும் ஒன்றிரண்டு ரிங்கில் அட்டன் செய்தவளிடம் நடந்தவற்றை கூறியவன் மிகுந்த ஜாக்கிரதயாய் இருக்க வேண்டினான்.

விடிந்தது.. காலை வேலைகளை முடித்துக்கொண்டு அம்மா ராதாவிடம் நகரத்திற்கு போவதாக முறைவைக்க,

"நீ எதுவா இருந்தாலும் உங்க அப்பங்கிட்ட கேட்டுக்கோ.. அவராச்சி நீயாச்சி.. எடையில என்ன இழுக்காத..! " என்று நழுவினார். ராமச்சந்திரனிடம் விடாபிடியாய் கெஞ்சிப்பார்த்தான்.. அவரின் பேச்சை எதிர்பார்த்திருந்தவன் நிலைமையை புரிந்துகொண்டு டவுன் செல்லும் திட்டத்தை கைவிட்டான்.

வீட்டை விட்டு வெளியேறியவன்.. ஜோசப்பிற்கு போன் செய்து தனக்கு பதிலாக நகரத்திற்கு செல்லுமாறு வற்புறுத்தினான்.

"அண்ணன் தற்கொல பண்ணிக்கிறதுக்கு உங்க குடும்ப பிரச்சன மட்டுந்தான் காரணம்னு நெனைக்குறீங்களா.. இல்ல வேற எதாவது அவருக்கு பிரச்சன இருந்திச்சா.. வேற யாப்பாத்தாவது பயப்பட்டாறா..?" ஆறுமுகத்தின் மனைவியிடம் பொருமையாக கேட்டான்,

"குடும்ப பிரச்சன இருந்திச்சிதான்.. ஆனாலும் கொஞ்சநாளா எதயோ நெனச்சி பயந்துட்டுதான் இருந்தாரு.. வித்தியாசமா நடந்துகிட்டாரு.. அந்த கிருபா செத்துபோய்டதா நியூஸ் வந்திச்சில்ல. அதுக்கப்புறோம் பக்கத்து ஊரு தலைவர் செத்துபோய்டதா அவரோட சாவுக்கு போய்டு வந்தாரு. அப்ப இருந்தே ஏதோ பேய் புடிச்சமாதிரி நடந்துக்க ஆரம்பிச்சாரு..! உங்க அப்பா கூட அடிக்கடி அவருகிட்ட பேசிட்டு இருக்குறத பாத்திருக்கேன்.. அடிக்கடி இந்த வீட்டு திண்ணையில கூட ஒக்காந்து பேசாவாங்க. .. நெறய அட்வைஸ் பண்ணுவார்..!"

"சொல்லப்போனா தற்கொல பண்ணிக்கிட்டத மொதல்ல பாத்ததே எங்க அப்பாதான்.." என்றவன், அவளிடம் மேலும் தொடர்ந்து பேச மனமில்லாமல் எழுந்து.. வீட்டின் உட்புறம் பார்த்தான்.

காலண்டரில் ராமன் சீதை புகைபடம் இருந்தது.. அதற்கு மேலே இரவு நேரத்தில் உபயோகப்படுத்தும் டார்ச் லைட் ஒன்று இருந்தது.. அது எப்போதும் தான் கனவில் காணும் ஒரு டார்ச். அதே சமயம் கனவில் இரத்தமயமான அந்த உடல் அருகே அவ்வப்போது உருண்டு செல்லும் வழக்கமான டார்ச்சும் கூட.

காலண்டரில் ஏதோ கிருக்கியிருக்க,
"அந்த காலண்டர்ல ஏதோ கிருக்கியிருக்கே...என்னக்கா அது..? " என்று கேட்டான். திரும்பியவள் அதை பார்க்க பின் சத்தமில்லாமல் அதனருகே சென்று அந்த காலண்டரை எடுத்துக்கொண்டு சுபாஷிடம் வந்தாள்.

"கிருக்கல.. ஏதோபோன் நம்பர் மாதிரி இருக்கு.. ரெண்டுவாரத்துக்கு முன்னாடி நைட் வந்து ரொம்ப அவசர அவசரமா கையில எழுதியிருந்த நம்பர காலண்டர்ல எழுதுனாரு.. நானும் அத பெருசா எடுத்துக்கல.. " காலண்டரை பார்க்க ராமனும் சீதையும் ஒன்றாக இணைந்தபடி நின்றிருந்தனர்.. அதில் இருந்த தொலைபேசி எண் சுபாஷுடையது என்றும் சில நாட்கள் முன்பு அவனது எண்ணை ஆறுமுகத்திடம் கொடுத்ததாகவும் ராமச்சந்திரன் சொல்லியிருந்தார்.

காலண்டரோடு தொங்கிக்கொண்டிருந்த டார்ச்சை எடுத்து உபயோகபடுத்த அதிலிருந்த வெளிச்சம் வரவில்லை.. வெளிப்புறம் சற்று பழுதடைந்தார் போல இருந்தது.. பிறகு அதை அந்த வீட்டிலேயே கொடுத்துவிட்டு ஆறுமுகம் மனைவியிடம் விடைபெற்று வீட்டை நோக்கி நடக்க ஆரம்பித்தான்.
செல்போன் ஒலிக்க திடுக்கிட்டு எழுந்தான்.. அழைப்பு மதுவிடமிருந்து, பேசிக்கொண்டிருக்கையில்..

"ஊருக்குள்ள நெறயபேரு அந்த ஆலமரத்தான அந்த ஆலமரமே சாவடிச்சிட்டதா ஒரு பொறளி பரவுது..! " என்று சொல்ல அதிர்ந்த சுபாஷ்..

"என்ன சொல்ற.. என்ன லாஜிக்கே இல்லாத பொறளி இது..? " என்றான்.

"ஆமா... அந்த ஆலமரம்தான் இவரோட முன்னோர்கள்னு நான் ஒருநாள் சொல்லிருக்கன்ல. அவங்க முன்னோர்களே அவர அவங்ககூட கூட்டிகிட்டதா கொஞ்சம் பேரு சொல்றாங்க"

"ஹாஹா.. கொழந்தைங்களுக்கு சாப்பாடு ஊட்டிவிட இந்தமாதிரி கதைங்களதான் சொல்வாங்க தெரியுமா..? "

"கொஞ்சம் பேரு என்ன சொல்றாங்கன்னா.. எங்கயோ போர உயிர கையில புடிச்சிட்டுவந்து இந்த மரத்துகிட்ட வந்து இந்த கெழவன் செத்துபோய்டதா சொல்றாங்க.. இதுவும் நம்புறமாதிரி இல்லல்ல..? "

"ஆனாலும் பாசிபிலிட்டீஸ் கம்மிதான்.. ஒரு உயிர் எப்ப போகும்னும் எப்ப பொறக்கும்னும் சரியான நேரத்த யாரும் தீர்மானிக்க முடியாது.. " என்றான்.

இணைப்பு சில நிமிடங்களில் துண்டிக்கப்பட, ஆலமரம் பற்றி அவள் சொன்னதை நினைத்துக்கொண்டான்.
மாத்திரை போட்டதால் அசதி மீண்டும் அவனை ஓய்வெடுக்குமாறு பணிந்துகொள்ள மீண்டும் உறங்கினான்..

"கும்மிருட்டு.. ஒரு பெரிய கட்டிடம்.. நிலவொலி சன்னமாக கட்டிடத்தின் கீழ் வராண்டாவில் ஒளிர.. பனி படர்ந்த அந்த இடம் குளிர்சியால் நிரம்பிக்கிடந்தது. வீட்டின் முகப்பு கதவுகளை திறந்து வெளியில் வந்த சுபாஷ்.. எதிரே இருந்த அந்த கட்டிடத்தை எதேர்ச்சையாக நோட்டமிட்டான்.. முதலில் கண்களுக்கு தென்பட்டது, எதிரே இருந்த கட்டிடத்தின் விட்டு விட்டு எரிந்த முகப்பு விளக்குகள். தூக்க கலக்கத்திலிருந்து அவனை அந்த மின்விளக்குகள் எழுப்ப கண்களை துவட்டினான். அவனது வலதுபுற ஆள்காட்டி விரலை பார்க்க ஒரு சிறிய காயத்தின் காரணமாக அந்த விரலில் ஒரு பேண்டேஜ்.

"இது எப்படி நம்ம கைக்கு வந்திச்சி..?" என்று யோசனை செய்துகொண்டவன் அடிபட்ட விரலை பார்த்தபடி இருக்க..
கட்டடத்தின் மேலிருந்து கீழ் வராண்டாவில் பொத்தென்று ஏதோ விழுந்தார்போல ஒரு சத்தம்.. திடுக்கிட்டு அங்க நோட்டமிட்டான்..
கீழே யாரோ விழுந்து இறந்துகிடந்தனர்..

ஒருசில கணங்கள் செல்ல அந்த இடம் இரத்தத்தால் மூழ்க இருட்டில் அது கருப்பாய் தெரிந்தது..

அசையாத மரங்கள்.. மின்விளக்கு முழுவதுமாக எரியாமல் போய் கிடந்தது..
பதட்டமாகவும் பயமாகவும் மாடிக்கு மேலே நோட்டமிட இரண்டு பெரிய உருவங்கள் நினைத்ததை முடித்தார்போல அங்கிருந்து கீழ் இறங்கிக்கொண்டிருந்தது.. விரைந்து இரத்தம் தோய்ந்த அந்த இடத்தை பார்க்க அங்கு இரத்தத்தில் நனைந்துகிடந்த ஒரு டார்ச் லைட் எரிய ஆரம்பித்தது...
ஏதோ ஒரு எண்ணம் கட்டிடத்தின் பக்கவாட்டு விளிம்பை பார்க்கசொல்ல கண்கள் அங்கே நோட்டமிட்டது.

அரை முகத்தோடு ஒரு உருவம் சுபாஷை பார்த்துவிட்டு ஒளிந்துகொள்ள அந்த உருவத்தை யார் என்று தெரிந்துகொண்ட சுபாஷ் மாடியிலிருந்து கீழ் இறங்கும் அந்த கூட்டம் தன்னை அடையாளம் கண்டுகொள்ளாமல் இருக்க வேகமாக அறைக்குள் சென்று கதவுகளை மூடிக்கொண்டான்..

மூடிய கதவுகள் பக்கமாம் திரும்பிய நிலையில் கண்களை மூடியவன்.. படபடப்பாய் அடித்துக்கொண்ட இதயத்தை அமைபடுத்த நினைத்தான்..
அறைக்குள்ளும் இருள் நிரம்பியிருக்க சற்று நேரத்தில் அந்த அறையை ஒரு துர்நாற்றம் நிரப்பியது.
உடலின் வெப்பநிலை அதிகரிக்க மூக்கை ஒரு கையால் மூடியபடி மெதுவாக திரும்ப முயற்சிக்க.. சலங்கையுடன் சேர்ந்த ஒரு சத்தம் அவனை நெருங்கியது. துர்நாற்றமும் அதிகரித்தது..
வெப்பநிலை சட்டென்று குறைந்து குளிர்ச்சி எங்கும் பரவ.. அவன் உடலும் குளிர்ச்சியால் உறையத்தொடங்கியது..
பொருமையாய் இருந்தவன் வேறு வழியின்றி திரும்பவேண்டிய கட்டாயம்..
மூடிய கண்களை திறந்து உடலை விறைப்பாக வைத்துக்கொண்டு அந்த சலங்கை சத்தம் நெருங்குவதை பொருட்படுத்தாமல் வேகமாக திருப்பினான். திடீரென்று மூடிய கதவுகள் திறந்து குளிர்காற்றை உள்ளே செலுத்திக்கொள்ள, அதிர்ந்தான்.

கண்கள் அந்த காட்சியை நம்பாமல் இருக்க முடியவில்லை.. ஒரு வெள்ளை நிற அருவம் அவன் வீட்டிலிருந்து வெளியேறி மேலே வானம் நோக்கி காற்றில் பறந்து சென்று மறைந்தது.. பின்னர் அவ்விடம் விட்டு மீண்டும் கட்டிடத்தின் வராண்டாவை பார்க்க இறந்துகிடந்த அந்த உடலை சுற்றிலும்

இரண்டு மூன்று கருப்பு உருவங்கள் வட்டமாக நின்று எதையோ பேசியபடி இருந்தன.

சட்டென்று கதவுகளை அடைத்தவன் பின்னர் மீண்டும் திரும்பி தனது படுக்கை அறைக்குள் போக முயற்சிக்க அவனுக்கு நேர் எதிரே மீண்டும் ஒரு உருவம்.. அது என்னவென்று பார்க்கும் முன்னரே கண்களை சடாரென்று விழித்து எழுந்துகொள்ள அவனுக்கு நேராக அப்பா ராமச்சந்திரன்!

மதியவேளை.. தூக்கம் கலைந்து மொட்டைமாடியை அடைந்திருந்தான்.. ஜோசப்பிடம் இருந்து எந்த பதிலும் வரவில்லை.. அவன் தொடர்புகொண்டாலும் ஜோசப் பதில் அளிக்கவில்லை.. அவ்வப்போது நேரம் பார்க்க அவனது செல்போனை ஆன் செய்தான்.. விடாமல் ஜோசப்பிற்கு தொடர்புகொள்ள செல்போனை ஜோசப் ஸ்விச் ஆப் செய்திருந்தான்.

கொலை மிரட்டல் எண்ணிற்கு தொடர்புகொண்டான்.. எந்த பதிலும் வரவில்லை.. பின்னர் சிறிது நேரத்திற்கு பிறகு சட்டென்று செல்போன் சினுங்க.. ஆர்வமாய் பேச தொடங்கினான்

"ஹலோ ஜோ.. இவ்வளோ நேரம் என்ன பண்ணிட்டு இருந்த?"

"கால் கட் பண்ணா முக்கியமான விஷயம்னு தெரியாதா உனக்கு..? உங்கள ஃபாலோ பண்ணி இன்பார்மேஷன் ஃபார்வட் பண்ண அந்த உளவாளிய இப்பதான் பாக்கபோறேன்.. வர்ற வழில பஸ் டயர் வெடிச்சிடுச்சி.. நல்லவேள பெரிய ஆக்சிடன்ட் எதுவும் நடக்கல.. அதுவரைக்கும் சந்தோஷம். போலீஸ் க்வாட்ரஸ்கு போய்டு போய்ட்டு உனக்கு போன் பண்றேன் போதுமா..! " என்று முடித்தான்.

நேரம் கடந்திருக்க ஒருசில மணிகளில் மீண்டும் அவனது செல்போன் அமைதியை குளைக்கும்வண்ணம் கத்தி கூச்சல் போட்டது. வெளியே பனி பரவலாக இருந்ததால் மாடியிலிருந்து அந்த சிறிய அறைக்குள் நுழைந்துகொண்டான்..

"ஹலோ ஜோசப்..?"

"மச்சி எதுவும் பேசாத... ஒன்னே ஒன்னு மட்டும் நான் சொல்றேன். உனக்கு ஒரு போட்டோ அனுப்புறேன்.. அது யாருன்னு மட்டும் பாரு..! " என்றவன் உடனே இணைப்பை துண்டித்தான்.

சுபாஷும் குழப்பமாக பதில் தெரியாமல் உட்கார்ந்திருக்க அவனது எண்ணிற்கு ஜோசப் அனுப்பிய ஒரு புகைப்படம் வந்து சேர்ந்தது.. அதை பதிவிறக்கம் செய்து பார்க்க அதிர்ச்சியும் கோவமும் ஒருசேர வந்துகொண்டிருந்து. செல்போனுக்கு ஜோசப் அனுப்பிய அந்த போட்டோவில் இருந்தது சிறையிலிருந்து தற்கொலை செய்துகொண்டு இறந்துவிட்டதாய் நம்பப்பட்டவனும்.. காரணமில்லாமல் சுபாஷ் கனவில் ஒரு கதாபாத்திரமாய் வந்து மாட்டிக்கொண்டவனுமான சரவணன்.

ஒரு தேடல் குறைந்தார் போலும்.. அதே சமயம் என்னற்ற கேள்விகள் அவனிடம் கேட்க மீதமிருக்கின்றதுபோலும் தோன்றியது... ஜோசப்பிற்கு போன் செய்ய அவனும் வேகமாக அட்டன் செய்து பேச ஆரம்பித்தான்..

"நான் ஒடனே கௌம்பி வரேன்.. அங்கயே இரு..! " என்று சொல்லிவிட்டு இணைப்பை கட் செய்தான். இதய ஓட்டம் வேகமாக அடித்துக்கொண்டது.. மூளையும் அதனோடு சேர்ந்துகொண்டு அடுத்து என்ன செய்யலாம் என வேகமாக செயல்பட தொடங்க.. கண்டிப்பாக இந்த நேரத்தில் டவுனுக்கு கிளம்ப வீட்டில் இருவரும் அனுமதி தருவது இயலாத காரியம்.. ஆனால் எப்படியாவது டவுனை அடைந்து உளவு பார்த்த பழைய விரோதியிடம் கண்டிப்பாக கேட்கவேண்டிய கேள்விகள் நிறையவே இருந்தது.

விடிகாலையில் யாருக்கும் தெரியாமல் முதல் பேருந்திலேயே கிளம்பி டவுனை அடையவேண்டும்.. அதேசமயம் இப்போது நடந்த எந்த விஷயங்களையும் வீட்டில் தெரியாதபடி பார்த்துக்கொள்ள வேண்டும் என்று மனதில் முனுமுனுத்தபடி அறையினுள் நுழைந்தான். இரவுணவை எடுத்துக்கொண்டு அமைதியாக படுக்கை அறைக்கு போய் படுத்துக்கொண்டான்...

இருளின் குரல் சன்னமாக எங்கும் கேட்டுக்கொண்டிருந்தது. தூங்காமல் முழித்தபடி இருந்தவன் அவ்வப்போது தனது பக்கத்தில் இருந்த செல்போனில் நேரம் பார்த்துக்கொண்டான். தூக்கம் மறந்த கண்கள் இப்போதும் அவற்றின் ஓய்வை குலைத்து வெறுமனே மூட.. எண்ணங்கள் இன்னமும் சரவணன் பற்றியதாய் நிரம்பியிருந்தது..

"ஹிம் அப்போ இவன அந்த செல்லுல இருந்து தர்மன்தான் ரிலீஸ் பண்ணிருக்கனும்.. ஆனா எதுக்கா இருக்கும்.. ஒரு தற்கொல நடக்க இவனமட்டும் அவன் ரிலீஸ் பண்ணிருக்க காரணம் என்ன.. என்ன உளவுபாக்கவா?" என்று கேள்விகள் விட்டு விட்டு நீள... பகலில் வந்த அந்த கனவின் வெளிப்பாடுகள் ஒருசில புரிதல்களை அவனுக்கு தந்து மறைந்தது..

"அப்போ சரவணனும் ராஜேஷ் கொலை நடக்கும்போது பக்கத்துல இருந்திருக்கான்... பியூன் ஆறுமுகத்தையும் அவன் பாத்திருக்கனும். கொலைக்கு உடந்தையா இருந்த இவன காப்பாத்துன தர்மன், ஏன் கிருபாவ காப்பாத்தாம விட்டான்.. ஒருவேள அதுக்கு முன்னமே கிருபா செத்துட்டானா.. இல்ல சரவணன வச்சி கிருபா கதய முடிச்சிட்டானா? " என்று திடுக்கிடும் எண்ணம் தோன்ற அதற்கும் நடந்திருக்க வாய்ப்பு உண்டு என்று நினைத்தபடி தூங்கினான்.

கரியநிற வண்ணம் ஒரு வேகமான காற்றடித்தால் பறந்துவிடும் பதறைபோன்று சட்டென்று விலகி ஓடி மறைய அதற்கு பின்னால் தெளிவான வெள்ளை நிறம் தோன்றியது..
கண்களை திறக்க முதலில் வெள்ளை நிறமாக தெரிந்த அந்த திரை மருத்துவனை என்று அதன் முகப்பு பலகை பார்த்து கணித்தவன் விழிகளை குருக்கியபடி எழுந்து அமர்ந்தான். மருத்துவமனை வளாகத்தில் ஒரு ஆம்புலன்ஸ் வண்ண விளக்குகளை எரியவிட்டபடி எதற்கோ காத்திருக்க சுபாஷ் எதிரில் இருந்த டீகடையில் உட்கார்ந்திருந்தான்.. பக்கத்தில் யாரும் இல்லை... சொல்லப்போனால் அந்த இடத்தை சுற்றிலும் யாரும் இல்லை. சாலைகளும் மருத்துவமனை வளாகமும் கூட வெறிச்சோடி அனாதையாய் இருந்தது.. எந்த ஒரு ஆள் நடமாட்டமும் இல்லாமல் இருந்ததை பார்த்தவன் "என்ன நடக்குது..? " என்று சற்று திடுக்கிட்டு நிமிர்ந்து வானத்தை பார்த்தான்.. மழைமேகங்கள் சூழ்ந்திருந்தன.. சில வினாடிகள் கண்களை மூட சற்றுநேரத்தில் காற்று வேகமாக வீச ஆரம்பித்தது. பதட்டமாக எழுந்தான்.. மருத்துவமனை முகப்பில் ஒரு சிறிய சலசலப்பு..

பார்வையை அங்கு பார்த்தபடி வீச
மருத்துவமனை உள்ளிருந்து இரண்டு வெள்ளை நிற துணி போர்த்திய உடல்களை ஸ்டெக்சரில் வைத்து வெளியே கொண்டுவந்தனர்..
"ஹிம்.. யாரு கிருபாவும் சரவணனும்தான் இருக்கும்.. வேற யாரு இருக்கபோறா..? " என்று நினைக்க அந்த இரண்டு உடல்களையும் ஆம்புலன்ஸில் ஏற்றினர்.. கொஞ்சநேரத்தில் அந்த ஆம்புலன்ஸ் அங்கிருந்து சைரன் சத்தத்துடன் சென்று மறைய திடுக்கிட்டு எழுந்துகொண்ட ான்..

அந்த ஆம்புலன்ஸ் சைரன் சத்தம்.. அலாரம் சத்தமாக அவனுள் கேட்டபடி இருக்க.. "ஐயயோ சத்தம் கேட்டு அப்பா எழுந்துட்டா என்ன பண்றது..?" என்று சொல்லிக்கொண்டு போர்வையை விளக்கி அலாரத்தை ஆப் செய்தான். குறிப்பிட்ட பொருட்களை மட்டும் எடுத்துக்கொண்டு பேருந்து நிலையம் செல்ல தயாரானான். சில நிமிட காத்திருப்புக்கு பிறகு டவுனுக்கு செல்லும் முதல் பேருந்து வர அதில் ஏறி பயணப்பட்டான்.. இரவு

முழுவதும் தூங்காமல் கண்விழித்திருந்ததால் தூக்கம் அந்த குளிரையும் பொருட்படுத்தாமல் வந்தது.

நகரத்தில் இறங்கியதும் அவனை காவலர் குடியிருப்பிற்கு பைக்கில் அழைத்துச்சென்றான் ஜோசப். அப்பாவிடம் இருந்து அழைப்பு வந்துகொண்டிருந்தது.. பயத்தோடு அட்டன் செய்தவன் சிறிது நேரம் பேசாமல் அனைத்தையும் கேட்டபடி இருந்தான்.. சுபாஷ் அவன் அப்பாவிடம் கடுமையாக திட்டுவாங்குவது அவனின் அமைதியும் முக நெளிவுகளும் காட்டிக்கொடுக்க ஜோசப் அதை உணர்ந்துகொண்டு ஒரு மெல்லிய சிரிப்போடு இருந்தான்..

"ப்ரியாவ பாக்க வந்திருக்கேன்.. மதியமே கெளம்பிட்றேன்.. என்னபத்தி பயப்புடாதிங்க.. எனக்கு ஒன்னு ஆவாது..!" என்று சொல்ல பின்னர் அந்த அழைப்பை கட் செய்தான்..

உள்ளே செல்ல அவனை செழியன் வரவேற்று இருக்கையில் அமரும்படி சொன்னார்.

"ப்ரோ அவன் எங்க இருக்கான்.. அவன பாக்கனும். ஒரு முக்கியமான விஷயத்த.. கேள்விய அப்புடியே கொஞ்சம் கொழப்பத்த கேட்டு பேசிட்டு கெளம்பனும் !" என்று கேட்டான்.

"அதோ அந்த ரூம்லதான் இருக்கான்..!" என்று அவனுக்கு எதிர் திசையில் இருந்த அறையை கை காட்ட எழுந்தவன் தாழிடப்பட்டிருந்த அந்த அறையை திறந்து உள்ளே நுழைந்தான்... படுத்து உறங்கிக்கொண்டிருந்த சரவணனை எழுப்ப அவனும் மெதுவாக எழுந்து திடுக்கிட்டான். அறையினுள் ஜோசப்பும் நுழைய இருவரையும் கண்டு பீதியில் எழுந்து தூக்கம் நிறைந்த கண்களோடு இருவரையும் பார்த்துக்கொண்டிருந்தான் சரவணன்.

"சு.. சுபாஷ்...? " என்று வாயிலிருந்து வார்த்தைகள் சுபாஷ் பெயரை உச்சரிக்க.. மூர்கத்தோடு அவனது கன்னத்தில் அறை விட்டான் சுபாஷ்..
நிலை தடுமாறி மயக்கம் அடைந்த சரவணன் பின்னர் யாரோ ஒருவர் தன் முகத்தில் நீரினை வேகமாக அடிப்பதுபோன்று தெரிந்தது. கண்களை விழித்தவன் எதிரே பார்க்க சுபாஷும் ஜோசப்பும் முறைத்தபடி நின்றுகொண்டிருந்தனர்.

"எதுக்கு இவன அடிச்ச.. யாரு இவன்?" என்று செழியன் கேட்க கேள்விகளுக்கு கடந்தகாலத்து நிகழ்வுகளை பதில்களாய் சொன்னான்.

"நேகாவோட அந்த ஆர்டிகல்ல இதபத்தி படிச்சேன்.. இந்த சம்பவம் டவுனோட நார்த் ஸ்டேஷன்ல நடந்தது " என்று நினைவுபடுத்தினார் செழியன்.

சுபாஷ் செல்போன் ஒலிக்க.. நச்சரிப்போடு அதை எடுத்தான்..
தன்னை அடிக்கடி தொடர்புகொள்ளும் அதே கொலைமிரட்டல் எண்ணிலிருந்து அழைப்பு..

"வாண்டடா போன் பண்ணுறான்.. ஒருவேள சரவணனுக்கும் இந்த கொலைமிரட்டல் விடுறவனுக்கும் எதுவும் சம்மந்தம் இருக்குமா.. இவன கடத்துன விஷயம் ஒருவேள அவனுக்கு தெரிஞ்சிருக்குமா.. ஒருவேள தெரிஞ்சிதான் போன் பண்றானா..? " என்று மனதிற்குள் சொல்லிக்கொள்ள..

" சுபாஷ் போன அட்டன் பண்ணுடா.? " என்றான் ஜோசப்.

அட்டன் செய்ய.. "ஹலோ....! " என்ற பதில்.

"ஹலோ.. யார்றா.. இவ்ளோநாளா நீதான் போன் பண்ணிட்டு இருந்தியா... என்ன வேணும் இப்ப? "

"சுபாஷ்..? "

"ஆமா நாந்தான் பேசுறேன்.. அது தெரிஞ்சிதான கொலமெரட்டல் விட்டுட்டு இருக்க நீ.."

"டேய் சுபாஷ் நான் அருண் பேசுறேன்டா..? " என்று சொல்ல
சுபாஷிற்கு தூக்கிவாரி போட்டது..
ஒருசில வினாடிகள் எதுவும் பேசாமல் இருக்க.

"சுபாஷ் போன் யாரு.. ஏன் பதில் பேசமாட்ற..? " என்று செழியன் கேட்க.
பின்னர் சுயநினைவிற்கு வந்தவன் நிலமையை புரிந்துகொண்டு மீண்டும் பேச தொடங்கினான்.

"ஹலோ அருண்..? "

"அட ஆமாண்டா நாந்தான்.. நீ என்ன இந்த போன்க்கு கால் பண்ணிருக்க..? "

"டேய்.. அத நாந்தான்டா உன்கிட்ட கேக்கனும்.. நீ ஏன் இந்த நம்பர்ல இருந்து பேசுற...? "

"ப்ச்.. இந்த போன் அன்னைக்கு நாங்க புடிச்சோம்பாத்தியா ஒரு உளவாளி அவங்கிட்ட இருந்த செல்போன். அவன தூக்கிட்டு வரும்போது கையோட அந்த போனயும் எடுத்துட்டு வந்துட்டோம்.. இவ்ளோநாளா ரூம்லதான் இருந்திச்சி..! " என்று அருண் ஒருபுறம் சொல்லிக்கொண்டு இருக்க..
சுபாஷ் தன் பார்வையை சரவணனை நோக்கி திருப்பினான்..

"மச்சி.. போலீஸ் க்வாட்ரஸுக்கு நீயும் கௌதமும் வேகமா வாங்க..! " என்று சொல்லிவிட்டு இணைப்பை கட் செய்தான்.

"அப்போ நீதான் எனக்கு அடிக்கடி போன்பண்ணி மெரட்டுனதா?" என்று கேட்க, சரவணனிடம் இருந்து ஒரு மெல்லிய சிரிப்பு மட்டுமே அதற்கு பதிலாக வந்துகொண்டிருந்தது.

"அதிகமா எதுவும் பேச விரும்பல சரோ.. உன்ன தர்மன் எதுக்கு செல்லுல இருந்து ரிலீஸ் பண்ணனும் அப்போறோம் எதுக்கு என்ன ஃபாலோபண்ண சொல்லனும்..? " என்று பொருமையாக கேட்டான் .

"சொல்றேன்.. இதுதான் அதுக்கான நேரம்னு எனக்கு தெரியும் ஆனா உன்ன முன்னாடியே எதிர்பாத்தேன் ரொம்ப லேட் பண்ணிட்ட.. என்ன அருண் புடிக்கும்போதே நீயும் அவனுங்க ரூம்ல இருப்பன்னு எதிர்பாத்தேன்,

..அன்னைக்கு ரெண்டுநாள் விசாரண முடிஞ்சிருந்தது அடுத்தநாள் கடைசிநாளும் கூட.. ரெண்டாது நாளே உண்மய எல்லாம் சொல்லிட்டோம். அந்த பியூன் ஆறுமுகம் சாவுலயே நீ அவருக்கும் இந்த கொலைகளுக்கும் சம்மந்தம் இருக்குன்னு தெரிஞ்சிருப்ப.. கிருபா ஏன்கிட்ட அவ்வளோவா எதுவும் பேசல.. அவர்கிட்ட இருந்து ஒரு கோரமான கோவம் என்ன பாத்தமாதிரி வந்தது.. திடீர்னு என்ன நெனச்சாருன்னு தெரியல என்கூட சண்டபோட ஆரம்பிச்சிட்டாரு..

என்ன கண்மூடிதனமா அடிக்க.. அந்த செல்லுல எரிஞ்சிட்டு இருந்த அந்த ஒரு குண்டு பல்பும் அடிக்கடி விட்டுவிட்டு எரிஞ்சிது. அதுக்கப்புறோம் நான் மயக்கமாய்டேன்.. கண்முழிச்சி பாக்கும்போது கிருபா தூக்குல தொங்கிட்டு இருந்தாரு.. அரண்டுபோய் கத்த கொஞ்சநேரத்துல வார்டனும் தர்மனும் வந்தாங்க.. நடந்தத சொல்ல தர்மன் திடீர்னு என்ன நெனச்சாருன்னு தெரியல என்ன செல்லுல இருந்து வெளியகொண்டுவந்துட்டாரு.. அப்போரோறோம் டவுன்ல ஒரு பெரிய லாட்ஜ்ல தங்கவச்சி.. உன்ன வேவுபாக்கவிட்டாரு"

"உன்ன எதுக்கு அவன் காப்பாத்தனும்?" என்று சுபாஷ் கேட்க..

"என்ன இப்புடி கேக்குற.. அவந்தான் சொன்னானே.. ரெண்டாவது நாளே உண்மய எல்லாம் ஒத்துகிட்டதா.. மூனாவதுநாளும் முடிஞ்சிருந்தா கொலையில சம்மந்தபட்டவங்க மொத்தமா மாட்டிக்குவோன்ற பயத்துல அவன வெளிய கொண்டுவந்திருக்கனும்.. வார்டன் கிருபா தர்மனுக்கு பயந்துட்டு தற்கொல பண்ணிகிட்டான்.. இல்லாட்டி செல்லுலயே அவங்கள தீத்துகட்ட எதாவது திட்டம்போட்டு வச்சிருந்திருப்பாங்க அது தெரிஞ்சி அவனே போய் சேந்துட்டான்.. வேற என்ன நடந்திருக்கபோகுது..!" என்றார் செழியன்.

பார்வையை மீண்டும் சரவணனிடம் வீசிய சுபாஷ். "ஹிம்.. சம்மந்தபட்டவங்கள காப்பாத்தன்னா.. அப்போ தர்மனும் அந்த கொலைங்கள்ள சம்மந்தபட்டவந்தான.. நெனச்சது சரியா போச்சி.. அப்போ ராஜேஷ்.. பாண்டியன் கொலைல தர்மனும் ஒரு முக்கிய கூட்டுதான்.." என்று உறுதிசெய்துகொள்ள.. அருணும் கௌதமும் வந்தடைந்தனர்.

"அருணுக்கு இவந்தான் சரவணன்னு தெரியாதா..? " என்று ஜோசப் கேட்க,

"இல்ல.. அன்னைக்கு இவன் அந்த எடத்துல இல்ல.. அன்னைக்கு நைட் ஹாஸ்டல்ல இவன்கூட நாமதான் இருந்தோம் அருண் அங்க இல்லயே மறந்துட்டியா.. ?" என்று பதிலித்தான் சுபாஷ்.

அருண் கொண்டுவந்திருந்த செல்போனை சரவணனிடம் திருப்பியவன்..

"எனக்கு ஏன் போன் பண்ணி மெரட்டுன.. ?" என்று கேட்டான்.

"உன் உயிருக்கு இன்னும் கொஞ்சநாளுள ஆபத்து வர்றதா இருந்திச்சி.. அதுக்கான எல்லா விஷயத்தயும் திட்டத்தயும் தர்மன் செஞ்சிருந்தான்... உன்ன காப்பாத்தத்தான் அந்தமாதிரி போன்பண்ணி மெரட்டுனேன். "

"இல்ல எனக்கு புரியல.. தர்மனுக்கு எங்க விஷயத்த எல்லாத்தையும் போட்டு குடுத்திட்டு இருந்த.. எங்க போறேன் எங்க வர்றேன்... எல்லாத்தையும் போட்டுகுடுத்திட்டு இருந்த நீ ஏன் என்ன இந்த கொலைல இருந்து தப்பிக்கவைக்கனும்...?"

"அது என்னோட கடமைன்னு பட்டிச்சி... அதேமாதிரி நான் தர்மனோட உளவாளியா இருந்த காரணம் அவன் என்ன எதுவும் செய்யாம விட்டதுதான். நான் இல்லன்னாலும் உங்கள வேற ஒருத்தன் கண்டிப்பா ஃபாலோ பண்ணி ஒவ்வொருநாளும் நீங்க எங்க போறிங்க என்ன

பண்றீங்கன்ற விஷயத்த தர்மனுக்கு சொல்லிருப்பான்." என்று முடித்தான் சரவணன்.

கேட்டுக்கொண்டிருந்த சுபாஷ் "ஹிம்.. காரியம் முடிஞ்ச ஒடனே உன்னயும் கண்டிப்பா கொண்ணுருப்பான் சரோ.. ஏன்னா இந்த உலகத்த பொருத்தவரைக்கும் நீ எப்பவோ செத்துட்ட அதனால உன்னோட கொல ஒன்னும் அவனுக்கு பயத்தயோ சந்தேகத்தையோ உண்டுபண்ணிருக்காது.. அப்போ ஆறுமுகம் செத்தது உனக்கு எப்புடி தெரியும்.. அவனோட சாவுக்கும் எனக்கும் என்ன சம்மந்தம்.. ஏன் அந்தமாதிரி போன்பண்ணி மெரட்டுன..?"

"ரெண்டுவாரத்துக்கு முன்னாடி திவாகர்னு ஒருத்தர ப்ரியா ஊருக்கு அனுப்புனியா.. அங்க நானும் இருந்தேன். கூடவே அந்த ப்யூன் அறிமுகமும் இருந்தாரு.. உங்கிட்ட போதையில சொன்ன அந்த செத்துபோன அரியநாச்சி விஷயத்த எங்கிட்டயும் அப்பிடியே ஒலரிட்டாரு.. அந்த விஷயம் எல்லாம் ஒடனே தர்மனுக்கு நான் சொல்ல ஆறுமுகத்த தர்மன் மெரட்டிவச்சான்.. கூடவே இந்த விஷயத்தலாம் வேர யாருகிட்டயும் சொல்லிடாதன்னு சொல்லி ஒரு மோதிரத்தயும் லஞ்சமா கொடுத்தான்.. நடந்தத அவருகிட்டயும் ஆறுமுகம் ஒலறியிருக்க வாய்ப்பிருக்கு.."

"மோதிரமா.. அந்த பச்ச கல்லு மோதிரத்தயா சொல்ற..? "

"ஆமா அதேதான்.. ஆனா ஆறுமுகத்தோட சாவுக்கு ஒருவிதத்துல நீயும் காரணமாய்ட்ட அதான் அன்னைக்கு போன்பண்ணி உங்கிட்ட அந்தமாதிரி பேசுனேன்.. அப்போவாச்சோம் நீ கொஞ்சம் கேர்புல்லா இருப்பன்னு நெனச்சேன்..! திவாகர்கிட்ட ஆறுமுகம் சொன்ன எல்லா விஷயங்களும் தர்மனுக்கு தெரிஞ்சிடிச்சி"

"அப்போ ஆறுமுகத்த கொண்ணது தர்மன்தானா..? "

"இல்ல.. பொண்டாட்டி புள்ளைங்கள மட்டும் கொண்ணுடுவேன்னு மெரட்டிட்டு வந்துட்டான்.. சொல்லபோனா ப்யூன கொல்ற திட்டமே தர்மனுக்கு இல்ல சும்மா மெரட்டிவிடலாம்னுதான் இருந்தான்..
ஆனா தன்னால தன்னோட குடும்பத்துக்கு எதுவும் ஆபத்து வந்துடுமோன்னு பயந்துதான் ஆறுமுகம் தற்கொல பண்ணிக்கிட்டாரு..!" என்று முழுவதுமாக சொல்லி முடித்தான் சரவணன்.

"ஹிம்.. செரி.. சுபாஷுக்கு உதவிசெய்ய நெனச்சி நீ.. அவன் உயிர்மேல அக்கற இருக்க நீ.. அத எப்பயாச்சோம் அவன்கிட்டயோ இல்ல

ஏன்கிட்டயோ நேரடியாவே சொல்லிருக்கலாமே.. ஏன் அத பண்ணல..? "என்று குருக்கிட்டு கேள்வி கேட்டான் அருண்.

"உண்மய சொல்லனும்னா உங்களுக்கு உதவுற எண்ணம் கொஞ்சம்கூட எங்கிட்ட இல்ல.. நீங்க பண்ண வேலைக்கு உங்களோட முடிவ எதிர்பாத்துதான் நானும் காத்துட்டு இருந்தேன்.. ஆனா திடீர் திடீர்னு ஒரு நல்ல எண்ணம் எனக்குள்ள புகுந்து இந்த விஷயங்கள உங்ககிட்ட கொட்டித்தீக்க சொல்லும்.. உன் போன் நம்பர் எங்கிட்ட இல்ல.. அதனால உங்க அப்பங்கிட்ட ஆறுமுகம் மூலமா வாங்கி எனக்கு அனுப்ப சொன்னேன்.. அவரும் அனுப்புனாரு.. அதுல இருந்துதான் உனக்கு கொலமெரட்டல் பண்ண ஆரம்பிச்சேன்"

"ப்ச்.. நம்புறமாதிரியா இருக்கு.. கொலவெறி இருக்காம் ஆனா திடீர்னு உள்ளுக்குள்ள நல்ல எண்ணம் வந்திச்சாம்" என்று அருண் முகம் சுளிக்க..

"நீங்க இத சீக்கிரத்துல நம்பமாட்டிங்க எனக்கு தெரியும்.. ஆனா நடந்தது இதான்.. ஆறுமுகம் சாவுக்கு ஒரு மூலக்காரணம் அவர் உங்கிட்ட சொன்ன அந்த உண்மதான். ஆனா இன்னமும் நீங்க சேஃபா இருக்குறதா நெனைக்காதீங்க.. ஏன்னா தர்மன் ரொம்பவே மோசமானவன்.. எப்ப என்ன பண்ணுவான்னு தெரியாது..! "

"சரோ.. ராஜேஷ் கொலைய பாத்த அந்த நேரத்துல எங்க வீட்டுகிட்ட நீ பாத்தியா.. அங்க யாராச்சோம் இருந்தமாதிரி தெரிஞ்சதா...?" என்று கேள்வியை சுழற்றினான்.

"அது பயங்கர இருட்டான நேரம்.. பயங்கரமா குளிர் இருந்ததால அந்த பதட்டத்துலயே பயந்து பின்வாங்க என்ன அந்த கார்ல இருந்த சக்கரவர்த்தி புடிச்சிட்டான்... அதுவும் துப்பாக்கிமுனையில. இல்லன்னா நான் எப்பவோ அங்க இருந்து ஓடிருப்பேனே.. நான் பண்ண ஒரே தப்பு பாண்டியன் பாட்டியோட சாவுக்கு வந்திருக்க கூடாது "

"இவன வரவைக்கத்தான் அந்த மரணம் நடந்திருக்கனும்.. அதுக்கு பின்னாடியும் கண்டிப்பா அரிமா இருப்பாங்க.. நெனச்சது உண்மதான்" என்று மனம் வசைபாடல்கள் பாடிக்கொண்டது.

"ஹிம்.. ராஜேஷ் கொலைக்கும் பாண்டியன் கொலைக்கும் இவன் ஒரு முக்கியமான ஆதாரம்.. கண்கண்ட சாட்சி. ஆனா ஏற்கனவே செத்துட்டதா சொல்ற இவன கூட்டிட்டு போய் கோர்ட்ல நிறுத்துனா மொதல் கேள்வியே போலீசதான் கேப்பாங்க.. அதுக்கு நீங்களோ உங்க டிபார்ட்மென்ட்டோ கண்டிப்பா ஒத்துக்கமாட்டீங்க.. " என்று ஏமாற்றமாய் சொன்னான் சுபாஷ்.

"சுபாஷ்.. எதாச்சோம் ஒரு கடத்தல் வழக்குல இவன உள்ள தூக்கிபோட்டுடா என்ன.. எந்த பிரச்சனையும் இருக்காது கூடவே இவனால அடுத்து தர்மனுக்கும் நடந்த விஷயங்கள சொல்லமுடியாது என்ன சொல்ற..? "என்று அருண் சொல்ல இருக்கையில் அடிவாங்கி அரைமயக்கமாய் உட்கார்ந்திருந்த சரவணன் மெதுவாக சிரித்தான்..

"என்ன சரோ சிரிக்கிற.. இப்ப உன்ன என்னதான் பண்றது நீயாச்சோம் சொல்லேன்.. சப்போஸ் வெளிய போனாகூட நீ இங்க நடந்த எல்லாத்தையும் அவன்கிட்ட சொல்லதான் போற.. ?" என்று சுபாஷ் விரக்தியாக கேட்டான்.

"தர்மன் இப்ப எங்க இருக்கான்.. எப்ப வெளிய வந்தான்..? "

"ரெண்டுநாள் ஆகுது.. ஏன்..? "

"அவன் உனக்கு இன்னும் போன் பண்ணலன்னா, நான் இப்ப உன்னோட கண்ட்ரோல்ல இருக்கேன்னு கண்டுபுடிச்சிருப்பான். என்னோட போன் உங்ககிட்ட இருந்ததால நெலமய புரிஞ்சிட்டு பொருமயா இருப்பான்னு நெனைக்குறேன்.. இல்லாட்டி எதுக்காகவோ பயந்துபோய் இருக்கனும்..! அவனால இனி தொந்தரவு இருக்காது சுபாஷ்.. அவனோட பலவீனம் இப்ப நாந்தான்.. இதுல இருக்க பெரிய சிக்கல் என்னன்னா போலீஸ் டிபார்ட்மென்ட்தான்.." என்றான் சரவணன்.

சுபாஷை ஏறிட்ட செழியன்
"வ்.. வேணாம் சுபாஷ் இத பண்ணா ஒட்டுமொத்த டிபார்ட்மண்டயே ஜனங்க காரி துப்புவாங்க, வேற எதாச்சோம் யோசிக்கலாம்..!" என்றார்.

"ரெண்டு வழிதான் இருக்கு ப்ரோ. ஒன்னு கோர்ட்ல ஒப்படைக்குறது.. ரெண்டாவது இவன வெளிய விடுறது" என்று பொருமையாக பதிலலித்தான் சுபாஷ்.

"..ஆமா இவன் நம்ம கன்ட்ரோல்ல இல்லன்னு வெளிய இருக்க தர்மன் நம்மனும், அப்பதான் திரும்ப நம்ம பிரச்சினைக்கு வரமாட்டான், அதேசமயம் சரவணன நம்ம கட்டுப்பாட்டுல வச்சிக்கனும், இவன் மூலமா தர்மன் இருக்குற எடத்தையும் கட்டுபுடிக்கலாம் " என்று ஒரு சிறிய திட்டத்தையும் உருவாக்கினான் சுபாஷ். சரவணனை அவனுக்கு தெரியாமல் வேண்டுமென்றே தப்பிக்கவைக்க திட்டம்போட்டிருந்தான்.

..டிக் டிக் டிக்.. என்று அந்த கடிகார முள்ளின் சத்தம் அவனுக்கு மட்டுமே கேட்பதுபோல உணர.. கைகடிகாரத்தை மெதுவாக பார்த்தான்.. சிறிய முள் மூன்றை நெருங்கிக்கொண்டிருந்தது..

"அடுத்து என்ன.... எப்போ ஊருக்கு கௌம்புற நீ..? " என்று கௌதம் கேட்க சுபாஷ் அந்த கைகடிகாரத்தையே பார்த்துக்கொண்டிருந்தான்..

"டேய் உன்னதான்டா கேக்குறான்" என்று அருண் அவனை தொட்டு அசைக்க அருணை திடுக்கிட்டு பார்த்த சுபாஷ்..

"இன்னு கொஞ்சநேரத்துக்கு கௌம்பிட்றேன்.. அப்பதான் நைட்டுக்குள்ள வீட்டுக்கு போகமுடியும்..! " என்று மெதுவாக சொன்னான்.

"சுபாஷ்.. இந்த திட்டம் ஒர்க்அவுட் ஆகுன்னு நெனைக்குறீயா..? " என்று அருண் சற்று சந்தேகமாக கேட்க..

"வேற வழியும் இல்ல அருண்.. இவன எத்தன நாளைக்குதான் இங்கயே ரூம்ல அடச்சிவச்சிருக்குறது.. அதுக்கு அவன் நமக்கு உதவி பண்ணலாம்ல.. செழியன் கிட்ட அவன ஃப்ரீயா விட சொல்லிட்டேன்.. என்னோட கணிப்பு சரின்னா அவன் தப்பிச்சி நேரா தர்மன் கிட்டத்தான் போகனும்"

"அது தெரியுது.. ஆனா சரவணன மறுபடியும் நம்பலாமா..? "

"நம்பிக்க இல்லதான்... ஒன்னு தர்மன் கிட்ட அவன் போவான் இல்லாட்டி அவன்கிட்ட இருந்து தப்பிச்சி வேற எங்கயாச்சோம் தலைமறைவாவான்.."

"ஒருவேள தர்மன பாத்து இங்க நடந்த விஷயத்தயும் நாம போட்ட திட்டத்தயும் அவன்கிட்ட சொல்லி அவன்பக்கம் திரும்பிட்டா என்ன பண்றது..? "

"ஒருவேள அப்புடி நடந்தாலும் சீக்கிரமா தர்மன் எந்த ஆக்ஷனும் எடுக்கமாட்டான். கொஞ்சம் வெயிட் பண்ணுவான்.. ஆனா இப்ப இந்த திட்டம் தர்மன் அடுத்து எங்க இருக்கான்னு கண்டுபுடிக்கிறதுதான்.."

"ஹிம்... அப்ப சரவணனோட செல்போன அவங்கிட்ட குடுத்திட்டியா..? "

"ஆமா.. அதவச்சிதான அவனோட லொகேஷன பாக்கமுடியும்.. செரி நீ கௌம்பு" என்றவன் பேருந்து நிலையம் நோக்கி நடக்க ஆரம்பித்தான்.

பயண தூக்கத்தில் பழைய நினைவுகள் ஓடிக்கொண்டிருக்க, சட்டென்று செல்போன் அதிர்வுகளில் எழுந்துகொண்டான். பகலாக இருந்த வானம் கருநீலமாய் மாறிக்கிடந்தது..

"சொல்லு ப்ரியா? அப்பா போன் பண்ணாறா, நான் சொன்னமாதிரிதான சொன்ன?"

"ஆமா நீயும் ஒரு காரணமாதான் பொய் சொல்லிருப்பேன்னும் தெரியும்.. அதனாலதான் நீ இங்கதான் இருக்கேன்னு பொய் சொன்னேன்..! "

"அம்மா எப்புடி இருக்காங்க..? "

"நல்லா இருக்காங்க, வீட்டுல வேல முடிச்சிட்டு அவங்க கழனிக்கு போய்ருந்தாங்க.. நேரம் ஆகவே நானும் அவங்கள கூட்டிட்டுவர போய்ருந்தேன்..
அங்க ஒரு பெரிய போட்டோவச்சிட்டு அழுதுட்டு இருந்தாங்க... அது யாருன்னு தெரியல. நான் போகவே திடீர்னு அத மறைக்க முயற்சிபண்ணாங்க..! "

"போட்டோவா.. மதுகூட கொஞ்சநாளைக்கு முன்னாடி இதபத்தி சொல்லியிருந்தா. நானும் அத கண்டுக்கல.. அந்த போட்டோ ப்ளாக் அன்ட் ஒயிட்டா..? "

"ஆமா.. ஆனா ரொம்ப பழைய போட்டோமாதிரி இருந்திச்சி. அத நான் கேக்கவும் விருப்பம் இல்ல..! "

"செரி ஒன்னு பிரச்சன இல்ல இப்பயேகூட அது யாருன்னு கேளு என்ன சொன்னாலும் எனக்கு போன் பண்ணுற புரியுதா..? "

"ஓக்கே.. கண்டிப்பா பண்றேன்..! " என்றவள் இணைப்பை கட் செய்துகொண்டாள்.

நேரம் ஏழு இருக்க வீட்டை அடைந்தான்.
சிறிதுநேர வாக்குவாதத்திற்கு பிறகு இரவு உணவை முடித்துத்தவன் பின்னர் தனது அறைக்குள் வந்து செல்போனை சார்ஜில் போட்டு தூங்க ஆரம்பித்தான்..
ஒருசில மணி நேரங்களில் அவனது செல்போன் ப்ரியாவின் அழைப்பால் அலறிக்கொண்டிருந்தாலும் அது அவனது காதில் கேட்கவில்லை..

விடிந்தது..
செல்போனில் இரவு வந்த ப்ரியாவின் அழைப்புகள் மிஸ்டுகால்களாய் இருக்க.. அதனை பார்த்துக்கொண்டிருக்க அம்மாவின் கூப்பிடல்கள் சத்தமாக கேட்டது..

வேகமாக கீழே விரைந்தான்..
ராதா பரபரப்பாக கிச்சனில் எதையோ தேட ஹாலில் கைவிரலை மறுகையால் அடக்கியபடி ராமச்சந்திரன்..

"ப்பா என்னாச்சிப்பா..? " என்று பயபரப்பாக கேட்டான் சுபாஷ்.

"போய் ஒரு வேஸ்ட் துணி எடுத்துட்டு வாடா.. கைய அறுத்துகிட்டேன்..! " என்று அவர் அவசரப்படுத்த சமயலறைக்கு நுழைந்து, உடனடியாக செயல்பட்டு அப்பாவின் காயப்பட்ட விரலை இரத்தம் வெளியேறாதபடி இருக்க கட்டினான்.

ரத்தப்போக்கு அடங்குவதாக தெரியாததால், தனியார் மருத்துவமனையில் ராமச்சந்திரனுக்கு சிகிச்சை அளிக்கப்பட்டது..

"இரத்தம் நிக்காம வந்ததுக்கு வேற எதாவது காரணம் இருக்குமா டாக்டர்.. " என்று சுபாஷ் கேட்க..

"ப்ளட் ப்ரஷர், சுகர்... இதெல்லாம் இருக்க வாய்பிருக்கு.. அவரோட வயசும் அந்த கண்டிஷன்லதான் இருக்கு... ப்ளட் செக் பண்ணிட்டு ப்ளட் ப்ரஷரும் செக் பண்ணணும்.. " என்றார் டாக்டர்.

தேவைப்பட்ட சோதனைகளை எடுத்துக்கொண்டு தனது செல்போனை எடுக்க ப்ரியாவின் மிஸ்ட்கால்களுக்கு தொடர்புகொண்டான்.

"ஹலோ ப்ரியா, அசதியா இருந்தது அதான் தூங்கிட்டேன். சொல்லு நேத்து கேட்ட விவரம் என்னாச்சி? "

"அட அது ராஜி அம்மாவோட தம்பியாம்..
ரொம்ப வருஷத்துக்கு முன்னாடி செத்துபோய்டாறாம் அதான். நான்கூட வேற எதாவது கத சொல்லுவாங்களா இல்ல.. மென்னு முழுங்குவாங்களான்னு பாத்தேன்.. ஆனா கேட்ட ஒடனே சொல்லிட்டாங்க..!" என்றாள் ப்ரியா. அந்த தொடர்பை நிம்மதியோடு துண்டித்தவன் விரைந்து மருத்துவர் அறைக்கு செல்ல..

"நெனச்சமாதிரி அப்பாவுக்கு ப்ரஷர் அதிகமாதான் இருக்கு சுபாஷ். அத கண்ட்ரோல்ல வச்சிக்கங்க.. அப்போறோம் ப்ளட் செக்கப் கொஞ்சம் நேரமாகும்.. நாளைக்கு தையல் பிரிக்க வரல்ல அப்போ அந்த ரிசல்டயும் வாங்கிட்டுபோய்டு " என்றார் அந்த டாக்டர்.

மாலை நேரம்.. குளிருக்கு இதமாக வெயிலில் நின்றிருந்தவன் ஜோசப் சொன்ன வார்த்தையில் ஸ்தம்பித்திருந்தான்,

"ஒருவேள.. அந்த தர்மன் சரவணன கொண்ணுட்டா என்ன பண்றது..? "

"அதெல்லாம் கூட நடக்குமா..? "

"உன்னோட கண்ட்ரோல்லதான் சரவணன் இருந்தான்னு அந்த தர்மனும் தெரிஞ்சா இனி இவனால நமக்கு யூஸ் எதுவும் கெடயாது, அவன் இருந்தா பிரச்சனதான்னு நெனச்சி அவன கொண்ணுட்டா என்ன பண்றது..? "

"ஆனா தர்மனுக்கு இவனா சொல்றவரைக்கும் உண்ம தெரியபோரதில்ல.. ஒருவாரமா சரவணன் காணாமபோன விஷயம் அவனுக்கு தெரியவே தெரியாது.
ஒருவேள நம்மகிட்ட இருந்து தப்பிச்சி போய் நமக்கே வேட்டு வைக்க நெனச்சா பிரச்சன மொதல்ல அவனுக்குதான்.."

"எப்புடியோ இந்த பிரச்சன சீக்கிரம் முடிஞ்சா சரி! " என்று ஜோசப் கட் செய்ய, செல்போனை பாக்கெட்டில் போட்டுக்கொண்டு வானத்தை பார்த்தான். அதே வழக்கமான மந்தாரம் நிறைந்த மூடுபனி!

தூங்கிக்கொண்டிருந்தவனை குளிர் எழுப்பியது.. கண்களை திறக்க பழைய ப்யூன் கனவின் பிரதிபலிப்பு, கோவத்தை அடக்கிக்கொண்டு கட்டிலிலிருந்து எழுந்திருக்க எல்லா வழக்கமான நிகழ்வுகளும் நடந்தேறின, டார்ச் லைட் இரத்தம் தோய்ந்த பரப்பிற்கு உருண்டோடியது.. எடுத்து டார்ச்சை ஆன் செய்தவன் பக்கவாட்டிலிருந்த தனது வீட்டை நோக்கி அடித்தான்.. டார்ச் ஒளிக்கு எதிர்பட்ட சுபாஷ் உருவம் பதித்த மனிதனை நோக்கி டார்ச் வெளிச்சம் விட்டு விட்டு எரிந்தது. வெளிச்சம் ஒருசில இடங்களை மட்டும் தெளிவாக காட்டி முழுவதுமாக அணைய தூக்கத்திலிருந்து எழுந்து வேகமாக ஜன்னல்களை திறந்தான். குளிர்காற்று அறையை நிரப்பிற்று. வெளியே விடிகாலை பொழுது அந்த கருநீல வானத்தோடு தொடங்கியிருந்தது.. டேபில் மேலிருந்த வாட்சை நோட்டமிட்டான். அதுவும் ஒய்வுநிலையில் இருக்க அதனை கையில் எடுத்தவன் நேரம் பார்த்தான்..

அதிர்ச்சி.. அது மூன்றறை மணியை காட்டியபடி நின்றிருந்தது. குழப்பம் சூழ அதனை மீண்டும் ஓடவிட்டான்..

"டிக்.. டிக்.. டிக்.. டிக்....

தொடரும்..

பகுதி (12)

எல்லாம் முடிந்தது

சூரியன் சுட்டெரித்தது..
அடிபட்ட இடத்திலிருந்த தையலை பிரிக்க வேகமாக ஹாஸ்பிட்டல் கிளம்பினான்..

"நானும் வரவாடா..? " என்று எதிர்புற அறையிலிருந்து ஒரு குரல்..
எட்டி உள்ளே பார்க்க அப்பா ராமச்சந்திரன் படுத்த நிலையில் இருந்தார். கதவை திறந்துகொண்டு உள்ளே நுழைந்தவன்.

"என்னப்பா ஒடம்புக்கு முடியலயா..? " என்றான்,

"ஹிம் ஆமா.. நேத்து அந்த கத்தியில அறுத்துகிட்டது ரொம்பவே வலிக்குது அதான் கொஞ்சம் காய்ச்சல் வேற..! "

"வேணுனா மருபடியும் ஹாஸ்பிட்டல் போலாமா..? "

"காய்ச்சல் கொஞ்சமாதான் இருக்கு.. ஒருவேள ஹாஸ்பிட்டல் போறியோன்னுதான் கூப்டேன்..! "

"அங்கதான் போறேன்.. அடிபட்ட எடத்துல இருக்க தையல் பிரிக்கனும்ல.. சரி நீங்க வீட்லயே ரெஸ்ட் எடுங்க..! " என்றவன் அங்கிருந்து தனது பைக்கை கிளப்பியபடி ஹாஸ்பிட்டல் சென்றடைந்தான்.
சிகிச்சை செய்த தனியார் மருத்துவமனைக்குள் நுழைந்தவனுக்கு அவனின் பின்னந்தலையில் இருந்த தையல் பிரிக்கப்பட்டது.. பின்னர் அதே மருத்துவமனையில் அப்பாவின் சிகிச்சை முடிவுகளை வாங்கிக்கொண்டவன் வீட்டை அடைந்தான்..

"என்னடா டாக்டர பாத்தியா... என்ன சொன்னாரு.. உனக்கு இப்ப தல எப்புடி இருக்கு..? " என்று ராமச்சந்திரன் வெளியில் நின்றுகொண்டு கேட்க அதனை காதில் வாங்கிக்கொள்ளாமல் மெடிக்கல் ஷாப்பில் வாங்கிவந்த மருந்துகளை உள்ளே அறையில் அமர்ந்திருந்த ராதாவிடம் குடுத்துவிட்டு தனது அறையை அடைந்தான்..

குழப்பம் நிறைந்த முகம்..
வாய் எதையோ முனகியபடி இருக்க தனது இரண்டு கைகளையும் விரித்து முகத்தை போர்த்தியவன் படுக்கையில் விழுந்து கண்களை மூடினான்.
வெளியே பரவலாக இருந்த அந்த காலை வெயிலின் உஷ்ணம் அறை ஜன்னல்களை கடந்து ஒருவித கதகதப்பை கொடுத்தது. கண்களை மூடிக்கொண்டவன்.. அறைக்குள் பரவிக்கிடந்த வெப்பத்தையும் பொருட்படுத்தாமல் தூங்கினான்..

..இரவு கனவின் எச்சம் அவனை தொடர்ந்து மூழ்க்கியது.

"ப்ளட்ல சுகர் ரேன்ஞ் அதிகமா இருக்காம் அதனால சுகர் கண்ட்ரோல்க்கு டாப்லெட்ஸ் எழுதி குடுத்திருக்காங்க.. " என்றான் அவரது அந்த அடிபட்ட விரலை பார்த்தபடி.

"ஹிம்.. வயசாகுதுன்னு இந்தமாதிரி விஷயங்கள பாத்தாதான் தெரியுதுல்ல..? இன்னு ஒருநாள்ல நியூ இயர் வருது.. அதனால ரெண்டாந்தேதி பொருமயா டவுனுக்கு கெளம்பு செரியா"
சொல்லிவிட்டு எழுந்துகொண்டார்..

"ப்பா..? " என்று கூப்பிட்டவன்,
"ப்ரியாவோட அத்த அரியநாச்சிய பத்தி எதாவது தெரியுமா..? " என்று கேட்க..
ராமச்சந்திரனின் கண்கள் சற்று விரிந்து முகம் கேள்விக்குறியும் ஆச்சரியகுறியுமாய் நிறைந்து நெளிந்தது.

"தேவயில்லாதத போட்டு மண்டய கெடுத்துக்காத புரியுதா.. நாம இன்னமும் வாடக வீட்லதான் இருக்கோம்.. அப்பாவுக்கு வயசாகிட்டு போகுது.. அம்மாவும் ரொம்பவே வீக்கா இருக்கா.. அதனால என்ன நெலமையோ அத புரிஞ்சி நடந்துக்கோ அவ்ளோதான் சொல்லுவேன்..! " என்று சொல்லிவிட்டு மீண்டும் தனது படுக்கை அறையை நோக்கி நகர்ந்தார்

ஜோசப் வீட்டை அடைந்தவன் அவனுடன் எதோ ஒரு விஷயத்தை பற்றி பேசிவிட்டு பின்னர் ஒரு குறிப்பிட்ட நேரத்திற்காக காத்திருந்தார்போல,

"ஆறுமுகம் வீட்டுக்கு போய்ட்டு அவங்க கொழந்தைங்கள பாத்துட்டு வரேன்..! " என்று எழுந்தவன் ஆறுமுகம் வீட்டை நோக்கி நடக்க ஆரம்பித்தான்..

நேரம் கடந்தது. ஜோசப் வீட்டிற்கு வந்தவன் அமைதியாய் அவனோடு அமர்ந்துவிட்டு பதிலேதும் சொல்லாமல் கிளம்பினான்..

நிச்சயமாக ஏதோ ஒரு எதிர்பாராத ஒரு திருப்புமுனையை அவன் சந்தித்திருக்கவேண்டும். இருள் சூழ்ந்த அந்த பரப்பில் மீண்டும் மீண்டும் முந்தையநாள் வந்த கனவே அவனை ஆட்கொண்டிருந்தது.. விருட்டென்று கண்விழிப்பதும் திரும்ப தூங்குவதுமான இந்த அசாதாரன மனநிலை இன்னமும் அவனை ஆட்கொண்டிருப்பது சற்று எரிச்சலையும் மன உளைச்சலையும் கொடுத்தது.

மாலை நேரம்.. தேவாலயத்திற்கு பின்புறம் இருந்த கார்டனில் அவனும் ஜோசப்பும் பேசிக்கொண்டிருக்க அழைப்பு இந்தமுறை செழியனிடம் இருந்து வந்தது.. பேச தொடங்கினான்,

"சுபாஷ்.. நாந்தான் சொன்னேன்ல.. அந்த சரவணன நம்பவேணாம்னு.. இப்ப பாரு என்னாச்சின்னு..! " என்று பரபரப்பாக பதிலலித்தவர் மேலும் தொடர்ந்தார்,

"அவனோட ரீசன்ட் கால ட்ரேக் பண்ணதுல தர்மன் கிட்ட எல்லா உண்மயையும் அந்த சரவணன் சொல்லிட்டமாதிரியும் தர்மன சரவணன் சந்திக்கப்போறதாவும் தெரியுது.. அத்தோட நாம அவன ட்ராக் பண்ணாம இருக்க சிம் கார்டயும் தூக்கிப்போட்டுடான்" என்று அதிர்ச்சியாய் சொன்னார்.

"ப்ரதர்.. சிம்கார்டதான் அவன் டீ ஆக்டிவ் பண்ணி தூக்கிபோட்ருக்கான்.. செல்போன இல்ல.. சின்ன பசங்களுக்கு கூட தெரியும் ப்ரோ சிம்கார்ட தூக்கபோட.. ஆனா சரவணன் மறுபடியும் சின்னபையன்னு நிருபிச்சிட்டான்.. உங்க கன்ட்ரோல் ரூம்ல இருக்க மேப்ப ரீஃப்ரஷ் பண்ணுங்க.. நம்மளோட ட்ராக்கிங் டிவைஸ் அவனோட செல்போன்ல இருக்கு" என்று சுபாஷ் சொல்ல செழியனும் அவ்வாரு செய்தார்..

"சுபாஷ் இப்ப அந்த சரவணன் இருக்க லொகேஷன் காட்டுது.. இப்போ அவன் இருக்க லொகேஷன் போதும்.. நான் ஒடனே அங்க போய் பாக்குறேன். இங்க இருக்குறவங்களுக்கு இதோட சீரியஸ்னெஸ் புரியாது அதனால நானே போறேன்..? "

"நீங்க இன்ஸ்பெக்டர்ன்றத மறந்துடாதீங்க.. அதுவும் இல்லாம எனக்கென்னமோ அவங்க ரெண்டுபேரோட சந்திப்பு ஒரு மோசமான முடிவ தரப்போதுன்னு நெனைக்குறேன்..?"

"யாருக்கு.. ப்ரியாவுக்கா இல்ல உனக்கா.. உன் குடும்பத்துக்கா..? "

"இல்ல.. அந்த முட்டாள் சரவணனுக்கு.. !" என்று முடித்தான்.

"டிங்.. டிங்.. டிங்.. " என்ற எதிரிலிருந்த சர்சிலிருந்து ஆறுமணி மணியோசை பலமாக அடிக்க அவர்கள் இருவரது கவனமும் சர்ச் கோபுரத்தை நிமிர்ந்துபார்க்க வைத்தது...

"நேரம் ஆறு.. அவர்கள் கால்கள் தீங்குசெய்ய ஓடி.. இரத்தம் சிந்த தீவிரிக்கும்.. " என்ற வசனத்தோடு தொடங்க கோபுரத்தை பார்த்திருந்தவர்கள் ஒருவர் முகத்தை ஒருவர் பார்த்துக்கொண்டனர்.

"என்ன நடந்தாலும் இன்னைக்குள்ள நடக்கும்னு ஒரு நம்பிக்க இருக்கு.. நீ என்ன சொல்ற..? " என்று சுபாஷ் கேட்க ஜோசப்பிடம் அமைதியை தவிர எந்த பதிலும் இல்லை..

இரவானது..
முறைத்தபடி வெளியே இருந்த ராமச்சந்திரனை உதாசீனபடுத்தியவன் உள்ளே நுழைந்து படுக்கை அறைக்கு சென்றான்..

"சுபாஷ்..? " என்று ராதாவின் ஏக்கமான குரல் அவனை கலங்கவைத்தது.. மெதுவாக பின்னால் திரும்ப அறைக்கு வெளியே அம்மா ராதா..

"என்னம்மா..? "

"ஏன்டா.. சாப்புட்லயா.. மதியமே சரியா சாப்டல.. இப்பயும் சாப்டாம படுக்கபோற.. என்ன விஷயம் என்ன பிரச்சன.. என்மேல எதுவும் கோவமா..? " என்று கலங்கிய கண்களும் பேச.. மெதுவாக ராதாவை நெருங்கியவன்..

"அதெல்லாம் எதும் இல்லம்மா.. உங்கிட்ட கோவப்பட நான் யாரு.. இல்ல நீதான் அந்தமாதிரி நடந்திருக்கியா.. பசிக்கமாட்டேங்குது.. அதான் சாப்டல வேற எதுவும் இல்ல !" என்றான்.

"ஹாஸ்பிட்டல் போலாமா.. என்ன பிரச்சனைன்னு பாக்கலாமா..? "

"இல்ல.. பிரச்சனலாம் எதுவும் இருக்காது.. வெளிய சாப்டதுதான் அந்தமாதிரி தெரியுது.. நீங்க சாப்டுட்டு படுங்கம்மா..! " என்றான்.

சிலமணி நேரம் கடந்திருந்த வேளை..

இருள் நிறைந்த அந்த தூக்கத்தில் மெல்ல மெல்ல ஒரு வெண்மை.. புகைபோல படர்ந்து எங்கும் தூய வெள்ளை நிறமாக மாறியிருந்தது... அந்த வெள்ளை தாளில் வண்ண பென்சில்களில் ஒரு கிறுக்கல் சத்தம்..

"க்ரிக் க்ரீக் க்ரீக்... என அந்த சத்தம் அவ்வப்போது விட்டு விட்டு ஒலித்தது.. கண்களை மெதுவாக திறந்தான்.. ஒரு பெரிய வெள்ளை தாளில் கருப்பு மெழுகு பென்சிலில் வரையப்பட்டிருந்த ஒரு மனித பொம்மை.. அடர்ந்த வண்ணமாக இல்லாமல் வெறும் ஒற்றை கோடுகளாய் அது இருக்க.. முகம் மட்டும் தெரியாத அளவிற்கு சிவப்பு மெழுகு பென்சிலால் நன்றாக கிருக்கப்பட்டிருந்தது.. விருட்டென்று தூக்கத்தில் இருந்து எழுந்தான்.

நேரம் பார்த்தான்.. அதே மூன்றை கடந்த காரிருள் வேளை! செல்போனில் வேகமாக செழியனுக்கு தொடர்புகொண்டான்.. ரிங் அடித்துக்கொண்டே இருக்க செழியன் அந்த அழைப்பை எடுக்கவில்லை.
மீண்டும் முயற்சி செய்ய ஒருவழியாக அவனது அழைப்பை எடுத்தார்,

"ஹலோ.. ப்ரதர் சரவணன் இருந்த லொகேஷன் தெரிஞ்சதா இல்லயா..? " என்று பரபரப்பாக கேட்டான்..

"ஹிம்.. அது இந்த டவுனுக்குள்ளயேதான் ரொம்பநேரமா காட்டிட்டு இருந்தது சுபாஷ்.. அப்போறோம் சிக்னல் லாஸ்னு வந்திடுச்சி..! " என தூக்க கலக்கமாய் செழியன் பதிலலிக்க.

"சிக்னல் லாஸா.. எப்புடி? " என பரபரப்பு குறையாமல் கேட்டான் சுபாஷ்.

"தெரியல.. ஒருவேள போரவழியில போன ஒடச்சிருந்தாலும் ஒடச்சிருப்பான்.. இல்லாட்டி போன் எங்கனா மிஸ் ஆகிருக்கும்.. என்னவேணாலும் நடந்திருக்கலாம்.. !"

"ப்ரதர் ஒரு முக்கியமான விஷயம் அதுக்காகதான் நான் போன் பண்றேன் ப்ளீஸ் லிசன் கேர்ஃபுல்லி. சரோ சாகபோறான்.. காப்பாத்தியாகனும்..! " என்றான் பரபரப்பாக.

அவன் சொல்வதை பெரிதாக எடுத்துக்கொள்ளாத செழியன் அவனை சமாதனம் செய்துவிடும் முனைப்பில் பேசிவிட்டு இணைப்பை துண்டித்துக்கொண்டார். நடக்கப்போகும் விபரீதத்தை சுபாஷ் முழுவதுமாக அறிந்திருந்ததால் அதற்குமேல் தூக்கமும் சரியாக வரவில்லை..

"ப்பா.. இங்க வந்து பாருங்களேன் அந்த ப்யூன் அந்த பனியில எப்புடி நனைஞ்சிட்டு இருக்கான்னு.."

"எங்கடா யாரையும் காணோமே.. "

"ஹான் சுபாஷ்.. உன் ஃப்ரெண்ட் ஜோசப்.. இங்க ஹாஸ்டல் வராண்டால உக்காந்துட்டு இருக்கான்.. யாருக்காக வெயிட் பண்றான் அவன்..? " என்று பழைய அப்பா சொன்ன வார்த்தைகள் காரணமில்லாமல் எதிரொலித்தது. கண்விழித்தான்.. விடிந்திருந்தது.
எழுந்து வெளியேற.. மப்பும் மந்தாரமுமான மார்கழி குளிர்.

செல்போனின் மேற்புற டிஸ்ப்ளே குளிரின் தாக்கத்தால் ஒரு மெல்லிய நீர்கோர்வை போர்த்தியிருந்தது.. வேகமாக செயல்பட்டு மொட்டை மாடிக்கு செல்ல சூரிய உதயம் தொடங்கியிருந்தது..

மீண்டும் செழியனுக்கு தொடர்புகொண்டான்.. ஸ்விச் ஆஃப் என்ற பதில் வந்தது. பக்கத்தில் இருந்த சேரில் உட்கார்ந்தபடி கண்களை மூடிக்கொண்டான்.. சில நொடிகளில் வேறு எண்ணிலிருந்து அழைப்பு.. புதிய எண் என்பதால் சற்று நேரம் தாழ்த்தியவன் பின்னர் அட்டன் செய்தான்.. செழியன் தொடர்பில் இருந்தார்.

"போன ஸ்விச் ஆஃப் பண்ணிட்டு என்ன சார் பண்றீங்க..? " என்ற கேள்விக்கு..

"ப்ரியா இருக்குற ஊருல ஒரு ஆலமரம் இருக்குமே.. அங்க கொஞ்சம் வர முடியுமா சுபாஷ்? " என்று அமைதியான குரலில் பேசினார் செழியன். நிலமை மிகுந்த அச்சமுடையது என்பதை அவரின் பேச்சில் தெரிந்துகொண்டவன் நேரம் தாழ்த்தாமல் செயல்பட்டான்..

ஆலமரத்தின் அருகே கூட்டம் சூழ்ந்திருந்தது.. சில பத்திரிக்கையாளர்களும் அங்கு இருக்க,
கூட்டத்தை விலக்கிக்கொண்டு முன்னேறியவனுக்கு பேரதிர்ச்சி காத்திருந்தது.

முகம் சிதைக்கப்பட்ட அடையாளம் தெரியாத அந்த உடல் இரத்தம் வடிந்து காய்ந்தநிலையில் ஆலமரத்து விழுதில் தொங்கிக்கொண்டிருந்தது..
அதன் தோற்றமும் தோரணையும் சரவணன் என்று உணர்ந்தவன் அதை உறுதிசெய்யும் பொருட்டு பக்கத்தில் இருந்த செழியனை நோக்கி கண்களால் கேட்டான்.. அவர் தனது தலையை தாழ்த்திக்கொள்ள தூரத்தில் கூட்டத்தோடு கூட்டமாக மதுமிதாவும் அதிர்ச்சியாய் நின்றிருந்தாள்.

"லைவ் நியூஸ் வேற ஓடிட்டு இருக்கு.. அடையாளம் தெரியாத மர்மநபர் ஆலமரத்தில் தொங்கியபடி பிணமாக கண்டெடுப்புன்னு வாசிக்குறாங்க.. " என்று சுபாஷை நெருங்கிய மது சொல்ல அவர்களை செழியனும் நெருங்கினார்.

"அப்போ அவனோட அடயாளம் தெரிஞ்சா பெரிய பிரச்சன வரும்னு தெரிஞ்சிதான் இந்தமாதிரி பண்ணிருக்கான் சரியா..! " என்று சுபாஷ் சூசனமாக சொல்ல செழியன் மதுவை கண் காட்டியதும் அமைதியானான்.

கீழே ராஜேஷின் வீட்டிற்கு சென்று சிறிதுநேரம் ஓய்வெடுத்தவன்..

"ம்மா.. அப்போறோம் ஏதோ ஒரு போட்டோவ பாத்து அழுதுட்டே இருப்பீங்களாமே அது யாரும்மா..? " என்று வளர்மதியிடம் வேறு தளத்திற்கு சுபாஷ் கேள்வியை திருப்பினான்.

"அது என்னோட கூடபொறந்த தம்பிப்பா.. பேரு தமிழ்ச்செல்வன், ரொம்ப வருஷத்துக்கு முன்னாடியே செத்துபோய்டான். திடீர்னு அவன் நெனப்பு வந்தா அழுவேன் வேற ஒன்னு இல்லப்பா.. வாயில்லா பூச்சி, அப்புடியே ராஜேஷ் மாதிரியே. அப்பனும் ஆத்தாளும் போனபெரகு அவன்மட்டுந்தான் என்னோட உயிரா இருந்தான்.. செரி பழச எல்லாம் சொல்லி என்ன ஆவப்போகுது விடுப்பா" என்று தன்னை ஆசுவாசப்படுத்திக்கொண்டார்.

"ரெண்டுபேரு எப்பயுமே இந்த வீட்டுக்கு காவலுக்கு இருப்பாங்க.. இன்னு ஒன்னு ரெண்டு நாளுல அந்த தர்மனுக்கு சாவு நிச்சயம்.. என்னாலதான் சரவணன் செத்தான்னு நெனைக்கும்போது ரொம்ப கில்ட்டியா இருக்கு " என்றவர் அங்கிருந்து விடைபெற்றார்.

நேரம் கடந்தது.. வெயில் உச்சிக்கு வர ஆயத்தமாக இருக்க அனைவரிடமும் இருந்து விடைபெற்றுக்கொண்டவன் அங்கிருந்து கிளம்பினான்..வாடிய முகத்துடன் இருந்த மதுவை நெருங்கியவன்..

"வானம் இருளுதடி அடி கண்ணம்மா உன் சோகம்நிறை பார்வையிலே.. பத்திரமா இரு குட்டிமா.. நாம ஒரு துக்க காலத்தோட முடிவ நெருங்கிட்டோம்... கண்டிப்பா இந்த பெரிய கண்டத்துல இருந்து நான் மீண்டுவந்து எல்லாத்தையும் சொல்றேன்..! " என குழப்பம் நிறைந்த பதிலை அவளுக்கு தந்துவிட்டு கிளம்பினான்..

"அடையாளம் தெரியாத நபர்களாள் முகம் சிதைக்கப்பட்டு ஆலமரத்தில் தொங்கவிடபட்டு கிடந்த இளம் வாலிபர் உடல்.. காரணம் யார்.. ஆவியா அல்லது ஆசாமியா.. போலீஸ் திணறல்..! " என.. டிவியில் செய்தி பார்த்தபடி இருந்த ராதாவும் ராமச்சந்திரனும் அதே பரபரப்போடு சுபாஷை ஏறெடுக்க..

"எனக்கென்னமோ ஏதோ பேயோ இல்ல ஆவியோட வேலயாதான் இருக்கும்னு தோனுதுங்க..! " என்றார் அமர்ந்திருந்த ராதா..

"ஹிம்.. இந்தமாதிரி பதிலதான் அந்த தர்மனும் எதிர்பாத்தான்.. நம்ம வீட்லயே ஒரு விக்கெட் அவுட்டு.. மத்த வீட்டுங்கள்லயும் இததான் பேசுவாங்க.. " என்று மனதிற்குள் நினைத்துக்கொண்டவன் பால்கனியை நின்றபடி குழுமியிருந்த மூடுபனி வெப்பத்தால் ஆவியாவதை கண்டுகொண்டிருக்க அம்மாவிடம் இருந்து அழைப்பு..

"என்னம்மா.. ஏன் கத்துற...? "

"நாளைக்கு புது வருஷம் பொறக்கபோது.. அதுக்குள்ள வீட்ட சுத்தபடுத்தனும் உன்னோட ரூம க்ளீன் பண்ணு..! "

"வந்து முழுசா ஒருமாசம் கூட ஆகல அதுக்குள்ள என்ன அவசரம் உனக்கு..? "

என்றபடி கடைமைக்கு சுத்தபடுத்த பின்னர் தன்னுடைய கனவு நோட்டை எடுக்க பேக்கை திறந்தான்.. அம்மாவின் அந்த பழைய டைரி கண்களில் தென்பட்டது.. அதை எடுக்க மனமில்லாமல் பேக்கை மூடிவிட்டு வேலையை தொடர்ந்தான்.

நேரம் இரவு பன்னிரெண்டு இருக்க வெளியே வானத்தில் வானவேடிக்கை காட்டியபடி புது வருடம் பிறந்திருந்தது..
மூடிய ஜன்னல்களை திறக்க குளிர் அறைமுழுக்க நிரம்பியது. இருளை வானவேடிக்கை முழுவதுமாக பகல்போல் மாற்றியிருக்க ஒருகணம் கண்களை மூடிக்கொண்டு இறைவனை வேண்டிக்கொண்டான்.

விடிந்தது..

ஜோசப்பிடமும் அருணிடமும் வாழ்த்துகளை வாங்கியவன் ப்ரியாவுக்கு தொடர்புகொண்டு வாழ்த்து சொன்னான்..

"இருக்கட்டும் சுபாஷ்.. அப்போறோம் ராஜி அம்மாவோட தம்பின்னு ஒருத்தர் போட்டோ இருந்ததுல்ல அத அவங்க தொடச்சி சுத்தபடுத்தி

வச்சிருந்தாங்க, அவங்களுக்கே தெரியாம அத போட்டோ எடுத்துட்டேன் அனுப்புறேன் பாரு..? " என்றவள் அந்த புகைபடத்தை சுபாஷுக்கு அனுப்பினாள்.

கருப்பு வெள்ளை படமாக அந்த மனிதர் தெரிந்தார்.. பார்பதற்கு ப்ரியா சொன்னதுபோலவே ஒரு சாயலில் இறந்துபோன அவனது நண்பன் ராஜேஷ் போன்றே இருந்தார்.. கீழே தோற்றம் என்று ஒரு வருடம் குறிப்பிடப்பட்டிருக்க மறைவு என்ற இடத்தில் எந்த வருடமும் குறிப்பிடப்படவில்லை. அதிர்ச்சியாய் மீண்டும் ப்ரியாவிற்கு தொடர்புகொண்டவன்,

"இந்த போட்டோல தோற்றம் இருக்கு ஆனா மறைவு இல்லயே ஏன்..?" என்று கேட்டான்.

"உனக்கு முன்னாடியே கேட்டுட்டேன்.. ஆக்சுவலா தமிழ் சாவலயாம்.. காணாமபோய்ட்டாறாம். நடந்து பலவருஷம் ஆகிட்டதா சொல்றாங்க" என்றாள்.

"செரி அவங்கள ரொம்ப கஷ்டபடுத்தவேணாம்.. கொஞ்சம் ஜாக்கிரதயாவே இருந்துக்கோ செரியா..!" என்று சொல்லியபடி செல்போனை மனமில்லாமல் துண்டித்தான்.

மாலை நேரம்..

"டேய்.. இந்த போட்டோல இருக்குறவர எங்கயோ பாத்தமாதிரி இருக்குடா சுபாஷ்.. " என்றான் தொடர்பில் இருந்த அருண்.

"ஆமா எனக்கும் அப்பிடிதான் தோணுது.. அப்போறோந்தான் தெரிஞ்சது அது நம்ம ராஜேஷ் சாயல்னு..!"

"ஆமா மச்சி அவந்தான்டா... கண்ணாடி போட்டா இவங்க ரெண்டுபேருக்கும் வித்தியாசமே இருக்காது.. இருந்தாலும் இந்த உருவத்த வேற எங்கயோ பாத்தாமாதிரி ஒரு ஃபீல் இருந்துகிட்டே இருக்கு..! "

"ஆமா அததான் நானும் சொல்லலாம்னு வந்தேன்.." என்று நிறுத்தினான்.

நகரத்திற்கு செல்லவேண்டிய நேரம் வந்ததாய் எழுந்து கிளம்பியவன் பேருந்து ஏறி ஜன்னல் இருக்கையை பிடித்துக்கொண்டான். ஒரு ஆழ்ந்த தூக்கம்.. கண்விழித்து நேரம் பார்க்க இரவு ஏழு. பேருந்து அசுரவேகத்தில் டவுனிற்குள் பிரயாணித்துக்கொண்டிருந்தது.. தூக்கம் கலைந்து நிமிந்து

உட்கார்ந்தான்.. பேருந்தின் வேகத்தில் மேல் இருந்த வெள்ளை நிற முகப்பு விளக்குகள் தன் நிலையிலிருந்து விட்டு விட்டு எரிந்துகொண்டிருந்தது.

அந்த நிகழ்வு.. நொடி தவராமல் தன்னை அச்சுறுத்தும் அமானுஷ்யத்தோடு ஒன்றிக்கச்செய்ய கண்களை விரித்தான். விட்டு விட்டு எரிந்த அந்த வெள்ளை மின் விளக்குகள், இதுவரை கண்ட.. கேட்ட.. பார்த்து பயந்த எல்லா மின்விளக்குகளின் உருவகமாகவே தெரிந்தது. கூடவே இறந்துபோன சரவணனின் நினைவுகளும் அதனோடு ஒட்டிக்கொள்ள மனதிற்குள் ஒரு குரல் எதிரொலித்தது..

"மேல இருந்த லைட் விட்டு விட்டு எரிய அந்த வார்டன் என்ன அடிக்க கிட்ட வந்தான்.. ரெண்டுபேருக்கும் பயங்கர சண்ட.... "

"என்னான்னு தெரியல உனக்கு திடீர்னு உதவி செய்ய மனசு சொல்லிச்சி அதனாலதான் உனக்கு போன்பண்ணி இந்தமாதிரி உன்னோட உயிருக்கு ஆபத்துன்னு சொன்னேன்" என்ற சரவணன் சொன்ன பழைய நினைவுகள் சுபாஷை சூழ்ந்துகொண்டன.

கண்கள் அந்த பேருந்தின் மின் விளக்குகளையே பார்க்க.. அவை திடுக்கிட்டு நிரந்தரமாக அணைந்தது.
அறையில் படுத்தபடி ப்ரியா அனுப்பிய போட்டோவை பார்த்துக்கொண்டே அதை அருணிடம் கௌதமிடமும் காட்டினான்..

"ஓகோ இவருதான் தமிழ்செல்வனா..?" என்று அருண் பார்க்க,

"ஆனா எங்கயோ பாத்தமாதிரி இருக்கே சுபாஷ் ?"என்று கௌதமிடம் இருந்து பதில் வந்தது..

"டேய்.. இதபாத்தா எங்க எறந்துபோன ஃப்ரெண்ட் ராஜி மாதிரி இருக்குன்னு அருண்கிட்ட சொன்னேன்.. அவன் ராஜிய இதுக்கு முன்னாடி பாத்திருக்கான் இப்ப நீ எதுக்கு சம்மந்தம் இல்லாம எனக்கும் தெரியும்னு சொல்ற..? "

"அட நான் ஏன்டா பொய் சொல்லபோறேன்.. சத்தியமா எங்கயோ பாத்தமாதிரிதான் இருக்கு இவர.. " என்று கௌதம் விடாப்பிடியாக பேச அருணும் சுபாஷும் வாயடைத்துப்போயினர்.

விடிந்தது..

கதவினை திறக்க வழக்கமான அதே மூடுபனி.. பயமில்லாமல் மொட்டைமாடியை அடைந்தவன் வானத்தை ஏறிட்டபடி ஏதோ முனகிக்கொண்டான். நகரம் இறைச்சலை தொலைத்திருந்தது..
நேரம் தாமதிக்காமல் காலை வேலைகள் அனைத்தையும் முடித்தவன் மெடிக்கல் சர்டிபிகேட்களை எடுத்துக்கொண்டு கம்பெனியை அடைந்தான்..

"தர்மன் நெலம என்ன சுபாஷ்? " என்ற அருணின் கேள்விக்கு,

"இந்த போலிஸ்காரங்கள நெனச்சாலே கடுப்பாகுது என்ன செய்ய.. சரவணன கோர்ட்ல ஒப்படைச்சிருந்தா இன்னேரத்துக்கு தர்மனுக்கு தூக்கு தண்டன கூட கெடச்சிருக்கும்.. அவங்க டிபார்ட்மென்ட் பேரு கெடக்கூடாதுன்னு எல்லாத்தையும் மூடி மறச்சாங்க.. நானும் வேற வழியில்லாம அவன வெளிய விட்டேன்.. இப்ப அவன அடிச்சே கொண்ணுட்டானுங்க பாவிப்பசங்க..
இதுல தர்மன இவரு சுட்டு பிடிக்கபோதா எங்கிட்ட சொல்றாரு.. யாரயும் நம்பமுடியல அருண்.. நம்ம உயிய நம்மதான் பாத்துக்கனும் இனி." என்று கொதிப்பாக பேசி முடித்தான் சுபாஷ்.

"செரி விட்றா செத்தவனும் நல்லவனா என்ன.. அவனும் ஒருவித்துல கெட்டவன்தான. நீ ஆகவேண்டியத பாரு.." என்று அருண் சமாதானபடுத்த.. சுபாஷும் அமைதியானான். தூக்கத்தல் இருந்து எழுந்திரிக்க வெளியே புதிய விடியல். நேரம் பார்க்காமல் புதிதாக மாட்டியிருந்த காலெண்டரில் இரண்டாம் தேதியை கிழித்தான்.. வியாழன்!

"அப்போ நாளைக்கு வெள்ளி? " என்று வாய் முனக.. கண்கள் விரிய செல்போனை எடுத்துக்கொண்டு மேலே மாடிக்கு சென்றவன்.. ப்ரியாவிற்கு போன் செய்தான்.

"சேஃபாதான இருக்க நீ.. ?"

"ஆமா எந்த பிரச்சினையும் இல்ல காலைல கூட வெளிய இருந்து ரெண்டு மஃப்டி போலீஸ் வந்து விசாரிச்சிட்டு போனாங்க ஏன்..? "

"இல்ல தெரிஞ்சிக்கதான்.. "
என்று தொடர்பை கட் செய்தான்..
உடல் தன்னை அறியாமல் நடுக்கம் கொண்டிருந்தது.. வானம் பிரகாசமாகும்வரை மேலே மாடியிலேயே நின்றிருந்தான்.. அருண் குழப்பமாக எதையோ நினைத்தபடி மேலே வர .

"என்னடா என்ன யோசிக்குற..? " என்று கேட்டான்.

"அந்த சரவணன கொண்ணு எதுக்கு ஆலமரத்துல கட்டி தொங்கவிடனும்... அதுக்கு பேசாம வேற எங்கயாச்சோம் போட்டுட்டு போய்ருக்கலாமே..? " என்றான்.

"நீ சொல்றமாதிரி விட்டுட்டு போய்ருந்தா அது முழுக்க முழுக்க கொலமாதிரி ஆகிருக்கும்.. போலீஸ்குதான் மேலும் பிரச்சன.. ஆனா ஏற்கனவே அங்க இருந்த ஒரு கோயில் ஏதோ காரணத்துக்காக மின்னல் வெட்டி இடிஞ்சிருக்கு.. இப்போ சமீபத்துல அங்க ஆலமரத்துகிட்ட இருந்த ஒரு உயிரும் போய்டுச்சி.. அதனால தன்னாலயே அந்த எடத்துமேல மக்களுக்கு பயம் வர்றதான் இதெல்லாம் செஞ்சிருக்கான்"

"ஹிம் அந்த எடத்துமேல மக்களுக்கு ஏன் மச்சி பயம் வரனும்.. ஏன் இந்தமாதிரி தர்மன் செய்யனும்..? மக்களுக்கு பயம் வந்தா அந்த எடத்துக்கு யாரும் போகமாட்டாங்க.. செத்துபோன சரவணண கூட ஏதோ ஆவி பேய் அடிச்சி கொண்ணதா கொஞ்சபேரு பொறளிய கெளப்பிட்டு இருக்காங்க.. அப்போ... " என்று அதிர்ச்சியாய் பார்வையை அருண் பக்கம் திரும்பியவன்,

"அ.. அப்போ இனியும் அங்க ஒரு கொல நடந்தா மக்களோட எண்ணம் எங்க போகும்.. இந்த எடத்துல தொடர்ந்து கொல நடக்க பிசாசு.. ஆவி.. அமானுஷ்யந்தான் காரணம்னு நம்புவாங்க அதுக்குதான் இவ்ளோ மெனக்கெடுறான் தர்மன்.. " என்று விழிகளை விரித்து பேசினான்

"இன்னோரு கொலயா.. முடிவே பண்ணிட்டானா. கண்டிப்பா ப்ரியாவாத்தான் இருக்கும்" என்று வாய் திறக்க அவனை அதட்டினான் சுபாஷ்.
செழியனுக்கு தொடர்பு கொண்டு நடக்கபோகும் விபரீதத்தை தெளிவாக சொல்லி முடித்தான்..

மாலை நேரம்..
வேலைக்கு போக விருப்பம் இல்லாமல் செல்போனை முறைத்தபடி பார்த்திருக்க அருணும் கௌதமும் சமாதானம் செய்து அவனை அழைத்துச்சென்றனர். மனம் விரும்பாத ஒரு நிகழ்வு நடக்கக்கூடாது என்று அங்களாய்த்துக்கொண்டிருந்தான்.

கடும்குளிர் எப்போதும்போல வாட்டி வதைக்க தொடங்கியிருந்தது..
வானத்திலிருந்து ஒரு இடி சத்தம்.. சட்டென்று நிமிர்ந்து மேலே பார்த்தான்..

திறந்த வானம் காரணமில்லாமல் எங்கேயோ இடித்த சத்தத்தை எதிரொலித்திருந்தது. மூவரும் வேகமாக அங்கிருந்து கிளம்பி அறையை நோக்கி நடக்க தொடங்கினர்..

காற்று பலமாக வீசத்தொடங்கியது..
தெளிவாக தெரிந்த நிலவொலியை மேகங்கள் மறைத்திருந்தன.. பதட்டத்தோடே அங்கிருந்து வேகமாக நடந்து அறையை அடைந்தனர்.. ஸ்லாப்பில் இருந்த புதிய காலண்டரில் மூன்று என்று காட்டிய தேதி அவனையே பார்பதுபோன்று தெரிய வேகமாக எழுந்தவன் அடுத்த தேதியை கிழித்தான்.

பௌர்ணமி.. என்று கருப்பு இரட்டை எழுத்துகளால் அச்சடிக்கப்பட்டிருக்க, தேதி நான்கு வெள்ளிக்கிழமை.. என்று இருந்தது.. படுக்கையை அடைந்தவன் தூங்க முயற்சி செய்துகொண்டிருந்தான்.. கண்களை மூடினாலும் வெளிச்சமாய் இருப்பது போல உணர்ந்தான்..

"விட்ரா.. அது பேய்மரமாய்டுச்சி.. இப்பலாம் போககூடாது.. " என்று அவள் சொல்ல அந்த வார்த்தைகளை பொருட்படுத்தாமல் முன்னேறும் சுபாஷ்..
விருட்டென்று பாதி கனவில் எழுந்துகொண்டவன் தூக்கத்தில் தனது செல்போனை தேடினான்.. தட்டு தடுமாறி அதனை தேடி எடுத்தவன் டார்ச்சை ஆன் செய்து அறை விளக்கை ஒளிறவிட்டான்..

அருணும் கௌதமும் நிம்மதியாக தூங்கிக்கொண்டிருந்தனர்.. பேக்கிலிருந்து தனது கனவுநோட்டை எடுத்தவன் கடைசி பக்கம் திருப்பினான்..
அந்த பகல் இரவு கனவின் கடைசி கனவு நின்றது..

"ஆலமரத்தின் விழுதால் தூக்கப்படும் சுபாஷ் பின்னர் சட்டென்று கிடைக்கும் கோடாரியை கொண்டு அந்த விழுதினை வெட்டுவது போன்று அந்த கனவு முடிந்திருந்தது."

ப்ரியாவிடம் இருந்து வந்திருந்த தவறிய அழைப்பை அப்போதுதான் உணர்ந்தான்.
நோட்டை திறந்துவைத்தபடியே தூங்கியவனை விடிந்ததும் எழுப்பிய கௌதம்.. செழியனிடம் இருந்து வந்துகொண்டிருந்த அழைப்பை அவனுக்கு நேராக காண்பிக்க அதை எடுத்து பேச தொடங்கினான்.

"சரவணனோட பாடிய இங்க கவர்ன்மென்ட் ஹாஸ்பிட்டல் பின்னாடி இருக்க மார்ச்சூரில எரிச்சிடலாம்னு இருக்கோம்.. அவனுக்கு சொல்லிக்குறமாதிரி யாரும் இல்ல வேற..! "

"ஹிம் அதுக்கு என்ன என்ன செய்ய சொல்றீங்க சார்.. நீங்க பண்ண தப்புக்கு நீங்கதான் புண்ணியம் தேடனும்.. நான் என்ன செய்றது..? " என்று கோவமான பதில்.

"இல்ல சும்மா கூடமட்டும் வாயேன்.. நான் சொல்றேன்.. !" என்று செழியன் சற்று மெதுவான குரலில் கேட்க சுபாஷும் ஒத்துக்கொண்டு வேகமாக மருத்துவமனைக்கு கிளம்ப அவனோடு அருணும் தொற்றிக்கொண்டான்.

அறைக்கு வெளியே இருந்து வந்த கௌதம்..
"சுபாஷ். நேத்து காட்டுன ஆள எங்கயோ பாத்திருக்கேன்பா..! " என மீண்டும் ஆரம்பிக்க..

"ப்ச் இவன் ஒருத்தன் நேரம் காலம் தெரியாம, நகரு..! " என்றபடி அவனை கடந்தான்.

"எங்க போறீங்க.. இருங்க நானும் வரேன்..! "

"ஹிம் செரி வந்து தொல..! " என்று சலித்துக்கொள்ளவும் கௌதமும் அவர்களோடு புறப்பட்டான்..

"சுபாஷ் உன் போன்ல நேத்து பாத்துட்டு இருந்தீங்களே அந்த போட்டோவ எடுத்து காட்டு..? " என கௌதம் கேட்க
சுபாஸும் உச்சி கொட்டிக்கொண்டு அவனிடம் கொடுத்தான்.

மூவரும் மருத்துவமனையின் பிணவறையை நெருங்க கொடூரமாக இறந்துபோன சரவணன் சுடும் நெருப்பில் எரிந்துகொண்டிருந்தான்.
கண்களை மூடிக்கொண்டு அவனின் ஆன்ம இளைப்பாறலுக்கு வேண்டிக்கொண்டவன்,

"ஹிம் இதுக்கு நன்றிக்கடனா என்ன செய்யபோறீங்க செழியன் ? " என்று கேட்டான்.

"கொல்லுவேன்.. கண்டிப்பா தலைமறைவா இருக்க அந்த தர்மன தேடிப்புடிச்சி கொல்லுவேன்.. இது சத்தியமா நடக்கும் சுபாஷ்..? " என்றார்.

"அப்போ உங்க டிபார்ட்மென்ட்..? "

"அவங்க இந்த விஷயத்த சீக்ரெட்டா எங்கிட்ட ஒப்படைச்சிட்டாங்க.. இனி தர்மன உயிரோட விடுறதா இல்ல சுபாஷ்..! " என்று செழியன் கோவமாக பேச அவரது செல்போன் சினுங்கியது..

"ஒரு நிமிஷம்..! " என சொல்லியவர் பேசியபடி சற்று தூரம் செல்ல.. தன்னிடம் எப்போதோ பிச்சைவாங்கிய வயதான பாட்டி திடுக்கிட்டு அவன்முன் நின்றிருந்தாள்.. சுபாஷை பார்த்து அவள் சிரிக்க அதிர்ந்துபோனவன்.. அன்றைய நினைவுகளை கிளறினான்..

"ப்பாட்டி செத்துபோன அவரோட பேரு என்ன..? " என்று சுபாஷ் கேட்டிருக்க அந்த கிழவியும் தனது இடது கையை காண்பித்து கிருக்குவதுபோன்று சைகை காட்டியிருந்தாள். மார்ச்சூரியில் விபத்தில் உயிரிழந்த பைத்தியகாரரை எரித்த பணியாட்களை பார்த்தவன்,

"ண்ணா.. அன்னைக்கு செத்துபோய் கெடந்த அந்த பைத்தியகாரர் கையில எதாவது எழுதிருந்தாறா..? " என்றான் மிகவும் பதட்டமான தொணியில்.

"அதெல்லாம் தெரியலப்பா.. கையில இருக்க மச்சம், தழும்பு.. ஒருவேள பச்ச குத்திருந்தாக்கூட அது டாக்டர்ஸ் ரிப்போர்ட்ல இருக்கும்.. நீ வேணுனா ஹாஸ்பிட்டல் போய் கேளேன்..! " என்று அவர்கள் சொல்ல வேகமாக அங்கிருந்து ஹாஸ்பிட்டல் நோக்கி ஓடினான்..

உளவியல் மருத்துவரின் அறை மூடிக்கிடந்தது.. தலைமுடியை பிய்த்துக்கொண்டவனுக்கு டாக்டர் புருஷோத்தமனின் ஞாபகம் வர தனது செல்போனை தேடினான்.. அது அவனிடம் இல்லை என்று உணர்ந்து திடுக்கிட்டு பின் அது கௌதமிடம் உள்ளது என்பதை பின்னர் ஞாபகப்படுத்திக்கொண்டான்.. மருத்துவமனை முகப்பிற்கு வேகமாக ஓடியவன் அங்கிருந்த சீஃப் டாக்டர் ஒருவரிடம் புருஷோத்தமனுக்கு கால்செய்து தருமாறு வற்புறுத்த அவரும் குழப்பமாக போன் செய்தார்..

"போன் பிசின்னு வருது தம்பி இப்ப என்ன செய்றது..? "

"செரி டாக்டர், ஒருவேள போன் பண்ணாருன்னா சுபாஷ் போன் பண்ணச்சொன்னதா சொல்லுங்க போதும்...! " என்று சொல்லிவிட்டு மீண்டும் மருத்துவமனைக்கு பின்னால் நின்றுகொண்டிருந்த அந்த கிழவியிடம் ஓடினான்..

"பாட்டி.. அன்னைக்கு செத்துபோன அந்த ஆளு பேரு தெரியுமா..? " என்று கேட்க அவளும் வழக்கம்போல வலதுகையை காண்பித்து விரலால் அங்கும் இங்கும் கோடுபோட்டாள்..

"ஒன்னும் புரியலயே..? " என்று சொல்ல..
சுபாஷ் பாக்கெட்டில் இருந்த பேனாவை பிடுங்கியவர் அவனது வலதுகையை இழுத்துபிடித்து சிரமப்பட்டு ஒரு எழுத்தை எழுதிமுடித்தார்..

அறைகுறையாக இருந்த அந்த எழுத்து
"அ.." திடுக்கிட்டு நின்றவனை உசுப்பிய செழியன் எதையோ பதட்டமாக பேச
அது எதுவும் அவனது காதில் ஒளிக்கவில்லை..

"சுபாஷ்... " என்று மீண்டும் அவர் கத்த சுயநினைவை அடைந்தவனின் கண்கள் செழியனை விரித்தபடி பார்த்தது.

"தர்மனோட ஆளுங்க ப்ரியா ஊருக்குள்ள சுத்துறதா இப்ப தகவல் வந்திருக்கு... நான் போறேன்..? " என்று அவர் சொல்ல..

"செழியா.. இருங்க நானும் வரேன்.. " என்று சொல்லிக்கொண்டு அங்கிருந்து மருத்துவமனை வளாகம் விரைந்தான்.

"அருண்.. கௌதம்... நீங்க ரூமுக்கு கௌம்புங்க.. ஒரு முக்கியமான விஷயம் இருக்கு பாத்துட்டு வரேன்.. " என்று சுபாஷ் சொல்ல..மற்ற இருவரும் பிடிவாதம் பிடிக்க தொடங்கினர்..

"நீ அங்க போய் என்னடா செய்யபோற..
ஒருவேள உனக்கு எதாவது நடந்தா என்ன செய்றது அத யோசிக்க வேமாட்டியா"

"என்ன போகவிடுடா அருண்.. அந்த மிருகத்த கொண்ணே ஆகனும்னு இருக்கேன்.. !" என்று சுபாஷ் ஆக்ரோஷமாக கத்த..

"சுபாஷ்...? " என்று சத்தமாக கூப்பிட்ட கௌதம் செல்போனை நோண்டியபடி வளாகம் வந்தடைந்தான்

"உனக்கு என்னடா பிரச்சன இப்போ..
நீயும் நெலமய புரிஞ்சிக்கமாட்டியா.. அது என்னோட போன்தான குடு" என்று அதிர்ச்சி கலந்து கேட்க, செழியன் சீக்கிரம் வரும்படி சத்தம்போட்டார்.

"தோ ஒருநிமிஷம் வந்திடுறேன் சார்..! என்று கத்தியவன் கௌதமிடம் இருந்து செல்போனை வேகமாக பிடிங்கினான்..

"சுபாஷ் அதுல இருக்க ஃபஸ்ட் பிக்சர் பாரு.. அப்பிடியே ரெண்டாவது பிக்ச்சரையும் பாரு.. !" என்று மெலிதாக சிரித்தபடி கௌதம் சொல்ல தனது செல்போனை எடுத்தவன் அதனை ஆன் செய்து முதல் படத்தை பார்த்தான்.

"இது பிரியா அனுப்புன தமிழ்செல்வனோட படம்.. இதுல என்ன இருக்கு.. இவரதான் நீயும் எங்கயோ பாத்தமாதிரி இருக்குன்னு கதவிட்டுட்டு இருந்த இதுக்கென்ன..?"

"கத இல்ல.. அடுத்த படத்த பாரு..?"
என்று சொல்ல சுபாஷ் அடுத்த படத்தை நகர்த்தினான்.. அதிர்ச்சியில் உறைந்தவின் நெற்றியில் வியர்வை வடிய.. கண்களை வேறெங்கும் நகர்த்தாமல் முதல் படத்தையும் இரண்டாம் படத்தையும் மாற்றி மாற்றி பார்த்துக்கொண்டிருந்தவன் பின்னர் திடுக்கிட்டு கௌதமை பார்த்தான்..

"எதுல எடிட் பண்ண இத..? " என்று மங்கிய குரலில் கேட்க..

கௌதமும்.. " அதுலயே சைட்ல பெயின்டிங் ஆப்ஷன் இருக்கு.. அதுலதான்.." என்று சொல்லி அமைதியானான்.

"ப்சே டேய்.. என்னாச்சி எதபத்திடா பேசுறீங்க..? " என நடுவில் நின்றுகொண்டிருந்த அருண் கேட்க வண்டியிலிருந்து செழியனும் இறங்கிவந்து சுபாஷ் பக்கம் நின்றுகொண்டார்.

"செல்போனை மீண்டும் பார்த்தவன் குழம்பிய மனதுடனும் கலங்கிய கண்களுடனும் மீண்டும் வேகமாக மருத்துவமனைக்கு பின்னால் ஓடினான்..
அவனுக்காக காத்திருப்பது போலவே
அந்த கிழவியும் அவனை எதிர்பார்த்திருக்க, தனது மொபைலில் இருந்த முதல் படத்தை அந்த கிழவிக்கு காண்பித்தான்..

"இவர யாருன்னு தெரியுதா பாட்டி..? " என்று மூச்சிறைக்க கேட்க அந்த படத்தை பார்த்தவள் தெரியாது என்பதைபோல உதட்டை பிதுக்கினாள். இதயத்தின் படபடப்பு அதிகரிக்க இரண்டாவது படத்தை திருப்பியவன் மீண்டும் அந்த கிழவியின் முன்னாள் நீட்டி..

"இது.. இது யாருன்னு தெரியுதா..? " என்று கேட்க அந்த படத்தை கிழவி உற்று நோக்க சுபாஷும் அந்த கிழவியின் கண்களை உண்ணிப்பாய் கவணித்தான்.. சுருங்கிய அவளது முகம் சற்று மலர்ந்தது.. வேகமாக சுபாஷை ஏறெடுத்தவள் சிரித்தபடி தனது வலது கையில் மீண்டும் விரலால் கோடு கிருக்குவதுபோன்று காண்பித்து பின் சுபாஷின் வலதுகையில் எழுதிய அ.. வை காண்பித்தாள்.

பெருமூச்சி விட்டவன் அப்படியே தறையில் சறிந்து முட்டிபோட்டபடி வானத்தை ஏறிட்டான்.. வெயிலோடு சேர்ந்த வெண்மேகங்கள் காற்றில் மிதந்துகொண்டிருந்தன..
பின்னர் அங்கிருந்து கிளம்பி மருத்துவமனையில் முகப்பை அடைந்தவன்..

"கௌதம் நீ கண்டுபுடிச்சத அருண்கிட்ட சொல்லிடு.. நான் போய்டுவரேன்..?" என சொல்லியபடி போலீஸ் ஜீப்பில் ஏறி அமர்ந்தான். சுபாஷை முறைத்த அருண்..
வேகமாக ஜீப்பில் ஏறிக்கொண்டு..

"நானும் கூடவரேன் உன்ன தனியா விட்டுட்டு என்னால எப்புடி இங்க இருக்கமுடியும்..? " என்று கலங்க.. சுபாஷ் அவனை சமாதானம் செய்தான்..

"சுபாஷ்.. எதாச்சோம் பிரச்சனையா.. நானும் கூட வரட்டா.. ?" என கௌதம் கேட்க..

அவனை கையெடுத்து கும்பிட்டவன்..
"சத்தியமா நீ செஞ்ச இந்த விஷயத்த நான் மறக்கவே மாட்டேன் மச்சி.. நீ இங்கயே இரு.. என்ன ஆனாலும் இந்த ஒரு நைட்ல எல்லாமே முடிஞ்சி தொலச்சிடும்.. " என்று சுபாஷ் சொல்லிக்கொண்டிருக்கும்போதே ஜீப் அங்கிருந்து கிளம்பியது. போலீஸ் ஜீப் தன் கண்பார்வையிலிருந்து மறைகின்றவரை அங்கு நின்று பார்த்திருந்த கௌதம் பின்னர் அறையை நோக்கி நடந்தான்.

"செரி சொல்லு.. அந்த போட்டோ காட்டு.. யாருன்னு பாக்கலாம் அவ்ளோ பரபரப்பா எதுக்கு ஓடுன.. ஏன் என்னாச்சி " என மெதுவாக கேட்க தனது செல்போனை எடுத்து நீட்டினான்..

"நாங்கூட அவன் சும்மா விளயாட்டுக்கு எங்கயோ பாத்தமாதிரி இருக்குன்னு சொல்றான்னு பாத்தா அவனுக்கு உண்மயாவே இந்தாள தெரிஞ்சிருக்கும்.. அவன்கிட்ட போன குடுத்ததுக்கு அவன் என்னென்ன பண்ணிவச்சிருக்கான் பாருடா.. ஃபஸ்ட் போட்டோ ப்ரியா அனுப்புன வளர்மதியோட தம்பி போட்டோ..

அந்த போட்டோல கொஞ்சம் தாடியும் மீசயும் வரஞ்சி மொகத்த கொஞ்சம் கருப்பாக்கி வச்சிருக்கான்.. அந்த போட்டோல இருக்குறது யாருன்னு தெரியுதா..? "

"டேய் இது அந்த ஆக்சிடன்ட்ல செத்துபோன அந்த பைத்தியகாரனாச்சே.. பாக்க அதுமாதிரிதான் இருக்கு..? "

"மாதிரிலாம் இல்ல அவரேதான்.. மறைவுன்னு இருந்த எடம் எந்த வருஷமும் போடாம இருக்குறதவச்சிதான் கண்டுபுடிச்சேன்..
ஊர்ல இருந்து டவுனுக்கு ஓடிவந்திருக்காரு.. ஒருவேள பிறவியிலேயே பைத்தியம் போல.. அதான் ஒருவேள டவுனுக்கு வரும்போது வளர்மதியே கூட தொலச்சிருக்கலாம்.. "

"ஹிம் நேரம் எவ்ளோ பெரிய துரோகி பாத்தியா.. இத கண்டுபுடிக்கும்போது அந்த மனுஷன் உயிரோட இல்ல.. இந்த விஷயத்த ராஜி அம்மாகிட்ட சொல்லனும்னு இருக்கியா.. "

"இல்ல வேணாம்.. அவங்கள பொருத்தவரைக்கும் தமிழ்செல்வன் இந்த உலகத்துல எங்கயோ ஒரு மூலையில வாழ்ந்துட்டு இருக்குறதாவே இருக்கட்டும்.. அவங்கள இன்னமும் கஷ்டபடுத்த விரும்பல.. "

"நல்லது மச்சி அப்போ இப்ப எதுக்கு ஊருக்கு போய்ட்டு இருக்கோம்.. ?"

"ஊர்ல தர்மன் அவங்க ஆளுங்க நடமாட்டம் அதிகமா இருக்காமா.. அதான் இவர்கூட போய்ட்டு அந்த தர்மனோட மர்டர கண்குளிர பாக்கலாம்னு போய்டு இருக்கேன்.. " என்று சுபாஷ் சொல்லிவிட்டு சிரிக்க..

"என்ன சுபாஷ் என்ன விஷயம் சிரிப்பு சத்தம் பலமா கேக்குது..? " என்று முன்னாலிருந்து செழியனின் கேள்வி எழ இருவரும் கப்சிப் ஆகினர்.

போலீஸ் வாகனம் டவுனை கடந்திருக்க ஜீப்பின் வேகம் மேலும் பத்து கிலோமீட்டர் அதிகரித்திருந்தது. பதட்டமும் எதோயோ கண்டுபிடித்த மகிழ்ச்சியும் மனதின் ஓரத்தில் அவனை நெருக்க சுபாஷின் செல்போன் அலறியது..செல்போனை எடுத்து அட்டன் செய்தான்..

"ஹலோ யாரு..? "

"சுபாஷ் நான் டாக்டர் புருஷோத் பேசுறேன்... டவுன் சீஃப் டாக்டர் ஒருத்தர் போன் பண்ணிருந்தாரு.. என்னாச்சி என்ன விஷயம்..? "

"ஐயோ டாக்டர் உங்களதான் எதிர்பாத்திருந்தேன்.. அன்னைக்கு மனநலம் பாதிக்கப்பட்ட ஒருத்தர ஆக்சிடன்ட்ல இருந்து கொண்டுவந்து ஹாஸ்பிட்டல்ல சேத்தோமே ஞாபகம் இருக்கா. அவரோட ஒடம்புல எங்கயாச்சோம் பச்ச குத்திருந்தாறா.. முக்கியமா அவரோட வலது கை இல்லனா இடதுகையில..? " என்று ஆர்வமாய் கேட்டான்.

"பச்ச... ஆமா சுபாஷ் அவரு பச்ச குத்திருந்தமாதிரிதான் தெரிஞ்சது.. ஆனா என்ன எழுதியிருந்ததுன்னு சரியா தெரியலயே..?"

"டாக்டர் கொஞ்சம் நல்லா யோசிங்களேன்..? "

"ஹிம்.. பேஷன்ட்டோட ரிப்போர்ட் கார்ட்ல அவரபத்தின டீடெய்ல்ஸ் எழுதி வச்சிருப்போம். ஆனா கண்டிப்பா அவரோட கையில ஏதோ எழுதியிருந்தது. நான் ஹாஸ்பிட்டல்ல சொல்லி அந்த இன்பார்மேஷன ஒடனே ஃபார்வர்ட் பண்றேன் " என்ற மருத்துவரின் இணைப்பு விடைபெற்றது.

ப்ரியாவை தொடர்புகொண்டான்..

"ப்ரச்சினைலாம் இல்ல, ஆனா வீட்டுக்கு வெளிய நெறயபேர் தொணைக்கு நிக்குறமாதிரி தெரியுது.. தர்மனால எந்த பிரச்சனயும் எனக்கு இல்ல?" என்றாள்.

ராஜேஷ் வீட்டிற்கு முன்னால் வாகனத்தை நிறுத்திவிட செழியன் வாக்கிடாக்கியில் யாரிடமோ பேசியபடி நடந்தார்..
அவருக்கு பின் சுபாஷும் அருணும் நகர்ந்தனர்.. அங்கங்கு மஃப்டியில் இருந்தவர்கள் செழியனுக்கு வணக்கம் சொல்லிக்கொண்டு பின்னால் வரும்படி கைகளால் சைகை காண்பித்தனர்.. அதனை புரிந்துகொண்டு செழியன் நடக்க பின்னாலேயே மற்ற இருவரும் தொடர்ந்தனர். ஊருக்கு ஒதுக்குபுறமாக செல்ல ஒருசில சீருடை இல்லாத காவலர்களுக்கு மத்தியில் தர்மனது ஆட்கள் அமரவைக்கப்பட்டிருந்தனர்..

அவர்களிடம் கடினமான தனது விசாரணையை முன்னெடுத்தவர்.. அவர்களிடமிருந்து சில மர்மங்களை வாங்கிக்கொண்டு நகர்ந்தார்.

"அப்போ ஊருக்குள்ள தர்மன் இல்லயா சார்..? "

"தெரியல அவனுங்க அடிக்கு பயந்துகூட சொல்லிருக்கலாம்.. ஈவ்னிங் வரைக்கும் வெயிட் பண்ணலாம் அப்போறோம் பாத்துக்கலாம்.." என்று

சொல்லியபடி நடையை கட்டினர். கூடுமானவரை நடக்கப்போகும் விஷயங்களை ஊர்மக்களுக்கு தெரியாதவண்ணம் செயல்படுத்த செழியன் திட்டமிட்டிருந்தார். ஊரில் குழுமிக்கிடந்த மற்ற போலீஸ் அதிகாரிகளும் எவருக்கும் சந்தேகம் வராதபடி நடந்துகொண்டும் வெவ்வேறு காரணங்களை.. தங்களை நெருங்கும்.. கேள்வி கேட்கும் மக்களிடம் சொல்லிக்கொண்டும் இருந்தனர்.
சுவற்றில் துடைத்து மாட்டிவைக்கப்பட்டிருந்த தனது தம்பி தமிழ்செல்வனின் போட்டோவை எடுத்த வளர்மதி மீண்டும் அதை பார்த்தபடி இருந்தார். உண்மையை சொல்லிவிட மனம் முந்தியது.. இருந்தாலும் அமைதியாக இருந்தவன்..

"ம்மா.. இவரு ஊமயா.. வாய்பேச முடியாதவரா..? " என்று கேட்டான்..
திடுக்கிட்டு நிமிர்ந்த வளர்மதி..

"ஆமா சுபாஷு.. உனக்கெப்புடி தெரியும் இந்த விஷயம்..? " என அதிர்ச்சியாய் கேட்க..

"அது வந்து.. அன்னைக்கு நீங்கதான சொன்னீங்க. வாயில்லா பூச்சின்னு அதவச்சிதான் கண்டுபுடிச்சேன்.. ஒருவேள ஊமயா இருப்பாரோன்னு...? " என்று சமாலித்தான்.

"ஆமா.. பிரவியில இருந்தே ஊமதான்"

மாலை நேரம்..
திண்ணையில் அமர்ந்திருந்தவன் வானத்தை ஏறிட்டான்.. மழை வருவதற்கான அறிகுறி தெரிந்தது.
பழுதுபார்க்கபட்டிருந்த தனது வாட்சை பார்க்க நேரம் ஆறு.

"ட்ரிங் ட்ரிங்..! " என்று அவனது பாக்கெட்டில் இருந்த செல்போன் மீண்டும் ஒலிக்க அதனை எடுத்தான்..

"ஹான் சொல்லுங்க டாக்டர்..
எதாச்சோம் கண்டுபுடிச்சீங்களா.. எதாவது தெரிஞ்சதா..? "

"ஆமா சுபாஷ்.. ஒரு மைனர் ஆப்ரேஷன் பண்ணோம் அதுக்கு முன்னாடி அவரோட ஒடம்புல இருந்த அடையாளங்கள குறிச்சிவச்சிருந்தோம்.. அவரோட வலதுகையில மூனு தமிழ் எழுத்து இருந்தது.. அதுவும் தீயில வெந்துபோய்"

"தீக்காயமா..? "

"ஆமா அவரோட கையில இருந்த பேர யாரோ இல்ல எதாவது ஒரு ஃபயர் ஆக்சிடன்ட்ல அந்த காயம் உண்டாயிருக்கலாம்.. !"

"அப்போ அது என்ன பேருன்னு கண்டுபுடிக்க முடியலயா டாக்டர்..? " என்றவனுக்கு டாக்டர் சொன்ன பதில் உயிரோட்டத்தை நிற்கும்வகையில் இருந்தது..

"அரிமா..! "

வானம் இடிக்கத்தொடங்கியிருந்தது..
விரிந்த கண்களோடு மேலே நிமிர்ந்தான் வானத்தில் மையத்திலிருந்து ஒரு மழைதுளி நேராக அவன் முகத்தில் பட்டு தெறித்தது.. திரும்பி வீட்டிற்கு வந்தவன்,
போட்டோவை பார்த்துக்கொண்டிருந்த வளர்மதியை அழைக்க அவரும் சுபாஷை ஏறிட்டார்..

"உன்னோட தம்பி ஏன் தொலஞ்சிபோகனும்...? " என்று கோவமாக கேட்டான்..

"இது என்ன கேள்வி.. டவுனுக்கு கூட்டிட்டு போகும்போது தெரியாம தொலஞ்சிட்டான்..? "

"தொலஞ்சிபோகும்போது அவருக்கு என்ன சின்ன வயசா.. எப்பிடியும் பதினெட்டு இருவது இருக்கும்ல.. அவரு எப்புடி தொலயுவாரு.. அவருக்கு என்ன மனநலம் சரியில்லயாம்மா..?" என்றதற்கு அதிகமாக கோவ்ப்பட்டவர்.. முறைத்தபடி இருந்தார்.

"ம்மா.. பொருமய ரொம்ப சோதிச்சிட்டீங்க.. எல்லா உண்மயும் தெரிஞ்சிடுச்சி, இனி மறச்சி எதுவும் ஆகப்போறதில்ல சொல்லுங்க..! " என்று அவன் கோவமாக சொல்ல.. அதே குழப்பம் நிறைந்த பார்வையை வளர்மதி தந்துகொண்டிருந்தார்.

"ப்ரியா... உங்க அத்த அரிமாவ பத்தி சொன்னீயே.. ஏன் அவங்க லவ்பண்ண பையன பத்தி அன்னைக்கு சொல்லல?"

"ஏன் சொல்லலன்னா, அப்போ எனக்கு சின்ன வயசு.. அதுமட்டும் இல்லாம அவங்க லவ் பண்ண பையனப்பத்தி எனக்கு தெரியாது அதான் காரணம்.. தெரிஞ்ச விஷயத்ததான சொல்லமுடியும்.. ஆனா அவரு எங்களவிட

கீழ்சாதிக்காரருன்னு மட்டும் எனக்கு தெரியும் அதனாலதான் இவ்ளோவும் நடந்தது" என்றாள் ப்ரியா.

சட்டென்று வளர்மதியை பார்த்தவன்,

"ஹிம்.. இப்போ புரியுது, நல்லாவே புரியுது.. உங்க தம்பிக்கு நடந்த கொடுமைக்கு நியாயத்த தேடி ராஜேஷ ப்ரியாவ லவ் பண்ண வச்சிருக்கீங்க.. அதான உண்ம. பழிவாங்க நெனச்ச நீங்க.. உங்க புள்ளய பலிகேடா ஆக்கிட்டு இப்ப ஒக்காந்து அழுதுட்டு இருக்கீங்க"
என சுபாஷ் சொல்லி முடிக்க வளர்மதியிடம் இருந்து எந்த பதிலும் வரவில்லை.. பின்பு நிமிர்ந்தவர் கோவம் நிறைந்த கண்களை ப்ரியாவை நோக்கி வீசினார்..

"ஆமா.. நீ சொன்னது எல்லாமே உண்மதான்.. அதான் நெஜம்..
தோ நிக்குறாளே.. இவளோட குடும்பத்த பழிவாங்கத்தான் என்னோட புள்ளய அனுப்புனேன்.. ஆனா விதி அவனயும் வளச்சி வாய்ல போட்டுகிச்சி.. என்னோட தம்பிய இவளோட குடும்பமும் இவளோட அப்பா தாத்தாவும் என்ன பண்ணாங்கன்னு இன்னயவரைக்கும் எனக்கு தெரியல.. ஆனா எங்கயோ ஒரு மூலையில தமிழ் உயிரோட இருப்பான்னுதான் நெனச்சிட்டு இருக்கேன்.. ஆனா இவளோட குடும்பத்தத்தான் பழிவாங்க நெனச்சனே தவிர இவமேல எனக்கு எந்த கோவமும் இல்ல.. என்னோட சாபமோ இல்ல அரியநாச்சியோட சாபமோ என்னான்னு தெரியல.. நெனச்சமாதிரியே அந்த சத்தியமூர்த்தியும் சக்கரவர்த்தியும் செத்துடானுங்க. அரிமாவ செத்துடதா நான் எப்போமே பாத்ததில்ல... அவ உயிரோடத்தான் இருக்கா நான் பாக்குறேன் தெனமும் பாத்துட்டுதான் இருக்கேன் !" என்று அழுத கண்களை துடைத்துக்கொண்டு சிரித்தபடி ப்ரியாவை காண்பித்தார் வளர்மதி.

அழுகை கண்களுடன் ப்ரியாவும் அம்மாவை கட்டிக்கொள்ள.. தமிழ்செல்வனின் மரணத்தை இப்போதும் சொல்ல தடுமாறினான் சுபாஷ்.

நேரம் கடந்திருந்தது..

"ம்மா.. எப்புடி அவங்க ரெண்டுபேரும் சத்தியமூர்த்திக்கிட்ட மாட்டுனாங்க.. எதாவது தெரியுமா..? " என்று சுபாஷ் கேட்டான்.

"இல்ல தெரியல.. அவங்க ரெண்டுபேரும் லவ் பண்ற விஷயம் அந்த கொடூரம் நடக்குறதுக்கு கொஞ்சநாளைக்கு முன்னாடித்தான் எனக்கே தெரிஞ்சது.

நானும் விசாரிச்சதுல அரிமா பெரிய எடத்து பொண்ணுன்னு பேசிகிட்டாங்க.
தமிழ்கிட்ட சொல்லிபாத்தேன் அவன் கேக்குறதா தெரியல.. திடீர்னு ஒருநாள் அவன் காணாமபோய்ட்டான்..
அடுத்தநாளே அரிமா கெணத்துல விழுந்து தற்கொல பண்ணிகிட்டான்னு அவங்க ஊர் முழுக்க பரபரப்பா பேசிக்கிட்டாங்க. ஆனா யாருக்குமே இந்த தற்கொல எதனால ஆச்சின்னு முழுசா தெரியாது. அந்த குடும்பம் தெரிஞ்சிக்கவும் விடல.. என் தம்பிய கேட்டு அவங்க வீட்டுக்கு போக என்ன சண்டபோட்டு அடிச்சி வெறட்டிட்டாங்க.. அதுக்கப்புறோம் அந்த ஊருக்கே நான் போகல.. இன்னைக்கு வரைக்கும். எனக்குள்ள இருந்த அந்த பழிவாங்குற வெறி நாளுக்குநாள் அதிகமாச்சி.. அந்த வெறிதான் ராஜேஷ ப்ரியாவ லவ் பண்ணுடான்னு அவன தொறத்தவைக்க காரணமாச்சி.. ஆனா பழிவாங்குற வெறி எந்தளவுக்கு கொடுமையான ஒரு கெட்ட எண்ணம்னு அவனோட சாவுல நான் பாத்து தெரிஞ்சிகிட்டேன்.. என் புள்ளய நானே கொண்ணுட்டேன்.. !" என்று சொல்லிவிட்டு மீண்டும் அழ ஆரம்பித்தார்.

நேரம் கடந்தது.. இருள் முழுவதுமாக அந்த ஊரை ஆக்கிரமித்திருக்க.. பனி பரவலாக பொழிந்துகொண்டிருந்தது..
எந்த அசம்பாவிதமும் அதுவரை நடக்கவில்லை. இருந்த கொஞ்சநஞ்ச தர்மனின் ஆட்களையும் செழியனின் போலீஸ் படை கைதுசெய்து கூட்டிச்சென்றிருந்தது.. வீட்டிற்கு வெளியே தீ மூட்டி மூவரும் குளிர்காய்ந்துகொண்டிருக்க வடிவேலுவும் அவர்களோடு இணைந்துகொண்டான்.. நேரம் பன்னிரெண்டு மணியை நெருங்க மதுவிடம் இருந்து அழைப்பு.
இதயத்துடிப்பு வேகமாக அடித்துக்கொண்டது.. அழைப்பை ஏற்க மனம் தடுமாறியது..

முதல் அழைப்பு முழுவதுமாக வந்து அமைந்தது. மீண்டும் இரண்டாவது அழைப்பு. அட்டன் செய்தவன் ஸ்பீக்கரில் போட்டான்.. ஒரு பெண்ணின் கோரமான அழுகுரல். சுபாஷின் பழைய நினைவுகளில் எப்போதோ மறக்க நினைத்த அந்த குரல் மீண்டும் ஒலித்துக்கொண்டிருந்தது..
மதுவிற்கு அழைப்பு விடுத்த ஒருசில தருணங்களின் இந்த அழுகுரலை அவன் அனுபவப்பட்டிருந்தான்.. அந்த நிகழ்வு நிஜமானதை நினைத்து மனம் வெதும்பினான். அழுகை தொடர்ந்துகொண்டிருக்க..

"ஹலோ.. மது..? " என்றான் மெதுவாக..

"சுபாஷ்.. சுபாஷ் என்ன எங்கயோ இழுதுட்டு போறான்டா இந்த தர்மன்..? " என்று அழுதபடியே தடுமாறினாள் மது.

"ஏய் அழாதடி.. எங்க இருக்க எங்க கூட்டிட்டு போறான்..? " என்று சுபாஷ் வாயிலிருந்து சிரமப்பட்டு வார்த்தைகளை பேச.. துக்கமும் கண்ணீரும் முட்டிக்கொண்டது. சட்டென்று அழுதான்..

"நாந்தான் சொன்னனே மறந்துட்டியா..?" என்று தர்மனின் குரல் மதுவின் அழுகுரலுக்கு நடுவே சத்தமாக கேட்டது.

"தர்மா.. அவள விட்ரு.. உன்ன எதுவும் செய்யமாட்டேன்..? " என செழியன் முந்திக்கொள்ள.. சிரித்தவன், மதுவை காயப்படுத்தி மேலும் சத்தமாக அழவைத்தான்..

"ஹாஹா.. இனி யாருக்கும் பயப்படபோறதில்லடா செழியா.. டிபார்ட்மென்ட் என்ன கொல்ல சொல்லிடுச்சி.. அதுக்கு முன்னாடி எனக்கு நெருங்குனவங்கள கொஞ்சப்பேற பலிகொடுக்கவேண்டி இருக்கு.. வேற ஒன்னு இல்ல. உயிரோட இருந்தா பாக்கலாம் பேசலாம்..! " என்று அரக்கத்தனமாக பேசியவன் செல்போனை ஆப் செய்தான் நிரந்தரமாக.

அழுதுகொண்டிருந்தவனை அருண் நெருங்க அவனை வேகமாக தள்ளிவிட்டான்.. முழங்கால் போட்டவன் அழுத முகத்தோடு மீண்டும் வானத்தை ஏறிட்டான்.. முழு நிலவு பிரகாசமாக தெரிந்தது. சத்தம் கேட்டு ப்ரியாவும் வடிவேலுவும் வர அவர்களும் நிலமையை புரிந்துகொண்டனர். மனதும் மூளையும் மதுமிதாவை தேடி ஓட எழுந்துகொண்டது. யாரிடமும் எந்த பதிலும் சொல்லாமல் வேகமாக ஓடினான்.. மற்ற அனைவரும் அவனை பின்தொடர்ந்தனர். ஆலமரத்தை நெருங்க தரையில் மதுவின் செல்போன் உடைந்து நொருங்கிக்கிடந்தது.. விகாரமான அந்த ஆலமரத்தின் உருவம் மட்டும் அந்த இரவில் சன்னமாக தெரிய.. விரைந்து முன்னேறினான்.

இடியும் மின்னலும் சட்டென்று வெட்ட தொடங்க.. ஆலமரத்தை அடைந்தவனுக்கு ஒரு பெரிய அதிர்ச்சி காத்திருந்தது. நடுநிசிபன்னிரெண்டு மணி.. பனிவிழுந்துகொண்டிருந்த அந்த மந்தார வானத்தில் பௌர்ணமி நிலவும் பொலிவிழந்து பிரகாசிக்க அதை சட்டென்று மறைத்தபடி கார்மேகங்கள் சூழத்தொடங்கின. சுபாஷை படபடப்பும் பயமும் ஒருசேர இதயத்தை குத்தி கிழித்துக்கொண்டிருக்க.. ஆலமரத்தை அடைந்தான்.. குனிந்து பெருமூச்சு விட்டு பின் புதிய மூச்சை உள்வாங்கியவன் நிமிர்ந்தான். ஆலமரத்திற்கு நேர் எதிரே ஒரு வட்டம் போடப்பட்டு அதில் கொஞ்சம் பூஜை செலுத்துவதற்கான பொருட்கள் இருந்தது.. ஒரு பெரிய கத்தியும் இருந்தது.

அதற்கு பக்கவாட்டில் பார்த்தான்..
பேரதிர்ச்சி. பெரிய கருங்கல்லால் கீழே கிடந்த ஒரு உடலின் முகத்தை நசுக்கிக்கொண்டிருந்தது மற்றொரு வெள்ளைநிற உருவம்!

ஆலமரத்தை நெருங்கிச்சென்றான்..
தலைவிரி கோலமாய் யாரோ ஒரு பெண். முகம் சரியாக தெரியவில்லை.. ஆனால் கீழே கிடந்த அந்த பெரிய உடல் கண்டிப்பாக தர்மனாகத்தான் இருக்கவேண்டும் என்று நினைத்தான்.
மூர்கமாக அந்த பெரிய கல்லை ஒருகையால் இருக்க பிடித்தவாறு அவனது முகத்தை வேகமாக ஓங்கி ஓங்கி அடித்துக்கொண்டிருக்க அந்த உடலிலிருந்து வெளியேறிய ரத்தம் தரைமுழுக்க பரவத்தொடங்கியிருந்தது..

பதட்டத்தோடு வந்தவன்.. சற்று அதிர்ந்துபோய் மெதுவாக "மதி..? " என்று அழைத்தான்.. அவளிடமிருந்து எந்த பதிலும் வரவில்லை.

"மதி.. மதுமிதா.? " என்று மீண்டும் அழைத்தான்.. ஒருகணம் தாக்குதலை நிறுத்திய அந்த உருவம் பின் மீண்டும் தர்மனின் முகத்தை சிதைக்க தொடங்கியிருந்தது. நேற்றைய தினத்தில் அவனை குழப்பப்படுத்திய அந்த பேருந்தின் மின்விளக்குகளும் அவனுக்குள் நினைவுகளை கிளற.. ஏதோ தெரிந்தவனாய் சற்று நிமிர்ந்தவன் வானத்தை ஏறிட்டான்.. முழு நிலவு. பின்னர் தனக்கு எதிரே இறந்துபோன உடலை தாக்கிக்கொண்டிருந்த உருவத்தை பார்த்தவன்..

"அ... அரிமா? " என்றான்.
கொலைவெறி தாக்குதல் நடத்திக்கொண்டிருந்த அந்த உருவம் திடுக்கிட்டு நின்றது.. பின் மெதுவாக எழுந்து தன் முகத்தை திருப்பியது..
இரத்தம் நிறைந்த அவளின் வலது கையிலிருந்து இரத்ததில் குளித்த அந்த பெரிய கருங்கல்லை கீழே போட்டது.. முகத்தில் தர்மனின் இரத்தம் தெரித்து வழிந்த கோடுகள்.. அதை கடந்து பிராகாசமாக வெள்ளை நிறத்தில் மின்னிய அந்த உருவத்தின் முகம் அரியநாச்சி என்று தெரியப்படுத்தியது.

மதுமிதாவும் அரிமாவும் சேர்ந்த ஒரு உருவமாக அது நிதானித்து நிற்க.. பின்னால் வந்துகொண்டிருந்த அவனின் ஆட்களும் ஆலமரத்தை வந்தடைந்தனர்.
அரியநாச்சி சற்று கலங்கிய கண்களுடன் சுபாஷை நெருங்கினாள்..
சுபாஷ் வார்த்தைகள் எதுவும் கிடைக்காமல் வியந்து நிற்க..

அரிமாவை பார்த்த மற்றவர்கள் பயந்துபோய் பின்வாங்கி நின்றிருந்தனர். ஒரு பெருத்த நிசப்தம் அங்கு நிலவியபடி இருக்க சுபாஷை நெருங்கியவள் அவனது முகத்தில் தன் இரத்தம் தோய்ந்த கையை வைத்து வருடினாள்.. ஆனால் வாய் திறந்து எதுவும் பேசவில்லை. தர்மனின் இரத்தம் சுபாஷின் முகத்தில் குங்குமக்கரைசல் போல வண்ணமிட்டிருக்க நிமிர்ந்து அரிமாவை பார்த்தவன்.. அழுதுகொண்டே..

"யார் நீங்க.. எதுக்கு இந்த வேல.. ஏன் இத்தனநாளா இந்த விளயாட்டு அதுவும் என்னமட்டும் குறிவச்சி.. நான் யாரு உங்களுக்கு..? " என்று கேள்விகளை வாய் நடுங்க கேட்க.. எதிரில் நின்றுக்கொண்டிருந்த அந்த வெள்ளை உருவம் அழுதுகொண்டே அவனை இருக்க கட்டிபிடித்தது.

திடீரென்று.. வானத்தில் இருந்து ஒரு பெரிய இடி இடிக்க அவனை கட்டிய அந்த உடல்.. நிலை தடுமாறி கீழே விழ சட்டென்று அதனை பிடித்துக்கொண்டான். வெள்ளை நிறம் முற்றிலும் மறைந்து அந்த உடல் மதுமிதாவாக தோன்றியது. சட்டென்று நிமிர்ந்து வானத்தை பார்க்க குளிர் நிரம்பிய காற்றில் வென்பனி படலமாக உருவெடுத்து ஒரு தேவதை போல வானத்தை நோக்கி சென்றுகொண்டிருந்த அரியநாச்சி குனிந்து கீழே சுபாஷை பார்த்து மெதுவாக சிரித்தாள்.

மதுவை தாங்கிநின்ற சுபாஷும் சத்தமில்லாத சிரிப்பை கண்ணீரோடு அவளுக்கு கடத்தினான். குழுமியிருந்த அனைவரும் வானத்தை பார்த்தபடி இருக்க ஒருசில கணங்களில் அரியநாச்சி வானத்தை அடைந்தாள்.

முழுநிலவு கார்மேகங்களோடு மறைய.. இடியும் மின்னலும் சட்டென்று மாறி மாறி இடிக்க மழை வரத்தொடங்கியது.. மழைநீர் முகத்தில் பட மதுமிதாவும் மயக்கத்தில் இருந்து முழித்துகொண்டாள்.. இறந்துகிடந்த தர்மனின் உடலிலிருந்து வெளியேறிய இரத்தம் மழைநீரில் கறைந்து ஆலமரம் முழுக்க பரவியது. அவனது முகம் அடையாளம் தெரியாத அளவிற்கு குதறிக்கிடந்தது.. சொல்லப்போனால் சரவணனின் கொலையை விட மிக கொடூரமாக..!

விடிந்தது..
ஆம்புலன்ஸ் ஒருபுறம் வந்திருக்க அதில் தர்மனின் உடலை ஏற்றி அனுப்பினார் செழியன்..

நேரம் கடந்திருந்தது,

"கொலயா.. நானா.. என்ன அவன் அடிச்சி அந்த ஆலமரத்துகிட்ட இழுத்துட்டு போனது மட்டுந்தான் தெரியும் சார்.. அதுக்கப்புறோம் என்ன

நடந்ததுன்னு எனக்கு ஞாபகம் இல்ல. யாரோ மொகத்துல தண்ணி தெளிக்குறமாதிரி இருக்க முழிச்சேன். என்ன சுபாஷ் தாங்குனமாதிரி புடிச்சிட்டு இருந்தான்.. அதுமட்டுந்தான் ஞாபகத்துல இருக்கு.. சுபாஷ் மொகத்துல கூட இரத்தகாயம் இருந்தது..!" செழியன் கேட்ட கேள்விக்கு பதிலலித்தாள் மது.

"சத்தியமூர்த்தி யாரு ப்ரியா..? "

"எ.. எங்க தாத்தா.. ஏன் சுபாஷ் என்ன பிரச்சன..? "

"சொல்றேன்.. அவரு எப்புடி செத்தாருன்னு சொன்ன..? "

"கெணத்துல தவறி விழுந்துட்டாரு... அங்கிருந்து காப்பாத்தியும் கொஞ்ச நாள்ல செத்துடாரு.. " என்று முடித்தாள் ப்ரியா.

"அவரு கெணத்துல விழுந்தத நீதான் மொதல்ல எல்லார்கிட்டயும் சொன்னீயா.. கெணத்துல விழுந்தப்போ நீ எப்பிடி அங்க இருந்த.. ?"

"அது ராத்திரி நேரம்.. நானும் தாத்தாவும் நல்லா விளயாடிட்டுதான் இருந்தோம்.. திடீர்னு தாத்தா கெணத்துல இருந்து சத்தம் போட்டுட்டு இருந்தாரு.. அப்போதான் நான் எல்லாரயும் கூப்புட்டேன்..! "

"செரி ப்ரியா.. நீ வடிவேல வரச்சொல்லு.." என்று சொல்ல உடனே வடிவேலுவும் ப்ரியா பக்கத்தில் வந்து நின்றுகொண்டான்..

"வடிவேல்.. அன்னைக்கு உங்க அப்பா சாகுறதுக்கு முன்னாடி நைட் என்னாச்சி..?"

"அன்னைக்கு நைட் நான் மாடிலதான் இருந்தேன்.. அப்போ என்ன நெனச்சேன்னு தெரியல.. அவர அங்க இருந்து கீழ புடிச்சி தள்ளிவிட்டுட்டேன்.. அப்போறோம் எதுவும் தெரியாதமாதிரி வந்து படுத்துகிட்டேன்..!" என்று சொல்ல அதிர்ந்த செழியன் சுபாஷை பார்த்தார்.

"இதுல ஆச்சரியபடுறதுக்கு எதுவும் இல்ல சார்.. இது எல்லாமே அரிமாவோட வேலதான். ஒரு அருவமா இங்க தொல்ல செய்ய முடியுமே தவிர யாரயும் கொல்ல முடியாது. ஒரு மனுஷன கொல்ல ஆயுதம் வேணும்.. ஆனா ஆன்மாங்களுக்கு இருக்க ஆயுதம் மனிதன்தான்..
அரிமா கொலைக்கு முதல் காரணமான அவங்க அப்பா சத்தியமூர்த்திய ப்ரியா மூலமா கொண்ணாங்க.. ரெண்டாவது காரணமா இருந்த அதே சமயம் ராஜேஷ் சாவுக்கும் காரணமா இருந்த அவங்க அண்ணன்

சக்கரவர்த்திய அவனோட பையன் வடிவேலுவ வச்சி கொலபண்ணாங்க.. ராஜேஷ் கொலைக்கு இன்னோரு காரணமா இருந்த வார்டன் கிருபாவ சரவணன வச்சி கொலபண்ணிருக்காங்க..? " என்று குழப்பம் தீர முடித்தான்.

"சரவணன்.. அவனவச்சா.. அப்போ அவந்தான் கிருபாவ கொண்ணாணா..? "

"ஆமா.. ஆன்மாக்களோட அசைவுகளும் நடவடிக்கைகளும் இயற்கை காட்டிகொடுத்துடும்.. அசாதாரண நிலையில கெடுக்கபடுற சமநிலை மாதிரி இந்த இயற்கையே அமானுஷ்ய நடத்தைகள காட்டிக்கொடுத்துடும்..இடி.. மின்னல்.. காத்து.. பனி.. இது எல்லாம் அதுக்கு உதாரணங்கள்" என்று பழைய நினைவுகளை கிளறினான்.

"அரியநாச்சி சரவணன வச்சி கிருபாவ கொண்ணுருக்காங்க. நேத்து.. மதுமிதாவ வச்சி தர்மன கொண்ணிருக்காங்க " என்று முடிந்திருந்த ஒரு பெரிய மர்மத்தை அவிழ்த்தவன்,

"இதெல்லாம் நம்பிதான் ஆகனும்.. ஏன்னா நீங்களே நேத்து என்ன நடந்ததுன்னு பாத்திருப்பீங்களே..? "
என்று சொல்ல செழியன் வாயடைத்துபோனார்.

மாலை நேரம்..
மதுவிடமும் ப்ரியாவிடமும் பேசிய சுபாஷ் பின்னர் அவர்களுக்கு ஆறுதல் சொல்லிவிட்டு நகர..
சுபாஷை இறுக்க கட்டிப்பிடித்த மது கலங்கிய கண்களுடன் அவளை பார்த்தாள்.

"லூசு.. இனிமே எந்த பிரச்சனையும் இல்ல எல்லாம் முடிஞ்சது... " என்று சொல்ல பின்பு அங்கிருந்து ஊருக்கு கிளம்பினான். வீட்டை அடைந்தவனை அதிர்ச்சியாய் பார்த்த ராதாவும் ராமச்சந்திரனும் கேள்விகளை அடுக்க..

"ஒருநிமிஷம் இருங்க..? " என்று சொல்லிக்கொண்டு டிவியை ஆன் செய்து செய்தியை ஒளிபரப்பினான்.

"முக்கிய செய்திகள்.. அடையாளம் தெரியாத அளவிற்கு முகம் சிதைக்கப்பட்ட நிலையில் மேலும் ஒரு உடலை ஆரமரத்தின் அருகே போலீஸ் அதிகாரிகள் கண்டெடுத்துள்ளனர்.. இதுபற்றி வடக்கு டவுன் போலீஸ் இன்ஸ்பெக்டர் செழியன் கூறும்போது..

'சமூக விரோத செயலில் ஈடுபடும் கூலிப்படைகளை சேர்ந்தவர்கள் இவ்வாறு செய்வது வாடிக்கையாகிவிட்டது என்றும்.. அவர்களுக்குள் நடந்த சண்டையில் இந்த கொடூரம் நடந்திருக்கும் என்றும்..
சந்தேகம் வராமலிருக்க அமானுஷ்ய வதந்திகளை பரப்பி இவ்வாரு தொடர்சியான சம்பவங்களை அவர்கள் செய்துவருவதாகவும் அவர்களை விரைவில் பிடிப்போம் என்றும் கூறியுள்ளார்.. மேலும் தலைமறைவாக உள்ள முன்னால் போலீஸ் இன்ஸ்பெக்டர் தர்மனையும் விரைவில் கைதுசெய்வோம் என்றும் அவர் கூறியுள்ளார். " என்று அந்த செய்தி முடிய நிமிர்ந்து சுபாஷை ராதாவும் ராமச்சந்திரனும் பார்த்தபடி இருந்தனர்..

படுக்கையில் சரிந்தவன் அயர்ந்து தூங்கினான்.

நேரம் கடந்தது.

'எனக்கும் உங்களுக்கும் என்ன சம்மந்தம் இருக்கு' என்று சுபாஷ் கேட்க அரியநாச்சியிடம் இருந்து வந்த சிரிப்பு மீண்டும் அவன் மண்டைக்குள் ஓடியது..
விருட்டென்று எழுந்துகொண்டவன் நேரம் பார்த்தான் எட்டு மணி. யாரோ அறையில் இருப்பதுபோல தெரிய சுற்றிலும் பார்த்தான்.. அறையை பெருக்க வந்திருந்த அம்மா ராதா சுபாஷின் பேக்கை திறந்து பார்த்துக்கொண்டிருந்தார். கனவு நோட்டை எடுத்து பிரித்தவர் சுபாஷை பார்த்து..

"என்ன எழுவுடா இது அதுவும் ரத்தம் மாதிரி தெரியுது? " என்று சொல்லியபடி மேலும் பைக்குள் ஆராய்ச்சி செய்துகொண்டிருக்க... சுபாஷின் பேக்கிலிருந்து அந்த பழைய டைரியை வெளியே எடுத்தார்.சுபாஷும் ஒருகணம் திடுக்கிட..

"ம்மா.. இந்த டைரி எப்புடிம்மா என்னோட பேக்குல..? " என்று ஒன்றும் தெரியாததுபோல கேட்டான்..
ராமச்சந்திரனும் அறையினுள் நுழைய ராதா அந்த டைரியை நீட்டினார்.. சுபாஷ் அதை வாங்க முற்பட ராமச்சந்திரனும் அதை ராதாவிடம் இருந்து வேகமாக பிடுங்க முற்பட்டார். ஒருபுறம் ராமச்சந்திரனும் மறுபுறம் சுபாஷும் டைரியை பிடித்துக்கொண்டு மல்லுகட்ட..

"ப்பா.. இது எதுக்குப்பா ஒங்களுக்கு.. இத விடுங்க இதுல எதுவுமே இல்ல..? " என்றான் கோவமாக.

"டேய் இந்த நோட்ட அப்பவே நெருப்புல போட்டு எரிச்சிருந்தா பிரச்சனையே வந்திருக்காது.. மரியாதயா இத குடு இந்த டைரிய வச்சிட்டு நீ என்ன செய்யப்போற.. மொதல்ல கைய எடு " என்று கத்தினார். கோவமடைந்த சுபாஷ் டைரியை வேகமாக இழுக்க பதிலுக்கு ராமச்சந்திரனும் வேகமாக வேறு திசையில் அதை இழுக்க அந்த டைரி இரண்டாக கிழிந்து ஆளுக்கொரு திசையில் இருவரையும் தள்ளியது. கிழிந்த அந்த நோட்டிலிருந்து ஒரு பழைய போட்டோ கீழே விழ.. நடுவில் அமர்ந்திருந்த ராதா மெதுவாக சென்று அந்த புகைபடத்தை எடுத்து திடுக்கிட்டார்.

சுபாஷ் வேகமாக அந்த போட்டோவை அம்மாவிடம் இருந்து வாங்க அதிர்ந்து ராதாவை பார்த்தான்.. மீண்டும் போட்டோவை பார்த்தான். இடுப்பில் ஒரு சிறுவனை தூக்கி அமரவைத்தபடி பழைய ஆல்பத்தில் இருந்த அதே அரியநாச்சியின் கருப்பு வெள்ளை புகைபடம்.. அவருக்கு பக்கத்தில் சுபாஷ் போன்றே ஒருவன்.

அரண்டுபோனவனின் இதயம் வேகமாக அடித்துக்கொள்ள..

"ம்மா.. இதுதான அந்த அரிமாநாச்சி.. இந்த போட்டோ உங்க ஆல்பத்துல இருந்து காணாமபோன போட்டோதான.. அவங்க கூட நிக்குறது நானா.. நான் எப்புடி..? " என்று அறைகுறையாக பேச அந்த போட்டோவை வேகமாக பிடுங்கிய ராமச்சந்திரன்.. சிறிதுநேரம் பார்த்தவர் துண்டு துண்டுகளாக கிழித்தெறிந்தார்.

"இந்த நோட்ட அப்பவே எதாவது பண்ணிடு.. இந்த தொல்லயே வேணாம்னு அடிக்கடி சொல்லுவேன்.. ஆனா நீதான் இருக்கட்டும் ஞாபகமா வச்சிக்கலாம்னு சொல்லி இப்ப எந்த விஷயம் சுபாஷ் வாழ்கையில தெரியகூடாதுன்னு நெனச்சமோ அத தெரியவச்சிட்டியேடி.. "என்று ராதாவை நோக்கி கத்தினார் ராமச்சந்திரன்.

ஒன்றும் புரியாமல் முழித்த சுபாஷ் அப்பாவை கோவத்தோடு பார்த்தான்.. கண்கள் கலங்கியது.. அவருக்கும் கண் கலங்க முழங்காலில் நின்றார்.

"என்ன உண்ம.. உங்கமேல பயங்கர கோவத்துல இருக்கேம்பா.. இப்பயாச்சோம் சொல்லுங்க என்ன உண்ம.. அரிமா யாரு எனக்கு.. இல்ல நீங்க அரிமாவுக்கு யாரு.. என்ன பிரச்சன நடந்திச்சி..? " என்று கோவம் நிறைந்த வார்த்தைகளை இறக்கினான் சுபாஷ்.

"சொல்றேன்.. இந்த போட்டோல உன்னமாதிரி இருந்தது உன்னோட செத்துபோன அண்ணன் சந்திரபோஸ்.. அவனவிட அரிமா ரெண்டு மூனு

வயசு பெரிய பொண்ணு.. அரிமா வாய் பேச முடியாத ஊமை.. பக்கத்து ஊர்ல இருக்க ஒரு பையன காதலிச்சா.. அவன் கொஞ்சம் கீழ்சாதிக்கார பையன். எனக்கு அந்த பையன பத்தி முழு விவரமும் தெரியாது. அவங்க ரெண்டுபேரும் ஊரவிட்டு ஓடிபோகபோறதா சந்திரபோஸ் அன்னைக்கு நைட்டு வந்து எங்கிட்ட சொல்ல.. அதுக்கு நான் என்னடா செய்றதுன்னு கேட்டேன்..

அரிமாவ நான் காதலிக்குறேன்.. அவங்க வீட்டுல சொல்லி சேத்துவைங்கன்னு எங்கிட்ட கேக்க எனக்கு பயங்கர அதிர்ச்சி.. இந்த விஷயலாம் இன்னுங்கூட உங்கம்மாவுக்கு தெரியாது.." என்று சொன்னவர் தன் கண் கண்ணாடியை கழட்டினார்.

"அடுத்து என்னாச்சி.. சந்திரபோஸ் என்ன பண்ணான் நீங்க அவன என்ன சொன்னீங்க..? "

"அப்போ அவனுக்கு வயசு வெறும் பதினாறு.. எனக்கு பயங்கர கோவம் வர செரியா அடிச்சிட்டேன்.. அவனும் கோவபட்டு வீட்ல இருந்து வெளிய ஓடிட்டான்.. கோவம் கொறஞ்சதுக்கு அப்போறோம் வருவான்னு நெனச்சிட்டு இருந்தேன் வரல.. விடிஞ்சது.. கதவ தொறக்க வெளிய வாசல்ல படுத்துகெடந்தான்... மொகத்துல ரத்தகற.. எழுப்புனேன்.. பரபரப்பா எழுந்தவன் கோரமா சிரிச்சான். என்னடா பண்ண.. எங்க போய்ட்டுவரன்னு கேக்க.. அந்த பைத்தியகார சிரிப்போடயே அவங்கள வீட்ல சொல்லிட்டேன்பா.. ஊரவிட்டு ஓடிப்போய் சந்தோஷமா இருக்கலாம்னு நெனச்சாங்கல்ல.. அது என்னால நாசமா போச்சி.. அரிமா எம்மேல அதிகமா நம்பிக்க வச்சி என்ன உதவிக்கு கூட்டிட்டு போய்ருந்தா.. அவளுக்கு நம்பிக்க துரோகம் பண்ணிட்டேம்பான்னு பைத்தியகாரன் மாதிரி குதிச்சான்..

மொகத்துல என்னடா ரத்தம்னு கேக்க..
தமிழ அடிச்சி மண்டய ஒடச்சிட்டேன்.. நெருப்புல அவன் கைய தீச்சிட்டேன்.. அவன் எப்புடி என்னோட அரிமா பேர அவன் கையில பச்ச குத்திட்டு இருக்கலாம்.. அவன பைத்தியமாக்கி ரோட்டுல ஓடவிடபோறாங்க.. இப்பத்தான் நிம்மதியா இருக்குன்னு சொன்னான்.. "

"ப்பா.. அப்போ அவங்க ரெண்டுபேரும் ஒரே ஸ்கூல்லதான் படிச்சாங்களா..? "

"ஆமா அரிமா நீ படிச்ச அதே ஸ்கூல்லதான் படிச்சா.. சந்திரபோஸும் அங்கதான் படிச்சவன்.. அவமேல சந்திரபோஸ்க்கு எப்புடி காதல் வந்திச்சின்னே தெரியல.. எல்லாம் கை நழுவி போய்டுச்சி.. தமிழ்னு

யாரயோ சொன்னான்.. அதுதான் அரிமாவோட காதலனா இருக்கனும்.. அவனபத்தி அடுத்த விவரம் கெடைக்கல.. அடுத்தநாளே அந்த புள்ளய கொண்ணுட்டு தற்கொலைன்னு மாத்திட்டாங்க.! "

"அப்போ சந்திரபோஸ் மேல உங்களுக்கு இருக்க அந்த கோவத்துக்கும் இதான் காரணமாப்பா..! " என்று கேட்க ராமச்சந்திரனால் துக்கத்தை அடக்க முடியவில்லை.. அழத்தொடங்கினார்.. எதிரே அமர்ந்திருந்த ராதாவும் சிலைபோல அமர்ந்திருந்தார்.

இரவானது..
"சுபாஷ் கொஞ்சம் மொட்டமாடிக்கு வா உங்கிட்ட பேசனும்? " என்று ராமச்சந்திரன் அழைக்க சுபாஷும் மாடிக்கு விரைந்தான். பனிமூட்டம் வானத்தை நிரப்பியிருந்தது..
எங்கும் இருள்.. இருந்தாலும் நிலவொலி பரவலாக பிரகாசித்தது..

"ஏன் சுபாஷ் முன்னமாதிரி ஏங்கிட்ட பேசமாட்ற.. ஒருவாரமா நானும் பாத்துட்டுதான் இருக்கேன்.. கோவமாவே நடந்துக்குற என்மேல என்ன கோவம்? " என்று கேட்க,

"அன்னைக்கு சந்திரபோஸ் போட்டோவ கீழ போடும்போது அடிபட்டிச்சின்னு ஒரு காயத்த காட்டியிருந்தீங்களே.. அது ஆறிடுச்சா " என்று குரல் உயர்த்த கேட்டான் சுபாஷ்.

"ஆறுமுகம் செத்ததுக்கு அப்போறோம் எனக்கு அங்க கெடச்ச ஒரு சின்ன ரத்தமாதிரிய செக் பண்ணேன். அது ஓ ப்ளட் க்ருப்.. இது ஆறுமுகத்தோடதோ தய்மனோடதோன்னு விசாரிக்க அவங்க ரெண்டுபேரோட ரத்தமும் இல்ல.. உங்களுக்கு சுகர் செக் பண்ண போகும்போது உங்க ப்ளட் க்ரூப்பும் அதே ஓ பாசிடிவ். எனக்கு அப்போதான் சந்தேகம் வந்தது.. அதுமட்டும் இல்ல.. அன்னைக்கு ஜோசப் ஆறுமுகத்துகிட்ட பேச.. என்ன கொழப்பனும்னு எனக்கு கட்டாயமா போன் பண்ணி ஜோசப் தனியா ஒக்காந்து யார்கூடயோ பேசுறான்னு சொனீங்க.. ஞாபகம் இருக்கா.. டக்குனு அது நெனைவுக்கு வர உங்கமேல இருந்த சந்தேகம் அதிகமாச்சி.. ஆறுமுகத்துகிட்ட என்ன உண்ம இருந்துதுன்னு எனக்கு நல்லா தெரியும் அத உங்க வாயால சொல்லிட்டா நல்லது.. " என்று அவர்மேல் இருந்த கோவத்திற்கான காரணத்தை சொல்லி முடித்தான் சுபாஷ்.

ஒரு நிசப்தம்..
படபடப்பாய் இருந்தவர் மூச்சை வேகமாக உள் இழுத்தார்..

"ஹிம்.. ராஜேஷ் கொலைசெய்யபட்டது எனக்கு தெரியும் சுபாஷ்.. அன்னைக்கு நைட்டு வீட்டவிட்டு வெளிய எழுந்துபோக ராஜேஷ ஹாஸ்டல் மேல இருந்து கீழ தூக்கிபோட்ருந்தாங்க.. ஆனா அது யாரு என்னன்னு எனக்கு தெரியல. என்ன பாத்த ஒரே உருவம் ப்யூன் ஆறுமுகம் தான்.. அவங்கிட்ட ரொம்பவே ஸ்டிட்டா சொல்லிருந்தேன் இந்த விஷயத்த யார்டயும் சொல்லமாட்டேன்.. எனக்கு எந்த பிரச்சனையும் வராம பாத்துக்கோன்னு.

ஒருவருஷம் நல்லா போக திடீர்னு இந்தவிஷயத்தலாம் நீ கண்டுபுடிக்க ஆரம்பிச்ச.. எனக்கும் ஆறுமுகத்துக்கும் பயம் அதிகமாச்சி.. அதனால அடிக்கடி ஆறுமுகத்த பாத்து அவன சமாதானம் படுத்திப்பேன்.. அவனும் இந்த விஷயத்துல ரொம்பவே ஜாக்கிரதயா இருந்தான்.. ஆனா சக்கரவர்த்தி தற்கொலைக்கு அப்போறோம் எனக்குள்ள இருந்த குற்ற உணர்ச்சியும் அரிமா மேல இருந்த பயமும் அதிகமாச்சி.
திடீர்னு இந்த உண்மயெல்லாம் யார்கிட்டயாச்சோம் சொல்லிடனும்னு நெனச்சேன். அதுக்கு ஆறுமுகம் ஒத்துக்கல.. கொலமெரட்டல் உன் பையனுக்கு தரப்போறேன் சொல்லிட்டு எங்கிட்ட உன்னோட நம்பர விடாப்பிடியா வாங்கிட்டுபோனான் நானும் குடுத்தேன்..
ஆனா அவன்மேல எனக்கு நம்பிக்க இல்ல.. இந்த விஷயம் வெளிய தெரிஞ்சா கண்டிப்பா.. உன் மொகத்துல என்னால முழிக்கமுடியாது.. அதுக்காக அன்னைக்கு யாருக்கும் தெரியாம ஒரு பிராந்தி பாட்டிலோட ஹாஸ்டல் போனேன்.. கும்மிருட்டு... தோ இந்தமாதிரிதான் அதே பனி... மூடுபனி.

அவனுக்கு பிராந்தி ஊத்திகுடுத்து நடந்த கொலைய நாம பாத்ததா சொல்லி சரண்டராய்டலாம்னு சொல்ல என் பேச்சி புடிக்காம சட்டுனு ஒரு காலி பாட்டில ஒடச்சிட்டான்.. அதுலதான் என் கையில கண்ணாடி பாடலில் குத்தி ரத்தம் வந்திச்சி.. வராண்டால எரிஞ்சிட்டு இருந்த லைட்டு சரியா எரியாமபோக அடுத்து என்ன நடந்திச்சின்னு எனக்கு சுத்தமா புரியல.. கண்தொறந்து பாக்க.. எனக்கு நேரா அனைஞ்ச லைட் நல்லா பிரகாசமா எரிஞ்சிட்டு இருந்தது.. கம்பத்துல ஆறுமுகம் தொங்கிட்டு இருந்தான்.. பொணமா.

அடுத்தது நடந்தது ஒனக்கே தெரியும்.. உன்ன இந்த பிரச்சனயில நொழயவிடாம இருக்க எவ்ளோவோ முயற்சிபண்ணேன்.. பனியில நனைஞ்சிட்டு இருந்த ஆறுமுகத்த அன்னைக்கு நானுந்தான் பாத்தேன். ஆனா அங்க யாருமே இல்லன்னு பொய் சொன்னேன், ஜோசப் அவங்கூட பேசுறத அன்னைக்கு பாத்தும் உன்ன திசதிருப்ப பொய் சொன்னேன்.. அதுவும் ஒனக்கு தெரிஞ்சிருக்கும்.. ஆனா விதின்னு ஒன்னு இருக்கே

யாரால மாத்த முடியும்..! " என பெருமூச்சு விட்டபடி முடித்தார் ராமச்சந்திரன்.

"ஒருநாள் ஆறுமுகம் வீட்டுக்கு போய்ருந்தேன்.. ஒரு பழைய டார்ச் லைட் இருந்தது... அத கழட்டிபாக்க சின்னதா ஒரு பேப்பர் கெடச்சது. அதுல ரொம்பவே சுருக்கமா என்ன நடந்தது.. இனி என்னோட உயிருக்கு யாரால ஆபத்து இருக்குன்னு ஆறுமுகம் எழுதிருந்தாரு.. அதுல ஒருபேரு தர்மன்.. இன்னோரு பேரு நீங்க. உங்கமேலதான் அன்னைக்கு முழு சந்தேகமும் வந்திச்சி. ஆறுமுகம் நல்லவன்னும் நீங்க கெட்டவர்னும் தோணுச்சி.. அந்த சூழ்நிலையும் அப்பிடி இருக்க, ஒரு உண்மய மறைக்குறேன்ற பேர்ல ஏன் ஒரு உயிரயே எடுத்திருக்கீங்கன்னு நான் அப்பவே கேட்ருப்பேன்.. உங்கமேல இருந்த கோவமும் துரோகமும் என்ன உங்ககிட்ட சரியா பேசவிடல. ஒரு உண்மய மறைக்கப்போய் கொலசெய்ற ஆளு எங்கப்பா இல்ல.. எனக்கு தெரியும்.. ஆறுமுகத்தோட மரணத்துக்கு யாரு காரணம்னும் எனக்கு தெரியும் " என்று மெலிதாக சிரித்தான்.

"அவன் தற்கொல பண்ணிக்க நெறயவே காரணம் இருக்கு... அவன் நெனச்சிருந்தா மயக்கத்துல இருந்த என்ன கொண்ணுட்டு கூட கெளம்பிருக்கலாம்.. ஆனா.."

"ஆனா என்ன அரியநாச்சி உங்க மூலமா ஆறுமுகத்த கொண்ணுட்டாங்க.. " என்று மனதிற்குள் சொல்லிக்கொண்டான்.
குழப்பமாய் ராமச்சந்திரன் சுபாஷை பார்த்துக்கொண்டிருக்க.. முகம் நிறைய மகிழ்ச்சியுடன் சுபாஷ் பனி விழுந்துகொண்டிருந்த வானத்தை பார்த்தபடி இருந்தான்.

கனவில் ஆறுமுகம் போல சுபாஷ் எதிர்வீட்டில் பார்த்த உருவம் சுபாஷின் அப்பா ராமச்சந்திரன்.. அது அவனின் சாயலில் இருந்ததற்கான காரணமும் தெரிந்தது.. மேலும் எல்லாவற்றிற்கும் தீர்வாக இருந்த அந்த டார்ச்சை சுபாஷ் எதிரே அவனது வீட்டில் அடித்தபோது எதிரே தெரிந்த உருவம் இருள் நிறைந்தும் ஆனால் கையிலிருந்த அடிபட்ட பகுதி மட்டும் வெள்ளை நிறத்தில் தோன்றியிருந்ததற்கான காரணமும் தெரிந்திருந்தது. அது சுபாஷ் அப்பாவின் காயம்பட்ட விரலில் கட்டப்பட்டிருந்த பேண்டேஜ்.

டார்ச் லைட்டினை தட்ட அது உடைந்து
பேட்டரிகள் வெளியேறுவதுபோல தெரியவைத்தது ஆறுமுகம் எழுதி மறைத்துவைத்திருந்த துருப்புச்சீட்டு.. என்பதை படிப்படியாக உணர்ந்துகொண்டான். பகல் கனவு ஒன்றில் தென்னை மரத்தை வெட்டுவது போன்று தெரிந்தது.. தென்னைபோல உயர்ந்த நின்ற அந்த தர்மனின்

கொலை. மேலும் அவனை அடையாளம் தெரியாத அனாதை பிணமாக சொல்லி மரணத்திற்கு பிறகும் இறக்கம் காட்டாத அந்த கோடாரி இன்ஸ்பெக்டர் செழியன் என்பதை பின்னர் உணர்ந்தான்.

மேலும் அந்த மனநலம் பாதிக்கப்பட்ட தமிழ்ச்செல்வன் விபத்து நேரத்திலும் தன்னை நோக்கி சிரித்த காரணமும்.. தனக்கு உதவிசெய்ய முனைந்த நோக்கமும் அவனுக்கு தெரியவந்தது.
காரணம் சந்திரபோஸை தமிழ்செல்வனுக்கு தெரிந்த காரணத்தாலும் அவன் தமிழ்செல்வனுக்கு உயிர் நண்பனாக இருந்திருக்கக்கூடும் என்பதாலும்.

இருள் சூழ்ந்திருந்தது.. தெருவிற்கு சென்ற சுபாஷ் அம்மாவின் பழைய டைரியை போட்டு எரித்தான்.. அப்பா கிழித்தெரிந்த போட்டோவை தனியாக மேஜையில் வைத்தவன் அறையின் ஒரு மூலையில் இருந்த கனவு நோட்டை எடுத்தான்..
எழுதப்பட்ட எல்லாம் நிறைவேற்றபட்டிருந்ததை உணர்ந்தான்..
ஆலமரத்து கிழவன் சொன்ன அந்த வார்த்தைகளை தேடினான்..
கிடைத்தது,

"ஹிம் சக்கரவர்த்திக்கு உதவி செஞ்சது சந்திரபோஸ்.. அரிமாவ தெரிஞ்சவனும் இவந்தான். ஆனா கிருபாவுக்கும் ராஜேஷுக்கும் அண்ணன தெரியாது. அப்போ அந்த அஞ்சாவது ஆளு சந்திபோஸ்தான்..! " என்று உணர்ந்துகொண்டவன் சந்திரபோஸ் என்று அந்த நோட்டில் எழுதினான்....

பின்னர் அதை எடுத்துக்கொண்டு மீண்டும் கீழே செல்ல அந்த பழைய டைரி பெரும்பாலும் எரிந்திருந்தது.. தனது கனவு நோட்டை இரண்டாக கிழித்தவன் அந்த நெருப்பில் போட அது கொழுந்துவிட்டு எரியத்தொடங்கியது.

எல்லா நினைவுகளையும் அந்த எரியும் நெருப்பிலே வீசியவனாய் கண்களை மூட தூக்கம் முட்டிக்கொண்டது..
இருள் சூழ கண்களையும் மூடினான்.
அரியநாச்சியின் முதல் கொலை கண்டிப்பாக அவளின் மரணத்திற்கு காரணமான முதல் நபராகத்தான் இருக்கவேண்டும்..

"அப்டின்னா அது சந்திரபோஸ்தான்.. அவன் எப்புடி செத்தான்...? " என்று சுபாஷ் நினைக்க அரிமாவின் மற்ற கொலைகளின் மூலத்தை ஏற்கனவே கண்டறிந்தவன் திடுக்கிட்டு எழுந்து உட்கார்ந்துகொண்டான்..

"அப்போ அரிமாவோட முதல் ஆயுதம் நாந்தான்.. அப்போ சந்திரபோஸ நாந்தான் அந்த ஸ்கூல் கட்டிடத்துல இருந்து தள்ளிவிட்ருக்கேன்..! நம்ம

கனவுல அடிக்கடி வர்ற அந்த மாடி கனவு என்னபத்திதான்.. அண்ணன நாந்தான் மாடியில இருந்து கீழ தள்ளி விட்டுருக்கேன்.. ராஜேஷ் என்னோட கனவுல ஒருதரம் கூட காப்பாத்தாம விட்டதுக்கு காரணம் இதான்.." என்று நினைக்க அந்த காட்சிகளும் அப்பட்டமாக கண்முன் வந்துபோனது.

"ஆதியும் நீ.. அந்தமும் நீ..
கரெக்ட்தான்.. இந்த பிரச்சனைக்கு முதல் காரணமே அண்ணந்தான் அவந்தான் முதல்ல செத்துருக்கான்.. அவன் சாயல்ல இருக்குறதாலதாலயும்.. என்ன அவங்களுக்கு புடிச்சிபோனதாலயுந்தான் இத்தனநாளா என்ன அரியநாச்சி ஃபாலோ பண்ணிருக்காங்க.. அப்போ அவங்க சந்திரபோஸ எவ்வளோ நம்பிருப்பாங்க.. ச்சே.

..அந்தமும் நீ.. இந்த பிரச்சனையோட முடிவும் இப்ப அவனாய்டான். கடைசியா யாருன்னு தெரியாம இருந்த அஞ்சாவது ஆள் சந்திரன்.. அவன கண்டுபுடிச்சதால இந்த பிரச்சன முடிவுக்கு வந்திருக்கு. அந்த ஆல்பத்துல அரியநாச்சி யாரயோ பாத்து சிரிச்சதும் அண்ணன் சந்திரபோஸதான்.." என்று மனம் சொல்லிக்கொள்ள படுக்கையில் மீண்டும் சரிந்தான்.

விடிந்தது..

டேபிலில் ராமசந்திரன் கிழித்து எறிந்த அரியநாச்சியின் போட்டோ துண்டுகளை ஒவ்வொன்றாக எடுத்து ஒட்டிக்கொண்டிருந்தவனை நெருங்கிய ராதா..

"இது அன்னைக்கு ஆல்பத்துல பாத்தோமே அந்த கல்யாணத்துல எடுத்ததுதான்.. உன்ன பாத்த ஒடனே அவளுக்கு ரொம்ப புடிச்சிபோச்சி.. அவ கையில இருக்குற சின்ன பையன் நீதான். கல்யாணத்துல உன்ன தூக்கி வச்சிகிட்டேதான் இருந்தா அந்த தங்கம்.. ஆனா என்ன.. குரல மட்டும் அந்த கடவுள் புடிங்கிட்டான். நடந்ததயே நெனச்சிட்டு இருக்காத.. எல்லாம் முடிஞ்சதுல்ல ஆகவேண்டிய வேலய பாரு..! " என்று சொல்லிக்கொண்டு நகர்ந்தார். அப்பா ராமச்சந்திரன் எதிர்பட.. அவரிடம் இருந்து ஒரு சிரிப்பு எட்டிபார்த்தது.. அவருக்கு தனது சிரிப்பை கடத்தியவன், ஒட்டிய அரிமாவின் புகைபடத்தை எடுத்து, கண்கள் கலங்க அரிமாவிற்கு ஒரு முத்தம் கொடுத்து.. புகைபடத்தை பத்திரப்படுத்தினான். நடந்த அனைத்து நிகழ்வுகளையும் ஜோசப்பிற்கும் அருணிற்கும் பகிர்ந்துகொள்ள அவர்களும் வாயடைத்துப்போயினர்.

விடிந்தது..
பால்கனியில் பரீட்சையப்பட்ட வெள்ளை நிறத்து பூனை உளாவ அதை பிடித்து கொஞ்சியபடி மொட்டை மாடியை அடைந்தவனுக்கு ஒரு அதிர்ச்சி

காத்திருந்தது.. வானம் தெரியாத அளவிற்கு மூடுபனி சூழ்ந்திருக்க.. எதுவும் புரியாமல் திகைத்தான்.
இருந்தாலும் நீண்ட நாட்களுக்கு பிறகு அந்த பனியை ரசிக்க தோன்றியதாய் கண்களை மூடிக்கொண்டு இரண்டு கைகளையும் அகல விரித்தான்.

சில நொடிப்பொழுதில் அவனை யாரோ கூப்பிடும் சத்தம் கேட்டு கண்விழிக்க..
அந்த வானத்து வெண்பனியில் உருவான மிகப்பெரிய உருவமாய் அரியநாச்சி அவனைப்பார்த்து சிரித்துக்கொண்டிருந்தாள்.. மன மகிழ்வாய் அவனும் சிரிக்க அந்த மூடுபனி அவனை முழுவதுமாய் அரவணைத்துக்கொண்டது.

மூடுபனி முடிந்தது